कन्टेजन

लेखक
रॉबिन कुक

अनुवाद
डॉ. प्रमोद जोगळेकर

मेहता पब्लिशिंग हाऊस

Please contact us at **Mehta Publishing House,** Pune 411030.
✆ +91 020-24476924 / 24460313 / Mob. No. 9545000513
Email : production@mehtapublishinghouse.com
Website : www.mehtapublishinghouse.com

- *या पुस्तकातील लेखकाची मते, घटना, वर्णने ही त्या लेखकाची असून त्याच्याशी प्रकाशक सहमत असतीलच असे नाही.*

CONTAGION by ROBIN COOK

Translated into Marathi Language by Pramod Joglekar

कन्टेजन / अनुवादित कादंबरी

TBC

अनुवाद : डॉ. प्रमोद जोगळेकर
Email : author@mehtapublishinghouse.com

मराठी अनुवादाचे व प्रकाशनाचे हक्क : मेहता पब्लिशिंग हाऊस, पुणे.

प्रकाशक : सुनील अनिल मेहता, मेहता पब्लिशिंग हाऊस,
१९४१, सदाशिव पेठ, माडीवाले कॉलनी, पुणे - ४११०३०.

अक्षरजुळणी : अक्षरमुद्रा पेजमेकर्स, सम्राट नगर, कोल्हापूर.

मुद्रक : पार्कसन्स ग्राफिक्स

मुखपृष्ठ : शैलेश मांडरे

प्रकाशनकाल : जानेवारी, २००२ / पुनर्मुद्रण : जानेवारी, २०१३

किंमत : ₹ २९०

P Book ISBN 9788177662047

प्रारंभ

१२ जून १९९१

उन्हाळ्यातील इतर कोणत्याही प्रसन्न दिवसाप्रमाणेच हा दिवस उजाडला. अमेरिका, कॅनडा आणि मेक्सिकोमध्ये सर्वत्र हवा स्वच्छ राहील आणि सुरेख ऊन पडेल, असा हवामानखात्याचा अंदाज होता. फक्त टेनेसी व्हॅलीमध्ये अचानक गडगडाटी पावसाची शक्यता होती.

बारा जूनचा दिवस. इतर कोणत्याही वर्षाच्या बारा जूनसारखाच तो होता. मात्र या बारा जूनला एकमेकांशी सुतराम संबंध नसलेल्या तीन घटना घडल्या. त्या दुर्दैवी घटनांमध्ये तीन जण मृत्युमुखी पडले.

सकाळी ११ वाजून ३६ मिनिटे
डेडहॉर्स, अलास्का

"ए... डिक! इकडे..इकडे बघ," रॉन हालवर्टन ओरडत होता. जोरजोरात हात हलवून तो पूर्वीच्या रूमपार्टनरचं लक्ष वेधण्याचा प्रयत्न करू लागला. त्या छोट्या विमानतळावरच्या गर्दीमध्ये त्याला जीप सोडून जाणं शक्य नव्हतं. अँकरेजहून सकाळी येणारं बोईंग ७३७ उतरलं होतं. त्यामुळे विमानतळावरील

सुरक्षा कर्मचाऱ्यांनी अशी जीप पार्क करू देणं अशक्यच होतं. ऑईल कंपन्यांच्या परतणाऱ्या लोकांसाठी आणि पर्यटकांसाठी बसेस, व्हॅन्स तयार होत्या.

आपलं नाव ऐकून आणि रॉनला ओळखून डिक गर्दीतून वाट काढत पुढे येऊ लागला. रॉन त्याच्या दिशेने येणाऱ्या डिककडे पाहत होता. गेल्या वर्षी पदवी मिळाल्यानंतर प्रथमच डिक आणि रॉनची भेट होत होती. त्याचे रॉल्फ लॉरेन कंपनीचे शर्ट, जाकीट, जीन्स् आणि पाठीवर लटकणारी नेहमीची थैली. थोडक्यात, डिकमध्ये काहीही फरक झाला नव्हता. असं जरी असलं, तरी रॉन खऱ्या डिकला चांगलाच ओळखत होता. महत्त्वाकांक्षी, उत्साही, नवीन सूक्ष्म जंतू मिळेल, म्हणून अटलांटा ते अलास्काचा लांबलचक प्रवास करायला एका पायावर तयार असणारा सूक्ष्मजीवशास्त्रज्ञ. डिकला विषाणू-जीवाणू मनापासून आवडत. लोक बेसबॉल खेळाडूंची फोटोकार्ड जमवतात, तेवढ्याच उत्साहाने हा सूक्ष्मजंतूंचे नमुने गोळा करायचा. रॉनला त्यांच्या कोलोरॅडो विद्यापीठातल्या दिवसांची आठवण येऊन हसू आलं. त्यावेळी त्यांच्या खोलीतल्या फ्रीजमध्ये, डिक चक्क सूक्ष्मजंतू असलेल्या बशा-पेट्रीडिशेस ठेवायचा!

सुरुवातीला डिकबरोबर जुळवून घेणं, रॉनला जरा जड गेलं होतं. डिक मित्र म्हणून चांगला होता, यात काही शंका नव्हती. पण त्याचा स्वभाव जरासा विक्षिप्त आणि तिरपागडा होता. तो कधी काय करेल याचा काही नेम नसे. डिकचा स्वभाव बेडर होता. शहरातल्या 'चुकीच्या' भागात जायचं असेल, तर बरोबर डिक पाहिजेच. पण असा बेडर डिक, पहिल्या वर्षी मात्र जीवशास्त्राच्या प्रयोगासाठी बेडूक मारायला चक्क घाबरायचा!

डिककडे पाहता पाहता रॉनला आणखी एका विचित्र प्रसंगाचीही आठवण झाली. कॉलेजच्या दुसऱ्या वर्षी एकदा 'वीकएंड'ची सुटी मजेत घालवायला सगळेजण गाडीतून निघाले होते. डिक गाडी चालवत होता. अचानक चुकून, एक ससा गाडीखाली आला. डिक घळाघळा रडू लागला. त्यावर काय करावं ते कोणालाच कळेना. या प्रसंगानंतर डिकविषयी लोक त्याच्या मागे बोलताना टवाळी करू लागले. झुरळं सापडली, की ती चिरडून न टाकता, डिक त्यांना नीट लांब नेऊन सोडतो, असं बोललं जाऊ लागलं.

डिकनं थैली मागच्या सीटवर फेकली आणि रॉननं पुढे केलेला हात हातात घेतला.

"माझा विश्वास बसत नाही..." रॉन म्हणाला, "डिक.. तू खरोखर इथे.. इथे आर्क्टिकमध्ये आला आहेस, की हे स्वप्न आहे?"

"हँ... ही संधी मी कशी सोडेन?... सगळं जग त्यापुढे उडत गेलं समज." डिक म्हणाला, "मला काय बोलावं ते सुचत नाहीये... हे एस्किमोंचं ठिकाण किती लांब आहे इथून?"

रॉननं आजूबाजूला असणाऱ्या सुरक्षा कर्मचाऱ्यांकडे चोरटी नजर टाकली. डिककडे वळून तो म्हणाला, "गप्प राहा." अगदी हळू आवाजात तो म्हणाला, "मी तुला आधीच बोललो होतो.. लोक त्या विषयाबद्दल फार हळवे आहेत इथे."

"ओ हो! ... रॉन ... एवढं गंभीर व्हायला नको."

"गंभीर..? खरोखरच मी अत्यंत गंभीरपणे बोलतोय.. ऐक. तुला मी माहिती पुरवली हे कोणाला समजलं, तर माझ्या पेकाटात लाथ बसेल... मला कसलाही धोका पत्करायचा नाही. हे सारं करायचं असं ठरलं, तेव्हा तू कोणाला काही बोलणार नाहीस म्हणून स्पष्ट वचन दिलं आहेस... नाहीतर इथेच सर्व रद्द करू!"

"ठीक आहे.. ठीक आहे.." डिक हसत हसत म्हणाला, "वचन तर आहेच की.. पण हे प्रकरण एवढं गंभीर असेल असं वाटलं नव्हतं."

"तसंच समज..." रॉनचा स्वर रोखठोक झाला. डिकला भेटणं ही गंमतीची गोष्ट होती, पण आपण डिकला इथे बोलावण्यात चूक तर केली नाही ना, असं त्याला वाटू लागलं.

"बरं बाबा! तू म्हणशील तेच होईल.. ठीक?" त्यानं रॉनच्या खांद्यावर हळूच चापटी मारली. "माझे ओठ कायमचे बंद केले बघ मी.. आता शांत हो जरा!" डिक गाडीत बसत म्हणाला, "आता आधी सरळ तिथे चल. मी तिथे जायला फार उत्सुक झालो आहे."

"माझं घर पाहायचं नाही आधी?"

"ते काय नंतरही पाहता येईल.. कदाचित मी जरुरीपेक्षा जास्त वेळ राहीन तुझ्याकडे..." डिक हसत हसत म्हणाला.

"इथे या बोईंगची गडबड चालू आहे, ते एका दृष्टीनं चांगलंच आहे... लोक इथे पर्यटकांच्या गर्दीमध्ये अडकून पडलेत." त्यानं गाडी सुरू केली.

विमानतळावरून बाहेर पडून ते ईशान्येकडच्या रस्त्याला लागले. हा एकच रस्ता होता तिथे. रस्ता अत्यंत खडबडीत दगडगोट्यांनी भरलेला होता. इंजिनाचा आवाज तर एवढा मोठा होता, की बोलताना त्यांना जवळजवळ ओरडावंच लागत होतं.

"आपल्याला 'प्रूधहो बे' जवळ म्हणजे साधारण आठ मैल जायचं आहे. पण आपण आणखी एखाद्या मैलानंतर पश्चिमेला वळू." रॉन म्हणाला, "मध्ये कोणी थांबवलं तर... मी तुला फक्त नवीन तेलक्षेत्राकडे घेऊन चाललो आहे, एवढं मात्र लक्षात ठेव..."

डिकनं मान डोलावली. पण आपला मित्र एवढा का आखडतोय, ते त्याच्या लक्षात येईना. त्यानं आजूबाजूला नजर टाकली. दलदल, कंटाळवाणा दिसणारा टुंड्रा प्रदेश आणि वर दिसणारं नीरस करड्या रंगाचं आकाश, या साऱ्याचा रॉनवर परिणाम तर झाला नसेल ना, असंही त्याच्या मनात आलं. इथे या सपाट प्रदेशात

आयुष्य फार अवघड असणार. वातावरण जरा हलकं करावं म्हणून तो म्हणाला, "हवा तशी काही वाईट नाही... तापमान किती आहे?"

"तू खरोखरच सुदैवी समज स्वत: ला. सकाळी थोडीफार उन्हं होती, त्यामुळे पन्नास डिग्री फॅरनहीटच्या आसपास तापमान आहे. छान उबदार आहे, तोवर ठीक. पण दुपारी कदाचित वादळही होऊ शकेल.. इथे असं केव्हाही घडू शकतं... या भागातला एक नेहमीचा विनोद ऐक - बर्फ पडलं, की लोक विचारतात - हा मागच्या हिवाळ्यातला शेवटचा हिमवर्षाव होता, की पुढच्या वर्षीच्या हिवाळ्यामधला पहिला?"

डिक हसला. पण मनात मात्र त्याला वेगळं वाटलं. जर असली गोष्ट विनोदाची वाटत असेल, तर या लोकांचं आयुष्य फारच अडचणीचं असणार.

थोड्या वेळानं त्यांची गाडी वळून पश्चिमेकडे जाणाऱ्या अरुंद रस्त्याला लागली.

"पण हा सोडून दिलेला इग्लू तुला नेमका सापडला तरी कसा?"

"तो काही इग्लू नाही... दगडी कोळशाचे मोठाले तुकडे आणि देवमाशाची हाडं जोडून बनवलेलं ते एक घर होतं. इग्लू हे तात्पुरत्या वस्तीसाठी असतात. शिकारीला गेल्यावर लोक इग्लू तयार करत असत. इथले इनुपियाट एस्किमो दगडी कोळशाच्या फरशांपासून बनवलेल्या झोपडीत राहायचे."

"बरं.. पण हे घर तुला कसं काय सापडलं?" डिकनं विचारलं.

"निव्वळ योगायोग!... आम्ही बुलडोझरनं रस्ता तयार करत असताना ते सापडलं. आम्ही सरळ घरात जाण्यासाठी ठेवलेल्या भुयारातून आत घुसलो होतो."

"पण तिथे सारं अजून तसंच आहे ना?... मला माझी ही फेरी वाया जायला नको आहे."

"त्याची बिलकूल काळजी नको.. कशालाही हात लावलेला नाही हे नक्की."

"त्या भागात आणखी काही तशी घरं असू शकतील.. म्हणजे एखादं गावंच असलं तर?"

"असेलही... पण कोणालाच ते शोधण्यात रस नाही. उलट, सरकारी लोकांच्या कानावर जरासं जरी काही गेलं, तरी ते नवीन पाईपलाईनचं कामच बंद करून टाकतील. ते फार भयानक होईल. पुढच्या हिवाळ्याच्या आत आम्हाला काहीही करून ही पाईपलाईन पुरी व्हायलाच हवी आहे. इथे ऑगस्टमध्येच हिंवाळा सुरू होतो..." रॉन खांदे उडवत म्हणाला.

रस्त्याच्या दोन्ही बाजूला नीट न्याहाळत रॉननं गाडीचा वेग हळूहळू कमी केला. थोड्या वेळानं त्यानं गाडी थांबवली. बाजूला दगडी स्मारकासारखं काहीतरी दिसत होतं. डिकच्या खांद्यावर हात ठेवून, त्यानं त्याला रोखलं. पाठीमागून कोणी येत नाही, याची पक्की खात्री झाल्यावर तो जीपमधून खाली उतरला आणि डिकला

उतरायची खूण केली.

रॉननं जीपमधून हातमोजे आणि ध्रुवीय प्रदेशात वापरण्यासाठी खास बनवलेली दोन जुनी पाकिटं बाहेर काढली. त्यातली एक जोडी डिकच्या हातात ठेवली. "हे घे.. इथे याची गरज पडेल. आपण इथल्या चिरंतन अशा बर्फाखाली जाणार आहोत." त्यानं जीपमधून एक दणकट फ्लॅश लाईट बाहेर काढला.

"हे पाहा... आपण इथे फार वेळ थांबणार नाही." रॉन चिंतेच्या स्वरात म्हणाला, "मला कोणीही इथे येऊन आपण काय करतोय, हे पाहत बसलं तर अजिबात आवडणार नाही."

डिक रॉनच्या पाठोपाठ चालू लागला. अचानक कुठून तरी आलेल्या डासांच्या थव्यानं त्यांच्यावर आक्रमण केलं. कसलीही दया-माया न ठेवता डास त्यांना कडकडून चावू लागले. साधारण अर्ध्या मैलावर धुक्यामध्ये एक रेषा दिसत होती. हा आर्क्टिक सागराचा किनारा होता. आजूबाजूला कुठंही, किंचितसाही उंचवटा नव्हता. चारी बाजूला रटाळ दिसणारा, मैदानी टुंड्रा मुलूख पसरलेला होता. डोक्यावर काही समुद्रपक्षी घिरट्या घालत, कर्कश आवाजात ओरडत होते.

दहा-बारा पावलं चालल्यावर रॉन थांबला. पुन्हा एकदा कुठलंही वाहन येत नाही, याची त्यानं खात्री करून घेतली. तो खाली वाकला आणि त्यानं एक जमिनीत गाडलेली प्लायवूडची फळी उचकटली. खाली चार फूट व्यासाचं भुयार दिसत होतं.

"झोपडी बहुधा बर्फात गाडली गेली असावी..!" डिक म्हणाला.

रॉननं मान हलवली. "बहुधा एखाद्या भीषण वादळात आलेल्या बर्फाचा तो प्रताप असावा."

"हे तर नैसर्गिक दफनच झालं म्हणा." डिक उद्‌गारला.

"हे तू जे करतो आहेस, ते करायचं अजूनही पक्कं आहे ना?" रॉननं विचारलं.

"मूर्खासारखं काहीही विचारू नकोस!" जाकिटाची टोपी तोंडावर ओढत, डिकनं हातमोजे चढवले. "मी तेवढ्यासाठीच तर हजारो मैलांवरून इथे आलोय... चल, हो तयार."

रॉन भुयारात उतरून रांगत रांगत चालू लागला. डिकनंही तसंच करून भुयारात प्रवेश केला.

डिकला रांगत जात असताना, रॉनच्या धुरकट आकृतीशिवाय काहीही दिसत नव्हतं. सर्व बाजूंनी अंधार दाटून आला. उजेड कमी कमी होत चालला होता. त्याला आपल्या श्वासाचं सुद्धा बर्फ होत असल्याचं जाणवलं. आपल्याला अंधाराची भीती वाटत नाही, याचं त्याला बरं वाटलं.

सहा-सात फुटांनंतर बाजूच्या भिंती संपल्या. खालचा पृष्ठभागही उतरता होत होता. आता डोक्यावर तीन-साडेतीन फूट जागा निर्माण झालेली होती. रॉन जरा

बाजूला सरकला. डिक त्याच्याजवळ आला.

"इथे तर मरणाची थंडी आहे!" डिक म्हणाला.

रॉननं फ्लॅशलाईट टाकताच, बेलुगा देवमाशाच्या बरगड्यांची अजस्त्र हाडं चमकू लागली.

"इथले लोक कुठं आहेत?" डिकनं विचारलं.

झोपडीच्या एका बाजूला असणाऱ्या भल्या मोठ्या बर्फाच्या ढिगाकडे रॉननं बोट दाखवलं आणि तिकडे उजेड टाकला. "तिथे... त्याच्या पलीकडे..." त्यानं डिकच्या हातात लाईट दिला.

डिक हातात लाईट घेऊन पुढे सरकू लागला. त्याला मनातून जराशी काळजी वाटू लागली असावी. तो म्हणाला, "इथे खरोखरच काही धोकादायक नाही ना?"

"कोण जाणे!... काही सांगता येणार नाही. हे इथे, निदान पंचाहत्तर वर्षं तरी असंच असावं."

डिकनं मध्यभागी दिसणाऱ्या मळकट रंगाच्या बर्फाच्या ढिगाऱ्याकडे उजेड टाकला. त्याचा श्वास अडकला. समोरचं दृश्य त्याच्या अपेक्षेपेक्षा जास्त चमत्कारिक होतं.

फरचे कपडे घातलेला, एक कॉकेशियन वंशाचा माणूस बसल्याजागी गोठून गेला होता. दाढी वाढलेला तो माणूस निळे डोळे उघडे असतानाच गोठलेला असावा. त्याचे कधीही न मिटणारे डोळे डिककडे रोखून पाहत होते. डिक शहारला. त्याच्या नाकाजवळचा बर्फ मळकट गुलाबी रंगाचा दिसत होता.

"तीनजण आहेत.. पाहा." रॉन म्हणाला.

डिकनं सगळीकडे उजेड फिरवला. दुसरा माणूस कुशीवर पडलेला होता. खालचा भाग पूर्णपणे बर्फात रुतलेला होता. तिसरा माणूस भिंतीला टेकलेल्या अवस्थेत बसल्यासारखा वाटत होता. ते दोघं ठराविक ठेवणीचे एस्किमो होते. काळे केस आणि गडद डोळे. दोघांच्याही नाकाजवळचा बर्फ, काळपट गुलाबी रंगांचा होता.

डिकच्या पोटात मळमळू लागलं. त्याला स्वत:ला असं होण्याची अजिबात अपेक्षा नव्हती. काही क्षणानंतर मळमळल्याची भावना ओसरली.

"पाहा... तिथे एक वर्तमानपत्रही आहे." रॉन म्हणाला.

"अजून मला दिसलेलं नाही." त्यानं नजर ताणून जमिनीवर बर्फात पडलेल्या वस्तू पाहण्याचा प्रयत्न केला. तिथे पक्ष्यांची पिसं, प्राण्यांची हाडं आणि हरतऱ्हेच्या इतर वस्तू विखरून पडलेल्या दिसत होत्या.

"त्या दाढीवाल्याजवळ आहे पाहा..." रॉन म्हणाला.

डिकनं दाढीवाल्या कॉकेशियन वंशीय माणसाच्या पायाजवळ उजेड टाकला. तिथे अँकरेज गावातलं एक वर्तमानपत्र होतं. त्यामध्ये युरोपातील युद्धाच्या बातम्यांचे

मोठमोठे मथळे होते. त्यावर तारीख होती, '१७ एप्रिल १९१८'.

डिक आता पुन्हा मागे आला. सुरुवातीची भीती आणि घृणा आता मावळली होती. आता तो उत्तेजित झाला होता. "रॉन... तुझं म्हणणं अगदी बरोबर आहे.. हे तिघंही न्यूमोनियानं मेले आहेत आणि त्या तारखेचा स्पष्ट पुरावाही आहे."

"हे पाहून तुला आनंद होणार, हे मला माहिती होतं." रॉन म्हणाला.

"नुसता आनंद नाही... अशी संधी आयुष्यामध्ये एकदाच येते. मला एखादी करवत लागेल." डिक म्हणाला.

"करवत?..." रॉनचा चेहरा पडला. "करवत घेऊन तू काय करणार?... विनोद तर करत नाहीस ना?"

"विनोद? अरे, अशी संधी मी सोडीन होय? आणि तू कशाला काळजी करतोस?... रॉन, मला फक्त त्यांच्या फुफ्फुसांचे नमुने हवेत."

"ओ! जीझस!" रॉन पुटपुटला. "डिक, याबद्दल कधीही कोणापाशी एक चकार शब्द काढणार नाहीस, म्हणून मला पुन्हा वचन दे."

"दिलं!... आधीही मी ते दिलंच होतं... मी हे जमवतोय, ते फक्त स्वत:साठी... ते माझ्याजवळच राहील. कोणाला काही कळायचा प्रश्नच येतो कुठं?"

रॉननं डोकं हलवलं. "कधीकधी मला तू वेडपट आणि खुळचट वाटतोस!"

"चल.. करवत आणू." डिकनं फ्लॅशलाईट रॉनजवळ दिला आणि तो रांगत रांगत भुयारातून बाहेर येऊ लागला.

सायंकाळी ६ वाजून ४० मिनिटे
ओ हारे विमानतळ, शिकागो.

मेरिलिन स्टॅपलटननं नवऱ्याकडे नजर टाकली. त्याची अवस्था तिला पाहवेना. त्यांच्या लग्नाला आता बारा वर्षं झाली होती. त्यांच्या दोघी मुली लाउंजमध्ये बसल्या होत्या. दोघी चिंताग्रस्त होत्या. आईकडे नजर लावून बसल्या होत्या. आपल्या आयुष्यात काहीतरी मोठा बदल होणार आहे, हे त्यांना समजत असावं. दोघींनी शिकागोला येऊन राहावं, असं जॉनला वाटत होतं. तो तिथे पॅथॉलॉजिस्टचं नवीन पद स्वीकारणार होता.

मेरिलिननं पुन्हा एकदा नवऱ्याकडे पाहिलं. तिनं विचार करावा म्हणून तो विनवणी करत असावा, असं वाटत होतं. गेल्या काही वर्षांत त्याच्यात खूप फरक पडला होता. ज्या धडाडीच्या, आत्मविश्वासानं वावरणाऱ्या माणसाशी तिनं लग्न केलं होतं, त्याचा आता मागमूसही उरलेला नव्हता. त्याचं वजनही वीस-पंचवीस पौंडांनी घटलेलं होतं. चांगलेच फुगीर असलेले गाल पार बसले होते. नजर अस्थिर

आणि फार कडवट वाटत होती. ही सारी अस्वस्थपणाची लक्षणं, त्याच्या नव्या रूपाशी सुसंगत अशीच होती. मेरिलिनला कल्पनेनंच वेदना झाल्या. अवघ्या दोनच वर्षांपूर्वी त्यांचा संसार म्हणजे एका सुखी संसाराचं आदर्श चित्र होतं. डोळ्यांचा डॉक्टर म्हणून त्याचं उत्तम चाललेलं होतं, आणि तिला इलिनॉय विद्यापीठाच्या इंग्लिश विभागात नोकरी होती.

पण अचानक, ते राहात होते त्या शंपानमध्ये आरोग्यविषयातील महाप्रचंड अमेरीकेअर ही कंपनी अवतरली. या कंपनीनं इलिनॉयमधल्या इतरही अनेक गावांमधल्या, खासगी डॉक्टरांचे व्यवसाय झपाट्यानं मोडीत काढले. खासगी डॉक्टर, खासगी रुग्णालयं, प्रसूतीगृहं सारी बघताबघता धुळीला मिळाली. जॉननं काही काळ तग धरला, पण हळूहळू पेशंटस्‌ची संख्या रोडावत गेली. आता दोन मार्ग शिल्लक उरले. एकतर कंपनीला शरण जाणं किंवा पळून जाणं. जॉननं पळून जाण्याचा मार्ग पत्करला. प्रथम त्यानं एखाद्या ठिकाणी नेत्रतज्ज्ञाची नोकरी मिळते का ते पाहिलं. पण तिथेही अनेक डॉक्टर बेकार होतेच. आता अमेरीकेअर किंवा तशाच एखाद्या कंपनीत नोकरी करावी लागणार होती. जॉननं मग निराळ्याच क्षेत्रात पुन्हा एकदा शिक्षण घेण्याचं ठरवलं.

"तुम्हा सगळ्यांना शिकागोला राहायला आवडेल..?" जॉन विनवणी करत म्हणाला, "मला तुमच्याशिवाय तिथे करमणार नाही."

"आम्हालाही तुझ्याशिवाय चैन कसं पडेल?" मेरिलिन म्हणाली, "पण मुद्दा तो नाही. मी जर नोकरी सोडून दिली, तर पोरींना सरकारी शाळेत घालावं लागेल. तुझ्या सध्याच्या नोकरीच्या पैशात, आपल्याला खासगी शाळा परवडणारच नाही."

तेवढ्यात माईकवरून घोषणा झाली. शंपानला जाणाऱ्या विमानाच्या सर्व उतारूंनी विमानात बसावं, म्हणून शेवटची सूचना होती.

"आता निघालं पाहिजे.. नाहीतर विमान चुकेल.." मेरिलिन म्हणाली.

"होय.." जॉन अश्रू आवरत म्हणाला, "पण मी काय म्हणतोय, तू अजून विचार कर."

"अर्थातच! .. मी पुन्हा एकदा विचार करीन." ती ठामपणे म्हणाली. पण लगेच तिच्या लक्षात आलं, तिचा स्वर कडवट झाला होता. तिनं उसासा टाकला आणि स्वतःला सावरण्याचा प्रयत्न केला." मी खरंच विचार करीन..." असं म्हणत तिनं त्याला मिठी मारली.

"जपून... माझी बरगडी तुटेल एखाद्या दिवशी!" ती मिश्किलपणे म्हणाली.

"मेरिलिन... आय लव्ह यू." तिच्या मानेत तोंड खुपसत जॉन म्हणाला. तिनं स्वतःला सोडवून घेतलं. तमारा आणि लिडियाचा हात धरून, त्यांना विमानाकडे जाणाऱ्या पॅसेजमध्ये तिनं अक्षरशः ढकललं. विमानात शिरता शिरता तिनं हात

हलवला, तो अखेरचाच ठरणार होता!

त्या छोट्याशा विमानात दोन दोन सीटच्या रांगा होत्या. खिडकीच्या बाजूला कोणी बसायचं, यावरून लिडिया आणि तमारामध्ये जराशी बाचाबाची झाली.

"आपल्यालाही तिकडे जावं लागणार का?" लिडियानं विचारलं.

दहा वर्षांची लिडिया पाचवीत होती.

"मी नाही येणार.." तमारा म्हणाली.

अकरा वर्षांची तमारा मनानं अधिक कणखर होती. "मी माझ्या मैत्रिणीकडे-कूवीकडे राहीन. ती तसं म्हणाली आहे."

"मला वाटतं तिनं तसं म्हणण्यापूर्वी आपल्या आईशी चर्चा केलेली आहे." मेरिलिन तिरकसपणे म्हणाली. मोठ्या कष्टानं अश्रू आवरत ती त्यांच्या प्रश्नांना कशीबशी उत्तरं देण्याचा प्रयत्न करत होती.

विमानाचं इंजिन सुरू झालं आणि ते टर्मिनल सोडून, रनवेवरून धावू लागलं. विमानानं हवेत झेप घेतली.

त्या दिवशी हवा खराब होती. मध्येच विजा चमकत होत्या, विमान थडथडत होतं. मेरिलिनला विमानात खूप अस्वस्थ वाटत होतं. तिला अशा छोट्या विमानांमध्ये नेहमीच असुरक्षित वाटत असे. मोठ्या जेट विमानांमध्ये तिला तशी भीती वाटत नव्हती. आत्ताही विमान थडथडताना तिला भीतीची जाणीव होत होतीच. तिच्याही नकळत तिनं खुर्ची घट्ट पकडून ठेवली होती.

"डॅडी शिकागोला किती दिवस राहणार?" लिडिया म्हणाली.

"पाच वर्षं." मेरिलिन म्हणाली, "त्यांचं ट्रेनिंग पुरं होईतोपर्यंत."

"मी तुला काय म्हणाले होते?" लिडिया तमाराला उद्देशून कर्कशपणे म्हणाली, "आपण तोवर खूप मोठ्या होऊ!"

अचानक विमानामध्ये विचित्र झगमगाट झाला. एकदम जोरदार धक्का बसला. विमान हादरू लागलं. अनेकजण घाबरून किंचाळू लागले. मेरिलिनला काहीतरी विचित्र घडतंय याची जाणीव झाली. विमान एका बाजूला कलंडल्यासारखं झालं. इंजिनाचा आवाज असह्य होऊ लागला. मेरिलिनं खिडकीबाहेर पाहण्याचा प्रयत्न केला. बाहेर ढगांशिवाय काहीही नव्हतं. पण एकदम तिला वस्तुस्थिती कळून चुकली.

विमान अतिशय वेगानं, सरळ जमिनीकडे झेपावत होतं...

रात्री १० वाजून ४० मिनिटे
मॅनहटन जनरल हॉस्पिटल
न्यूयॉर्क

टेरेस हेगननं आवंढा गिळण्याचा प्रयत्न केला. पण घसा फारच सुकून गेला होता. तिनं डोळे किलकिले करून पाहण्याचा प्रयास केला. पण आपण कुठं आहोत, ते समजेना. ऑपरेशननंतरच्या सुश्रुषा वॉर्डात आपण आहोत, हे समजल्यावर मग साऱ्या गोष्टी एका क्षणात मनात चमकून गेल्या.

त्या दिवशी अचानक त्रास सुरू झाला. ती आणि मॅथ्यू संध्याकाळी बाहेर जेवणासाठी जायच्या तयारीत होते. वेदना काहीच होत नव्हती, पण अचानक तिला ओलं ओलं होत असल्याची चमत्कारिक जाणीव झाली. बाथरूममध्ये जाऊन पाहिलं, तर रक्तस्त्राव खूप जोरात होत होता. रक्त गोठतच नव्हतं. ती घाबरली, कारण ती पाच महिन्यांची गरोदर होती.

त्यानंतर साऱ्या गोष्टी भराभरा घडत गेल्या. तिनं आपल्या नेहमीच्या डॉक्टर कॅरोल ग्लांझ यांच्याशी संपर्क साधला. तिला मॅनहटन जनरल हॉस्पिटलमध्ये जाण्याचा सल्ला देण्यात आला. तिथे गेल्यावर टेरेसला वाटणारी भीती खरी असल्याचं कळलं. आता ऑपरेशनशिवाय इलाजच नव्हता. नेहमीच्या ठिकाणी गर्भाशयात गर्भधारणा न होता, ती एका फॅलोपियन ट्यूबमध्ये झाली असल्याचं निदान झालं. ही बाह्य गर्भधारणेची केस होती.

टेरेस शुद्धीवर आल्यावर एक नर्स तिच्याजवळ आली आणि सर्व काही ठीक होईल, म्हणून तिची समजूत काढू लागली.

"माझ्या बाळाचं काय झालं?" असं विचारत, टेरेसनं पोटावरच्या मोठ्या बँडेजला हात लावला. सपाट पोटावर ते तिला फार विचित्र वाटलं.

"मला फारशी कल्पना नाही. तुझ्या डॉक्टरना मी सांगते... त्यांना तुझ्याशी बोलायचं आहेच." नर्सनं उत्तर दिलं.

टेरेसनं तिला थांबवलं आणि घसा कोरडा पडला आहे, अशी तक्रार केली. नर्सनं तिला बर्फाचे तुकडे दिले. त्यामुळे घसा थोडा ओला झाला.

टेरेसनं डोळे मिटले. तिला जराशी गुंगीपण आली. त्यानंतर तिला जाग आली, तेव्हा डॉ. कॅरोल ग्लांझ तिला हाक मारत होती.

"कसं वाटतंय आता?" डॉ. ग्लांझनं विचारलं.

"ठीक आहे.." टेरेसनं सांगितलं. "माझं बाळ कुठं आहे?" तिनं डॉक्टरांना विचारलं.

डॉ. ग्लांझनं एक सुस्कार टाकला. ती पुढे झाली आणि टेरेसच्या खांद्यावर हलकेच हात ठेवला, "बातमी तशी वाईट आहे... दोन वाईट बातम्या तुला सांगणं भाग आहे.."

टेरेसच्या मनावर प्रचंड ताण आला.

"ती एक बाह्य गर्भधारणा होती." जणू डॉक्टरी शब्द वापरल्यानं तिला सांगणं

सोपं होणार होतं, अशा तऱ्हेने डॉ. ग्लांझ म्हणाली, "गर्भपात करण्याशिवाय काहीही मार्गच शिल्लक नव्हता... अर्थातच, गर्भ जिवंत नव्हताच.."

टेरेसनं मान हलवली. त्या क्षणी तिला काही विशेष वाटलं नाही. तिला पूर्वीच थोडीफार कल्पना असल्यानं, मनाची जराशी तयारी झाली होती. परंतु डॉ. ग्लांझ पुढे जे म्हणाली, ते तिला सर्वस्वी अनपेक्षित होतं.

"दुर्दैवानं ऑपरेशन फारसं सोपं नव्हतं... बरीच गुंतागुंत झाली होती. म्हणूनच तुला एवढा प्रचंड रक्तस्त्राव झाला... शेवटी आम्हाला तुझं गर्भाशय काढून टाकावं लागलं..."

क्षणभर ऐकलेल्या त्या शब्दांचा अर्थ टेरेसला समजलाच नाही. तिनं डॉ. ग्लांझकडे तशीच नजर लावून ठेवली. जणू तिला आणखी काही माहिती अपेक्षित असावी.

"हे ऐकल्यावर तुला काय वाटतंय, त्याची मला कल्पना आहे... पण वेडंवाकडं काही होऊ नये, म्हणून जे जे काही करणं आवश्यक असतं, ते आम्ही सारं केलं..."

त्या क्षणी मात्र टेरेसला परिस्थितीची जाणीव झाली. घुसमटलेला तिचा श्वास मोकळा झाला. ती किंचाळली, "नाही.. नाही..."

डॉ. ग्लांझ सहानुभूतीनं तिच्या दंडावर हलकेच थोपटत राहिली, "टेरेस, मलाही फार वाईट वाटतंय.. हे तुझं पहिलंच मूल.. त्यामुळे तुझी मनस्थिती काय आहे याची मला कल्पना आहे... पण काय करणार?... सॉरी..."

हा आघात एवढा जबरदस्त होता, की टेरेसला आता रडूही येत नव्हतं. ती सुन्न झाली. तिला मुलांची फार आवड होती. आपल्याला होणारी मुलं कशी असतील, यावर ती अनेकदा विचार करत असे.

आता यापुढे तिला कधीच आई होता येणार नव्हतं, हा धक्का फार मोठा होता.

"माझा नवरा कुठाय्... त्याला कळवलं का?" ती कशीबशी म्हणाली.

"होय... मी ऑपरेशन होताच त्यांना कल्पना दिली. ते आत्ता खालच्या मजल्यावरच्या तुझ्या खोलीत असतील... आम्ही आता लगेचच तुला तिथे नेणार आहोत."

त्यानंतरही डॉ. ग्लांझ काहीतरी बोलत होती. पण टेरेसला त्यातलं नंतर काहीही आठवत नव्हतं. पोटातलं बाळ गेलं आणि आता पुन्हा कधीच आई होण्याचा संभव नाही, असा दुहेरी मानसिक धक्का फारच जबरदस्त होता. तिची विचार करण्याची ताकदच नष्ट झाली.

खोलीत नेल्यावर तिला तिथे मॅथ्यू दिसला. तो कोणाशी तरी सेल्युलर फोनवर बोलत होता. मॅथ्यू शेअर ब्रोकर होता. सेल्युलर फोन हा त्याचा जणू एक कायमचा सोबती झालेला होता.

नर्सने तिला सफाईनं तिच्या कॉटवर हलवलं आणि सलाईनची बाटली मागे आकडीवर अडकवली. सर्व काही ठीक आहे, याची खात्री झाल्यावर, 'गरज लागली तर बोलवा' असं सांगून सगळ्या नर्सेस निघून गेल्या.

तिनं मॅथ्यूकडे पाहिलं. त्यानं तिची नजर चुकवली आणि फोनवर बोलतच राहिला. त्याच्या प्रतिक्रियेची तिला काळजी वाटत होती. त्यांच्या लग्नाला अवघे तीनच महिने झाले होते.

मॅथ्यूनं फोन बंद करून खिशात टाकला. त्यानं क्षणभर तिच्याकडे रोखून पाहिलं. त्याचा टाय ढिला झाला होता. शर्टाची वरची बटणंही उघडी होती. तिनं त्याच्या चेहऱ्यावरचे भाव वाचण्याचा निष्फळ प्रयत्न करून पाहिला. तो काहीच बोलत नव्हता. तो काहीतरी चघळत होता.

"कशी आहेस?" अखेर तो कोरडेपणानं म्हणाला.

"ठीक.." टेरेस अवसान गोळा करून म्हणाली.

त्यानं जवळ यावं आणि स्पर्श करावा, असं तिला तीव्रतेनं वाटत होतं. पण तो काही पुढे आला नाही.

"हे फारच चमत्कारिक झालंय सारं." तो म्हणाला.

"तुला काय म्हणायचंय, ते मला समजलं नाही."

"साधं आहे अगदी!... आपण ज्या गोष्टीसाठी लग्न केलं होतं, ते कारणच आता शिल्लक राहिलं नाही. तुझं सारं प्लॅनिंग फुकट केलं म्हणायचं..."

"मी काही मुद्दाम गरोदर राहिले नव्हते..!"

त्याच्या शब्दांनी ती सुन्न झाली होती. तिला बोलणं अत्यंत अवघड होत होतं. घसा कोरडा पडला आणि शब्द तोंडातच अडकले.

"आहे हे असं आहे, एवढंच काय ते खरं..!" मॅथ्यू म्हणाला.

"आता पुढं काय करायचं हा महत्त्वाचा प्रश्न आहे."

तिनं डोळे मिटून घेतले. ती अवाक्षरही बोलली नाही. जणू मॅथ्यूनं तिच्या काळजात धारदार सुराच खुपसला होता. त्याच क्षणी तिला सत्याची स्पष्ट जाणीव झाली... सारं काही संपलं होतं...

तिला मॅथ्यूचा तिरस्कार वाटू लागला होता....

■

१

बुधवार, २० मार्च १९९६
सकाळी ७ वाजून १५ मिनिटे
न्यूयॉर्क

"माफ करा... जरा बाहेर येणार का? म्हणजे आपण या गोष्टीवर सविस्तर चर्चा करू..." पाकिस्तानी टॅक्सी ड्रायव्हरला उद्देशून जॅक स्टेपलटन म्हणाला. त्याच्या आवाजात सभ्यपणाची नकली छटा होती.

या टॅक्सी ड्रायव्हरनं, जॅकला ४६व्या आणि सेकंड अव्हेन्यूच्या चौकात खाली उतरायला भाग पाडलं होतं. त्याचा बदला म्हणून चौकात सिग्नलपाशी थांबल्यावर, जॅकनं त्याच्या टॅक्सीवर लाथ हाणली होती.

असल्या चकमकी नेहमीच्याच होत्या. जॅक त्याच्या कॅननडेल माउंटन सायकलवरून कामावर जात असे. ५९व्या रस्त्यापासून ते १३व्या रस्त्यापर्यंतच्या मार्गामध्ये हे असले प्रसंग वारंवार येत. इथली रहदारी पाहून आणि गाड्यांचा तुफानी वेग पाहून कोणाच्याही अंगावर शहारे येत. टॅक्सीवाले, ट्रकवाले अशांबरोबर शिवीगाळ तर रोजच व्हायची. इतर कोणालाही हे करणं वेडेपणाचं वाटलं असतं. पण जॅकला त्याचीच गंमत वाटायची. त्यामुळे मला शरीरातलं रक्त खेळतं राहातं अस वाटतं, असं

देखील तो आपल्या सहकाऱ्यांना सांगे.

सिग्नल हिरवा होईपर्यंत, पाकिस्तानी ड्रायव्हर काहीही बोलला नाही. पण सिग्नल हिरवा झाल्याबरोबर जॅकला शेलक्या शिव्या देत तो वेगानं निघाला.

"आणि तू सुद्धा ×××" जॅक ड्रायव्हरला वेडावून दाखवत ओरडला, आणि त्यानं जोर लावून सायकल वेगानं पळवायला सुरुवात केली. त्याच नादात त्यानं एक मोठी व्हॅन आणि टॅक्सीच्या मधून सायकल बाहेर काढली. ही कसरत फार धोकादायक होती. जॅकला पुन्हा तो पाकिस्तानी टॅक्सीवाला दिसला, पण त्यानं आता त्याच्याकडे दुर्लक्ष केलं.

तेराव्या रस्त्यापाशी जॅक पूर्वेला वळला आणि फर्स्ट अॅव्हेन्यू ओलांडून तो एकदम वळून न्यूयॉर्क शहराच्या मुख्य वैद्यकीय तपासनीसाच्या ऑफिसच्या आवारात शिरला. पॅथॉलॉजी विषयामध्ये शिक्षण पूर्ण झाल्यावर, एक वर्ष गुन्हाअन्वेषण विभागात जॅकनं काम केलं होतं. नंतर त्याला या ऑफिसमध्ये सहाय्यक वैद्यकीय तपासनीसाची (Associate Medical Examiner) नोकरी मिळाली होती. जॅक इथे पाच महिने काम करत होता.

दारावरच्या सुरक्षा कर्मचाऱ्यांना हातानं अभिवादन करत, जॅक डावीकडे वळून शवागाराच्या मुख्य इमारतीला वळसा घालून मागे आला. तिथे अनेक लाकडी शवपेट्या रचून ठेवलेल्या होत्या. कोणीही हक्क न सांगितलेल्या या प्रेतांची रवानगी 'हार्ट आयलंड'वर होत असे. तिथेच बाजूला एका खांबाला त्यानं सायकल टेकवून ठेवली आणि ती नंबरच्या तीन-चार कुलपांनी पक्की बांधून ठेवली.

लिफ्टमधून जॅक पहिल्या मजल्यावर आला. अजून आठ वाजले नव्हते. बरेच लोक अजून कामावर यायचे होते. पोलिसांच्या केबिनमध्ये सार्जंट मर्फी देखील हजर नव्हता.

कॉरिडॉर ओलांडून तो पुढे आला आणि त्यानं तिथे बसलेल्या व्हिनी अमेंडोलाला 'हॅलो' केलं. नेहमीप्रमाणे व्हिनीनं वर्तमानपत्रातून डोकं वर न काढताच, जॅकला उत्तर दिलं. व्हिनी आणि जॅक बऱ्याच वेळा एकत्र काम करत असत.

पुढे येऊन त्यानं लॉरी मॉंटगोमेरीलाही अभिवादन केलं. लॉरी मॉंटगोमेरी न्यूयॉर्क शहराच्या या शवागारात गेली चार-साडेचार वर्षं, पॅथॉलॉजी विषयामधली तज्ज्ञ म्हणून काम करत होती. रात्री आलेल्या प्रेतांची जबाबदारी वाटून देण्याचं काम, आज तिच्याकडे होतं. हे काम सर्वजण आळीपाळीने करत असत. जॅकप्रमाणेच लॉरीही बऱ्याच वेळा सकाळी लवकर येत असे.

"ओ हो!... आजदेखील तू 'पाय पुढे असलेल्या अवस्थेत' न येता ऑफिसला येण्यात यशस्वी झालास तर!" लॉरी चेष्टेच्या सुरात म्हणाली. तिचा रोख जॅकच्या सायकल सफरीकडे होता. 'पाय पुढे असलेल्या अवस्थेत येणे' हा तिथल्या खासगी

गप्पागोष्टींमध्ये असणारा वाक्‌प्रचार प्रेतासाठी वापरला जाई.

"फक्त एकाच टॅक्सीचा धक्का लागला." जॅक म्हणाला, "मला रोज तीन-चार धक्क्यांची सवय आहे... तेव्हा आज सकाळची सफर फारच छान झाली म्हणायची."

"नक्कीच असेल म्हणा!" लॉरी म्हणाली, "तुझ्यासारखा मूर्ख माणूसच या शहरात सायकल चालवू शकतो, असं माझं मत आहे. रहदारीमध्ये धाडसानं सायकल चालवणाऱ्या अनेकांचं मी विच्छेदन केलेलं आहे... दरवेळी सायकलवर कोणी दिसला, की मी मनाशी म्हणते, याला मी पुन्हा केव्हातरी 'खळग्यात' पाहणार आहे." शवविच्छेदनाच्या खोल्यांना त्या ऑफिसच्या परिभाषेत 'खळगा' असं म्हणत असत.

जॅकनं स्वत:साठी कॉफी बनवून घेतली आणि मग लॉरीच्या टेबलापाशी तो येरझाऱ्या मारत राहिला.

"काही विशेष?" त्यानं फाइलमध्ये डोकावून पाहत विचारलं.

"छे! ... नेहमीचंच आहे सारं. गोळीबाराच्या केसेस.. एक केस झोपेच्या गोळ्यांची आहे... तुला अशी केस आवडत नाही ना?"

"नाही... त्यात मला काहीही मजा वाटत नाही. मला काहीतरी नवीन आणि आव्हानात्मक असलं तर बरं वाटतं."

हातातल्या यादीमधील एक नाव वाचत ती म्हणाली, "कदाचित ही केस तुला आवडेल. डोनाल्ड नोडलमन... निदान... झालेलं नाही. अज्ञात संसर्गजन्य रोग."

"त्या झोपेच्या गोळ्यांपेक्षा हे ठीक आहे." जॅक म्हणाला.

"माझं मत निराळं आहे.. पण तुला हवं असेल तर घे ही केस. मी स्वत: अशा संसर्गजन्य रोगांपासून जरा लांबच राहते. मी प्राथमिक तपासणी केली... जो काय अज्ञात रोग असेल, तो जबरदस्त आहे हे नक्की... बॉडीच्या त्वचेखाली कितीतरी ठिकाणी रक्तस्त्राव झालेला आहे."

"अज्ञात रोग म्हणजेच खरं आव्हान.." जॅक फाईल उचलत म्हणाला, "मी ही केस पाहतो... हा माणूस कुठं मेला बरं... घरी की बाहेर?"

"हॉस्पिटलमध्ये..." लॉरी म्हणाली, "त्याला मॅनहटन जनरल हॉस्पिटलमधून इथे आणलंय. पण त्याला तिथे ठेवण्याचं मूळ कारण निराळंच होतं. मधुमेह."

"मला आठवतंय त्याप्रमाणे, मॅनहटल जनरल हॉस्पिटल अमेरीकेअर कंपनीचं आहे ना?"

"होय... पण हे तू का विचारतो आहेस?"

"कारण तसं असेल, तर ही केस मला जास्तच आवडेल. कदाचित हा अज्ञात रोग जर लेजिनॉयर्स डिसिजसारखा (Legionnaire's Disease) निघाला तर मजा

येईल. मग ती कंपनी कशी अळीसारखी तडफडते ते पाहताना मोठी मज़ा येईल!''

''का?'' लॉरीनं विचारलं.

''ती एक फार मोठी कहाणी आहे.. जाऊ दे. कधीतरी आपण एकदा निवांत बसू.. मग तू तुझ्या पूर्वीच्या झोपेच्या गोळ्यांच्या केसेसची माहिती सांग. मी तेव्हा अमेरीकेअर आणि माझ्याबद्दल सांगेन.''

जॅकचं हे एकदा निवांतपणे बोलत बसण्याचं निमंत्रण कितपत खरं आहे, हे लॉरीला समजेना. कारण तिला फक्त कामाच्या ठिकाणी असणारा, डॉ. जॅक स्टेपटलन माहिती होता. तिलाच काय, पण ऑफिसात कोणालाच जॅकची फारशी माहिती नव्हती. जॅक त्याच्या गुन्हा अन्वेषणशास्त्रात हुशार होता. तो स्वत:विषयी कधीच काही बोलत नसे आणि फारसा कोणामध्ये मिसळत देखील नसे. त्याचं वय एक्केचाळीस आहे. तो एकटा राहतो आणि अमेरिकेच्या मध्यभागातून आलेला आहे, एवढीच तिला माहिती होती.

''मला जे काय सापडेल, ते मी तुला नंतर सांगेन.'' जॅक म्हणाला आणि बाहेर जाऊ लागला.

''जॅक... एक मिनिट थांब जरा...'' लॉरीनं त्याला थांबवलं, ''तुला काही सल्ला दिला तर चालेल का?'' ती चाचरत म्हणाली. हे बोलावं, की नाही असा तिला संभ्रम पडला होता. ती सहसा अशा प्रकारे कोणाशीही बोलत नसे. पण तिला जॅकबद्दल एक प्रकारचा जिव्हाळा वाटत होता.

जॅक नेहमीसारखाच खेळकर होता. तो टेबलापाशी परतला आणि म्हणाला, ''जरूर.. जरूर..''

''कदाचित मी बोलतेय ते पूर्णपणे चुकीचं असेल.'' लॉरी म्हणाली, ''मी सल्ला देणं योग्य नाही..''

''छे.. छे! उलट मला तुझं मत ऐकायला नक्कीच आवडेल.. बोल तुझ्या मनात काय आहे ते बोल.''

''जॅक, तू आणि केल्व्हिन वॉशिंग्टन अगदी दोन टोकाला आहात...'' लॉरी म्हणाली, ''केल्व्हिनचे, मॅनहटन जनरल हॉस्पिटलशी खूप दीर्घकाळ संबंध आहेत आणि तसेच अमेरीकेअरचे मेयरच्या ऑफिसशी... जॅक, तू जास्त सावधगिरी बाळगायला हवीस!''

''सावधगिरी, हा नेमका एक शब्दच मी गेले पाच वर्षं विसरून गेलोय..'' जॅक म्हणाला, ''आपल्या उपप्रमुखाबद्दल मला पूर्ण आदर आहे. नियम म्हणजे त्याला काळ्या दगडावरची रेघ वाटते, तर मला नियम म्हणजे फक्त मार्गदर्शक तत्त्वं वाटतात.. असो.. आणि अमेरीकेअरबद्दल बोलायचं, तर मला त्यांचं काहीच म्हणायचं नाही..''

"पण केल्व्हिन अनेकदा म्हणतो, की तू कोणाबरोबर काम करू शकत नाहीस."

"हे मात्र अगदी बरोबर आहे." जॅक म्हणाला. खरी गोष्ट अशी आहे, की आपलं काम उरकण्याच्या वृत्तीचा मला मनस्वी तिटकारा वाटतो. मी इथे तुझ्याबरोबर काम केलंय आणि इतरांबरोबरही करत आलोय. पण काहीजणांबरोबर मला जमवून घेता येत नाही.. आणि मी माझी नापसंती कधीही लपवून ठेवलेली नाही..."

"माझ्याविषयीचे हे उद्‌गार मी प्रशंसा म्हणून स्वीकारते. माझ्याबरोबर काम करायला तुला आनंद होतो, हे ऐकून बरं वाटलं."

"ती खरोखरच प्रशंसा होती." जॅक म्हणाला.

"ठीक आहे... या नोडलमनचं काय होतंय, ते मला सांग.. मग मी तुझ्यावर आणखी एका केसची जबाबदारी टाकणार आहे."

"आनंदानं घेईन मी." जॅक म्हणाला आणि वळून बाहेरच्या कॉरिडॉरमध्ये आला. जाता जाता त्यानं व्हिनीच्या हातातला पेपर खेचला.

"व्हिनी... अरे सोड ते सारं... आजचा दिवस मजेत जाणार बघ."

व्हिनी तक्रारीच्या सुरात उठला, तो जॅककडून पेपर ओढण्याच्या प्रयत्नात जॅकवर आदळला. कारण जॅक एकदम जॅनिस येगरच्या ऑफिससमोर थांबला होता.

जॅनिस येगर ही शवागारामध्ये अन्वेषणासाठी सहाय्य करणाऱ्यांपैकी होती. त्यांना 'वैद्यकीय मदतनीस' म्हणत असत. तिची ड्यूटी रात्री अकरा ते सकाळी सात असे. तिला अजून ऑफिसात पाहून जॅकला आश्चर्य वाटलं. ती दमलेली आहे, हे स्पष्ट दिसत होतं.

"तू अजून इथे कशी काय?" जॅकनं विचारलं.

"मला अजून एक रिपोर्ट संपवायचा आहे." जॅनिस म्हणाली.

जॅकने हातातली फाईल उंच करत विचारलं, "या नोडलमनची केस आधी कुणाकडे होती, तुझ्याकडे की कर्टकडे?"

"माझ्याकडे." जॅनिसनं विचारलं, "का?.. काही गडबड आहे का?"

"गडबड?... अजून तरी काही नाही म्हणा." जॅक तोंडानं चक्‌चक् असा आवाज काढत म्हणाला. जॅनिस स्वत:चं काम अत्यंत गंभीरपणाने करत असायची, त्यामुळे जॅकला तिला चिडवायला मजा वाटे.

"या नोडलमनचा मृत्यू 'नोसोकॉमियल' (nosocomial) संसर्गामुळे तर झाला नाही ना?"

"नोसोकॉमियल? ही काय आणखी नवीन भानगड?" व्हिनी म्हणाला.

"नोसोकॉमियल, म्हणजे हॉस्पिटलमध्ये झालेली रोगाची लागण." जॅक म्हणाला.

"तशी शक्यता आहे. कारण हा नोडलमन मधुमेहावर उपचार घेण्यासाठी

म्हणून हॉस्पिटलमध्ये दाखल झाला होता.'' जॅनिस म्हणाली, ''पाच दिवस उलटल्यावर संसर्ग झाल्याची लक्षणं दिसू लागली. त्यानंतर छत्तीस तासात खेळ खलास..!''

जॅक सहज शीळ वाजवत म्हणाला, ''जो काही जंतू असेल, तो जबरदस्त प्रभावी दिसतोय खरा.''

''नोडलमनवर उपचार करणाऱ्या डॉक्टरांशी मी चर्चा केली. त्यांना सुद्धा काळजी वाटते आहे.'' जॅनिस म्हणाली.

''प्रयोगशाळेकडून काही निष्कर्ष?''

''नाही. सूक्ष्मजीवशास्त्रीय चाचणीमध्येही काही आढळलं नाही. सकाळी चार वाजेपर्यंत, रक्ताच्या नमुन्यामध्ये कोणतेही जीवजंतू वाढत नसल्याचं दिसलं आहे... जीव जाताना शेवटच्या क्षणी रोग्याला श्वसनाचा त्रास होत होता. थुंकीच्या नमुन्यात फक्त काही ग्राम निगेटिव्ह (Gram Negative) जंतू असतील, असं वाटत आहे. त्यामुळे प्रयोगशाळेतल्या बहुतेकांना सूडोमोनॉस जीवाणूची शक्यता वाटते आहे. पण त्याला अद्याप दुजोरा मिळालेला नाही.''

''रोग्याच्या प्रतिकार यंत्रणेत काही कमतरता होती का? म्हणजे एड्स वगैरे..? त्याची प्रतिकाराची क्षमता मुद्दाम मंद व्हावी, म्हणून काही औषधं वगैरे दिली गेली होती का?''

''नाही. तसं काही नाही. त्याची तक्रार होती, फक्त मधुमेह आणि बारीकसारीक तक्रारी .... हे सगळं मी रिपोर्टमध्ये लिहिलेलं आहे. तुम्ही वाचलंत तर बरं...''

''कशाला वाचायचं? तुझ्याकडून समक्षच ऐकलं की सगळं आता!'' जॅक हसला.

त्यानं जॅनिसचे आभार मानले आणि तो लिफ्टकडे वळला.

''आज तुझा अंतराळ पोशाख वापरायचा विचार दिसतोय.'' व्हिनी म्हणाला.

चंद्रावर अंतराळवीर वापरतात, तशा प्रकारचा हा पोशाख संपूर्ण सुरक्षित मानला जातो. त्याला तोंडासमोर प्लॅस्टिकची पट्टी असते आणि त्यामध्ये हवा बाहेरून जास्त दाबानं भरली जाते. त्यामुळे तोंडापाशी भरपूर हवा खेळती राहते. पण आत तापमान एवढं वाढतं, की घामाच्या धारा लागतात. जॅकला हा 'अंतराळ पोशाख' घालायला आवडत नसे. त्यामध्ये जॅकला फार अवघडल्यासारखं होई. शिवाय त्याला तो वापरणं अनावश्यकच वाटत होतं. पण त्याच्या ऑफिसचा प्रमुख डॉ. हॅरोल्ड बिंगहॅमनं तशी सक्ती केली होती आणि उपप्रमुख डॉ. केल्व्हिन, त्याची कसून अंमलबजावणी करायला तत्पर होताच. या पोशाखावरून जॅकची त्यांच्याशी अनेकदा वादावादी व्हायची.

''पहिल्यांदाच मला पोशाख वापरावा असं वाटतंय खरं.'' जॅक म्हणाला.

ते ऐकून व्हिनीनं सुटकेचा निश्वास टाकला.

"जोवर या अज्ञात रोगाबद्दल काही कळत नाही, तोपर्यंत पुरेशी काळजी घेतलेलीच बरी... कारण हा 'एबोला' विषाणूदेखील असू शकतो!"

व्हिनी थबकला. "तुला खरोखरच एबोला असू शकेल असं वाटतंय?" त्यानं अविश्वासानं विचारलं. त्याचे डोळे भीतीनं विस्फारले होते.

"अजिबात नाही." व्हिनीच्या पाठीवर थाप मारत जॅक म्हणाला, "चल... मी नुसती गंमत केली."

"देवाची दया म्हणायची..!" व्हिनी म्हणाला नि चालू लागला.

"पण प्लेग असू शकेल." जॅक म्हणाला.

व्हिनी पुन्हा थांबला, "मग ते तेवढंच भयानक ठरू शकतं की..!"

जॅकनं खांदे उडवले. "चल... हा तर आपल्या रोजच्या कामाचाच एक भाग आहे... चल, कामाला लागू या."

दोघांनी मग कपडे बदलले. व्हिनीनं अंतराळ पोशाख चढवला. दरम्यान जॅकनं नोडलमनची फाईल चाळायला सुरुवात केली. त्यामध्ये त्याच्या निदानासंबंधी एक कागद होता. मृत्यूचं प्रमाणपत्र होतं. प्रेताच्या बाह्य परीक्षणाबद्दलची टिपणं होती. शिवाय त्यामध्ये प्रयोगशाळेतला एड्सच्या एच. आय. व्ही. विषाणू चाचणीचा रिपोर्टदेखील होता. जॅनिसशी चर्चा झालेली असली, तरी नेहमीप्रमाणे जॅकनं रिपोर्ट व्यवस्थित वाचून काढला. मग तो शवविच्छेदनासाठी राखून ठेवलेल्या खोलीकडे निघाला.

जॅक चालता चालता पोशाखाला शिव्या देत होता. त्यानं आजूबाजूला पाहिलं. तिथे प्रेतं ठेवायला एकशे सव्वीस शीतपेट्या होत्या. एकेकाळी न्यूयॉर्कचं हे शवागार प्रथम दर्जाचं होतं. साधनसामग्री उत्कृष्ट होती. पण आता सगळ्या इमारतीला जुनाटपणाची कळा आलेली होती. कळकटलेल्या निळ्या फरश्या आणि जागोजागी पोपडे आलेल्या भिंतींमुळे तो भाग एखाद्या भयप्रद नाटकातल्या सेटसारखा वाटत होता.

जॅक तिथे येईपर्यंत, व्हिनीनं नोडलमनला एका टेबलावर घेतलं होतं. सगळी सामग्री जमा करून तो जॅकची वाट पाहत होता. व्हिनी प्रेताच्या डाव्या बाजूला होता. जॅकनं उजवी बाजू घेतली.

"याची परिस्थिती तर फारच वाईट दिसतेय!" जॅक म्हणाला.

अंतराळ पोशाख घालून बोलणं, ही फार अवघड गोष्ट होती. पण तरीही जॅक बोलत होता. आत्ताच त्याच्या अंगातून घाम टपटप पडू लागला होता. नेहमीप्रमाणे व्हिनीला त्यावर काय बोलावं, ते कळलं नाही. तो गप्प बसला. त्यालाही प्रेताची अवस्था खरोखरच वाईट वाटत होती. पण तो काहीच बोलला नाही.

"इथे पाहा... बोटं तर गँग्रीननं पार सडून गेली आहेत." जॅकनं एक हात

उचलून बोटं नीट तपासली. नखं पूर्ण काळी पडलेली होती. त्यानं नोडलमनच्या लिंगाकडे बोट दाखवलं. तिथेही गँग्रीन होतं.

"बापरे!... काय भयानक वेदना होत असतील नाही?"

व्हिनी त्यावर काहीही बोलला नाही.

जॅकनं सगळं शरीर नीट तपासलं. सगळ्या शरीरावर त्वचेखाली रक्तस्त्राव झाल्याच्या खुणा होत्या. त्या त्यानं व्हिनीला दाखवल्या. त्याला 'पुरपुरा' (purpura) म्हणतात, हे सुद्धा त्यानं व्हिनीला समजावून दिलं. "पाहा. शरीरावर कुठंही कीटक चावल्याच्या खुणा नाहीत, हे फार लक्षणीय आहे. कारण कितीतरी प्रकारचे रोग कीटकांमुळेच पसरत असतात."

"या माणसाचा बळी घेणारा, जो काही जंतू असेल तो कितपत संसर्गजन्य असू शकेल?" व्हिनीनं विचारलं.

"भरपूर. माझ्या मते... भरपूर!"

दरवाजा उघडला. साल डी-ॲम्ब्रोसियोने आणखी एक प्रेत आत आणलं. साल डी-ॲम्ब्रोसियो हा आणखी एक तंत्रज्ञ होता. जॅक एवढा कामात व्यग्र होता, की त्याच्या लक्षात आलं नाही. पण त्यानंतर अर्ध्या तासात आठपैकी सहा टेबलं भरून गेली. एकएक करून इतर वैद्यकीय तपासनीस आपापल्या कामात गढून गेले.

थोड्या वेळानं लॉरी जॅकच्या टेबलाजवळ आली. "जॅक... काही धागा सापडतोय का?"

"तसं थोडंफार समजतंय... पण अजून पक्कं काहीच सांगता येणार नाही... पण हा जंतू फार जबरदस्त प्रभावी आहे, हे मात्र नक्की. मी मघाशी व्हिनीची चेष्टा करत होतो. त्याला मी एबोला असेल, असं म्हणालो होतो... इथे खरोखरच रक्तवाहिन्यांमध्ये चमत्कारिक गुठळ्या दिसताहेत."

"बापरे!... जॅक, तू गंभीरपणानं बोलतो आहेस की..?"

"नक्की काही सांगता येत नाही." जॅक म्हणाला, "मी आत्तापर्यंत जे काही पाहिलंय, त्यावरून एबोलाची शक्यता पूर्णपणे नाकारता येत नाही... पण लॉरी, मी स्वत: अजून एबोलाची एकही केस हाताळलेली नाही."

"हे प्रेत ताबडतोब वेगळं काढावं का?" लॉरी फार अस्वस्थ झाली होती.

"मला तशी जरुरी वाटत नाही." जॅक म्हणाला, "शिवाय मी आधीच काम सुरू केलंय.. मी यापुढे काळजी घ्यायचा प्रयत्न करतो म्हणजे झालं. तू एक काम कर. प्रयोगशाळेतल्या लोकांना सावध कर आणि नक्की निदान होईपर्यंत जास्त सावधगिरी घ्यायला सांग."

"मला वाटतं, आधी बिंगहॅमचं मत काय आहे ते पाहावं."

"वा! मग छानच होईल." जॅक उपरोधानं म्हणाला, "म्हणजे एक आंधळा

दुसऱ्याला वाट दाखवू लागेल.''

''जॅक, एवढं कडवटपणानं बोलायची गरज नाही... अखेर तो इथला प्रमुख आहे.''

''तो पोप असला, तरी मला त्याची पर्वा नाही.. जे काय करायचं ते ताबडतोब!... केल्व्हिन आणि बिंगहॅम दोघांनी या विषयात लक्ष घातलं तर मग बघायलाच नको. सगळी सकाळ नुसत्या चर्चेतच संपून जाईल.''

''ठीक आहे... ठीक आहे. तुझं म्हणणं बरोबर आहे. मग तर झालं? पण विचित्र काही आढळलं, तर मात्र मला दाखव. मी तीन नंबर टेबलवर आहे.'' लॉरी स्वत:ची केस पाहायला निघून गेली.

जॅकनं हातातली धारदार सुरी उचलली आणि अत्यंत सफाईने तो पोटातले अवयव बाहेर काढू लागला. आपल्या आणि व्हिनीच्या हाताजवळची उपकरणं वापरताना तो विशेष काळजी घेत होता.

''काही विशेष?'' जॅकच्या खांद्यावरून डोकावत चेट मॅकगव्हर्ननं विचारलं.

चेट हा जॅकप्रमाणेच सहाय्यक वैद्यकीय तपासनीस होता. दोघांना नोकरीही एकाच वेळेस लागली होती. ऑफिसमध्ये चेट आणि जॅकचीच जास्त जवळीक होती. दोघे एकाच खोलीत बसत असत आणि शिवाय दोघेही 'सडेफटिंग' पुरुष होते, हा त्यांच्यामधला समान धागा होताच.

''होय... वेगळेपणा तर आहेच. मागच्या आठवड्यातला हा गूढ रोग.. बिचाऱ्याला जगण्याची अजिबातच संधी नव्हती.'' जॅक म्हणाला.

''काही प्राथमिक अंदाज?'' प्रेताच्या शरीरावरील अंतर्गत रक्तस्त्रावाच्या खुणा आणि गँग्रीन पाहत चेटनं विचारलं.

''अंदाज तर खूप आहेत... पण आधी मी तुला आतले काही भाग दाखवतो. मग तूच मला तुझं मत सांग.''

''काही विशेष पाहाण्यासारखं आहे का?'' जॅकला, चेटशी बोलताना पाहून लॉरीनं ओरडून विचारलं.

''होय.. ये, तू सुद्धा ये.'' जॅक म्हणाला.

हातातल्या केसची आतडी धुवायला तिनं साल डी-ॲम्ब्रोसियोला सिंककडे पाठवलं आणि ती स्वत: जॅकजवळ आली.

''हे पाहा. मी घसा उघडून दाखवतो. तिथे लसिका ग्रंथी (lymphatics) पाहा.'' जॅकनं मानेजवळची त्वचा ताणून गळ्याचं हाड उघडं केलं.

''शवविच्छेदनांना आपल्या इथे एवढा वेळ लागतो, त्याचं काहीही नवल वाटायला नको.'' उपप्रमुख डॉ. केल्व्हिन वॉशिंग्टनचा आवाज घुमला. अडीचशे पौंड वजन असणारा, सहा फूट सात इंच उंचीचा केल्व्हिन आफ्रिकन-अमेरिकन

होता. तो चेष्टा करण्याच्या आवाजात गरजला, "मला ताबडतोब उत्तर पाहिजे. तुम्हाला आज सुट्टीचा दिवस वाटला की काय?"

"नाही... आम्ही मनुष्यबळाचा उत्तम वापर करायचा प्रयत्न करतोय." लॉरी म्हणाली, "इथे एका अज्ञात संसर्गजन्य रोगाची केस आहे. जंतू भलताच आक्रमक वाटतोय."

"होय.. मला ती माहिती आहे.. मला मघाशीच मॅनहटन जनरल हॉस्पिटलमधून प्रशासकाचा फोन आला होता... ते लोक फार चिंतेत आहेत.. अंदाज काय आहे?"

"अंदाज बांधणं फार अवघड आहे... अजून बरंच काम बाकी आहे." जॅक म्हणाला. "इथे फार गुंतागुंतीची लक्षणं दिसताहेत..." जॅकनं केल्व्हिनला बाह्य तपासणीची थोडक्यात माहिती दिली आणि मग तो गळ्याजवळच्या लसिका ग्रंथी दाखवू लागला.

"या तर मला मृत दिसताहेत." केल्व्हिन म्हणाला.

"होय.. बऱ्याच ग्रंथी नाश पावलेल्या आहेत. हा रोग लसिका ग्रंथींमधूनच फार झपाट्याने पसरला असावा. कदाचित घशातून सुरुवात झाली असेल."

"हवेतून पसरणारा रोग आहे की काय?" केल्व्हिन म्हणाला.

"मला सुरुवातीला तसंच वाटलं." जॅक म्हणाला, "आता फुफ्फुसांची परिस्थिती पाहा. इथे न्यूमोनियाची चिन्हं आहेत. शिवाय काही भागात सर्व पेशी मृत झालेल्या आहेत. जर पेशंट आणखी जगला असता, तर फुफ्फुसात मोठा खोल खड्डाच दिसला असता."

"हे सारं पेशंटला भरपूर ॲन्टिबायोटिक चालू असताना घडलं!" केल्व्हिन शीळ वाजवत म्हणाला.

"होय... मलादेखील त्याचं कारण कळत नाही." जॅक म्हणाला, "आता लिव्हर पाहा... इथेही तीच परिस्थिती आहे." जॅकनं फुफ्फुसाचा तुकडा काळजीपूर्वक बाजूला सारला आणि लिव्हरला छेद घेऊन दाखवला. त्यानं बोटाने लिव्हरमधला मृतपेशींचा भाग दाबला. लिव्हर बाजूला करून प्लीहा दाखवली. तिथेही नेमकी तशीच परिस्थिती आहे, हे त्यानं सगळ्यांना दाखवलं.

"एकूण ही सारी गोष्ट अशी आहे...! पण निश्चित काही कळायला, आपल्याला प्रयोगशाळेवरच विसंबून राहावं लागेल." जॅक म्हणाला.

"बरं. ठीक आहे... या परिस्थितीत तुझा अंदाज काय आहे?"

जॅक काहीच बोलला नाही.

"चल.. जॅक, बोल. तुझा काय अंदाज आहे बोल!" केल्व्हिन आव्हानात्मक स्वरात म्हणाला.

जॅक हसला, "ठीक आहे.. तुम्ही लोक मला अंदाज बांधायला भाग पाडत

असाल, तर ठीक आहे. माझ्या डोक्यात येणारे विचार, तसेच सांगतो झालं.. सर्वप्रथम हॉस्पिटलच्या लोकांना वाटलं, तशी ही सूडोमोनॉसची केस नाही. कारण हा जंतू फारच प्रभावशाली आहे. मला वाटतं, की हा स्ट्रेप्टोकॉकस किंवा स्टॅफिलोकॉकसमधला काहीतरी प्रकार असावा. पण तेदेखील बरोबर वाटत नाही. प्रयोगशाळेतून तर तो ग्राम निगेटिव्ह बॅसिलस असावा, असं निदान झालंय. म्हणून मला हा जंतू टुलरेमिया (tularemia) किंवा प्लेगचा वाटतोय.''

''काय?'' केल्व्हिन ओरडलाच, ''जॅक, तू अशा रोगांची नावं सांगतोयस् की...! आपण ही हॉस्पिटलमधल्या संसर्गाची केस बघतोय.. 'टापांचा आवाज आला, की आधी विचार घोड्यांचा करावा, झेब्र्यांचा नव्हे' ही म्हण तुला ठाऊक नाही?''

''मी केवळ माझ्या मनातले विचार सांगितले. अर्थात, हा सारा अगदीच प्राथमिक अंदाज आहे.''

''ठीक आहे. झालं तुझं बोलून?'' केल्व्हिन आवाज कमी करत म्हणाला.

''नाही. अजून सारं बोलून झालेलं नाही... जर ग्राम निगेटिव्ह हे निदान चुकीचं धरलं, तर मग मेनिंगोकोकेमिया (meningococomia) देखील असू शकतो. तसंच मी इथे, रॉकी माउंटन स्पॉटेड फिव्हर (Rocky Mountain Spotted Fever) किंवा 'हांटाव्हायरस'चीही (Hantavirous) शक्यता अजमावून पाहू शकतो. इतकंच काय, पण एबोला विषाणूची शक्यताही अजिबात नाकारता येत नाही.

''आता मात्र हे फार झालं!'' केल्व्हिन म्हणाला. ''जरा वास्तवाचं भान ठेवून बोलायला हवं... बरं, तुला या क्षणी एकच निदान करायला सांगितलं, तर तू काय म्हणशील?''

जॅकनं जीभ गालात घोळवली. तो काहीसा वैतागलाही होता. त्याला आपल्या मेडिकल कॉलेजमधल्या दिवसांची आठवण झाली. तिथल्या प्राध्यापकांप्रमाणे केल्व्हिन त्याला मुद्दाम चिडवतोय असं वाटलं.

''प्लेग..''

जॅकचं बोलणं ऐकून सारे क्षणभर सुन्न झाले.

''प्लेग!... मार्च महिन्यात... न्यूयॉर्कच्या एका हॉस्पिटलमध्ये..! जॅक डोकं ठिकाणावर आहे ना?''

''तुम्ही मला निदान करायला भाग पाडलंत... मिळालेल्या माहितीवरून मी माझं निदान सांगितलं.. बस्स!''

''ते करताना, तू रोगाच्या इतर पैलूंचा विचार केला नव्हतास...'' केल्व्हिन हसला आणि इतरांकडे वळून म्हणाला, ''तिकडे शिकागोमध्ये विद्वान प्राध्यापक

असलं काही शिकवतात की नाही?''

"या केसमध्ये मला उपलब्ध असणारी माहिती फार कमी आहे. सिद्ध न झालेल्या गप्पांवर मी कधीही विश्वास ठेवत नाही.'' जॅक शांतपणाने म्हणाला, "मी हॉस्पिटलमध्ये स्वत: गेलेलो नाही. मेलेल्या माणसानं केलेले प्रवास, त्याच्याजवळचे पाळीव प्राणी किंवा कोणाकोणाशी त्याची भेट झाली होती, अशा गोष्टी मला अजून समजलेल्या नाहीत... शिवाय या शहरात रोज हजारो लोक ये-जा करत असतात; आणि हॉस्पिटलमध्ये माझं निदान खरं करायला हवे तेवढे उंदीरसुद्धा आहेतच की!''

चेट आणि लॉरीनं एकमेकांकडे पाहिलं. त्यांना काय बोलावं ते कळेना. जॅकचा स्वर त्यांना खटकत होता. उगीचच केल्व्हिनला चिडवण्यात काहीही अर्थ नव्हता. सारेजण गप्प राहिले.

अखेर केल्व्हिन म्हणाला, "वा!.. हे बोलणं मात्र अगदी नमुनेदारच म्हणायचं! शब्दांची फिरवाफिरव करण्याचं तुझं कौशल्य वाखाणण्यासारखं आहे... कदाचित तुमच्या भागात तिकडे मेडिकल कॉलेजात तसंच शिकवत असतील.''

चेट आणि लॉरी खिन्न हसले.

"बरं. आपण असं करू.. या निदानावर पैज लावू.. दहा डॉलर्स?''

"दहा डॉलर्स, मला परवडतील.'' जॅक शांतपणे म्हणाला.

"ठीक आहे. दहा डॉलरची पैज लागली... चला, एक विषय मिटला. बरं, ती वर्ल्ड ट्रेड सेंटरमधली गोळीबाराची केस कुठं आहे?''

"सहाव्या टेबलावर.'' लॉरी म्हणाली. केल्व्हिन तिथून निघून जाताच ती जॅकला म्हणाली, "तू उगीच त्याला कशाला चिडवतोस? जॅक, त्यामुळे परिस्थिती विनाकारण चमत्कारिक होते.''

"मी तरी काय करू?''... उलट त्यानंच मला मुद्दाम डिवचलं!''

"होय. ते खरं आहे... पण जॅक, तो इथला उपप्रमुख आहे, आणि त्याच्या हातात काही अधिकार आहेत, हे विसरू नकोस.''

चेट म्हणाला, "पण तुझं प्लेगचं निदान मला स्वत:ला पटलेलं नाही.''

"पटलं नाही?... चेट याची बोटं नीट पाहा. ती केवढी काळी पडली आहेत बघ!... प्लेगला चौदाव्या शतकात 'काळा प्लेग' म्हणत होते, ते आठव जरा.''

"पण कितीतरी रोगांमध्ये बोटं काळी पडतात.'' चेट म्हणाला.

"होय. म्हणूनच तर मी शिवाय, टुलरेमियाची शक्यता दाखवली होती.''

"पण मग त्याचं निदान का केलं नाहीस?'' लॉरी म्हणाली. तिला हा रोग टुलरेमियाही वाटत नव्हता.

"प्लेगची तेवढीच शक्यता होती म्हणून!'' जॅक म्हणाला, "शिवाय प्लेग शब्दाला एक नाट्यमयताही आहे.''

लॉरी वैतागानं डोकं हलवत म्हणाली, "तू गंभीरपणाने केव्हा बोलतोस तेच कळत नाही. बरं, ते जाऊ दे. या नोडलमनची केस संपली असेल, तर मी दुसरी देते."

"नाही... अजून मी मेंदूची तपासणी केलेली नाही."

"तर मग ती ताबडतोब करायला लाग." लॉरी म्हणाली आणि ती स्वत:कडे असलेली केस पूर्ण करायला, तिसऱ्या टेबलाकडे गेली.

■

२

बुधवार, २० मार्च १९९७
सकाळी ९ वाजून ४५ मिनिटे
न्यूयॉर्क.

टेरेस हेगन अचानक थांबली. कॉन्फरन्स रूमचं दार बंद होतं. ते पाहून टेरेस दाराजवळ आली आणि कोणी बघत नाही, याची खात्री पटल्यावर तिनं दाराला कान लावला. आतमधले आवाज ऐकू आल्यावर ती वेगानं बाजूला झाली आणि खालच्या मजल्यावरच्या ऑफिसात परतली.

टेरेसच्या हृदयाचे ठोके वेगात पडू लागले. तिला कॉन्फरन्स रूममध्ये जाऊन चर्चा करणं नकोसं वाटू लागलं. तिथे कोणत्या विषयावर चर्चा होणार आहे, हे तिला माहीत नव्हतं. कंपनीचा मुख्य अधिकारी टेलर हीथ तिथे असणार होता. 'विलो अॅन्ड हीथ' या न्यूयॉर्कमधल्या झपाट्याने वर येणाऱ्या एका जाहिरात कंपनीचा टेलर हीथ प्रमुख अधिकारी होता. आपण कंपनीमध्ये अभिजात कला विभागाची प्रमुख आहोत म्हणून आपल्याला सारं काही कळलं पाहिजे, असं टेरेसला वाटे.

कंपनीमध्ये खरोखरच बरंच काही घडत होतं. मागच्या महिन्यात टेलर हीथनं एक खळबळजनक घोषणा केली होती. तो प्रमुख पदावरून निवृत्त होणार होता आणि त्या जागी कंपनीचा

अध्यक्ष असणारा ब्रायन विल्सन येणार होता. हे सारं ठीक होतं. पण ब्रायन विल्सनच्या रिकाम्या जागी कोण येणार, म्हणून खरी खळबळ उडाली होती. टेरेसचं नाव चर्चेत होतंच. पण शिवाय कंपनीच्या अकाउंट विभागातला रॉबर्ट बार्करदेखील स्पर्धेत होता. त्याव्यतिरिक्त टेलर बाहेरून कोणाला आणण्याचीही दाट शक्यता होतीच.

टेरेसनं कोट काढून कपाटात ठेवला. तिची सेक्रेटरी मार्शा डेव्हन्स् फोनवर कोणाशी तरी बोलत होती. दरम्यान तिनं टेबलावर आपल्यासाठी काही संदेश नाही ना, ते पाहून घेतलं.

"केबिनमध्ये बैठकीसाठी बोलावलं आहे..." मार्शा फोन खाली ठेवत म्हणाली.

कंपनीमध्ये कॉन्फरन्स हॉलला 'केबिन' म्हणत असत. कारण आतली सजावट टेलर हीथच्या गावाकडच्या, शिकारी केबिनप्रमाणे केलेली होती.

मार्शा टेरेसच्या ऑफिसच्या दारात उभी होती. मार्शा ही काळ्या केसांची मध्यमवयीन स्त्री होती. ती चलाख आणि हुशार होती. म्हणूनच ती टेरेसला आवडत असे. ही टेरेसची एका वर्षातली पाचवी सेक्रेटरी होती. मागच्या चारही सेक्रेटरी टेरेसला पसंत नव्हत्या. टेरेस कामाच्या बाबतीत फार कडक होती. आपल्याप्रमाणेच, आपल्या हाताखालच्या लोकांनी मन लावून भरपूर काम करावं, अशी तिची अपेक्षा असे.

"तू मला घरी का फोन केला नाहीस?" टेरेसनं विचारलं.

"केला होता. पण त्याआधीच तू घरून निघाली होतीस." मार्शा म्हणाली.

"बैठकीमध्ये कोणकोण आहे?" टेरेसनं खरबरीत स्वरात विचारलं.

"मि. हीथच्या सेक्रेटरीनं फोन केला होता." मार्शा म्हणाली, "तिनं आणखी कोणकोण येणार आहे, त्याबद्दल काहीही सांगितलं नाही."

"बैठक कशासाठी आहे, ते काही कळलं का?"

"नाही."

"बैठक किती वाजता सुरू झाली?"

"नऊ वाजता."

टेरेसनं भराभरा कॉलीन अॅन्डरसनला फोन लावला. कॉलीनवर टेरेसचा खूप विश्वास होता. सध्या ती नॅशनल हेल्थकेअरच्या एका प्रकल्पाचं नेतृत्व करत होती.

"कॉलीन, या केबिनमधल्या बैठकीविषयी तुला काही कल्पना आहे का?" पण कॉलीनला काहीच माहिती नव्हती.

"डॅम..!" टेरेसनं वैतागून फोन आदळला.

"काही गडबड?" मार्शानं चिंतेच्या स्वरात विचारलं.

"तिथे रॉबर्ट वार्कर आहे आणि टेलर हीथच्या कानाशी लागलाय तो. म्हणजे

निव्वळ गडबड झालीच म्हणून समज. तो हरामजादा मला त्रास देण्याची एकही संधी कधी वाया जाऊ देत नाही..!''

तिनं पुन्हा कॉलीनला फोन लावला. ''नॅशनल हेल्थ प्रकल्पाची काय प्रगती? मी आज तिथे दाखवू शकेन असं काही आहे का?''

''अजून तरी नाही. आम्ही त्या कल्पनेवर भरपूर विचार केलाय. पण तुला दाखवता येईल, असं काहीच तयार नाही. थोड्याफार कल्पना आहेत. परंतु त्या सध्या आपल्यापुरत्याच आहेत.''

''ठीक आहे. तुझ्या फौजेला कामाला लाव. या नॅशनल हेल्थच्या बाबतीत मला काहीतरी फटका बसणार अशी हुरहुर लागलेली आहे.''

''इथे कोणीही हातावर हात ठेवून बसलेलं नाही. कामाला सुरुवात झालेली आहे हे नक्की.''

कॉलीनला गुडबायदेखील न म्हणता तिनं फोन तसाच खाली आपटला. पर्स उचलून, बाहेर पडून टेरेस प्रसाधनगृहात शिरली. आरशापुढे उभं राहून तिनं डोक्यावरचे कुरळे केस जरा सारखे केले. लिपस्टिकचा एक हात फिरवला. गालावर लाली लावली आणि मग एक पाऊल मागे टाकून स्वत:ला नीट न्याहाळलं. तिला स्वत:कडे पाहून समाधान वाटलं. आज सुदैवानं तिनं तिचा आवडता निळा पोशाख केलेला होता. आपण नीटनेटके आहोत, याची खात्री पटल्यावर ती केबिनकडे आली.

टेरेसनं केबिनचं दार ढकलून आत प्रवेश केला.

''ओहो! मिस हेगन...'' ब्रायन विल्सन घड्याळाकडे पाहत म्हणाला.

तो मोठ्या ओबडधोबड लाकडी टेबलाच्या एका कडेला बसला होता.

''मला वाटतं, मिस हेगन, की वेळेच्या बाबतीत...''

ब्रायन हा एक कुशल आणि कठोर प्रशासक होता. त्याची पद्धत अनेकांना फार रूक्ष वाटायची, पण टेरेसला त्याच्याबद्दल आदर वाटत असे.

''मी रात्री एक वाजेपर्यंत इथेच ऑफिसमध्ये होते... आणि मला जर कोणी कळवण्याचे कष्ट घेतले असते, तर मी नक्कीच वेळेवर आलेही असते.''

''ही बैठक फार महत्त्वाची आहे.'' टेलर खिडकीजवळून मोठ्या आवाजात म्हणाला. तो खिडकीजवळ एखाद्या ग्रीक देवतेसारखा उभा राहून आपल्या हाताखालचे लोक कसं काम करतात, ते मोठ्या चवीनं पाहत होता.

ब्रायन आणि टेलरमध्ये खूप फरक होता. ब्रायनला टक्कल पडलेलं होतं, तर टेलरच्या डोक्याभोवती चंदेरी केसांची दाट महिरप होती. ब्रायन नेहमी खूप दमलेल्या संपादकासारखा अस्ताव्यस्त वाटायचा, तर टेलर नेहमी शांत आणि उमदा वाटायचा. टेलरच्या धंदेवाईकपणाबद्दल आणि जाहिरात व्यवसायामधल्या जबरदस्त स्पर्धेत

टिकण्याच्या क्षमतेबद्दल कोणालाही अविश्वास वाटत नव्हता.

टेरेस जाऊन मुद्दाम तिच्या स्पर्धकासमोर, रॉबर्ट बार्करसमोर बसली. रॉबर्टनं जणू टेलरकडून कपड्यांची स्टाईल उचलली असावी. तो नेहमी उत्तम दर्जाचे सूट वापरत असे. रंगीत रेशमी टाय हा तर त्याचा खास शौक होता. त्याला कधीही टायशिवाय पाहिल्याचं तिला आठवत नव्हतं.

रॉबर्टच्या शेजारी हेलेन रॉबिनसन बसली होती. तिला पाहून टेरेसचं हृदय जोरात धडधडू लागलं. हेलेन रॉबर्टच्या हाताखाली काम करत होती. सध्या तिच्याकडे नॅशनल हेल्थचा प्रकल्प मुद्दाम सोपवलेला होता. पंचवीस वर्षांची हेलेन दिसायला सुंदर होती आणि कोणालाही आकर्षण वाटावं, एवढी नको तितकी नीटनेटकी राहत असे. तिच्याशेजारी मुख्य लेखाधिकारी, फिल अ‍ॅटकिन्स् आणि नियोजन अधिकारी कार्लेन डेसाल्वो हे बसले होते.

"नॅशनल हेल्थच्या संदर्भात मोठीच समस्या निर्माण झालेली आहे, आणि म्हणूनच ही बैठक बोलावलेली आहे." ब्रायन म्हणाला.

टेरेसचा घसा कोरडा पडला. तिनं रॉबर्टकडे पाहिलं. त्यानं ओठांना हलकी मुरड घातली असावी, असं तिला वाटून गेलं. आपण बैठकीत सुरुवातीपासून असतो, तर किती बरं झालं असतं. टेरेसला समस्येची कल्पना होती. एक महिन्यापूर्वी नॅशनल हेल्थनं अंतर्गत आढावा घ्यावा, म्हणून सूचना केली होती. याचा अर्थ असा, की कंपनीची गिऱ्हाईकं टिकवायची असतील, तर 'विलो आणि हीथ'ला नॅशनल हेल्थसाठी नवीन जाहिरात मोहिमेची आखणी करावी लागणार होती. नॅशनल हेल्थची जाहिरात टिकवणं हे भागच होतं, हे कंपनीत सगळ्यांना माहीत होतं. सिगारेट कंपन्यांचा व्यवसाय कमी झाल्यानं पडलेली तूट अशा तऱ्हेने आरोग्यविषयक जाहिरातींनी भरून काढणं शक्य होतं. आरोग्यविषयक जाहिरातींतून दरवर्षी कंपनीला चार कोटी डॉलर मिळत होते आणि त्यामध्ये आणखी वाढ होण्याची शक्यता होती.

ब्रायन रॉबर्टकडे वळला. "आपण काय बोलत होतो. त्याबद्दल टेरेसला माहिती दिलीस तर बरं."

"मी ते काम, माझ्या अत्यंत समक्ष सहायकावर सोपवतो." रॉबर्ट हेलेनला इशारा करत म्हणाला. तो टेरेसकडे पाहून, तिथे न शोभणाऱ्या पद्धतीनं हसला.

हेलेन खुर्चीत पुढे सरकली. "तुम्हाला सर्वांना कल्पना आहेच, की सध्या आपण करत असलेल्या जाहिरातीबद्दल 'नॅशनल हेल्थ' समाधानी नाही. त्यांची नाराजी वाढीस लागली आहे. कालच त्यांच्या व्यवसायाची प्रगती त्यांना कळली आहे. ती फार दुर्दैवी आहे. न्यूयॉर्कच्या शहरी विभागात, त्यांच्या धंद्यातला मोठा वाटा अमेरीकेअरनं लाटलेला आहे. विशेषत: शहरात मोठं हॉस्पिटल नव्यानं बांधल्यावर, हा धक्का त्यांना सहन होण्यासारखा नाही."

"आणि त्यासाठी ते आपल्या जाहिरातीला दोषी धरत आहेत?" टेरेस धारदार आवाजात म्हणाली, "तसं करणं चुकीचं आहे.. ते आपण बनवलेल्या साठ सेकंदाच्या जाहिरातीसाठी पुरेसा वेळ राखून ठेवत नाहीत, ही त्यांची चूक आहे."

"हे तुझं मत झालं. नॅशनल हेल्थचं मत मात्र निराळं आहे." हेलेन म्हणाली.

"तुला तुझ्या आरोग्यविषयक जाहिरातींचा अभिमान आहे, हे मला माहीत आहे. पण नॅशनल हेल्थच्या नफ्यात मोठी घट झालेली आहे, हे तर सत्य आहे. आणि ती घट आपली जाहिरात मोहीम सुरू झाल्यावर आलेली आहे, हे लक्षात घ्यायला हवं." रॉबर्ट म्हणाला.

"आम्ही बनवलेली साठ सेकंदाची जाहिरात फारच सुंदर झालेली आहे. तिचा ॲवार्डसाठीही विचार केला जाणार आहे. माझ्या सहकाऱ्यांनी केलेल्या कामाचा मला खरोखरच अभिमान आहे."

"नक्कीच अभिमान वाटायला हवा!... पण टेरेस, रॉबर्ट काय म्हणतो, ते ऐक. आपल्या क्लायंटला ॲवॉर्ड वगैरे गोष्टीत रस नाही.. आणि जर जाहिरातीने खप वाढवला नाही, तर ती अभिजात असून त्याचा उपयोग काय?" ब्रायन म्हणाला.

"हे तर आणखीनच चमत्कारिक आहे... माझी जाहिरात मोहीम जबरदस्त आहे... पण आपल्या अकाउंट विभागानं त्यांच्यासाठी जाहिरातीचा पुरेसा वेळ विकत घेतला नाही, त्याला मी काय करणार....? अनेक स्थानिक टीव्ही स्टेशनवर भरपूर वेळ विकत घेणं जरूर होतं."

"खरा प्रश्न असा आहे, की जर आपल्या क्लायंटला जाहिरात खरोखर पसंत पडली असती, तर त्यांनी भरपूर वेळ विकत घेतलाही असता." रॉबर्ट म्हणाला, "त्यांना जाहिरातीमधली एकूण कल्पना चांगली वाटली. म्हणजे आपल्या जाहिरातीतली 'ते आणि आम्ही' ही कल्पना आवडली.. त्यामध्ये प्राचीन आणि आधुनिक वैद्यकीय पद्धतीमधला फरक ठळकपणे दिसतो. त्यामध्ये नर्म विनोद आहे. पण लोकांना त्यामधली नेमकी सूचना समजली की नाही, याबद्दल नॅशनल हेल्थला संदेह आहे. माझं स्वत:चं मत आहे, की ही जाहिरात लोकांच्या डोक्यावरून गेली."

"तुझा मुद्दा माझ्या लक्षात आला. नॅशनल हेल्थला काही विशिष्ट प्रकारची जाहिरात हवी आहे.. टेरेस येण्याआधी आपण काय बोलत होतो, ते तिला सांग." ब्रायन म्हणाला.

"माझा मुद्दा अगदी साधा आहे." रॉबर्ट हात हलवत म्हणाला, "त्यांना अशी काहीतरी जाहिरात हवी आहे, की काही पोक्त व्यक्ती, वैद्यकीय सल्लामसलतीच्या स्वरूपात काहीतरी चर्चा करत आहेत, किंवा कोणी प्रसिद्ध व्यक्ती आपल्याला चांगली सेवा मिळते, असं काही बोलताहेत वगैरे... त्यांना नेमका परिणाम होणं अपेक्षित आहे. जाहिरातीला ॲवॉर्ड वगैरे काही मिळालं नाही तरी चालेल... त्यांना

बाजारात जास्त खप व्हायला हवाय आणि मी तो त्यांना मिळवून देणार आहे.''

''म्हणजे 'विलो ॲन्ड हीथ' आता आपली नवीन काही देण्याची पद्धत सोडून बाजारातल्या कोणाही इतरांप्रमाणे क्लायंटचं लांगूनचालन करणार आहे की काय?... आपण उत्कृष्ट जाहिरातीचे नवनवीन मानदंड तयार करत होतो. आणि आता क्लायंटच्या दडपणाखाली आपण काहीही करू लागलो, की पार संपलोच म्हणून समजा...!''

आता टेलरनं मध्येच हे संभाषण मुद्दाम थांबवलं. ''मी आत्ता जे ऐकतोय, तो अगदी नेहमीचा वाद आहे. विक्री विभाग आणि अभिजात कला विभागामधला हा नेहमीचा झगडा आहे. दोघांनाही आपलंच म्हणणं खरं आहे, असं वाटतंय... त्यातली गंमत अशी आहे, की रॉबर्ट आणि टेरेस, तुम्ही दोघेही बरोबरही आहात, आणि चूकदेखील आहात... आता विनाकरण चालू असलेला हा वितंडवाद थांबवा आणि काय करता येईल ते पाहा.'' सारेजण गप्प बसले. नेहमीप्रमाणे त्यांचा देवाधिदेव, योग्य तेच आणि नेमकेपणानं बोलला होता!

''ठीक आहे.'' अखेर ब्रायन म्हणाला, ''वस्तुस्थिती अशी आहे, की नॅशनल हेल्थ कंपनी, हे आपलं फार महत्त्वाचं गिऱ्हाईक आहे. त्यांनी साधारण एक महिन्यापूर्वी अंतर्गत आढावा घ्यावा, म्हणून सूचना केली होती. हा आढावा पुढील दोन-चार महिन्यात घेतला गेला असता, तथापि आता कंपनीला हा आढावा पुढच्या आठवड्यात करून हवा आहे.''

''पुढच्या आठवड्यात?'' टेरेस जवळजवळ ओरडली. ''एखादी नवीन जाहिरात मोहीम बनवायला महिनोन् महिने लागतात.''

''त्यामुळे तुमच्या विभागावर फार जबरदस्त ताण पडणार आहे, हे मला माहीत आहे... पण टेरेस आपला नाईलाज आहे. सगळी सूत्रं नॅशनल हेल्थच्या हातात आहेत. जर आपण बनवलेली माहिती त्यांना पसंत पडली नाही, तर ते बाहेरून काहीतरी करून घ्यायला बघतील... हे सर्वांनी लक्षात ठेवा, की आरोग्यक्षेत्रामधल्या या महाकंपन्या म्हणजे पुढच्या दशकामधल्या अक्षरश: दुभत्या गाई आहेत.. आपल्याला नॅशनल हेल्थला गमावून चालणार नाही.''

''तसं झालं तर आपल्याला फार मोठा फटका बसेल, हे मी कंपनीचा मुख्य लेखाअधिकारी म्हणून स्पष्टपणाने सांगू इच्छितो.'' फिल ॲटकिन्स म्हणाला.

''पुढच्या आठवड्यापर्यंत मला कसलाही आराखडा बनवणं फार अवघड वाटतंय.'' टेरेस चुळबुळत म्हणाली.

''आत्ता दाखवता येईल असं काही आहे का?'' ब्रायननं विचारलं.

टेरेसनं नकारार्थी मान हलवली.

''काहीही नाही असं कसं असेल?'' रॉबर्ट म्हणाला, ''काहीतरी थोडंफार तयार

असेलच की...'' तो टेरेसकडे वळला. ओठाला मुरड पाडून हसत म्हणाला, ''तुमच्या विभागात त्या विषयावर काहीतरी काम चालू आहे, असं मी ऐकतो.''

''अर्थातच! आमच्या विभागात आम्ही नॅशनल हेल्थसाठी एक लहानसा गट केव्हाच बनवला आहे. पण अजून फारसं काही तयार झालेलं नाही.. आणि ते अपेक्षितच आहे. कारण आम्ही आणखी काही महिने हाताशी आहेत, हे गृहीत धरूनच काम करत होतो.'' टेरेस सडेतोडपणे तत्काळ म्हणाली.

''हवं तर तू आणखी काही जण मागवून घे... काय करायला हवं ते मी तुझ्यावर सोपवतो.'' ब्रायन निर्णायक स्वरात टेरेसला म्हणाला. नंतर इतरांकडे वळून म्हणाला, ''ही बैठक इथेच समाप्त झाली आहे. जेव्हा टेरेसच्या निर्मिती विभागाकडून काही दाखवण्याजोगं तयार होईल तेव्हा भेटू.''

तो उठून उभा राहताच सगळेजण उठून उभे राहिले.

टेरेस अक्षरश: धडपडत खालच्या मजल्यावरच्या आपल्या विभागात आली. तिचं डोकं चक्रावून गेलं होतं. कॉलीन तिच्या टेबलापाशी काहीतरी करत होती.

''टेरेस? काय झालं?.. तू फार फिकुटलेली दिसते आहेस!'' कॉलीन म्हणाली.

''भयंकर मोठी समस्या उद्‌भवली आहे!''

कॉलीनवर टेरेसचा विश्वास होता. कामाच्या बाबतीत देखील दोघींचं चांगलं जमत असे.

''मी माझा अंदाज सांगू?'' कॉलीन म्हणाली, ''नॅशनल हेल्थनं आढावा लवकर घ्यावा, म्हणून दडपण टाकलं आहे की नाही?''

''तुला कसं कळलं?'' टेरेस चकित झाली.

''काही नाही. निव्वळ आतला आवाज समज.. तू 'समस्या' हा शब्द उच्चारलास तेव्हाच काहीतरी भयंकर झालं आहे, हे मी ओळखलं.. बस्स!''

''रॉबर्ट आणि हेलेन कंपनीनं अशी माहिती पुरवली, की आपल्या जाहिरातीनंतर नॅशनल हेल्थच्या नफ्यात प्रचंड घट झाली आहे म्हणे!''

''डॅम!'' कॉलीन म्हणाली, ''आपली साठ सेकंदाची जाहिरात अक्षरश: अजोड आहे.''

''हे तुझं नि माझं मत झालं!'' टेरेस सुस्कारा टाकत म्हणाली.

''मला असा दाट संशय आहे, की आपली जाहिरात स्थानिक टीव्हीवर जास्त येऊ नये, म्हणून हेलेननं काही विशेष प्रयत्न केले असावेत.''

टेरेसच्या कानशिलाला ठणका जाणवू लागला होता. ती डोकं हातात धरून बसली.

कॉलीन हातातली पेन्सिल खाली ठेवून तिच्याजवळ आली, ''हं. आता काय वाईट बातमी असेल, ती सांगून टाक बरं.. आढावा घेण्यासाठी नवीन तारीख काय

ठरली आहे?''

"नॅशनल हेल्थला आढावा पुढच्या आठवड्यात हवा आहे.''

"गुड लॉर्ड!'' कॉलीन चकित झाली होती.

"थोडंफार काही तयार आहे का?''

"फारसं नाही.''

"काहीतरी सुरुवातीची रेखाटनं किंवा फुटकळ कल्पना किंवा तसलं काही अजिबात नाही? गेला महिनाभर तुझे काही लोक नॅशनल हेल्थच्या मोहिमेसाठी काहीतरी काम तर करत आहेत ना?''

"आम्ही वेगवेगळ्या प्रकारे विषय चर्चेला घेत होतो. पण केवळ प्रचंड मंथन या पलीकडे काही विशेष अद्याप झालेलंच नाही. अजून आम्हाला कोणालाही चमकदार असं काहीही हाती लागलेलं नाही...''

"टेरेस, तुझी काय अपेक्षा आहे, ते माझ्या लक्षात आलंय.''

"ते काहीही असो.'' टेरेस म्हणाली, "कल्पना किंवा रेखाटनं कितीही प्राथमिक असली, तरी हरकत नाही. मला तुझे लोक नेमकं काय करत आहेत ते पाहायचं आहे.''

"कधी?''

"आज!''

"ठीक आहे.. मी सर्वांना एकत्र करते.'' कॉलीन म्हणाली, पण तिच्या आवाजात अजिबात उत्साह नव्हता.

■

३

बुधवार, मार्च २०, १९९६
सकाळी ११ वाजून १५ मिनिटे

सुसान हार्डला हॉस्पिटलबद्दल फार तिटकारा वाटत असे. लहानपणापासूनच पाठीच्या दुखण्यासाठी तिला वारंवार हॉस्पिटलच्या वाऱ्या कराव्या लागल्या होत्या. हॉस्पिटलमध्ये वेदनांनी तळमळणारे लोक आणि तिथली मृत्यूची छाया तिला नकोशी वाटे. काही वाईट होणारच असेल तर ते काहीही करून टळत नाही, यावर सुसानचा विश्वास होता. विशेषत: हॉस्पिटलच्या बाबतीत ते तिला पुन्हापुन्हा आठवत राहात असे. मागच्या खेपेस तिला कोणतीतरी 'युरॉलॉजी' विभागात नेलं होतं आणि तिथे कसलीतरी भयानक चाचणी ते सुरू करणार होते. तेवढ्यात, सुसाननं सारा जीव एकवटून त्यांना तिचं नाव नीट पाहायला लावलं. खरोखरच दुसऱ्या कोणातरी ऐवजी तिला नेऊन, ते ती भयानक चाचणी करणार होते!

आज सुसान हॉस्पिटलमध्ये आली होती, पण ती आजारी मात्र नव्हती. तिचं पोट दुखू लागलं होतं. ही तिची दुसरी खेप होती. यावेळी तिच्या कंबरेच्या हाडामध्ये काहीतरी गडबड झाल्यानं आता सिझेरियन करण्याशिवाय पर्याय नव्हता. अर्थातच तिला पाच दिवस हॉस्पिटलमध्ये राहावं लागणार होतं. आपल्याला

लवकर घरी सोडावं, म्हणून तिनं खूप प्रयत्न करून पाहिले. पण काहीही उपयोग झाला नाही.

आत्ता सुसान आपल्या बाळाबद्दल विचार करत होती. आपलं बाळ नेमकं कोणासारखं असेल बरं?... मोठ्या ॲलनसारखं असेल का?.. ॲलन फारच छान होता..! अगदी पहिल्या दिवसापासून तो रात्रभर गाढ झोपायचा. काही त्रास नव्हता त्याचा. आता तीन वर्षाचा आहे तो. पण किती स्वतंत्र झालाय!.. तिला बाळाला पाहण्याची खूप तीव्र इच्छा होती. आई झाल्यानं तिला मनापासून खूप खूप समाधान लाभत होतं.

सुसानला जाग आली, ती कोणाच्यातरी हालचालीने. तिच्या डोक्यापाशी उभ्या केलेल्या, स्टॅन्डला अडकवलेल्या सलाईनच्या बाटलीपाशी कोणीतरी काही खुडबुड करत होतं.

"काय चाललंय इथे?" ती कापऱ्या आवाजात म्हणाली.

"माफ करा, मिसेस हार्ड. मी नवीन बाटली लावतेय." एक हसऱ्या चेहऱ्याची तरुण नर्स म्हणाली.

सुसानला हॉस्पिटलमधला खूप मोठा अनुभव होता. "मला वाटतं, की आता सलाईन पुरेसं झालं आहे. नवीन बाटली लावायची गरज नाही."

"शक्य आहे. मी चौकशी करून पाहते." नर्स म्हणाली आणि टक्‌टक् आवाज करत खोलीबाहेर पडली.

सुसाननं सलाईनच्या बाटलीकडे पाहिलं. पण ती उलटी टांगल्यामुळे, तिला बाटलीवरचं लेबल वाचता आलं नाही. तिनं एका कुशीवर होण्याचा प्रयत्न केला. पण वेदना फार झाल्याने, ती पाठीवरच पडून राहिली. तिनं डोळे बंद करून झोप घेण्याचा प्रयत्न करून पाहिला.

तिला अचानक कशानं तरी जाग आली. तिच्या बाजूच्या कपाटापाशी, कोणीतरी परिचारक उभा राहून काहीतरी करत होता. पांढरा कोट घातलेल्या त्या माणसाच्या छातीवरचं नाव तिला वाचता आलं नाही.

"कोण आहे?... काय पाहिजे?"

"मी तुमच्या झोपेमध्ये व्यत्यय तर नाही ना आणला?" तो माणूस अर्धवट वळून दिलगिरीच्या स्वरात म्हणाला.

"सगळेच त्रास देता आहात! हे हॉस्पिटल आहे की रेल्वे स्टेशन, तेच मला समजेनासं झालंय."

"मिसेस हार्ड... माफ करा. मी पुन्हा कधीतरी येईन, हवं तर.. म्हणजे तुम्हाला त्रास होणार नाही."

"पण काम तरी काय आहे?"

"मी फक्त ह्यूमिडीफायरमध्ये पाणी भरतोय. बाकी काही नाही."

"ते कशाला आणखी?... मागच्या सिझेरियनच्या वेळी मला तसं काही केल्याचं आठवत नाही."

"हल्ली अशा प्रकारे ह्यूमिडीफायर लावण्याची पद्धत आहे. विशेषत: या ऋतूमध्ये भूल देणारे डॉक्टर तशी शिफारस करतात.. मागच्या खेपेस तुमचं सिझेरियन झालं होतं, तो कोणता महिना होता मिसेस हार्ड?"

"मे महिना."

"हं.. मग बरोबर आहे. म्हणूनच मागच्या वेळी ह्यूमिडीफायर लावलेला नसावा. तो लागला, की पेशंटच्या घशामध्ये पडणारी कोरड कमी होते.. बरं.. मी नंतर पुन्हा येऊ का?"

"काय पाहिजे ते कर..!"

तो माणूस निघून गेला. पूर्वीची नर्स परत आली.

"मिसेस हार्ड, पहिली बाटली संपली, की नवीन लावायची नव्हतीच. तुमचं म्हणणं बरोबर होतं."

सुसाननं फक्त मान हलवली. आपण जर बोललो नसतो, तर काय झालं असतं! पण या हॉस्पिटलमध्ये नेहमीच असा कारभार चालतो का, हे विचारावं असं तिला वाटलं. इथून लवकरात लवकर निघून गेलेलं बरं, असा विचार करून सुस्कारा टाकून ती गप्प बसली.

थोड्या वेळानं कोणीतरी दंडाला धरून हलवत असल्याचं तिला जाणवून जाग आली. हातात इंजेक्शन घेऊन एक निराळीच नर्स उभी होती.

"हे पाहा मिसेस हार्ड, मी तुमच्यासाठी काय आणलंय..!"

जणू सुसान एक लहान मुलगी होती आणि नर्सच्या हातात इंजेक्शन नसून लॉलीपॉप होता, असा तिचा एकूण आविर्भाव होता.

"हे काय आहे?" सुसान मागे सरकत म्हणाली.

"तुम्ही सांगितल्याप्रमाणेच आहे. वेदनाशामक डोस आहे."

"पण मी कधी सांगितलं?"

"तुम्हीच तर आपल्याला वेदना होतायत म्हणून डॉक्टरांना सांगितलं होतंत ना, मिसेस हार्ड."

"नाही.. मी सांगितलं नाही." सुसान सारं बळ एकवटून म्हणाली.

"असेल, तसंही असेल!.. पण डॉक्टरांनी मला तशी आज्ञा दिलेली आहे. तुम्हाला दर सहा तासांनी वेदनाशामक इंजेक्शन द्यायचं आहे." नर्सच्या चेहऱ्यावर वैताग स्पष्ट दिसू लागला होता.

सुसान क्षणभर गप्प राहिली. तिला एकीकडे या वादविवादाचा वीट आलेला

होता आणि एकीकडे आपली काळजी घेतली जाते, त्याचा आनंदही वाटत होता. ठीक आहे. वेदनाशामक इंजेक्शन घ्यायला काही हरकत नाही. झोप तरी छान लागेल, तिनं विचार केला.

''ठीक आहे. दे ते इंजेक्शन.''

दातावर दात रोवून वेदना कशीबशी सहन करत, सुसान एका कुशीवर वळली.

■

४

बुधवार, २० मार्च १९९७
दुपारी २ वाजून ५ मिनिटे

"जॅक.. लॉरीचं म्हणणं बरोबर आहे." चेट मॅकगव्हर्न म्हणाला.

जॅक व चेट काम संपवून आपापल्या टेबलावर झक्कपैकी तंगड्या पसरून बसले होते. त्या दिवसाचं काम पूर्ण झाल्यावर त्यांनी जेवणही उरकलं होतं. आता फक्त लेखनकाम बाकी होतं.

"अर्थातच! लॉरी नेहमीच योग्य बोलते." जॅक म्हणाला.

"हे जर खरं असेल, तर तू विनाकारण केल्व्हिनला का चिडवतोस? त्यामुळे तुझ्या बढतीवर परिणाम होईल."

"मला बढती मिळण्याची अजिबात अपेक्षा नाही."

"हे मात्र फारच झालं जॅक. पुढे जायची इच्छाच नाही, हे मला तरी अनैसर्गिक वाटतंय."

जॅकनं धाडकन पाय खाली घेतले. उठून उभा राहून मोठ्या आवाजात जांभई दिली. जॅकला टेबलापाशी बसून काम करण्याचा मनस्वी कंटाळा होता. त्याला सतत, भरपूर शारीरिक श्रम आवडत असत.

"पण मला मी आहे तसाच राहिलो तरी चालणार आहे."

जॅक हाताची बोटं मोडत म्हणाला.

"तुला मेडिकल बोर्डाकडून चांगलं सर्टिफिकेट मिळवावं, असं खरोखरच वाटत नाही का?"

"वाटतं की! पण बोर्डाचं सर्टिफिकेट मिळवणं, ही एक वैयक्तिक बाब झाली. मला कसल्याही प्रकारची अधिकाराची जागा मिळवण्याची मुळीच इच्छा नाही. मला फक्त हे पॅथॉलॉजीचं काम करायचं आहे. नोकरशाही आणि लालफितीचा कारभार खड्ड्यात जावो!"

"बापरे! जॅक.. मला प्रत्येक वेळी तुझ्याबद्दल थोडी माहिती होते न होते, तोच तू धाड्कन काहीतरी नवीनच गोळा टाकतोस! पाच महिने आपण एकत्र बसतो, पण मला तुझ्याबद्दल फारशी माहितीच नाही. तू एक गूढ व्यक्ती आहेस खरा..! मला तर तू कुठे राहतोस ते देखील ठाऊक नाही."

"तुला ते कळून घेण्यात रस असेल, असं मला कधीच वाटलं नाही." जॅक मुद्दाम खिजवण्याच्या स्वरात म्हणाला.

"जॅक, आता मात्र पुरं झालं.. मला काय म्हणायचं आहे, ते तुला समजायला हरकत नाही."

"मी पश्चिम भागात खूप वरच्या बाजूला राहतो.. आणि त्यात काहीही रहस्य नाही."

"सत्तराव्या रस्त्यावर?" चेटनं विचारलं.

"आणखी पुढे."

"ऐंशीव्या रस्त्यावर?"

"थोडं आणखी पुढे."

"म्हणजे तू मला नव्वदाव्या रस्त्यापुढे सांगणार की काय? जॅक.. हे खरं नाही ना?"

"अर्थातच!.. मी एकशेसहाव्या रस्त्यावर राहतो."

"बाप रे ऽऽ!.. जॅक, म्हणजे तू हार्लेममध्ये राहतोस की काय?"

जॅकनं खांदे उडवले. टेबलावरची एक फाईल उघडली. "ठीक आहे. तसं म्हण हवं तर. पण अखेर नावात काय आहे म्हणा!"

"या शहरात एवढ्या चांगल्या जागा असताना हार्लेममध्ये राहण्याचं कारण काय? शिवाय तो भाग फार धोकादायक आहे."

"मला नाही तसं वाटत." जॅक शांतपणे म्हणाला, "शिवाय तिथे, आजूबाजूला भरपूर मैदानं आहेत. एक तर अगदी माझ्या घरासमोरच आहे. चेट, मी बास्केटबॉल वेडा आहे समज."

"तू चक्रम आहेस, हे मला आधीच ठाऊक होतं." चेट म्हणाला, "ती मैदानं

आणि तिथले ते खेळ हे सारं स्थानिक टोळ्याच चालवतात. जॅक, तिथे राहणं म्हणजे मृत्यूला आमंत्रणच देण्यासारखं आहे... तुझ्या त्या सायकलवरच्या कसरतीशिवायच तू इथे बर्फाच्या लादीवरून माझ्या पुढ्यात लवकर येणार बहुतेक!''

"मला आजवर कधीही त्रास झालेला नाही.. शिवाय मी खेळासाठी योग्य ते पैसे देतो. बॉल विकत आणतो आणि विजेच्या वर्गणीमध्येही माझा वाटा असतो. माझ्या आजूबाजूच्या लोकांना त्यामध्ये काहीही गैर वाटत नाही. उलट, ते मला अगदी छान वागवतात.''

चेटनं जॅककडे पाहत एक सुस्कारा टाकला. हार्लेमच्या त्या वातावरणात निगर लोकांमध्ये खेळणारा, गोरा जॅक त्याच्या डोळ्यापुढे आला. तिथल्या निगरना, जॅक डॉक्टर आहे हे माहीत तरी होतं की नाही कोण जाणे! पण चेटला तरी जॅकबद्दल आणखी जास्त कुठं काय ठाऊक होतं म्हणा!

"मेडिकल कॉलेजात जाण्यापूर्वी, तू काय करत होतास?'' चेटनं विचारलं.

"कॉलेजात गेलो.'' जॅक शांतपणानं म्हणाला, "मेडिकल कॉलेजात जाण्यापूर्वी सारेजणच कॉलेजात जातात, तसा मी सुद्धा गेलो. चेट, तू कॉलेजात गेला नाहीस कधी?''

"मी पण कॉलेजात गेलो होतोच..!'' चेट फटकारून म्हणाला, "केल्व्हिन म्हणतो ते अगदी बरोबर आहे. तू निव्वळ आचरट आहेस बघ! जॅक, इथे येण्याआधी तू पॅथॉलॉजीमध्ये काही वर्षं होतास, हे मला चांगलं ठाऊक आहे... मी त्याआधीचं विचारतोय. त्या आधी तू काय करत होतास?'' चेटला हा प्रश्न अनेक महिने विचारावासा वाटत होता. पण तशी वेळच आलेली नव्हती.

"मी डोळ्यांचा डॉक्टर होतो.'' जॅक त्याच्या नेहमीच्या सुरात म्हणाला, "इलिनॉयमध्ये मी शंपान नावाच्या गावात दवाखाना चालवत होतो. अगदी साधा चारचौघांसारखाच एक डोळ्यांचा डॉक्टर. बस्स..!''

"होय. तसंही असेल. मी जसा पूर्वी बौद्ध भिक्षू होतो, तसा तू डोळ्यांचा डॉक्टर!..'' चेट हसला. "तू डोळ्यांचा डॉक्टर असण्याची कल्पना मी करू शकतो. पण तू आणि सामान्य डॉक्टर? छे, शक्यच नाही! उगीच बाता मारू नकोस, जॅक..''

"खरंच चेट.. खरोखरच मी साधा डोळ्यांचा डॉक्टर होतो. माझं नावदेखील जॉन होतं, जॅक नव्हे!.. मी शाळेत, डाव्या बाजूला केस वळवून भांग पाडायचो. माझं वजनदेखील तेव्हा जास्त होतं. मी कधीही उत्तम सूटशिवाय इतर कपडे वापरत नसे.''

चेटनं त्याच्याकडे अविश्वासानं पाहिले. जॅकची काळी जीनपॅन्ट, साधा निळा शर्ट आणि गडद निळा टाय पाहून विचारलं, "पण मग झालं तरी काय..?''

तेवढ्यात दाराचं हॅन्डल फिरवल्याचा आवाज आला. दारामध्ये ॲग्नेस फिन ही सूक्ष्मजीवशास्त्र प्रयोगशाळेची प्रमुख उभी होती.

"आम्हाला आत्ताच एक जराशी चमत्कारिक गोष्ट आढळलीय." हातातले कागद उगीचच सारखे करत ती जॅकला म्हणाली. ती दारातून आत मात्र आली नाही. तिचा चेहरा गंभीर होता.

"मी काही अंदाज बांधावा, अशी तुझी अपेक्षा आहे का?" जॅकनं विचारलं.

ॲग्नेस कधीही प्रयोगशाळेतून चाचण्यांचे निष्कर्ष घेऊन अशा तऱ्हेने ते स्वत: आणून देत नसे. त्यामुळे जॅकची उत्सुकता चाळवली.

"हे पाहा.. तू त्या नोडलमनच्या केसमध्ये निदान करण्यासाठी फ्लोरेसीन ॲन्टिबॉडी (Fluorescein Antibody) चाचणी करावी, म्हणून मागणी केली होतीस ना? नाकावरचा चष्मा वर करत ॲग्नेसनं हातातला कागद जॅकपुढे धरला.

"ओ हो!" जॅक म्हणाला आणि त्यानं कागद चेटपुढे केला.

चेटनं कागदावर एकवार नजर टाकली आणि तो बसल्याजागी उडाला.

"बापरे!.. नोडलमनला प्लेग झाला होता!"

"म्हणूनच आम्हाला ही चाचणी पाहून फार आश्चर्य वाटलं." ॲग्नेस तिच्या नेहमीच्या एकसुरी आवाजात म्हणाली, "आणखी काही करायला हवं का?"

"काय करता येईल..?" जॅक स्वत:शीच बोलत म्हणाला. "आपण त्याच्या फुफ्फुसामधल्या गळवांमधून नमुने काढून त्यात काही जंतू वाढतो का ते पाहू... कारण प्रत्यक्ष जंतू वाढवता येईपर्यंत, निदान नक्की होणार नाहीच. प्लेगच्या बाबतीत नेमकं काय करावं लागेल?"

"आपण 'जिम्सा' (Giemsa) किंवा 'वेसन' पद्धत वापरू. म्हणजे मग प्लेगच्या जंतूंची वैशिष्ट्यपूर्ण अशी 'सेफ्टीपिन'सारखी रचना बघता येईल."

"जरा जास्त काळजी घे, म्हणून मी मुद्दाम सांगायची गरज नाही असं मला वाटतं." जॅक म्हणाला.

"अर्थातच!... आमच्याकडे जैविकसुरक्षा पातळी-३ ची उपकरणं आहेत. मी ती वापरणार आहे." ॲग्नेस जाता जाता म्हणाली.

ॲग्नेस निघून जाताच चेटनं उडी मारली. "जॅक.. हे सारं अविश्वसनीय आहे.. तू प्लेगचं अचूक निदान कसं केलंस?"

"छे! अचूक कसलं?.. केल्व्हिननं मला निदान करायला भाग पाडलं. मी प्राप्त पुरावे पाहून निदान केलं, झालं! आणखी काही नाही.. हं. एक गोष्ट मात्र चांगलीच झाली.. केल्व्हिनला आता मला दहा डॉलर्स द्यावे लागणार!"

"म्हणजे मग तो तुझ्यावर आणखी आगपाखड करणार."

"करू दे. मला त्याची पर्वा वाटत नाही. चेट.. हे लक्षात घे. मार्च महिना.

न्यूयॉर्क शहरामध्ये हॉस्पिटलमध्ये प्लेगचा संसर्ग होतो!.. माझं डोकं तर विलक्षण बधिर झालंय... जर मॅनहटन जनरल हॉस्पिटलमध्ये प्लेगचे उंदीर शेकड्यांनी असतील, तरच हे शक्य आहे.. नाही... मला तसं वाटत नाही..'' जॅक क्षणभर विचार करत म्हणाला, ''कदाचित हा नोडलमन कुठेतरी प्रवासाला गेला असताना त्याला लागण झाली असेल.''

बोलणं अर्धवट सोडून जॅक फोनपाशी गेला आणि नंबर दाबू लागला.

''कोणाला फोन करतो आहेस?''

''अर्थातच बिंगहॅमला!'' जॅक नंबर दाबता दाबता म्हणाला, ''आणखी उशीर लावून चालणार नाही. ही माहिती एवढी प्रक्षोभक आहे, की ती मला ताबडतोब वरच्यांना कळवलीच पाहिजे.''

बिंगहॅमच्या ऑफिसमधील सेक्रेटरी मिसेस सानफोर्डनं फोन घेतला आणि डॉ. बिंगहॅम बाहेर गेले आहेत, म्हणून सांगितलं. डॉक्टर दिवसभर परत येणार नव्हते आणि त्यांची मेयरबरोबर महत्त्वाची बैठक असल्याने, मध्ये कसलाही फोन करू नये म्हणून बजावण्यात आलं आहे, वगैरे वगैरे.

जॅकनं मग केल्व्हिनचा नंबर लावला. तिथेदेखील निराशाच पदरी आली. केल्व्हिनच्या सेक्रेटरीनं सांगितलं, की घरामध्ये कोणाचा तरी मृत्यू झाल्याची बातमी आली, म्हणून डॉ. वॉशिंग्टन घरी गेले आहेत.

''छान!.. हे असं आहे बघ!'' जॅक म्हणाला. फोन खाली ठेवून तो टेबलावर बोटांनी कसलातरी ठेका धरून विचार करू लागला.

''आता काय?'' चेटनं विचारलं.

''आता काय?... आपले कोणीही वरिष्ठ अधिकारी उपलब्ध नाहीत..तेव्हा आपल्यासारख्या मर्त्य प्राण्यांना त्यांच्या मनाप्रमाणे करण्याची मुभा आहे!'' जॅक उठला आणि खोलीतून बाहेर पडला. चेटही लगेच त्याच्याबरोबर चालू लागला.

''कुठं चाललास?''

''खाली जाऊन जरा बर्ट अर्नोल्डशी बोलून बघतो..हा प्लेग आला कुठून, त्याचा शोध कुणीतरी तात्काळ घ्यायला हवा. नाहीतर या शहराचं भवितव्य काही खरं नाही.''

''पण बिंगहॅम येईपर्यंत थांबलास तर?'' चेट म्हणाला, ''जॅक, तुझ्या डोळ्यामधली ही वेगळी चमक मला फार चमत्कारिक वाटतेय.''

''मी एवढा पारदर्शक असेन, याची मला कल्पना नव्हती.'' जॅक हसला, ''मी या केसमुळे फक्त, जरासा उत्तेजित झालोय बघ.''

तेवढ्यात लिफ्ट त्यांच्या मजल्यावर आली. जॅक आत शिरला. चेटनं पायानं दार क्षणभर अडवून धरलं, ''जॅक, माझ्यासाठी म्हणून एक गोष्ट कर.. उगाच

कोणाला वेडंवाकडं बोलू नकोस. काय..?''

''मी आणि वेडंवाकडं बोलणार? चेट, अरे मी तर फार मोठा राजनैतिक मुत्सद्दी आहे... काय समजलास?''

''होय... ते खरं आहे.. आणि मी मुहम्मद अल् गद्दाफी आहे. कळलं?'' चेट त्याला म्हणाला.

जॅकनं निव्वळ मान डोलावली.

लिफ्टमधून खाली जाताना त्याला मजा वाटू लागली होती. तो सहज शीळ वाजवू लागला. आता त्याला अमेरीकेअर कंपनीशी दोन हात करायला मिळणार होते. त्यात कंपनीची बाजू अगदी कमकुवत होती. शिवाय केल्व्हिनकडून दहा डॉलर मिळणार होते ते वेगळेच.

लिफ्टमधून बाहेर पडून जॅक सरळ अर्नोल्डच्या टेबलापाशी गेला.

बर्ट अर्नोल्ड शवागारामध्ये काम करणाऱ्या वैद्यकीय मदतनीसांचा (Physician's Assistants) प्रमुख होता. त्यांना शवागाराच्या भाषेत 'पीए' म्हणत असत.

''माझ्या एका केसमध्ये प्लेगचे प्राथमिक निदान करण्यात आलं आहे. मला ताबडतोब जॅनिस जेगरशी बोलायचं आहे.''

''ती आत्ता झोपली असेल... थांबलं तर चालणार नाही का?'' बर्ट म्हणाला.

''नाही...''

''बिंगहॅम किंवा केल्व्हिनला कल्पना आहे का?''

''मी दोघांनाही गाठण्याचा प्रयत्न केला, पण ते जागेवर नाहीत.''

बर्ट एक क्षणभर थबकला. पण मग त्यानं बाजूच्या ड्रॉवरमधल्या एका डायरीतून जॅनिसचा नंबर शोधून काढला. जॅनिसला फोन लागल्यावर प्रथम बर्टनं तिची झोपेतून उठवल्याबद्दल क्षमा मागितली. मग त्यानं फोन करण्याचं कारण सांगून फोन जॅकच्या हातात दिला. जॅकनं देखील भलत्या वेळी फोन केला, म्हणून दिलगिरी व्यक्त केली, आणि मग तिला नोडलमनच्या केसबद्दलची नवीन माहिती सांगितली. त्याचे शब्द ऐकताच जॅनिसच्या स्वरातला झोपाळूपणा एकदम नाहीसा झाला.

''बरं. मी या संदर्भात काही मदत करू शकते का?''

''या नोडलमनच्या संदर्भात फाईलमध्ये, त्यानं काही प्रवास केल्याची नोंद वगैरे आहे का?''

''मला तरी आठवत नाही.''

''कुणा पाळीव प्राण्याशी किंवा रानटी प्राण्याशी त्याचा संपर्क आला होता का?''

''नाही. तशी काही नोंद नाही. पण मी आज रात्री पुन्हा जाऊन पाहीन. कारण

असे प्रश्न आधी मुद्दाम विचारलेच नव्हते.'' जॅनिस म्हणाली.

जॅकनं तिचे आभार मानले आणि आपण स्वत: या केसमध्ये जास्त लक्ष घालणाार आहोत, असं तिला सांगून फोन बंद केला.

तो घाईघाईनं स्वत:च्या खोलीत आला. तिथे चेट त्याचीच वाट पाहत बसला होता. ''नवीन काही समजलं का?''

''काहीही नाही.'' जॅक आनंदी स्वरात म्हणाला. त्यानं नोडलमनची फाईल काढून त्यातले काही कागद भराभरा नजरेखालून घातले. त्याला हवं ते सापडताच त्यानं फोन उचलून नंबर लावला. तो नोडलमनच्या बायकोचा नंबर होता. ती न्यूयॉर्कच्या 'ब्रॉंक्स' विभागात राहात होती.

दोन वेळा घंटी वाजल्यावर, मिसेस नोडलमननं फोन उचलला.

''माझं नाव डॉक्टर जॅक स्टेपलटन. मी न्यूयॉर्क शहराच्या मुख्य वैद्यकीय तपासनीसाच्या कार्यालयातून बोलतोय...'' त्यानंतर जॅकला आपला नेमका हुद्दा आणि कामाचं स्वरूप, याची सविस्तर माहिती फोनवरून सांगावी लागली. न्यूयॉर्क शहरात ज्याला 'वैद्यकीय तपासनीस' म्हणत असत, त्यालाच इतरत्र 'कॉरोनर' म्हणतात. परंतु 'कॉरोनर' हा शब्द वापरून देखील मिसेस नोडलमनच्या लक्षात येईना.

''हे पाहा, मिसेस नोडलमन, मला तुम्हाला काही प्रश्न विचारायचे आहेत.''

''हे सगळं एवढं अचानक झालं!'' मिसेस नोडलमन रडू लागली, ''त्याला मधुमेह होता, हे खरं.. पण अशा तऱ्हेनं त्याला मृत्यू येईल, असं काही वाटलं नव्हतं.''

''मिसेस नोडलमन, मी तुमचं दुखः समजू शकतो.'' जॅक क्षणभर थांबला. ''बरं. अलीकडे मिस्टर नोडलमन कुठे प्रवासाला वगैरे गेले होते का?''

''एक आठवड्यापूर्वी तो न्यूजर्सीला गेला होता.'' मिसेस नोडलमन नाक पुसत म्हणाली.

''नाही.. नाही. प्रवास म्हणजे मला आणखी लांबवर, असं अपेक्षित होतं. उदाहरणार्थ, नैऋत्य अमेरिका किंवा भारतात?''

''नाही. तो नियमित मॅनहटन भागात कामाला तेवढा जात असे.''

''बाहेरून कोणी एखादा पाहुणा तुमच्याकडे आला असण्याची शक्यता?''

''डिसेंबरमध्ये, डोनाल्डची मावशी आली होती.''

''कुठून?''

''इथेच. न्यूयॉर्कच्या 'क्वीन्स्' भागातून.''

''क्वीन्स्! .. नाही.. मिसेस नोडमलन.. ठीक आहे. मिस्टर नोडलमनचा कधी रानटी प्राण्यांशी संबंध आला काय..? म्हणजे उदाहरणार्थ, ससे वगैरे?''

"नाही. डोनाल्डला ससे अजिबात आवडत नसत."

"पाळीव प्राणी?"

"आमच्याकडे एक मांजर आहे."

"हे मांजर आजारी आहे का?.. त्यानं अलीकडे घरी काही उंदीर वगैरे मारून आणले होते का?"

"नाही.. आमची मांजरी अगदी ठीक आहे. आणि ती कधीच घराबाहेर पडत नाही."

"बरं.. घराभोवती उंदीर वगैरे काही आहेत का? म्हणजे एवढ्यात एखादा मेलेला उंदीर आढळला होता का?"

"नाही. आमच्या घराजवळ उंदीर नाहीत.." मिसेस नोडलमन त्रासिक आवाजात म्हणाली. "आम्ही स्वच्छ भागात राहतो. आजूबाजूला उंदीर असतील, अशी घाण नाही."

जॅकला आणखीही काही विचारायचं होतं. पण तो गप्प बसला. "मिसेस नोडलमल.. तुम्ही केलेल्या मदतीबद्दल आभारी आहे. मी हे एवढे प्रश्न विचारतो आहे, त्याबद्दल माफ करा. पण कारण असं आहे, की तुमचा नवरा एका गंभीर संसर्गजन्य रोगानं मरण पावला आहे.. प्लेग."

फोनवर पलीकडे शांतता पसरली.

काही वेळानं मिसेस नोडलमन म्हणाली, "प्लेग..? म्हणजे पूर्वी युरोपात होता तसा प्लेग?"

"साधारण तसंच समजा." जॅक म्हणाला, "प्लेगमध्ये दोन प्रकार असतात. एकाला 'ब्युबॉनिक' (Bubonic) म्हणतात. तर दुसऱ्या प्रकारच्या प्लेगला 'न्यूमॉनिक' (Pneumonic) म्हणतात. तुमच्या नवऱ्याला 'न्यूमॉनिक' प्लेगचा संसर्ग झाला असावा. हा प्रकार फार घातक आणि संसर्गजन्य आहे. मी तुम्हाला देखील असा सल्ला देईन, की तुम्ही तुमच्या डॉक्टरांची गाठ घ्या. त्यांना प्लेगबद्दलच्या शक्यतेची माहिती द्या. प्रतिबंधात्मक उपाय म्हणून अँन्टिबायोटिक घेणं योग्य होईल. तसंच तुमच्या मांजरालाही प्राण्यांच्या डॉक्टरकडे घेऊन जावंत, असं मला वाटतं."

"परिस्थिती खरोखरच एवढी गंभीर आहे का?"

"होय." जॅकनं मग मिसेस नोडलमनला त्याचा फोन नंबर दिला. काही आणखी माहिती मिळाली, तर फोन करण्याची विनंती केली. मग तो चेटला उद्देशून म्हणाला,

"परिस्थिती खरोखरच फार चमत्कारिक झाली आहे." मग तो उत्साहात म्हणाला, "या साऱ्या भानगडीत अमेरीकेअरला मात्र हगवण लागणार अशी चिन्हं आहेत!"

''पुन्हा तुझ्या डोळ्यामधली ती चमक मला चिंताजनक वाटतेय जॅक.'' चेट म्हणाला.

जॅक हसला आणि खोलीबाहेर पडू लागला.

''आता कुठं चाललास?''

''लॉरी मॉंटगोमेरीकडे. ती आज आपली वरिष्ठ पर्यवेक्षक आहे ना? मग तिला मी काय काय प्रगती केली, ते सांगायला हवी की नाही?''

थोड्याच वेळात जॅक परतला.

''काय म्हणाली ती?'' चेटनं विचारलं.

''काही नाही. आपल्यासारखाच तिलाही धक्का बसला.'' जॅकनं बोलता बोलता फोनची डिरेक्टरी काढली आणि त्यातली काही पानं उलगडू लागला. नंबर सापडताच त्यानं फोन लावला.

''आता आणखी कोणाला फोन करतोस?''

''हेल्थ कमिशनर, मॅडम पॅट्रिशिया मर्कहॅम. लॉरी म्हणाली तरी बिंगहॅम येईपर्यंत थांबायची माझी तयारी नाही. त्यांना कळायलाच हवं.

''छान..! म्हणजे सत्यानाश..! पण बिंगहॅम येईपर्यंत थांबलास, तर असं काय आकाश कोसळणार आहे? तू बिंगहॅमच्या वरिष्ठांना परस्पर फोन करतो आहेस, हे लक्षात घे.''

जॅकनं चेटला काहीही उत्तर दिलं नाही. तो हेल्थ कमिशनरच्या ऑफिसातल्या सेक्रेटरीला आपलं नाव आणि काम सांगत होता. मध्येच त्यानं फोनवर हात ठेवला. ''चेट..चेट.. खरोखरच आश्चर्य आहे.. कमिशनर बाई ऑफिसात आहेत!''

तेवढ्यात फोन लागला. ''हॅलो... छान. आपण कशा आहात?.. मी डॉ. स्टेपलटन.. मुख्य वैद्यकीय तपासणीच्या कार्यालयातून बोलतोय.''

जॅकनं अशा तऱ्हेनं अतिशय अनौपचारिक बोलणं चेटला आवडलं नाही.

''तुमचा वेळ घेतला, त्याबद्दल माफ करा. पण मला फोन केल्याशिवाय राहावेनाच म्हणून फोन करावा लागला. डॉ. बिंगहॅम आणि डॉ. वॉशिंग्टन दोघेही आत्ता या क्षणी उपलब्ध नाहीत. परंतु परिस्थितीनंच असं गंभीर वळण घेतलं आहे, की तुमच्या कानावर काही गोष्टी घालणं मला आवश्यक वाटलं... मॅनहटन जनरल हॉस्पिटलमध्ये प्लेगची एक केस असल्याचं निदान आम्ही केलंय.''

''बापरे..!'' डॉ. मर्कहॅम एवढ्या मोठ्या आवाजात उद्गारली, की चेटला देखील ते स्पष्ट ऐकू आलं. ''हे फारच भयंकर आहे.. पण केसेस किती झाल्या आहेत?''

''अजून तरी एकच.''

''ठीक आहे. मी शहराच्या आरोग्य समितीच्या सदस्यांना कळवते. मग तेच

लोक अटलांटाच्या रोगनियंत्रण केंद्राला (CDC) कळवतील. मला सावध केल्याबद्दल आभार... तुमचं नाव काय म्हणालात?''

''स्टेपलटन.. जॅक स्टेपलटन.''

त्यानं फोन खाली ठेवला. त्याच्या चेहऱ्यावर समाधानाचं स्मित झळकू लागलं होतं.

''चेट, तुझ्याजवळ अमेरीकेअरचे काही शेअर्स असतील, तर ते तू त्वरित काढून टाक.'' तो शीळ घालत नोडलमनची फाईल चाळू लागला. त्यातलं एक नाव डॉ. कार्ल वेनराईट त्यानं लक्षात ठेवलं. हाच डॉक्टर डोनाल्ड नोडलमनवर मधुमेहासाठी उपचार करत होता.

जॅकनं उठून अंगावर जाकीट चढवलं.

''आता काय नवीन?''

''काही नाही. मी जरा मॅनहटन जनरल हॉस्पिटलमध्ये जाऊन प्रत्यक्ष जागेची पाहणी करून येतो.''

''जॅक, तुला कल्पना आहे. आपण वैद्यकीय तपासनीसांनी प्रत्यक्ष जागेवर जाऊन पाहणी केलेली बिंगहॅमला आवडत नाही. यामुळे जखमेवर मीठ चोळल्यासारखं होईल.''

''पण मला गेलंच पाहिजे.'' जॅक म्हणाला, ''मी जिथं शिकलो, तिथे प्रत्यक्ष जागेची पाहणी करणं फार महत्त्वाचं मानलं जातं.''

''बिंगहॅमच्या मते, हे काम पीएंनी करायचं असतं. बिंगहॅमनं आपल्याला स्पष्ट शब्दात अनेकदा त्याची कल्पना दिलेली आहे.''

''ही केस मला फार महत्त्वाची वाटते.'' जॅक बाहेर पडता पडता म्हणाला, ''मी येईपर्यंत इथला किल्ला लढव. मला परत यायला फार वेळ लागणार नाही.''

■

५

बुधवार, २० मार्च १९९६
दुपारी २ वाजून ५० मिनिटे

आभाळ भरून आलं होतं आणि पाऊस जोरात पडत होता. परंतु त्यामुळे जॅकला काही विशेष मात्र वाटत नव्हतं. सायकलवरून वेगानं पावसात भिजत जाताना त्याला मजा वाटत असे. सकाळपासून शवागाराच्या खोलीत अंतराळ पोशाखात तो बंदिस्त होऊन पडला होता. म्हणून तर त्याला मॅनहटन जनरल हॉस्पिटलपर्यंत सायकल मारत जायला फारच उत्साह वाटत होता.

हॉस्पिटलच्या दाराजवळ एका खांबाला त्यानं सायकल टेकवून ठेवली. सायकल आणि हेल्मेट पक्क्या साखळीनं कुलुपबंद केलं आणि मग तो सावलीत उभा राहून हॉस्पिटलकडे पाहू लागला.

पूर्वी हे हॉस्पिटल विद्यापीठाशी संलग्न होतं, तेव्हा त्याच्या नावाचा दबदबा होता. तेथील दर्जाबद्दल लोकांच्या मनात आदराची भावना होती. परंतु एकदा परिस्थिती बिकट झाली. सरकारला आरोग्यसेवांसाठी पुरेसा पैसा उभा करणं अशक्य झालं. मग अमेरीकेअरनं त्या हॉस्पिटलवर झडप घातली. ही गोष्ट १९९० मधली होती. त्यानंतर या हॉस्पिटलचा कारभार अमेरीकेअर कंपनी

चालवत होती.

अमेरीकेअर कंपनीचा विचार मनात येताच जॅकच्या मनात नकळत सूडाची भावना जागृत झाली. असं वाटणं योग्य नाही याची त्याला जाणीव होती. तरीही मनात एक प्रकारचं समाधान वाटत होतंच. त्याच्याजवळ अमेरीकेअरच्या डोक्यावर आदळणारा एक जबरदस्त बॉम्ब होता.

जॅकनं आत जाऊन डॉ. कार्ल वेनराईटची चौकशी केली. डॉ. कार्ल वेनराईट बाजूच्या एका बिल्डिंगमध्ये बसतो, असं स्वागत कक्षातल्या पोरीनं सांगितलं आणि त्याच्या ऑफिसपर्यंत पोहोचण्यासाठी कसं जावं ते नीट समजावून सांगितलं.

वेनराईटच्या ऑफिसपाशी पोहोचल्यावर, त्यानं आपला सहाय्यक तपासनीसाचा बिल्ला तिथल्या सेक्रेटरीला दाखवताच अवघ्या काही मिनिटात स्वत: डॉ. वेनराईटच त्याला शोधत आला. सहाय्यक तपासनीसाचा हा बिल्ला पोलिसांच्या बॅजसारखा दिसतो, म्हणून जॅकला खरं तर तो आवडत नसे.

डॉ. वेनराईट मध्यमवयीन होता, त्याचा चेहेरा टवटवीत होता. त्यानं हस्तांदोलन करून जॅकला बसण्याची खूण केली.

''आमच्याकडे मुख्य वैद्यकीय तपासनीसांकडून तसं रोज कोणी येत नाही.'' डॉ. वेनराईट संभाषण सुरू करण्यासाठी म्हणाला.

''तसं झालं असतं तर फार उत्तम झालं असतं.''

डॉ. वेनराईटला क्षणभर काय म्हणावं ते समजेना. जॅक गंमत करतोय, हे कळायला त्याला जरा वेळ लागला.

''मलाही तसंच वाटतं.''

''मी तुमच्या एका पेशंटच्या संदर्भात चौकशीसाठी आलोय.'' जॅक सरळ मुद्द्याला हात घालत म्हणाला, ''त्याचं नाव डोनाल्ड नोडलमन.. त्याला प्लेग झाला असावा, असा प्राथमिक अंदाज आहे.''

डॉ. वेनराईट बोलण्याऐवजी आ वासून पाहत राहिला. पण क्षणभरानं सावरून म्हणाला, ''अशक्य!''

जॅकनं खांदे उडवले. ''मला तसं वाटत नाही. आम्ही केलेली प्लेगची चाचणी खात्रीशीर आहे.''

''बापरे..!'' डॉ. वेनराईट तळव्याला आलेला घाम टिपून घेण्याचा प्रयत्न करत हळू आवाजात म्हणाला, ''म्हणजे, हा फार मोठा धक्का आहे..!''

''खरोखरच आश्चर्याचा धक्काच म्हणायला हवा. विशेषत: हा पेशंट प्लेगनं मरण्यापूर्वी पाच दिवस या हॉस्पिटलमध्ये होता, हे जास्त धक्कादायक आहे.''

''हॉस्पिटलमधून प्लेगचा संसर्ग होतो का? प्लेग नोसोकॉमियल असल्याचं मी अद्याप तरी ऐकलेलं नाही.''

"मी सुद्धा नाही." जॅक म्हणाला, "हा न्यूमॉनिक प्रकारचा प्लेग आहे. यात संसर्गानंतर लक्षणं दिसण्याचा काळ फार छोटा म्हणजे दोन-तीन दिवसांचाच असतो, हे तुम्हाला माहीत आहेच."

"माझा तर अजूनही विश्वास बसत नाही."

"अशा तऱ्हेची लक्षणं, हॉस्पिटलमधल्या आणखी कोणामध्ये आढळली आहेत का?"

"माझ्या माहितीप्रमाणे नाही.. अर्थात, मी सर्व माहिती तात्काळ मिळवेन, याची खात्री बाळगायला हरकत नाही."

"या पेशंटची परिस्थिती कशी होती? कारण माझ्या माहितीप्रमाणे त्याचा कोणत्याही प्राण्याशी संबंध येण्याची शक्यता नाही."

"होय. ते बरोबरच आहे. मी गेला महिनाभर त्याच्या मधुमेहावर नियंत्रण मिळवण्यासाठी उपचार करत होतो."

"हॉस्पिटलमध्ये कुठं होता तो?"

"सातव्या मजल्यावर." डॉ. वेनराईट म्हणाला, "खोली नंबर ७०७. मला हा नंबर चांगला आठवतो आहे."

"खोलीमध्ये एकच पेशंट असतो की..?"

"आमच्या सर्वच खोल्यांमध्ये एकच पेशंट असतो."

"ठीक आहे.. मी ही खोली पाहिली तर चालेल का?"

"काहीच हरकत नाही. परंतु आधी मी डॉ. मेरी झिमरमानला फोन करणं योग्य होईल.. त्या आमच्या संसर्ग नियंत्रण अधिकारी आहेत."

"जरूर.." जॅक उठत म्हणाला, "काही हरकत नसल्यास दरम्यान मी सातव्या मजल्यावर जाऊन खोली पाहून घेतो."

"हे ठीक होईल..." डॉ. वेनराईट फोनजवळ जात म्हणाला, "मी डॉ. झिमरमानना कळवतो आणि दोघं तिथेच येतो."

जॅक मुख्य इमारतीत परतला आणि लिफ्टनं सातव्या मजल्यावर पोहोचला. सातव्या मजल्यावर दोन भाग होते. उत्तरेला एक वॉर्ड होता आणि दक्षिणेला जनरल वॉर्ड होता. त्यानं उत्तरेकडच्या वॉर्डमध्ये प्रवेश केला.

आत शिरताच त्याला जाणवलं, की रोगजंतू इथेच उद्भवला आहे. तेथील गडबड गोंधळ स्पष्टपणे जाणवत होता. लोक चेहेऱ्यावर, नुकतेच पुरवलेले मुखवटे घालून वावरू लागले होते. डॉ. वेनराईटनं अजिबात वेळ दवडलेला नव्हता. तो रेंगाळत, रेंगाळत ७०७ नंबरच्या खोलीकडे गेला. तेवढ्यात दोन वॉर्डबॉयनी एका पेशंटला चाकाच्या खुर्चीवरून ढकलत नेलं. सर्वांच्या चेहऱ्यावर संरक्षक मुखवटे होते. ते लोक गेल्यावर जॅकनं खोलीत प्रवेश केला.

खोलीमध्ये विशेष काहीच नव्हतं. कोणत्याही सामान्य हॉस्पिटलमधली एक साधी खोली. तिथलं फर्निचर देखील सामान्य होतं. खिडकीच्या खालच्या बाजूला एअर कंडिशनर होता. जॅकनं तिथे जाऊन त्याचं झाकण उघडून पाहिलं आणि आजूबाजूला नजर टाकली. उंदीर येऊ शकतील, अशा फटी किंवा जागा कुठंही दिसल्या नाहीत. जॅकनं बाथरूममध्ये जाऊन बेसिन, नळ इत्यादी सर्व ठिकाणी नीट पाहिलं. कपाटं उघडून खाली वाकून तिथेही बघितलं. सर्व काही व्यवस्थित होतं. कुठेही फटी किंवा तशा जागा आढळल्या नाहीत.

बाहेर आवाज ऐकू आले. जॅक खोलीबाहेर आला. तिथे डॉ. वेनराईटबरोबर दोन बायका आणि एक पुरुष आलेले दिसले. सर्वांच्या चेहेऱ्यावर संरक्षक मुखवटे होते. डॉ. वेनराईटनं एक मुखवटा जॅकलाही देऊन त्यांच्याशी ओळखी करून द्यायला सुरुवात केली.

डॉ. मेरी झिमरमान उंच आणि सडपातळ होती. ती हॉस्पिटलच्या संसर्ग नियंत्रण समितीची प्रमुख होती. जॅकला ती गंभीर स्वभावाची वाटली. त्यावेळी ती काहीशी बचावात्मक पवित्र्यात भासत होती. परिस्थितीच तेवढी गंभीर होती.

दुसऱ्या बाईचं नाव कॅथी मॅकबेन होतं. ती जॅकला जास्त उत्साही वाटली. तिच्या चेहेऱ्यावर गंभीर भाव नव्हते. ती सुद्धा हॉस्पिटलच्या संसर्ग नियंत्रण समितीची सभासद होती. त्यांच्या बरोबर आलेला माणूस इंजिनियरिंग विभागातला होता. त्याचं नाव जॉर्ज एव्हरशार्प होतं. तो सुद्धा संसर्ग नियंत्रण समितीचा सभासद होता.

"डॉ. स्टेपलटन यांचे आपण आभार मानले पाहिजेत.. त्यांनी फार लवकर निदान केलं आहे." डॉ. झिमरमान म्हणाली.

"विशेष काही नाही.. माझा अंदाज खरा ठरला इतकंच." जॅक म्हणाला.

"आम्ही त्यावर योग्य ती उपाययोजना करायला याआधीच सुरुवात केली आहे." डॉ. झिमरमानच्या आवाजात जाणवण्याइतपत दडपण होतं, "ज्यांना ज्यांना रोग्यापासून संसर्ग होण्याची शक्यता आहे.. किंवा ज्यांचा नोडलमनशी संपर्क आला होता, त्याची यादी बनवण्यात येत आहे. त्या सर्वांवर प्रतिबंधात्मक उपचार केले जातील."

"हे छानच झालं." जॅक म्हणाला.

"आपण हे बोलत असताना हॉस्पिटलचा मुख्य कॉम्प्युटर, आमच्या सर्व पेशंटसूच्या लक्षणांचा अभ्यास करून आणखी कोणाला लागण झालीय का, याची शक्यता पडताळून पाहत आहे."

"छान!"

डॉ. झिमरमान इंजिनियर एव्हरशार्पकडे वळली. "हं.. तुम्ही मघाशी हवेच्या

प्रवाहाबद्दल काय सांगत होता?''

जॉर्ज एव्हरशार्पनं त्या ठिकाणी असणारी हवेची व्यवस्था समजावून सांगितली. मुख्य हॉलमधून प्रत्येक खोलीत आणि त्यानंतर बाथरूममध्ये हवेचा प्रवाह जात होता. हवा गाळून पुढे जात होती. काही ठिकाणी मात्र प्रतिरक्षण यंत्रणा कुचकामी असणाऱ्या एड्ससारख्या रुग्णांसाठी हा प्रवाह उलटा फिरवला जाण्याची सोय होती.

''७०७ नंबरची खोली अशा प्रकारची होती काय?''

''नाही.''

''म्हणजे प्लेगच्या जंतूंनी हवेच्या प्रवाहात शिरून, फक्त एकाच खोलीत संसर्ग घडवणं शक्य नाही.'' डॉ. झिमरमान म्हणाली.

''नाही. तसं होऊ शकत नाही.'' जॉर्ज एव्हरशार्प म्हणाला.

''या खोलीतून जंतू बाहेरच्या हॉलमध्ये जाण्याची शक्यता..?''

''अजिबात नाही. हवेच्या प्रवाहामुळे तसं होऊच शकत नाही.. जंतू या खोलीत फक्त एकाच मार्गाने प्रवेश करू शकतात. त्यांना वाहून नेणारा जैविक वाहक असेल तरच.''

तेवढ्यात कोणीतरी हाक मारली. तोंडावर मुखवटा चढवलेली एक नर्स हाक मारत होती, ''माफ करा.. मि. केली तुम्हाला खाली भेटू इच्छितात.''

सर्वजण चालू लागले. जॅकनं चट्कन कॅथी मॅकबेनला गाठलं.

''हा मिस्टर केली कोण आहे?''

''हॉस्पिटलचा प्रेसिडेंट.''

जॅकनं समजल्याच्या आविर्भावात मान हलवली. त्याला आठवलं, की पूर्वी हॉस्पिटलचा प्रमुख हा कोणी 'मिस्टर' नसे, तर तो डॉक्टरच असायचा. अर्थात, तेव्हा रुग्णांची काळजी घेणं याला सर्वोच्च प्राधान्य असे. आता सारीच मूल्यं बदलली आहेत. हॉस्पिटल्स आता फायद्यासाठी एक धंदा म्हणून चालवली जातात.

जॅक त्याला भेटायला उत्सुकतेनं चालू लागला. हॉस्पिटलचा प्रेसिडेंट हा अमेरीकेअरचा प्रतिनिधी होता. त्याचं डोकं खाणं म्हणजे कंपनीचं डोकं खाणं, हा विचार मनात येताच जॅकला उत्साह आला.

खालच्या मजल्यावर नर्सेस बसतात, त्या ठिकाणी सर्वत्र जाणवण्याएवढा ताणतणाव होता. सारेजण भयभीत झाले होते. चार्लस् केली त्यांना समजावून सांगत होता, की काहीही धोका नाही, घाबरण्याचं काही कारण नाही, परिस्थिती पूर्णपणे नियंत्रणाखाली आहे, वगैरे वगैरे.

जॅकनं केलीकडे तिरस्कारानं पाहिलं. हा माणूस धादांत खोटेपणा करत होता. केली दिसायला चांगला होता. नुकताच सुट्टीहून आला असावा, एवढी त्याची त्वचा

काळसर तुकतुकीत दिसत होती. तो हसत हसत आश्वासनं देताना पाहून जॅकला त्याच्याविषयी तिटकारा वाटू लागला. जॅकला तो एखाद्या मोटारगाड्यांच्या विक्रेत्यासारखा वाटला.

जॅक आणि इतरांना येताना पाहताच, त्याचा सांत्वनपर असणारा सूर एकदम बदलला आणि तो नर्सेसच्या बसण्याउठण्याच्या खोलीबद्दल आणि एकूण सुरक्षिततेच्या उपायांबद्दल काहीतरी ढोबळपणे बोलू लागला.

जॅक पुढे गेल्यावर त्याच्या लक्षात आलं, केली एकटा नव्हता. त्याच्यामागे एक माणूस उभा होता. केलीच्या उंची, भपकेबाज कपड्यांच्या तुलनेत त्याचे कपडे अगदी स्वस्तातले दिसत होते. त्याच्या कपड्यांना बहुधा कधीच इस्त्री केलेली नसावी.

"ओ गॉड!.. काय ही भयंकर परिस्थिती." केली कोणालाही उद्देशून न बोलता रागावून म्हणाला. विक्रेत्याची भूमिका संपून जणू आता त्याला कठोर प्रशासकाची भूमिका वठवायची होती. त्यानं कपाळावरचा घाम टिपून घेतला आणि कागदी रुमाल रागारागानं चुरगाळत तो म्हणाला,

"या हॉस्पिटलमध्ये हे असं घडतं कसं?"

तो डॉ. झिमरमान आणि डॉ. वेनराईटकडे वळला, "मला ही गोष्ट आत्ता समजली. तुम्हाला ती आधीच माहीत होती म्हणे!.. तुम्ही मला ती का कळवली नाहीत?"

डॉ. वेनराईटनं, आपल्याला आत्ताच जॅककडून ही बातमी कळली आहे वगैरे सांगण्याचा प्रयत्न केला. मग त्यानं जॅकची ओळख करून दिली. जॅक किंचित पुढे आला.

केलीनं त्याच्या एकूण अवताराकडे पाहिलं. त्याच्यापुढे जॅक अगदीच गावंढळ वाटत होता. जॅकच्या चेहऱ्यावर स्मितरेषा उमटली. केलीची नजर त्यानं बरोबर टिपली होती. आपण ज्याची वाट पाहत होतो, तो क्षण आला असल्याची जॅकची खात्री पटली.

"म्हणजे मघाशी हेल्थ कमिशनरना फोन केला होता, तेच तुम्ही स्टेपलटन काय?" केली म्हणाला, "तुम्ही केलेल्या निदानाची सर्वजण फार प्रशंसा करत होते!"

"आम्ही या शहरातल्या लोकांना नेहमीच चांगली सेवा पुरवतो." जॅक म्हणाला.

केली हसला. "तुमच्याच विभागातल्या आणखी एकाची ओळख करून घ्यायला कदाचित तुम्हाला आवडेल."

त्यानं ओळख करून दिली, "डॉ. क्लिंट ॲबेलार्ड. न्यूयॉर्क शहराच्या हेल्थ बोर्डात रोगप्रसार या विषयाचे तज्ज्ञ म्हणून काम करतात."

जॅकनं त्याला उद्देशून मान किंचित झुकवली. पण त्यानं अजिबात प्रतिसाद दिला नाही. त्याला जॅक तिथे येणं आवडलेलं नव्हतं. एकाच संस्थेच्या दोन विभागांमधला मत्सर आणि राजकारण यांचा जॅकला प्रथमच अनुभव येत होता.

केलीनं घसा मोकळा केला आणि झिमरमान, वेनराईटला उद्देशून तो म्हणाला, "हे सारं मला जेवढं गुप्त ठेवता येईल, तेवढं ठेवायचं आहे. उगाच प्रसिद्धी नको. प्रसारमाध्यमांना तर अजिबात कळता कामा नये. एखाद्या पत्रकाराला वास लागला, तर मग बघायलाच नको. जर कोणी तुमच्याकडे येऊन चौकशी करू लागला, तर माझ्याकडे पाठवा. मी आपल्या जनसंपर्क विभागालाही योग्य त्या सूचना देऊन ठेवतो."

"एक मिनिट!" जॅकला आता गप्प बसवेना. "कंपनीचे जे काय हितसंबंध असतील, त्याचं रक्षण मागाहून करा. आधी रोगाला प्रतिबंध करणं महत्त्वाचं आहे... त्यासाठी प्लेगचा जीवाणू आला कोठून, त्याचा तातडीनं तपास लावायला हवा.. माझ्या मते, इथली ही समस्या फारच गंभीर स्वरूपाची आहे. ती सुटेपर्यंत तुम्ही काहीही केलंत, तरी पत्रकार जे करायचं ते करणारच."

"तुमचं मत कोणी विचारलं होतं, ..अं?" केली चिडून म्हणाला.

"मला वाटतं, की तुम्ही आपला विषय सोडून भरकटत आहात. त्यामुळे तुम्हाला थोडी दिशा दाखवणं, मला अगत्याचं वाटलं." जॅक शांतपणे म्हणाला.

केलीचा चेहरा रागानं लालेलाल झाला. स्वत:वर कसाबसा ताबा मिळवत तो जॅकला म्हणाला, "एवढं माहीत असेल, तर मग हा जीवाणू कुठून आला त्याचीही काही कल्पना लढवता का?"

"अर्थातच. उंदीर!.. इथे भरपूर उंदीर असणार." जॅकनं बरोबर फटका मारला.

केली आणखी भडकला. "इथे उंदीर नाहीत. समजलं? मॅनहटन जनरल हॉस्पिटलमध्ये उंदीर नाहीत! आणि हे असले शब्द कुणा पत्रकारासमोर पुन्हा उच्चारलेत, तर मी तुम्हाला जबाबदार धरेन!"

केलीच्या संतापाकडे दुर्लक्ष करत, जॅक शांतपणानं समजावणीच्या स्वरात म्हणाला, "उंदीर हे प्लेगसाठी उत्तम वाहक असतात. कुठल्याही पुस्तकात हे लिहिलेलं वाचता येईल.. उंदीर मात्र दिसले पाहिजेत.. म्हणजे तुम्हाला उंदीर ओळखता आले पाहिजेत हे मात्र खरं!"

केली डॉ. ॲबेलार्डकडे वळला.

"या ठिकाणी उंदरांचा काही संबंध असू शकेल काय?" केलीनं विचारलं.

"मी अजून माझं काम सुरू केलेलं नाही. मला उगाच भरमसाट अंदाज व्यक्त करायची सवय नाही.. पण इथे उंदरांचा काही संबंध असूच शकत नाही. आपण सातव्या मजल्यावरच्या संसर्गाची चर्चा करतोय."

"मला वाटतं, तुम्ही ताबडतोब उंदीर पकडायला सुरुवात करावी. उंदीर पकडून त्यांची तपासणी करावी हे उत्तम." जॅक म्हणाला.

"आता हे उंदीर प्रकरण पुरे!" केली ओरडला, "मला आता त्या नोडलमनशी संबंध आलेल्या लोकांचं काय करायचं, ते ठरवू देत."

डॉ. ॲबेलार्डनं जॅकला बाजूला खेचलं आणि तो हळूच म्हणाला, "इथे मी रोगप्रसार विषयाचा तज्ज्ञ आहे." त्याचा आवाज रागानं कापत होता.

"त्याबद्दल मला अजिबात शंका वाटत नाही..." जॅक.

"रोगाचा उगम कसा झाला, हे शोधायचं तंत्रशुद्ध प्रशिक्षण मला मिळालेलं आहे.. तू एक कॉरोनर आहेस.. माझं काम मला करू दे."

"चूक. मी वैद्यकीय तपासनीस आहे."

"म्हणजेच कॉरोनर!" डॉ. ॲबेलार्ड रागानं फुणफुणत म्हणाला.

"तुम्ही लोक स्वत:ला काहीही म्हणवून घेत असाल. पण मला त्याची पर्वा नाही." क्लिंट चिडकेपणानं म्हणाला.

"पण मला आहे ना!" जॅक म्हणाला.

"मुद्दा असा आहे, की तुमची जबाबदारी शवांपुरतीच आहे. रोगाचा उगम कसा झाला, याच्याशी तुमचा संबंध नाही."

"पुन्हा चूक." जॅक म्हणाला, "आम्ही मेलेल्यांवर काम करतो हे खरं. पण आमचा उद्देश त्यांचा जिवंत असलेल्यांना काही उपयोग व्हावा, हा असतो. आमचा उद्देश मृत्यूला प्रतिबंध करणे, हा आहे."

"आता माझं म्हणणं आणखी कोणत्या प्रकारे स्पष्ट करावं तेच कळत नाही." क्लिंट वैतागून म्हणाला, "एक पेशंट प्लेगनं मेला. त्याचं तू निदान केलंस. ठीक. आम्ही त्याची दखल घेतली. पण हा प्लेग त्या माणसाला कसा झाला, हे शोधण्याचं काम माझं आहे."

"मी केवळ मदत करण्याच्या उद्देशानं बोलतोय."

"मदत देऊ केल्याबद्दल धन्यवाद!.. पण मला लागली तरच मी तुझी मदत घेईन." क्लिंट ॲबेलार्ड एवढं बोलून ढांगा टाकत ७०७ नंबरच्या खोलीकडे निघून गेला.

क्लिंट चालू लागला. त्याच्याकडे जॅक पाहत असतानाच, त्याचं लक्ष एका घोळक्याकडे गेलं. केली बाहेर पडताच त्याला लोकांनी घेरलं होतं. हे त्याच्याशी आधी बोलणारे लोकच होते. केलीच्या चेहेऱ्यावर त्याचं नेहमीचं सफाईदार हास्य आलेलं होतं. ते पाहून जॅकला नवल वाटलं. लोकांच्या प्रश्नांना तो सहज उत्तरं देत होता. काही सेकंदातच तो हॉलच्या पलीकडच्या बाजूला असणाऱ्या लिफ्टपाशी पोहोचला आणि प्रशासन विभागाच्या सुरक्षित वातावरणात निघून देखील गेला.

नर्सेसच्या खोलीतून डॉ. झिमरमान आणि डॉ. वेनराईट बाहेर पडले. त्यांची काहीतरी गहन चर्चा चाललेली होती. मागून बाहेर आलेली कॅथी मॅकबेन मात्र एकटीच होती. जॅकनं तिला गाठलं.

''एवढी भयंकर बातमी घेऊन आल्याबद्दल मला खेद होतो आहे.'' जॅक म्हणाला.

''छे! छे! तसं वाटायचं काय कारण?.. उलट माझ्यामते आम्ही तुमचे ऋणी असायला हवं.''

''असो. हा प्रश्न फार दुर्दैवी आहे खरा!'' जॅक म्हणाला.

''विशेषत: संसर्ग नियंत्रण समितीच्या दृष्टीनं हा धक्का फार वाईट आहे. मागच्या वर्षी आम्हाला हिपॅटायटिस-बी बरोबर सामना करावा लागला होता. पण कधीकाळी प्लेग उद्‌भवेल, असे मात्र मला चुकूनही वाटलं नव्हतं.''

''एकूणच नॉसोकॉमियल संसर्गाबाबत तुमच्या हॉस्पिटलचा अनुभव कसा काय आहे?''

कॅथीनं उदासीनपणे खांदे उडवले. ''आमच्यासारख्या अवाढव्य असणाऱ्या, दुसऱ्या कोणत्याही हॉस्पिटलपेक्षा स्थिती फार निराळी नाही... आमच्याकडे मेथिसिलिनला दाद न देणाऱ्या स्टॅफिलोकोकसची समस्या उद्‌भवली होती. अर्थात, ही समस्या अजून पूर्णपणे मिटलेली नाही. गेल्या वर्षी शस्त्रक्रिया विभागातल्या एका साबणाच्या भांड्यात क्लिबसिला (Klebsiella) रोगजंतू सापडले. पण तोपर्यंत कितीतरी पेशंटना संसर्ग झालेला होता.''

''न्यूमोनिया.. या आत्ताच्या प्रमाणे कधी होता का?'' जॅकनं विचारलं.

''होय. तो पण एकदा उद्‌भवला होताच की!'' कॅथी एक सुस्कारा टाकत म्हणाली, ''मुख्यत: सूडोमोनॉसचा संसर्ग होता तो. त्याआधी दोन वर्षांपूर्वी लेजिओनेला (Legionella) देखील आला होता.''

''मला त्याची कल्पनाच नाही...''

''त्याबद्दल एकूणच गुप्तता राखण्यात आली होती.'' कॅथी म्हणाली, ''सुदैवानं कोणी मेलं नाही... पाच महिन्यापूर्वी आमच्या एका अतिदक्षता विभागामध्ये न्यूमोनियानं तीन पेशंट खलास झाले होते, पण मी याबद्दल जास्त काही सांगू शकणार नाही..''

''कॅथी..'' डॉ. झिमरमान धारदार आवाजात म्हणाली. जॅक आणि कॅरीनं एकदम मागे वळून पाहिलं.

''कॅथी!... ही माहिती गोपनीय स्वरूपाची आहे.''

कॅथीनं काहीतरी सांगण्यासाठी तोंड उघडलं. पण लगेच ती गप्प बसली.

''कॅथी... माझ्या ऑफिसमध्ये चल. थोडं काम आहे.''

दोघी निघून गेल्या. जॅक आता एकटाच उभा होता. त्याला पुढे काय करावं

ते कळेना. क्लिंटच्या आणखी मागे लागण्यात काही अर्थ नव्हता. त्याच्या एकदम लक्षात आलं, की हॉस्पिटलच्या प्रयोगशाळेत चक्कर मारली, तर काही नवीन माहिती पदरात पडू शकेल. कारण प्रयोगशाळेतल्या लोकांना वेळेवर निदान करता आलं नव्हतं. त्यामुळे त्यांच्यावर आता या क्षणी प्रचंड दडपण आलेलं असणार.

प्रयोगशाळा कुठं आहे, हे विचारत विचारत जॅक तिकडे निघाला. पुन्हा एकदा त्याच्या सहाय्यक तपासनीसाच्या बिल्ल्यामुळे सगळीकडे त्याला भराभरा उत्तरं मिळत होती. प्रयोगशाळेत त्याचं स्वागत प्रयोगशाळा प्रमुख डॉ. मार्टिन शिवेयूनं केलं. डॉ. शिवेयू बुटका होता आणि त्यानं बारीक पेन्सिलीसारख्या मिशा राखलेल्या होत्या.

"तुम्हाला प्लेगच्या केसबद्दल काही कळलं की नाही?" जॅकनं विचारलं.

"कुठं?.. कधी?"

"इथेच. मॅनहटन जनरल हॉस्पिटल खोली नंबर सातशे सात... मी आज सकाळीच त्या पेशंटचं विच्छेदन पूर्ण केलंय."

"काय?" मार्टिनला मोठाच धक्का बसला होता. "बातमी फारच विचित्र आहे.. पेशंटचं नाव काय?"

"डोनाल्ड नोडलमन."

मार्टिननं खुर्ची फिरवली आणि तो कॉम्प्युटरच्या पडद्यावर काहीतरी पाहू लागला. पडद्यावर काही क्षणातच, नोडलमनच्या विविध तपासणींचे निकाल दिसू लागले. मार्टिननं सूक्ष्मजीवशास्त्र विभागातल्या चाचण्यांवर लक्ष केंद्रित केलं.

"आमच्याकडे त्याच्या घशामधल्या द्रवाचा एक नमुना आला होता. त्यामध्ये अत्यल्प प्रमाणात ग्राम निगेटिव्ह जीवाणू असण्याची शक्यता होती. तसंच, एक नमुना जंतू संवर्धनासाठी घेतलेला होता... केव्हा बरं?.. छत्तीस तासात त्यांच्यामध्ये कोणतीही वाढ आढळली नाही.. जर सूडोमोनॉस जीवाणू असता, तर छत्तीस तासात वाढ दिसायलाच हवी होती..."

"जिम्सा पद्धत वापरली असती, तर कदाचित अचूक निदान होऊ शकलं असतं." जॅक म्हणाला.

"अगदी बरोबर.." मार्टिन म्हणाला, "हे फारच भयानक आहे. मी अडचणीत सापडलोय. आता असंच होणार.. दुर्दैवानं, पुन:पुन्हा काय होऊ शकेल, याची ही चुणूकच आहे. आमचं काम वाढलंय खरं. पण प्रशासन आम्हाला काटकसर करायला लावत आहे.."

"म्हणजे काय?"

"खर्चामध्ये काटकसर करण्याच्या सूचना आहेत. आमच्या इथेच नव्हे, तर सगळ्या अमेरिकेत हीच परिस्थिती आहे."

"नोकरकपात देखील करावी लागते की काय?"

"होय.. साधारण वीस टक्के. काहीजणांना बढती रद्द करून पुन्हा पूर्वीच्या जागेवर पाठवावं लागलं. आमच्या सूक्ष्मजीवशास्त्र विभागासाठी पर्यवेक्षकच नाही. या जागेवर कोणी असतं, तर कदाचित प्लेगचं निदान होऊ शकलं असतं. पूर्वी आम्ही प्रयोगशाळेत प्रत्येक गोष्ट ही उत्कृष्ट, अत्युत्तमच झाली पाहिजे, म्हणून दक्ष असायचो. आता मात्र 'चालवून घ्या' अशी परिस्थिती आलेली आहे."

"ग्राम चाचणी कोणत्या तंत्रज्ञानं केली, हे कळू शकेल का?.. निदान ही प्लेगची केस, एक धडा म्हणून तरी होऊ शकेल." जॅक.

"ही कल्पना चांगली आहे.." मार्टिन म्हणाला. कॉम्प्युटरमधून त्यानं काही माहिती मिळवली. पडद्यावर प्रयोगशाळा तंत्रज्ञांचे काही सांकेतिक क्रमांक आले होते. त्याच्याकडे पाहत तो अचानक काहीतरी आठवल्यासारखं म्हणाला, "एक मिनिट थांब.. काल माझ्या हाताखालचा मुख्य तंत्रज्ञ, प्लेगबद्दल काहीतरी म्हणालेला मला आत्ता आठवतंय.. मी त्याच्याकडे लक्ष दिलं नव्हतं.. प्लेगची शक्यता एक कोटीमध्ये एक आहे, असं म्हणून मी त्याला पुढे बोलूच दिलं नव्हतं."

"पण त्याला प्लेगची शंका का आली?"

"कोणास ठाऊक..!" मार्टिन म्हणाला आणि मग फोन करून त्यानं रिचर्ड ओव्हरस्ट्रीट या तंत्रज्ञाला पेजरवर संदेश पाठवला. हा माणूस येईपर्यंत दोघं बसून राहिले. दरम्यान मार्टिनला आठवलं, की ग्राम चाचणी करणाऱ्या तंत्रज्ञाचे नाव नॅन्सी विगेन्स होतं. मग त्यानं तिलाही पेजरवर संदेश पाठवला.

काही मिनिटांनंतर पोरगेलासा दिसणारा रिचर्ड ओव्हरस्ट्रीट आला. त्याच्या पांढऱ्या कोटाच्या निरनिराळ्या खिशांमध्ये, प्रयोगशाळेत लागणाऱ्या बारीक-सारीक वस्तू खच्चून भरलेल्या होत्या. मार्टिननं जॅकची ओळख करून दिली आणि मग त्याला प्लेगबद्दल काय चर्चा झाली होती, ते आठवायला सांगितलं.

रिचर्ड चकित झाल्यासारखा दिसला. "काहीही नाही.. माझी निव्वळ एक कल्पना होती ती." तो हसत हसत म्हणाला.

"पण अशी कल्पना करायला काहीतरी कारण असेलच की!"

रिचर्डनं डोळ्यावर येणारे केस मागे झटकले. मध्येच विचार करत असताना, त्यानं क्षणभर हात डोक्यावर ठेवला होता. "हं.. आत्ता आठवलं..." तो म्हणाला, "पेशंटच्या रक्ताचा आणि थुंकीचा नमुना घेण्यासाठी नॅन्सी विगेन्स पेशंटकडे गेलेली होती. तो फार आजारी आहे, असं तिनं मला सांगितलं. पेशंटच्या बोटांच्या टोकांना गँग्रीनसारखं काहीतरी झालं होतं आणि त्याची बोटं काळी पडलेली होती, असं ती म्हणाली होती."

रिचर्डनं खांदे उडवले, "त्यावरून मला 'ब्लॅक डेथ'ची म्हणजे प्लेगची

आठवण झाली.

हे ऐकून जॅक चकित झाला.

"तू पुढं याचा काही पाठपुरावा केलास का?" मार्टिननं विचारलं.

"नाही," रिचर्ड म्हणाला, "प्लेगची शक्यता किती कमी आहे, हे तू सांगितल्यावर मग मी पुढं काही केलं नाही. शिवाय इथे प्रयोगशाळेत खूप काम असल्यानं, मला वेळही मिळाला नाही. आम्ही नेहमीच सगळेजण पेशंटच्या रक्ताचे नमुने घ्यायला जात असतो.. काही प्रश्न आहे का?"

"मोठाच प्रश्न आहे." मार्टिन म्हणाला, "त्या माणसाला खरोखरच प्लेग होता आणि त्याचा कधीच मृत्यू झालेला आहे."

रिचर्ड खरोखरच थरथरू लागला. "बापरे!.." तो उद्‌गारला.

"तुम्ही तुमच्या तंत्रज्ञांना योग्य ती जैविक सुरक्षा बाळगायला सांगत असणार, अशी आशा आहे." जॅक म्हणाला.

"अर्थातच! आम्ही जैविक सुरक्षेसाठी सर्व उपकरणं वापरतो. सर्व तंत्रज्ञांनी जैविक सुरक्षेची पुरेशी काळजी घ्यावी, असा माझा कटाक्ष असतो. मी स्वत: जैविकसुरक्षा पातळी-३ ची साधनं वापरतो.. पण काही लोकांना त्यामधले जाडजाड रबरी हातमोजे वापरायला फारसे आवडत नाहीत." मार्टिन आता सावरलेला होता.

तेवढ्यात नॅन्सी विगेन्स तिथे आली. ती एखाद्या कॉलेजमधल्या मुलीसारखी लहानखुरी दिसत होती. मार्टिननं तिला साऱ्या चर्चेची कल्पना दिली. रिचर्डप्रमाणेच तिला मोठाच धक्का बसल्यासारखं झालं. तिला वाटलं, आपली काही चूक झाली की काय! पण मार्टिननं तिला धीर दिला. तिला कोणीही दोष देत नसून, फक्त आपल्याला काही माहिती हवी आहे, असं त्यानं तिला सांगितलं.

"आता मी काय करू?... माझा त्या पेशंटशी संपर्क आला होता."

"तुला बहुधा टेट्रासायक्लिन किंवा स्ट्रेप्टोमायसीन घ्यावं लागेल."

जॅक म्हणाला, "तुमच्या हॉस्पिटलचा संसर्ग नियंत्रण अधिकारी आत्ता या क्षणी त्यासंबंधी काहीतरी योजना करत आहेच."

"ओहो!" मार्टिन ओठ चावत म्हणाला, "आमचा निधड्या छातीचा लाडका नेता आणि हॉस्पिटलच्या कर्मचाऱ्यांचा प्रमुख येत आहे... दोघांचेही चेहेरे पडलेले दिसत आहेत."

एखादा पराभव झाल्यावर स्वत:वर चडफडणाऱ्या लष्करी अधिकाऱ्यासारखा केली झपाट्यानं आत शिरला. हात मागे ठेवून तो उभा राहिला. त्यानं मार्टिनला जवळजवळ पूर्ण झाकून टाकलं होतं. त्याचा चेहेरा लालबुंद झालेला दिसत होता. हाताची मूठ डोळ्यासमोर धरत तो रागीट स्वरात म्हणाला, "डॉ. अर्नोल्डनं मला सांगितलं, की प्लेगचं निदान तुम्ही लोकांनी आधीच करायला हवं होतं-"

केलीचं वाक्य अर्धवटच राहिलं. त्याला आपल्या दोन तंत्रज्ञांकडे दुर्लक्ष करणं शक्य होतं. पण जॅकची गोष्ट निराळी होती.

"तू.. तू इथं काय करतो आहेस?'' केलीनं एकेरीवर येत विचारलं.

"फक्त मदत करतोय..''

"हे स्वत:च्या मर्यादा सोडून वागणं आहे, असं वाटत नाही?'' तो विषारी स्वरात म्हणाला.

"आम्ही आमचं तपासणीचं काम फार काळजीपूर्वक करतो.'' जॅक म्हणाला.

"माझ्या मते, तू याच्या आधीच आपल्या अधिकाराच्या मर्यादेबाहेर जाऊन लुडबुड केलेली आहेस...'' केलीनं टोला हाणला, "आता इथून तात्काळ चालता हो.. हे अखेर एक खासगी हॉस्पिटल आहे..''

जॅक उठून उभा राहिला आणि केलीच्या डोळ्याला डोळा भिडवत म्हणाला, "अमेरीकेअर माझी दखल घेतल्याशिवाय काही करू शकत नाही. मी काय करायचं ते करतो.''

केलीचा चेहेरा रागानं काळानिळा झाला. तो काहीतरी निराळंच म्हणणार होता. पण त्यानं आपला विचार बदलला. त्यानं फक्त दाराकडे बोट दाखवलं.

जॅक मंद हसला. इतरांना 'अच्छा' करून तो तिथून निघाला. त्याला आपल्या या भेटीबद्दल समाधान वाटत होतं. त्याच्या दृष्टीनं यापेक्षा अधिक चांगलं होणं, अपेक्षितच नव्हतं.

■

६

बुधवार, २० मार्च १९९६
दुपारी ४ वाजून ५ मिनिटे

सुसार हार्ड पोटावर हात दाबून हळूहळू वॉर्डसमोरच्या मोकळ्या जागेत चालत होती. तिला चालण्याचा त्रास होत होता. पण एवढा व्यायाम घेणं अत्यावश्यकच होतं. आपण हळूहळू चालू लागलो की मग घरी जाता येईल, असा तिचा कयास होता.

लिफ्टच्या जवळ आणि बाहेर चाललेल्या धावपळीकडे तिचं लक्ष गेलं. वॉर्डमधून हॉस्पिटलचे कर्मचारी भराभरा बाहेर येत होते आणि त्यांची प्रचंड गडबड चालू होती. सर्वांच्या चेहेऱ्यावर संरक्षक मुखवटे होते. ते पाहताच काहीतरी विचित्र घडत असल्याचं तिच्या लक्षात आलं.

अचानक तिच्या सगळ्या शरीरातून थंडीची एक लहर चमकून गेली. तिचं सारं शरीर शहारलं. तिला वाटलं, कुठून तरी थंड हवेचा झोत आला असावा. म्हणून तिनं इकडेतिकडे वळून पाहिलं. पण तसं काही नव्हतं. दरम्यान थंडीची लहर निघून गेली होती. तिनं आपल्या हाताकडे पाहिलं. तिचे हात हाडांसारखे पांढरेफटक पडले होते.

घाबरून सुसाननं परत आपल्या खोलीकडे जायचं ठरवलं.

अशा तऱ्हेनं थंडी वाजणं, हे काही चांगलं लक्षण नव्हतं. अनेकदा हॉस्पिटलमध्ये राहिल्यामुळे तिला शस्त्रक्रियेनंतर होणाऱ्या संसर्गाची माहिती होती. पण हे काहीतरी विचित्र वाटत होतं. खोलीपाशी येतायेताच तिला डोक्याजवळ वेदना होऊ लागल्याची जाणीव झाली. ती कॉटवर पडली, तेव्हा तर डोक्यातला ठणका प्रचंड वाढला होता. अशा प्रकारे तिचं डोकं कधीच दुखलेलं तिला आठवत नव्हतं.

कोणीतरी मेंदूमध्ये अणकुचीदार काहीतरी घुसवत असावं, तसं तिला वाटलं. सुसान पडून राहिली. तिला वाटलं, की थोडं स्वस्थ पडलं तर कदाचित बरं वाटेल. पण उलट आता निराळाच त्रास सुरू झाला. पायाच्या स्नायूंमध्ये गोळे येऊ लागले. अवघ्या काही मिनिटात ती वेदनांनी व्याकूळ होऊन, कॉटवर वेडीवाकडी हालचाल करू लागली होती. सगळ्या शरीरामध्ये विचित्र वेदनांच्या लहरी चमकू लागल्या. तिनं कसाबसा हात लांब करून नर्सला बोलावण्याचं बटण दाबलं.

नर्स खोलीत येईपर्यंत्त सुसानच्या छातीवर प्रचंड दडपण आल्यासारखं झालं. ती खोकू लागली आणि घशामध्ये प्रचंड खवखव होऊ लागली. "मला बरं वाटत नाहीये..." सुसान खरबरीत आवाजात धापा टाकत म्हणाली.

"काय होतंय?"

सुसानला आता सांगता येणंही अशक्य वाटू लागलं. ती कशीबशी म्हणाली, "डोकं दुखतंय.. पाय दुखताहेत."

"मिसेस हार्ड, तुम्हाला वेदनाशामक देण्याची सूचना आहेच. मी तुम्हाला एक इंजेक्शन देते."

"नाही.. डॉक्टरना बोलव." तिचा घसा कोरडा पडू लागला होता.

नर्सनं तिच्या कपाळावर हात ठेवला आणि एकदम मागे घेतला. सुसानचं कपाळ चटका बसण्याएवढं तापलं होतं. तिनं पटकन सुसानच्या तोंडात थर्मामीटर ठेवून ताप पाहिला. चपळाई करून तिनं सुसानच्या दंडाला पट्टी गुंडाळून, सुसानचा रक्तदाब बघितला. रक्तदाब कमी झालेला होता.

थर्मामीटर काढून नर्सनं आकडा पाहताच आ वासला. थर्मामीटर १०६° तापाची नोंद दाखवत होता.

"ताप आहे का?" सुसान प्रयत्नपूर्वक म्हणाली.

"आहे थोडासा.. पण काळजी करू नका. सर्व काही ठीक होईल. मी डॉक्टरना बोलावते..."

सुसाननं मान हलवली. तिच्या डोळ्यातून अश्रू वाहू लागले. हे सारं तिला अनपेक्षित होतं. आता घरी लवकर जाण्याची आशा मावळली होती.

■

७

बुधवार, २० मार्च १९९६
दुपारी ४ वाजून १५ मिनिटे

"रॉबर्ट बार्करनं मुद्दाम आपल्या जाहिरात मोहिमेमध्ये अडचण निर्माण केली असेल, असं तुला खरोखरच वाटतं का?" कॉलीननं टेरेसला विचारलं. दोघीजणी जिन्यावरून खाली स्टुडियोकडे जात होत्या. कॉलीन टेरेसला नॅशनल हेल्थच्या जाहिरातीवर केलेलं काम दाखवणार होती.

"मला त्याबद्दल अजिबात शंका वाटत नाही." टेरेस म्हणाली, "अर्थात, हे त्यानं स्वत: केलेलं नाही. ते काम त्यानं हेलेनकडून करवून घेतलं असणार."

"पण तसं झालं आणि नॅशनल हेल्थनं जाहिरात मोहीम रद्द केली, तर त्याचाही तोटा होणारच की. आपल्याप्रमाणे त्याचेही आपल्या कंपनीत भरपूर शेअर गुंतलेले आहेत."

"त्याचे शेअर मरू देत!" टेरेस म्हणाली, "त्याचा डोळा कंपनीच्या अध्यक्ष पदावर आहे. त्यासाठी तो काहीही करू शकतो."

"वरच्या पदासाठी तुम्ही करत असलेल्या या मारामाऱ्या पाहून मला मात्र मनस्वी चीड येते, टेरेस. तुलादेखील आपण अध्यक्ष व्हावं, असं खरोखरच वाटतं का?"

टेरेस चालता चालता जागच्या जागी खिळून उभी राहिली. कॉलीनकडे आश्चर्यानं पाहत ती म्हणाली, ''हे तू बोलते आहेस कॉलीन?''

''पण टेरेस, तूच तर कुरकुर केली होतीस, की जेवढं वरचं पद, तेवढ्या प्रशासकीय जबाबदाऱ्या वाढतात आणि मग निर्मितीची उर्मी कमी होते.''

''बार्करला जर अध्यक्षपद मिळालं, तर तो कंपनी खलास करून टाकेल..'' टेरेस रागानं म्हणाली, ''आपल्याला क्लायंटच्या पुढेपुढे करावं लागेल. मग नवनिर्मिती आणि गुणवत्ता एका फटक्यात संपून जातील. शिवाय कॉलीन... कंपनीचं अध्यक्षपद मिळवणं, हे तर माझं पाच वर्षांपासूनचं ध्येय आहे. मला आत्ताच संधी आहे. एकदा ही संधी हुकली, की मग मला ती परत कधीच मिळणार नाही.''

''पण तू आहेस त्या पदावर समाधानी का नाहीस? मला काही त्याचं कारण कळत नाही. टेरेस, तू आत्ता अवघी एकतीस वर्षांची आहेस, आणि आत्ताच तू अभिजात कला विभागाची प्रमुख आहेस. तुला आहेस त्या ठिकाणी समाधानी असायला काय हरकत आहे?''

''कॉलीन..कॉलीन.. तुला हे माहीत नाही का? आपल्या जाहिरात क्षेत्रामध्ये 'समाधान' या शब्दाला काहीच किंमत नसते.. मी उद्या कंपनीची अध्यक्ष झाले, की लगेच माझी नजर कंपनीच्या सर्वेसर्वा पदाकडे - मुख्य कार्यकारी अधिकाऱ्याच्या पदाकडे लागेल!''

''टेरेस.. तू जरा शांतपणानं घ्यायला हवंस.. नाहीतर पस्तीस वर्षं व्हायच्या आत तू थकून पार खलास होऊन जाशील!''

''मी एकदा अध्यक्ष झाले, की मग जरा शांत होईन.'' टेरेस खळाळून हसत म्हणाली.

''हो.. माझा यावर विश्वास आहेच की!'' कॉलीन वेडावत म्हणाली.

स्टुडियोमध्ये आल्यावर कॉलीननं तिला एका स्वतंत्र खोलीत नेलं. त्याला ते सारेजण 'रिंगण' म्हणत असत. पूर्वी रोममध्ये रिंगणात सिंहापुढे ख्रिस्तींना टाकून खेळ चालत असत. या नावाचा संबंध त्या रिंगणाशी होता. इथे निर्मिती विभागात खालच्या पदांवर काम करणाऱ्या कलाकारांना, चित्रकारांना रिंगणात ख्रिस्तींप्रमाणे वागवलं जाई.

त्या खोलीत एक छोटा पडदा होता. टेरेसला वाटलं होतं, की तिला फक्त काही रेखाटनं दाखवली जातील.

''तुमच्याजवळ फिल्म आहे का?'' टेरेसनं विचारलं.

''आहेही आणि नाहीही... आम्ही इकडचे-तिकडचे तुकडे जोडून काहीतरी बनवण्याचा प्रयत्न केलेला आहे.'' उपलब्ध असलेल्या जुन्या फिल्ममधून काही

तुकडे जोडून कॉलीननं जाहिरातीचा कच्चा आराखडा बनवला होता. टेरेसला व्हिडियो फिल्म तयार असण्याची अपेक्षाच नव्हती. त्यामुळे ती जरा खूश झाली.

"टेरेस, मी हे आधीच सांगते, की हे सारं फार-फार कच्चं काम आहे."

"ठीक आहे.. आता तुमच्याजवळ काय असेल ते दाखव."

कॉलीननं तिच्या हाताखालच्या एकीला खूण केली. व्हिडियो टेप सुरू झाला. पडद्यावर एक चार वर्षांची गोड छोकरी दिसू लागली. तिच्या हातात एक मोडलेली बाहुली होती. तिला ही मुलगी नॅशनल हेल्थ हॉस्पिटलमध्ये नेणार आहे, अशी अक्षरं पडद्यावर दिसू लागली. मग नॅशनल हेल्थचं घोषवाक्य आलं - 'आम्ही सर्वांची सर्वकाळ काळजी घेतो.'

साधारण दोन मिनिटांनंतर फिल्म संपली. लाईटस् लागले. एक-दोन मिनिटं कोणीच बोललं नाही.

"टेरेस, हा तुकडा कसा वाटला?... आवडला नाही का?"

"छान आहे." टेरेस म्हणाली.

"माझी कल्पना अशी आहे, की याच्याच निरनिराळ्या भागांमध्ये बाहुलीच्या रूपात निरनिराळे आजार दाखवावेत.. अर्थातच, ती छोकरी आपल्याला कसं छान वाटतंय वगैरे सांगेलच."

"ही कल्पना छान आहे, यात काहीच शंका नाही.. पण मला उगीचच ही कल्पना क्लायंटला आवडणार नाही, असं वाटतंय. कारण सांगता येणार नाही.. कदाचित रॉबर्ट आणि हेलेन मुद्दाम तसं घडवून आणतील."

"टेरेस..." कॉलीन हात हवेत उडवत म्हणाली, "आमच्याजवळ जे काय तयार होतं ते मी दाखवलं. आता पुढे काय करायचं, त्याच्या सूचना तू दे. तुझ्याकडून काहीतरी भरीव मार्गदर्शन मिळालं नाही, तर आम्ही निरनिराळ्या संकल्पनांमध्ये भरकटत राहू."

"आपण असं काहीतरी दाखवायला हवं, की अमेरीकेअरपेक्षा नॅशनल हेल्थ कंपनी जास्त चांगली आहे.. दोन्हीमध्ये काहीही फरक नाही, हे आपल्याला माहीत आहे. पण असा फरक दाखवण्यातच तर खरं आव्हान आहे." टेरेस म्हणाली.

कॉलीननं आपल्या सहकाऱ्यांना बाहेर जाण्याची खूण केली. मग ती खुर्ची ओढून टेरेससमोर बसली.

"टेरेस, आता तू यामध्ये प्रत्यक्ष सहभाग घ्यायला हवास."

टेरेसनं मान हलवली. कॉलीनचं म्हणणं योग्य होतं, हे तिला समजत होतं. पण तिचं मन थकून गेलेलं होतं.

"कॉलीन, अगदी खरं सांगायचं तर मला या क्षणी काहीही सुचत नाहीये.. अध्यक्षपदाची ती टांगती तलवार माझ्या डोक्यावर असेपर्यंत, हे असंच चालणार

बहुतेक..''

"टेरेस.. तू स्वतःला विनाकारण नको तेवढा त्रास करून घेते आहेस.''

"मग मी करू तरी काय?''

"थोडी विश्रांती.. थोडा विरंगुळा! टेरेस, बाहेर छानसं जेवायला जाऊन तुला किती दिवस झाले?''

"दिवस!.. गेल्या कित्येक महिन्यात मला तेवढी सवड काढताच आली नाही.''

"मला हेच म्हणायचं आहे... टेरेस. म्हणूनच तुझ्यामधला नवनिर्मितीचा प्रवाह मंदावलेला आहे. तुला थोडी विश्रांती आवश्यक आहे.''

"खरोखर तुला तसं वाटतं..?''

"अर्थातच!'' कॉलीन ठामपणानं म्हणाली, "आपण आजच संध्याकाळी जेवायला बाहेर जाणार आहोत. आणि आपण आजचा दिवस 'जाहिरात' या विषयावर एकही शब्द उच्चारणार नाही. समजलं?''

"पण काम पूर्ण होईल का वेळेवर?''

"टेरेस! पुन्हा तेच..? आधी आपण थोडी विश्रांती घेऊ. कदाचित त्यानंतर आपण पुन्हा ताज्यातवान्या होऊ. मग काहीतरी छान सुचून जाईल.. आता मला या विषयावर मुळीच वादविवाद करायचा नाही... आपण आज संध्याकाळी जेवायला बाहेर जाणार आहोत.''

■

८

बुधवार, २० मार्च १९९६
सायंकाळी ४ वाजून ३५ मिनिटे

दोन गाड्यांच्या मधल्या जागेमधून वेडीवाकडी वळणं घेत, जॅकनं सायकल सरळ बेवारस शवागाराच्या दाराजवळ नेली. एरवी तो त्याच्या आधीच उतरून, हातात सायकल धरून थोडासा चालत जात असे. पण आज त्याचा मूड चांगला होता. त्यानं दाराजवळ ठेवलेल्या मोठ्या लोखंडी शवपेट्यांपैकी एकीला सायकल बांधली. हार्ट आयलंडवर पाठवण्यासाठी बेवारस प्रेतं त्यात ठेवलेली असत. शीळ वाजवत जॅक लिफ्टकडे निघाला. जाताना त्यानं साल डी-ॲम्ब्रोसियोला हात हलवून अभिवादन केलं.

पाचव्या मजल्यावरच्या आपल्या खोलीत शिरताच, त्यानं चेटला हाकारलं, "चेट.. पोरा! कसा आहेस तू?"

चेटनं हातातलं पेन खाली ठेवलं आणि जॅककडे वळून पाहत तो म्हणाला, "इथे सगळं जग तुला शोधतंय नि तू कुठं तडमडला होतास?"

"काही नाही. एकटाच मजा मारत होतो जरा..!" जॅक जाकीट काढत म्हणाला. त्यानं टेबलावरच्या फाईलच्या ढिगावर एक नजर टाकली आणि आता आधी कोणत्या फाईलला हात

घालावा, याचा विचार करत तो शीळ वाजवू लागला. टेबलावर प्रयोगशाळेतल्या आणि वैद्यकीय मदतनीसांच्या अहवालाचे कागद साचले होते. ते आधी पाहायला हवे होते.

"तुझ्या जागी मी असतो ना, तर एवढा बिनधास्त बसलो नसतो. स्वत: बिंगहॅमच तुला बोलावत होता. तू आलास, की थेट तुला त्याच्याच ऑफिसात पाठवायला त्यानं सांगून ठेवलंय."

"वा! हे छानच झालं! म्हणजे बिंगहॅम मला विसरला नाही तर!"

"जॅक, केवढी ही बेफिकिरी!.. बिंगहॅम काही खुशीत दिसत नव्हता. शिवाय केल्व्हिनदेखील इथे येऊन तुला शोधून गेला. तो तर रागानं धुमसत होता."

"त्यात एवढं काय विशेष..?" मला दहा डॉलर देण्यासाठी तो उत्सुक झाला असेल, एवढंच." जॅकनं चेटच्या पाठीवर मजेनं थाप मारली.

"चेट.. पोरा, माझी फार काळजी करू नकोस.. जगावं कसं हे मला फार चांगलं समजतं."

"हूं!... कोणाला बनवतोस तू?"

जॅक लिफ्टमधून बिंगहॅमच्या ऑफिसकडे निघाला. बिंगहॅम काय म्हणेल, याचा तो अंदाज करू लागला. त्याचा संबंध बिंगहॅमशी फारसा येत नसे. दैनंदिन प्रशासकीय गोष्टी केल्व्हिनच सांभाळत असे.

"सरळ आत जायला हरकत नाही." बिंगहॅमची सेक्रेटरी मिसेस सानफोर्ड टायपिंग करताकरता, डोकं वर न काढताच म्हणाली. तिच्याकडे नवलानं पाहत जॅक आत शिरला. आपण आलो, हे तिला कसं समजलं याचं त्याला आश्चर्य वाटलं.

"दार बंद करून घे." डॉ. हॅरोल्ड बिंगहॅम म्हणाला.

जॅकनं पाठीमागचं दार बंद केलं.

"खाली बस." बिंगहॅमनं आज्ञा केली.

जॅक आज्ञाधारकपणे बसला.

"मला तुझ्याबद्दल काय बोलावं, तेच कळत नाही." बिंगहॅम घोगऱ्या आवाजात म्हणाला. "काल तू ज्या पद्धतीनं प्लेगचं निदान केलंस, ते काम खरोखरच कौतुकास्पद होतं. आणि आज तू मूर्खासारखा वागलास. सरळ माझ्या बॉसला, हेल्थ कमिशनरला फोन केलास तू!... एक तर तू सर्वस्वी अराजकीय प्रवृत्तीचा तरी असला पाहिजेस किंवा आपला विनाश होईल, हे न कळण्याचा गुणधर्म तुझ्यात असावा!"

"बहुधा दोन्हीचं मिश्रण असावं.." जॅक म्हणाला.

"शिवाय तुझ्या वागण्यात विसंगती देखील आहे." बिंगहॅम रागानं फुसफुसत

म्हणाला.

"हा दोष माझ्या हिताला बाधा आणणारा आहे खरा. पण माझ्यामध्ये एक चांगला गुण आहे. तो म्हणजे मी प्रामाणिक आहे." जॅक स्मितहास्य करत म्हणाला.

बिंगहॅमनं डोकं हलवलं. जॅक त्याच्या सहनशक्तीची परीक्षा घेत होता. त्यानं हाताची बोटं गुंफली आणि रागावर ताबा ठेवत म्हणाला, "मला एक गोष्ट सांग.. हेल्थ कमिशनरला फोन करण्याआधी तुला मला कळवावंसं वाटलं नाही?"

"होय. चेट मॅकगव्हर्ननं मला तसं सुचवलंदेखील होतं. पण मला वाटलं, की या प्लेगची माहिती तात्काळ बाहेर कळणं महत्त्वाचं आहे. नंतर मलमपट्टी करण्यापेक्षा, वेळीच प्रतिबंधात्मक उपाय करणं चांगलं नाही का?"

बिंगहॅम क्षणभर गप्प बसला. जॅकच्या म्हणण्यामध्ये तथ्य होतं, हे त्याच्याही लक्षात आलं.

"ठीक आहे. मला तुझ्याकडून आणखी एका गोष्टीची माहिती हवी आहे." बिंगहॅम म्हणाला, "तू स्वत: मॅनहटन जनरल हॉस्पिटमध्ये गेला होतास?"

"होय."

"इथे नोकरीला लागल्यावर, लगेचच मी कामाचं स्वरूप सांगितलं होतं. तेव्हाच मी सांगितलं होतं, की प्रत्यक्ष जागेवर पाहणी करण्याचं काम वैद्यकीय मदतनीसांचं आहे. आपले मदतनीस उत्कृष्ट काम करतात. हे लक्षात आहे का?"

"होय. हे सारं मला स्वच्छ आठवतं.. परंतु मला वाटलं, की ही प्लेगची परिस्थिती फारच गंभीर आहे आणि अपवादात्मक आहे. म्हणून मी सुद्धा नियमाला अपवाद केला." जॅक म्हणाला, "शिवाय मला फार कुतूहल वाटत होतं."

"कुतूहल..?" आता मात्र बिंगहॅमचा स्वत:वरचा ताबा सुटला. "कुतूहल म्हणे!.. आपली धोरणं पायदळी तुडवून, वर मला हे कारण सांगतोस?"

"शिवाय आणखीही एक कारण आहे." जॅक समजावत असल्यासारखा म्हणाला, "मॅनहटन जनरल हॉस्पिटल हे अमेरीकेअरकडून चालवलं जातं. मला तिथे जाऊन थोडीफार वादावादी मुद्दामच करायची होती. मला अमेरीकेअर कंपनी आवडत नाही."

"तू अमेरीकेअरचा एवढा विरोधी असण्याचं कारण काय?"

"ते जरा वैयक्तिक आहे."

"जरा मला सांगायची कृपा करणार का?" बिंगहॅम खोचकपणे म्हणाला.

"मला सांगावं असं वाटत नाही.. ती फार लांबलचक कहाणी आहे."

"हे मात्र अगदी तुझ्या स्वभावाला साजेसं झालं!.. पण मी मात्र हे सहन करण्याच्या मन:स्थितीत नाही. सगळीकडे आपला वैद्यकीय तपासनीसाचा बिल्ला

दाखवत फिरलेलं मला चालणार नाही.. स्वत:च्या कसल्यातरी वैयक्तिक बदल्याची हौस भागवण्यासाठी तर नाहीच नाही!... हा स्वत:च्या अधिकाराचा गैरवापर आहे.''

''पण मला असं वाटलं, की लोकांच्या आरोग्याचं रक्षण होण्यासाठी ते सर्व करणं, हे माझं कर्तव्य आहे.''

''होय. कर्तव्य आहेच की!'' बिंगहॅम जोर देत म्हणाला, ''ते काम तर तू आधीच पार पाडलं आहेस. तू हेल्थ कमिशनरला तशी सूचना देऊन सावध केलं होतंस. पण तुला स्वत: हॉस्पिटलमध्ये जायचं कारण काय होतं? तिथे जाऊन तू नसता उपद्रव दिलास.''

''मी कसला उपद्रव दिला तिथे?''

''तू हॉस्पिटलच्या प्रशासकाला आणि न्यूयॉर्क शहराच्या रोगप्रसार शास्त्रज्ञाला चिडीला आणलंस.'' बिंगहॅमनं गर्जना केली, ''त्या दोघा वेड्यांनीही अधिकृत तक्रारी नोंदवल्या. हॉस्पिटलच्या प्रशासकानं मेयरला फोन केला आणि त्या शास्त्रज्ञानं हेल्थ कमिशनरला. मेयर आणि हेल्थ कमिशनर दोघंही माझे बॉस आहेत. दोघांनाही या साऱ्या प्रकाराचा आनंद झालेला नाही.. शिवाय त्यांनी दोघांनी मला तसं जाणवून दिलं.''

''मी फक्त मदत करू इच्छित होतो.'' जॅक निरागसपणे म्हणाला.

''ठीक आहे.'' बिंगहॅमनं फटकारलं, ''आता माझ्यावर एक कृपा कर आणि मदत करण्याचा प्रयत्न करू नकोस. तुला ज्या कामासाठी नोकरीवर ठेवलंय, ते काम कर. केल्व्हिन म्हणाला, की तुझ्याकडे बऱ्याच केसेस पडून आहेत.''

''बोलून झालं?''

''होय. निदान आत्तापुरतं एवढंच.''

बिंगहॅमचं बोलणं होताच जॅक उठला आणि दारापाशी गेला.

''आणखी एक गोष्ट लक्षात ठेव.'' बिंगहॅमनं जॅकला थांबवलं, ''तू पहिल्या वर्षी प्रोबेशनवर आहेस.''

''मी लक्षात ठेवीन.''

बिंगहॅमच्या ऑफिसातून बाहेर पडून, टायपिंग करणाऱ्या मिसेस सानफोर्डकडे एक नजर टाकत तो सरळ समोरच्या केल्व्हिन वॉशिंग्टनच्या ऑफिसात शिरला. केल्व्हिन सूक्ष्मदर्शकापाशी काहीतरी करत होता.

''माफ करा..'' जॅक दारावर टक्टक् वाजवत म्हणाला, ''तुम्ही मला शोधत होतात म्हणे!''

केल्व्हिन वळला. जॅकला पाहून तो म्हणाला, ''तू बॉसला भेटायला अजून गेला नाहीस का..?''

''हे काय आत्ताच जाऊन आलो.. आपल्याला एवढे लोक बोलावत आहेत, हे

पाहून आनंदानं माझं मन भरून आलं आहे..!''

''तुझा आचरटपणा बंद कर!'' केल्व्हिन रागानं म्हणाला, ''डॉ. बिंगहॅम काय म्हणाला ते सांग.''

जॅकनं सारं काही इत्यंभूत सांगितलं. ''अखेर त्यांनी मला, मी प्रोबेशनवर आहे याची आठवण करून दिली. बस्स!''

''बरोबर!'' केल्व्हिन म्हणाला, ''तू जरा आपलं वर्तन सुधारावंस, हे लक्षात घे. नाहीतर थोड्याच दिवसात तुझ्यावर नोकरी शोधायची वेळ येईल!''

''ठीक आहे.. अजून एक गोष्ट राहिली आहे.'' जॅक.

''आता काय आणखी?''

''दहा डॉलर!''

केल्व्हिन त्याच्याकडे पाहतच राहिला. अशा परिस्थितीमध्ये केल्व्हिनकडून दहा डॉलर वसूल करण्याच्या जॅकच्या मागणीमुळे तो थक्क झाला होता. क्षणभर त्यानं जॅककडे अविश्वासानं रोखून पाहिलं. मग पाकीट उघडून त्यातली दहा डॉलरची नोट काढून टेबलावर ठेवली.

नोट पाकिटात ठेवत जॅक आपल्या खोलीत परत आला.

''हं.. काय झालं?'' चेटनं विचारलं. त्याच्या स्वरात काळजी होती.

''काय होणार?''

''अजून तू नोकरीवर आहेस, की..?''

''अजून तरी तसं वाटतंय..'' जॅक टेबलावरच्या ट्रेमधले कागद चाळत म्हणाला.

लॉरी तिथेच बसली होती. ''जॅक, तुला सावधगिरीनं राहायला हवं.. प्रोबेशनवर असताना ते तुला कधीही काढून टाकू शकतात.'' लॉरी म्हणाली.

''तसं बिंगहॅमनं मला सांगितलं खरं.''

लॉरी निघून गेली. ती जाताच चेट जॅककडे वळला. त्याला बिंगहॅम काय म्हणाला ते शब्दश: कळून घ्यायचं होतं. जॅकनं त्याला सर्व काही जसं घडलं तसं सांगितलं. मेयर आणि आयुक्तांकडे अधिकृत तक्रारी नोंदवल्या गेल्या आहेत, हे कळताच चेटनं विचारलं,

''तक्रारी नेमक्या तुझ्याबद्दल होत्या का?''

''होय. वैयक्तिक माझ्याबद्दलच होत्या. मी त्या चांगल्या नागरिकाप्रमाणे स्वीकारल्या.''

''तू निव्वळ वेडपट आहेस झालं!'' चेट वैतागून म्हणाला, ''मला हे समजत नाही, की तुला तसं उलटसुलट बोलायची काय गरज होती? तुला जवळजवळ हाकलून दिल्यातच जमा होतं!''

"काही नाही. हे माझं नेहमीचंच मुत्सद्दीपणाचं वागणं आहे." जॅक म्हणाला.

"मला तू असा का वागतोस, ते अजिबात कळत नाही.." चेट.

"हे तर अनेकांचं मत आहे माझ्याबद्दल. त्यात नवीन काय?"

चेटनं वैतागून मान डोलावली. "तू हार्लेममध्ये राहतोस. इथे काम करतोस आणि बास्केटबॉल खेळतोस, हे मला माहीत आहे. आणखी काय काय करतोस तू?"

"आणखी काही नाही." जॅक हसत म्हणाला, "तुझी माहिती सर्वस्वी परिपूर्ण आहे."

"काय करतोस म्हणजे.. फावल्या वेळात काय करतोस? मी तुझ्या वैयक्तिक जीवनात डोकावतोय, असं समजू नकोस. पण तुला एखादी मैत्रीण आहे का?"

"नाही."

"मग एखादा 'खास' पुरुष मित्र वगैरे.."

"हॅं! तसलं काही नाही.. मी फावल्या वेळात लोकांच्यात मिसळत नाही, बस्स!"

"म्हणूनच तू असा चक्रमपणा करतोस.. बरं आज संध्याकाळी काही इतर कार्यक्रम आहे का?"

"नाही."

"नाही ना? मग ठीक आहे. आपण आज जेवायला बाहेर जाऊ. मी राहतो तिथे जवळच एक छानसा बार आहे. तिथे जरा बसून गप्पा मारू."

"पण मला स्वत:विषयी गप्पा मारायला आवडत नाहीत." जॅक म्हणाला.

"ठीक आहे! तू बोलू नकोस. मग हरकत नाही ना?.." चेट म्हणाला.

"आपण आज संध्याकाळी भेटणार आहोत. तुला थोडा माणसांचा अधिक सहवास मिळण्याची गरज आहे. म्हणजे तू जरा चारचौघांसारखा वागशील."

"पण चारचौघांसारखा म्हणजे नेमका कसा?" जॅकनं विचारलं.

■

१

बुधवार, २० मार्च १९९६
रात्री १० वाजून १५ मिनिटे

जॅक काहीही म्हणाला तरी त्याचं काही एक ऐकून न घेता, चेटनं जॅकला जेवणासाठी यायला भाग पाडलं. अखेर ठरल्याप्रमाणे रात्री आठ वाजता जॅक त्याला भेटण्यासाठी सेंट्रलपार्ककडे सायकलवरून निघाला. तिथे सेकंड अॅव्हेन्यूवरच्या एक इटालियन रेस्टॉरंटमध्ये दोघांनी जेवण घेतलं.

जेवण झाल्यावर जॅक निसटू पाहत होता. चेटनं त्याला बळजबरीनंच बारकडे ओढून नेलं. जॅक फारसा प्रतिकार करू शकला नाही. एकतर चेटनं जेवणाचा सारा खर्च केला होता. त्यामुळे त्याला काहीतरी फटकारून बोलून दुखवावं, असं जॅकला वाटेना. पण आत्ता बारच्या पायऱ्या चढताना मात्र जॅकला आपण आलोच नसतो तर बरं झालं असतं, असं अचानक वाटू लागलं. गेली कित्येक वर्षं जॅकला रात्री दहा वाजता झोपायची सवय होती. त्याच्या डोळ्यावर आत्ताच झापड येऊ लागली होती. त्यातच जेवताना अर्धी बाटली वाईन रिचवल्यामुळे गुंगी येतच होती.

"मला नाही वाटत, मी आणखी काही वेळ बसू शकेन." जॅक म्हणाला.

"आता आणखी हे काय नवीन?... इथवर तर आपण येऊनही पोहोचलो. एखादी बीयर घेऊ म्हणजे झालं."

जॅकनं मान मागे करून, बारचं नाव वाचण्याचा प्रयत्न केला. पण त्याला दिसलं नाही.

"या बारचं नाव काय आहे?"

"काही हा असेना!.. या बारचं नाव 'ऑक्शन हाऊस'.. बरं, पाऊल उचल आणि आधी आत हो.." चेट दार उघडत म्हणाला.

"चल.. तिकडे बसू या." चेट म्हणाला.

खिडकीपाशी एक टेबल रिकामं होतं. दोघं त्या टेबलाजवळ येऊन बसले. बसल्यानंतर जॅकनं बारमध्ये एक नजर फिरवली. साधारण पन्नासजण तिथे होते. काहीजण बारजवळ उभे होते. सर्वांचे पोशाख नीटनेटके आणि उत्तम होते. बारची सजावट उत्तम होती. सर्वत्र महोगनी लाकडाचं पॉलिश केलेलं फर्निचर होतं. आपण इथे आलो, ते एका दृष्टीनं चांगलंच झालं असं मध्येच जॅकला वाटून गेलं. गेल्या कित्येक वर्षात जॅक अशा वातावरणात वावरलेला नव्हता. एकटं राहण्यामध्येही मनावर एक दडपण असतं. जॅक त्या ओझ्याखाली दडपला गेला होता. या उंची सजावट केलेल्या बारमध्ये असे छान छान पोशाख केलेले लोक एकमेकांशी एवढं काय बोलत असतील? त्यांच्या आवाजात आणि बोलण्यात मोकळेपणा होता. मधूनच काहीजण खळखळून हसत होते. जॅकला हे सारं पाहून भीती वाटू लागली. बरीच वर्षं एकट्यानं राहायची सवय झाल्यानं चारचौघांमध्ये वावरण्यासाठी लागणारा आत्मविश्वासच त्याच्याजवळ उरला नव्हता.

बारपाशी उभा असलेला चेट त्याला दिसला. तो दोघांसाठी बीयर आणत होता. त्याच्याजवळ एक सोनेरी केसांची तरुणी उभी होती. तिचा पोशाख चांगलाच तंग आणि नवीन फॅशनचा होता. चेट तिच्याबरोबर अगदी सहजगत्या गप्पा मारत होता. तिच्या शेजारी एक जराशी मोठी दिसणारी स्त्री उभी होती. तिनं साधा डार्क सूट परिधान केलेला होता. पण ती त्या संभाषणात भाग घेता स्वत:च्या हातातल्या वाईनच्या ग्लासकडे पाहत होती.

जॅकला हे सारं पाहून नवल वाटलं. चेट किती सहजपणे वावरतो आहे, हे पाहून त्याला त्याचा मनोमन सूक्ष्म मत्सर वाटला. जेवतानादेखील चेट अगदी मनमोकळेपणानं बोलला होता. त्याच्या बोलण्यात कुठंही दडपणाची किंचितशीही सावली नव्हती. त्यावेळच्या गप्पांत जॅकला चेटबद्दल काही नवीन माहिती कळली होती. नुकतेच चेटचे एका बालरोगतज्ज्ञ डॉक्टर मैत्रिणीशी असणारे संबंध संपुष्टात आले होते. त्यामुळे सध्या तो 'मोकळा' आणि 'उपलब्ध' होता, असं चेट स्वत:च म्हणाला होता.

जॅक चेटकडे पाहत असतानाच अचानक चेटनं वळून त्याच्याकडे पाहिलं. त्या दोघीजणींनी देखील त्याचक्षणी त्याच्याकडे वळून नजर टाकली. जॅकला एकदम लाजल्यासारखं झालं. याचा अर्थ, ते तिघेजण त्याच्याबद्दलच चर्चा करत होते तर!

चेट बारजवळून हलला आणि जॅकच्या दिशेनं येऊ लागला. जॅकला क्षणभर आपण तिथून पळ काढावा, असं वाटलं. पण आता इलाज नव्हता. आता काय होईल ते पाहत राहणं भाग होतं.

"एऽऽ..जॅक.." चेट म्हणाला. त्यानं बारजवळ उभ्या असणाऱ्या दोघींकडे नजर टाकली, "त्या दोघी बघितल्यास का?.. चिकण्या आहेत की नाही?.. दोघी एकदम 'नॉकआऊट' दिसताहेत!.. जॅक, त्यांना तुला भेटायची इच्छा आहे!"

"चेट.. चेट. मला आत्तापर्यंत मजा वाटत होती खरी. पण हे म्हणजे जरा जास्तच होतंय.."

त्याचं वाक्य तोडत चेट म्हणाला, "पुरे.. याबद्दल आता आणखी एक शब्दही बोलू नको.. मी त्यांना वचन दिलंय आणि तू मला आता खोटं पाडणार?.. जॅक, ती स्वेटर घातलेली सोनेरी केसांची पोरगी आहे ना, माझी तिच्यावर नजर आहे. समजलं?"

आता काहीही करून होणारी गोष्ट टाळणं अशक्य आहे, हे जॅकला समजून चुकलं. त्यानं शरणागती पत्करली. चेट त्याला घेऊन बारकडे आला. चेटनं ओळख करून दिली.

जॅकनं सोनेरी केसांच्या पोरीकडे पाहिलं. तिचं नाव 'कॉलीन' होतं म्हणे. चेट तिच्या प्रेमात का पडला, ते जॅकला लगेच समजलं. दुसरीचं नाव 'टेरेस' होतं. तिनं क्षणभर जॅककडे उडत उडत पाहिलं आणि नजर पुन्हा आपल्या ग्लासकडे वळवली.

चेट आणि कॉलीन उत्साहात काहीतरी बडबडू लागले. जॅकनं एकदा टेरेसकडे पाहिलं. आजूबाजूला नजर टाकली. हे काय चाललंय? आपण इथे काय करतो आहोत..! आपण आता झोपून जायला हवं होतं. इथे तर त्याच्यासारखंच कोणीतरी माणूसघाणं, त्याच्याकडे चक्क दुर्लक्ष करत होतं आणि ते त्याला निमूटपणे सहन करावं लागलं होतं."

दोन-तीन मिनिटांनी जॅकला राहवलं नाही, "चेट..चेट.. आपण आपला वेळ निव्वळ फुकट घालवतोय."

टेरेस एकदम मागे वळली. त्याच्याकडे रोखून पाहत म्हणाली. "वेळ फुकट जातोय?.. कोणाचा?"

"माझा." जॅक तिच्या निळ्या डोळ्यांकडे पाहत म्हणाला. पाहताना त्याला एकदम जाणवलं, की ती मध्यम वयाकडे झुकलेली असली, तरी तिचे पातळ ओठ अतिशय मोहक होते. पण तिच्या डोळ्यांमधला वैताग पाहून त्याला आश्चर्य वाटलं.

"आणि माझं काय?.. माझा वेळ फार मजेत जातोय की काय.. शी!.. शिकारीच्या वासावर फिरणाऱ्या दोन पुरुषांबरोबर विनाकारण रखडणं, फार खुशीचं आहे की काय?"

"एऽऽ... एक सेकंद थांब!" जॅक तिरीमिरी आल्यासारखा म्हणाला, "कोण शिकारी आणि कोण मागावर आहे, अं? ..उगीच स्वत:च्या सौंदर्याबद्दल अवास्तव कल्पना करू नका.. मला जर हे सारं आधी कळलं असतं तर.."

"ए ऽऽ.. जॅक.. शांत हो." चेट ओरडला.

"टेरेस.. तू सुद्धा शांत हो." कॉलीन म्हणाली, "आपण इथे वेळ आनंदात घालवण्यासाठी आलोय."

"मी या बाईला उद्देशून चकार शब्दही बोललो नाही, तर उगीचच माझ्यावर तुटून पडलीय ही." जॅक.

"बोलून दाखवलं नाही म्हणून काय झालं?" टेरेस म्हणाली.

"अरे हो हो..! दोघंही जरा शांत व्हा." चेट पुढे झाला आणि टेरेस आणि जॅकच्या मधोमध उभा राहून जॅकला म्हणाला, "आपण इथे माणसांमध्ये मिसळण्यासाठी आलो आहोत."

"मी घरी जाते." टेरेस

"तू कुठंही जाणार नाहीस." कॉलीन अधिकारवाणीनं म्हणाली. मग ती चेटकडे वळली, "अतिशय काम केल्यानं ही एवढी थकली आहे, म्हणून तर मी तिला इथे घेऊन आले. तिच्यावर एवढा ताण आहे, की एखाद्या तुटायला आलेल्या पियानोच्या तारेसारखी हिची अवस्था आहे... त्यातच ती कधी कोणाच्यात मिसळत नाही.. सारखं काम आणि काम!"

"हे तर जॅकसारखंच झालं म्हणायचं.." चेट म्हणाला.

चेट आणि कॉलीन अशा तऱ्हेनं बोलत होते, की जणू टेरेस आणि जॅकला ते ऐकूच येत नसावं. दोघेही बाजूला विरुद्ध दिशांना तोंडं करून स्वत:वर चडफडत उभे होते. मध्येच चेटनं ड्रिंक मागवून ते टेरेस नि जॅकच्या हातात दिलं आणि दोघांच्या गप्पा होत्या तशाच चालू राहिल्या.

"जॅक काळ्या बदमाषांच्या वस्तीत राहतो आणि गँगवाल्यांमध्ये बास्केटबॉल खेळतो.. हा त्याचा कामाशिवायचा विरंगुळा आहे म्हणे!" चेट.

"निदान तो बाहेर जाऊन खेळतो तरी. टेरेस एका सोसायटीत राहते. तिथे सर्वजण ऐंशीच्या पुढचे म्हातारे आहेत.. मोकळा वेळ घालवण्याची तिची कल्पना काय आहे माहितेय? रविवारी दुपारी घरातला कचरा काढून, तो बाहेरच्या कचरापेटीत टाकायला जाणे!"

चेट आणि कॉलीन बीयरचे घुटके घेत, हसत हसत गप्पा मारत होते. त्यांचं

संभाषण कुठूनही कुठे घरंगळत, अखंड चालू होतं. जणू जॅक आणि टेरेसचं अस्तित्वच ते दोघं विसरून गेले होते. टेरेस आणि जॅक अस्वस्थपणे बीयरचे घुटके घेत, इकडे तिकडे पाहत मुकाट्यानं उभे होते. अखेर टेरेसनं संभाषणाला सुरुवात केली.

"चेट म्हणाला, की तू डॉक्टर आहेस... कोणत्या विषयात तज्ज्ञ आहेस?"

जॅकनं आपण काय काम करतो ते सांगितलं. गुन्हा अन्वेषण विषयावर थोडीशी माहिती दिली.

ते ऐकून चेट म्हणाला. "गुन्हा अन्वेषण शाखेमधल्या एका सर्वोत्तम तज्ज्ञाशी आपण बोलत आहोत. जॅकनं कालच सर्वांना अशक्यप्राय वाटणारं निदान, अत्यंत अचूकपणं करून सर्वांना थक्क केलंय."

"कसलं निदान?"

"प्लेग."

"प्लेग..?" कुठं?" टेरेसनं विचारलं.

"इथे प्रत्यक्ष न्यूयॉर्क शहरात. मॅनहटन जनरल हॉस्पिटल."

"बापरे!.." टेरेस म्हणाली, "मी पूर्वी एकदा तिथे ॲडमिट होते.. पण प्लेग हा तसा फारसा न आढळणारा रोग आहे ना?"

"होय." जॅक म्हणाला. "संपूर्ण अमेरिकेत तुरळक केसेस होतात खऱ्या. पण त्या सर्व उन्हाळ्यात आणि जंगलांशी संबंध असणाऱ्या भागात आढळतात."

"तो फार संसर्गजन्य असतो का?" टेरेस.

"असू शकतो. विशेषत: या मॅनहटन हॉस्पिटलमध्ये आढळलेला न्यूमॉनिक प्लेगचा प्रकार फारच संसर्गजन्य आहे." जॅक.

"तुम्हाला त्याचा संसर्ग झाला असण्याची शक्यता आहे का?" हे म्हणताना कॉलीन आणि टेरेस, त्यांच्याही नकळत जॅक नि चेटपासून जराशा दूर सरकल्या.

"काळजी करू नका.. आम्हाला संसर्ग झालेला नाही. झाला असला, तरी आम्हाला न्यूमोनिया होईपर्यंत त्याचा प्रसार होणार नाही." जॅक म्हणाला.

जॅकचं उत्तर ऐकताच दोघीजणी वरमल्या, आणि पुन्हा जवळ आल्या.

"इथे न्यूयॉर्क शहरात प्लेगची साथ येण्याची शक्यता आहे का?" टेरेस.

"आहे. जर शहरातल्या उंदरांमध्ये आणि पिसवांमध्ये पुरेशा प्रमाणात प्लेगचे जीवाणू पसरले असतील, तर शक्य आहे... पण साथ आली तरी ती प्रमाणाबाहेर जाणार नाही.. उदाहरणार्थ १९१९ साली अमेरिकेत साथ आली होती, पण त्यात अवघे बाराजण बळी पडले होते. अर्थात, तेव्हा ॲन्टिबायोटिकचा शोध लागलेला नव्हता, हे देखील लक्षात घ्यायला हवं... आणि साथ उद्‌भवण्याचा धोका तसा फारसा नाहीच. कारण मॅनहटन जनरल हॉस्पिटलचे लोक त्याच्याकडे पुरेशा

गांभीर्याने पाहत आहेत.''

"या प्लेगबद्दल, प्रसिद्धीमाध्यमांना कळवलं का?'' टेरेसनं विचारलं.

"मी कळवलं नाही.. ते काम माझं नाही.'' जॅक.

"पण लोकांना सावध करायला नको का?'' टेरेसनं विचारलं.

"मला तशी जरूर वाटत नाही. उलट प्रसिद्धीमाध्यमांनी प्रकरण गंभीरपणे हाताळलं नाही, तर नेमका उलटा परिणाम होऊ शकतो. नुसत्या प्लेग या एका शब्दानं लोकांमध्ये प्रचंड घबराट होईल. त्याचा परिणाम जास्त घातक होऊ शकतो.

चेट म्हणाला, "हे प्लेगचं आता पुरे झालं. आपण काहीतरी निराळ्या विषयावर बोलू या... तुम्ही दोघी काय करता?''

टेरेस आणि कॉलीन त्याच्या कामाबद्दल बोलू लागल्या. आपण काय करतो, याची त्यांनी कल्पना दिली.

"वा! सुरेख!'' चेट म्हणाला.

"आणि गंमत म्हणजे योगायोगानं आम्ही सध्या वैद्यकीय क्षेत्रामधल्याच एका जाहिरातीमध्ये गुंतलो आहोत.'' कॉलीन म्हणाली.

"वैद्यकीय क्षेत्रातली जाहिरात?'' जॅकनं विचारलं.

"नॅशनल हेल्थ हे आमचं एक बडं क्लायंट आहे.'' टेरेस म्हणाली.

"तुम्ही कधी या कंपनीचं नाव ऐकलं आहे का?''

"दुर्दैवानं होय.'' जॅक म्हणाला.

त्याचा रुक्ष स्वर ऐकून टेरेसनं विचारलं, "आमच्या कामाबद्दल तुमचा काही आक्षेप आहे का?''

"होय. तसंच म्हणायला हरकत नाही.''

"मी 'का' म्हणून विचारू का?'' टेरेस.

"मी वैद्यकीय क्षेत्रामध्ये जाहिरात करण्याच्या विरुद्ध आहे. विशेषत: आरोग्यसेवा पुरवणाऱ्या या बड्या कंपन्या सध्या ज्या पद्धतीनं त्यांची जाहिरात करतात, त्याचा मला तिरस्कार वाटतो.''

"का?'' टेरेस.

"पहिलं कारण म्हणजे या जाहिराती निव्वळ नफा मिळवण्यासाठीच केलेल्या असल्याने, त्यांच्यामध्ये खोटेपणा, अतिरंजितपणा असतो. शिवाय आरोग्य सेवेच्या नावाखाली त्यांच्यात उथळ कल्पनांची मांडणी केलेली असते. त्यांचा प्रत्यक्ष आरोग्य सुविधांशी सुतराम संबंध नसतो. दुसरं कारण म्हणजे जाहिरात करायला प्रचंड पैसा लागतो. हा पैसा आरोग्यसेवेच्या नावाखाली पेशंटस्च्या खिशातून काढला जातो. माझ्या मते, ही चक्क गुन्हेगारी प्रवृत्ती आहे.''

"बोलून पूर्ण झालं का?'' टेरेसनं विचारलं.

"जरा विचार केला तर आणखीही कारणं सांगता येतील."

"मी या सगळ्याशी संपूर्ण असहमत आहे." टेरेस जॅकएवढ्याच त्वेषानं म्हणाली. "माझ्या मते, चांगल्या जाहिरातींमुळे कंपन्यांमध्ये एक निरोगी स्पर्धा निर्माण होते, आणि या स्पर्धेचा फायदा अखेर ग्राहकांनाच मिळतो."

"ही फार पुस्तकी मीमांसा झाली." जॅक उसळून म्हणाला.

"ए ऽऽ.. वेळ संपला." टेरेस आणि जॅकच्या मध्ये उभा राहून चेट म्हणाला. "तुम्ही दोघं पुन्हा घसरलात. हा विषय बंद!.. काहीतरी इतर विषयावर बोला.. कोणताही विषय चालेल.. उदाहरणार्थ, धर्म.."

कॉलीन चेटच्या पाठीवर हलकेच चापट मारत म्हणाली, "खरंच की काय?"

"खरोखरच!.. मी अगदी गंभीरपणानं बोलतोय.. आपण धर्मावर जरा चर्चा करू.. चला, मी आधी बोलायला सुरुवात करतो..."

त्यानंतर खरोखरच बराच वेळ सर्वजण धर्मावर चर्चा करत होते. त्यामध्ये टेरेस आणि जॅक आपला पूर्वीचा राग विसरून गेले. मध्येमध्ये ते चक्क हसतही होते. मध्येच जॅकचं सहज घड्याळाकडे लक्ष गेलं. सव्वा अकरा वाजून गेले होते. एवढा वेळ कसा गेला ते न कळल्यानं, जॅकला फारच आश्चर्य वाटलं. जॅक उठत म्हणाला, "मला निघायला हवं.. मला लांबवर सायकलची रपेट मारायचीय."

"सायकल?... या शहरात अशा अवेळी सायकल?" टेरेसनं विचारलं.

"त्याला मृत्यूशी लपंडाव खेळायला आवडतं." चेट म्हणाला.

"कुठं राहतोस?" टेरेसनं विचारलं.

"पश्चिम भागात वरच्या बाजूला." जॅक म्हणाला.

"त्याला वरच्या भागात म्हणजे किती वर ते विचार ना.." चेट डिवचत म्हणाला.

"नेमका कुठं राहतोस?" टेरेसनं विचारलं.

"नेमकं सांगायचं तर रस्ता क्रमांक एकशे सहा."

"पण तो भाग म्हणजे हार्लेम आहे." कॉलीन डोळं विस्फारून म्हणाली.

"मी तुला मघाशी सांगितलं ना, की जॅकला मृत्यूशी खेळायला आवडतं म्हणून." चेट म्हणाला.

"तू आत्ता या रात्री पार्कमधून सायकल चालवत जाणार?" टेरेस.

"मी फार झपाट्यानं सायकल मारतो."

"ठीक आहे.. काहीही असलं, तरी हे फार धोकादायक आहे."

टेरेसनं खाली वाकून पायाजवळ ठेवलेली पर्स उचलली, "मला काही सायकल चालवायची नाही. पण मला आता माझ्या बेडची आठवण येतेय."

"एऽऽ एऽऽ थांबा जरा." चेट म्हणाला, "आज मी आणि कॉलीन सर्व निर्णय

घेणार आहोत. होय की नाही कॉलीन?'' त्यानं हात कॉलीनच्या खांद्यावर टाकला.

''बरोबर!'' कॉलीन हसून प्रतिसाद देत म्हणाली.

''ठीक आहे..'' चेट निर्णय देण्याच्या स्वरात म्हणाला, ''उद्या जेवायला भेटण्याचं जर कबूल करणार असाल, तर तुम्हाला दोघींना आज जायला परवानगी मिळेल.''

चेटचा हात हलकेच बाजूला करत कॉलीन मागे सरकत म्हणाली,

''माफ करा.. पण उद्या आम्हाला वेळ मिळण्याची शक्यता नाही. आम्हाला एक काम जवळजवळ अशक्यप्राय वेळेत संपवायचं आहे.. आम्ही त्यामुळे बराच वेळ ऑफिसातच असणार आहोत.''

''जेवण नेमकं कुठं करण्याची कल्पना होती?'' टेरेसनं विचारलं.

कॉलीन आपल्या मैत्रिणीत झालेला बदल पाहून चकित झाली.

''साधारण आठ वाजता 'एलेन'च्या कोपऱ्यावर...'' चेट म्हणाला.

''मला खरोखरच शक्य होईल, असं वाटत नाही..'' जॅकनं कुरकुर करायला सुरुवात केलेली पाहून चेटनं त्याचं वाक्य तोडलं.

''मला काहीही सबब ऐकायची नाही.'' चेट म्हणाला, ''उद्या रात्री तू आमच्याबरोबर जेवायला येणार आहेस.''

जॅक एवढा दमला होता, की आता त्याच्यामध्ये विचार करायचीही ताकद उरली नव्हती. त्यानं फक्त खांदे उडवले.

''ठीक तर मग. उद्याचं नक्की ना?''

सर्वांनी माना डोलावल्या.

दोघीजणी टॅक्सीत बसून निघून गेल्या. जाताना टेरेसनं जॅकला विचारलं, ''नक्की ही सायकल इथे ठेवायची नाही ना?..पाहिजे तर मी घरी सोडायला येईन.''

''नक्की.'' जॅक सायकलची कुलपं काढत म्हणाला.

टॅक्सीत बसून कॉलीन चेटकडे तिरक्या नजरेनं पाहत होती. टॅक्सी वळताच ती टेरेसला म्हणाली, ''उद्या जेवायला यायचं कबूल केलंस, तेव्हा मला खरोखरच धक्का बसला. विशेषत: कामाचा हा एवढा डोंगर समोर असताना!''

''पण त्यासाठीच तर मी कबूल झाले.'' टेरेस गूढपणानं हसत म्हणाली, ''कॉलीन, मला या डॉक्टर जॅक स्टेपलटनशी आणखी बोलायचं आहे. कदाचित तुझा विश्वासही बसणार नाही, पण मला आपल्या जाहिरातीसाठी एक जोरदार आयडिया त्यानंच पुरवली आहे.. त्याचा वैद्यकीय जाहिरातींबद्दलचा राग तू पाहिला होतासच. जाहिरातीसाठी आपणच आयडिया दिली, हे त्याला कळलं तर त्याला

फेफरंच येईल!''

''पण ही आयडिया तरी काय आहे?''

''मी या प्लेगचाच वापर करणार आहे.'' टेरेस उत्साहात म्हणाली, ''अमेरीकेअर ही नॅशनल हेल्थची एकमेव प्रतिस्पर्धी कंपनी आहे. अमेरीकेअरच्या मॅनहटन जनरल हॉस्पिटलसारख्या मोठ्या हॉस्पिटलमध्ये प्लेग उद्‌भवला, हे कळताच लोकांना आपोआप नॅशनल हेल्थकडे यावं वाटेल.''

कॉलीनचा चेहेरा पडला. ''आपण या प्लेगचा वापर करू शकणार नाही.''

''का बरं?'' टेरेस म्हणाली, ''शिवाय मी प्लेगचा थेट उल्लेख करणार नाही.. फक्त नॅशनल हेल्थची हॉस्पिटलं अधिक स्वच्छ आणि सुरक्षित आहेत, अशी कल्पना लोकांपुढे आणायची.. लोक आपोआपच प्लेग आणि आपल्या जाहिरातीचा संबंध लावतील. आपलं हॉस्पिटल लोकांना स्वच्छ असावं, असं वाटणं अगदी साहजिकच आहे. आपण या गोष्टीचा फक्त फायदा घ्यायचा. विशेषत: अलीकडे ॲन्टिबायोटिकला दाद न देणाऱ्या जीवाणूंच्या पुनरागमनाचा जो गाजावाजा चाललाय, त्याच्या पार्श्वभूमीवर हे लोकांच्या सहज पचनी पडेल.''

''हं, ही कल्पना खरोखरच छान ठरेल.''

''इतकंच नाही, तर मला आपल्या जाहिरातीखाली असणारं घोषवाक्यही स्पष्टपणे दिसू लागलंय!... 'आम्ही तुमच्या विश्वासाला पात्र ठरू. आमच्या नावातच तुमचं आरोग्य सामावलेलं आहे - नॅशनल हेल्थ!' ''

''छान..!'' कॉलीन आनंदानं चित्कारली, ''मी उद्याच माझ्या सगळ्या लोकांकडून काम सुरू करून घेते.''

टॅक्सी टेरेसच्या अपार्टमेंटजवळ आली. टेरेस खाली उतरली. ''मला बाहेर जेवायला नेल्याबद्दल धन्यवाद. अनेक गोष्टींसाठी आजची संध्याकाळ मजेत गेली, हे लक्षात राहील.''

''विशेष काही नाही.'' अंगठा उंचावत कॉलीन म्हणाली, ''मला तसं करायला कधीही आवडेल.''

■

१०

गुरुवार २१ मार्च १९९६
सकाळी ७ वाजून २५ मिनिटे

नेहमीच्या सवयीप्रमाणं जॅक वैद्यकीय तपासनीसाच्या ऑफिसच्या परिसरात आला. तो अत्यंत नियमितपणे येत असे. उगीच पाचदहा मिनिटं इकडेतिकडे कधी झाली तर होत असत. पण जॅक फार उशीरा आला, असं कधीच होत नसे. आज सकाळी जॅकला दहा मिनिटं उशीर झाला होता. सकाळी उठला, तेव्हाच त्याला आपलं डोकं जड जड वाटत होतं. गेल्या कित्येक वर्षात जॅकला हँगओव्हर आलेला नव्हता. तशी वेळच आलेली नव्हती. त्यामुळे तो हँगओव्हर म्हणजे किती भयंकर डोकेदुखी असते, हे विसरूनच गेला होता. आज सकाळी जॅकनं हँगओव्हर घालवण्यासाठी शॉवरखाली पाच-सात मिनिटं जास्त घालवली. सायकलदेखील आज जरा हळू चालवली.

फर्स्ट अव्हेन्यू ओलांडत असतानाच, जॅकला आपल्या ऑफिसच्या इमारतीसमोर टीव्ही कंपनीची व्हॅन उभी असलेली दिसली. ते पाहून त्याला फार आश्चर्य वाटलं. कारण या वेळेस टीव्हीचे लोक तिथे असणं सर्वस्वी अनपेक्षित होतं. आपली दिशा जराशी बदलून जॅक व्हॅनच्या बाजूनं गेला. व्हॅन

रिकामी होती. परंतु ऑफिसच्या मुख्य दरवाज्यामध्ये मात्र पत्रकारांची एकच गर्दी उडालेली दिसली.

नेहमीप्रमाणे आपली सायकल खांबापाशी बांधून जॅक आतमध्ये शिरला. लॉरी आणि व्हिनी दोघंही आपापल्या जागेवर बसून काम करत होते. बाहेरच्या कॉरिडॉरमध्ये प्रचंड गर्दी होती. तिथे एवढे लोक कधीच एकत्र झाल्याचं जॅकनं पाहिलेलं नव्हतं.

लॉरीकडे जात जॅक म्हणाला, "हे.. हे सगळं काय चाललंय?"

"सगळ्यांच्या आधी तर तुला माहीत असायला हवं." लॉरी हातातलं काम चालू ठेवत म्हणाली. ती त्या दिवशीच्या शवविच्छेदनांचं काम इतरांकडे सोपवण्याच्या गडबडीत होती. "हे सारं प्लेगच्या साथीबद्दल आहे."

"साथ?" जॅकनं विचारलं, "आणखी काही केसेस आल्या काय?"

"तू काहीच ऐकलं नाहीस?" लॉरीनं चकित होत विचारलं, "सकाळी तू टीव्ही पाहत नाहीस?"

"माझ्याकडे टीव्ही नाही... मी ज्या भागात राहतो, तिथे टीव्ही असणं हे संकटाला निमंत्रण देण्यासारखं आहे."

"गेल्या रात्रीमध्ये इथे दोन केसेस आल्या." लॉरी म्हणाली, "त्यापैकी एका केसमध्ये निदान नक्की आहे. हॉस्पिटलनेच 'फ्लोरेसीन अॅन्टिबॉडी' चाचणी करून पाठवली आहे... दुसऱ्या केसमध्ये चाचणीचे निष्कर्ष नकारात्मक आहेत खरे, पण लक्षणं मात्र प्लेगचीच होती.. याशिवाय अनेक पेशंटस्‌ची परिस्थिती नाजूक आहे. त्यांना सर्वांना इतरांपासून वेगळं काढण्यात आलेलं आहे."

"हे सगळं कुठं घडतंय?" मॅनहटन जनरल हॉस्पिटल की काय?"

"होय."

"या दोन लोकांचा नोडलमनशी थेट संबंध आलेला होता का?"

"मला ते पाहायला अद्याप वेळ झालेला नाही." लॉरी म्हणाली, "जर तुला यामध्ये रस असेल, तर मी या दोन्ही केसेस तुला देते."

"अर्थातच. मला आवडेल." जॅक म्हणाला, "यामधली प्लेगचं तात्पुरतं निदान असलेली केस कोणती आहे?"

"कॅथरीन म्यूलर." पेशंटची फाईल जॅककडे सरकवत लॉरी म्हणाली.

जॅकनं फाईल उघडून त्यातले कागद चाळले. त्यामधून त्याला कळलं, की या बाईला सायंकाळी चार वाजता मॅनहटन जनरल हॉस्पिटलच्या आणीबाणी विभागात दाखल करून घेण्यात आलं होतं. त्यानंतर नऊ तासांनी ती मरण पावली. तिला अॅन्टिबायोटिक औषधांचा डोस मोठ्या प्रमाणात दिला गेला असूनही ती मरण पावली होती. तिची सगळी लक्षणं प्लेगसारखीच होती.

कॅथरीन म्यूलर कुठं काम करतं, ते जॅकनं पाहिलं. ते पाहून त्याला फारसं

आश्चर्य वाटलं नाही. कॅथरीन मॅनहटन जनरल हॉस्पिटलमध्येच कामाला होती. तिथे तिचा नोडलमनशी संबंध आला असावा, असा तर्क जॅकनं केला. पण फाईलमध्ये त्याबद्दल आणखी काही माहिती मात्र नव्हती.

जॅक फाईल पुढे वाचत राहिला. जॅनिस येगरनं अगदी थोड्या वेळात खरोखरच उत्तम काम केलेलं होतं. जॅकला तिचं कौतुक वाटलं. जॅनिसशी आदल्या दिवशी बोलणं झाल्याप्रमाणे तिनं त्या बाईनं केलेला प्रवास, पाळीव प्राणी आणि केसबद्दल इतर सर्व गोष्टींची सविस्तर माहिती जमा केलेली होती. कॅथरीन म्यूलरच्या बाबतीत त्यातली कोणतीच बाब उपयुक्त ठरत नव्हती.

"प्लेगचं नक्की निदान न झालेली केस कुठं आहे?" जॅकनं विचारलं.

लॉरीनं त्याच्यापुढे आणखी एक फाईल ठेवली. त्यातले काही कागद चाळता चाळता तो चकित झाला. या केसमधली स्त्री मॅनहटन हॉस्पिटलमध्ये काम करत नव्हती. अर्थातच, तिचा नोडलमनशी संबंध येण्याची सुतराम शक्यता नव्हती. ती हॉस्पिटलमध्ये पेशंट होती, पण नोडलमनच्या वॉर्डमध्ये तिला ठेवलेलं नव्हतं. बाळंतीण झाल्यावर या पेशंटला- सुसान हार्डला- जनरल वॉर्डमध्ये ठेवण्यात आलेलं होतं. ही माहिती वाचून जॅक गोंधळला.

जॅक पुढे वाचू लागला. सुसान हार्ड मरण्यापूर्वी फक्त चोवीस तास हॉस्पिटलमध्ये होती. अचानक तिला भयंकर जोराचा खोकला आला होता. असह्य डोकंदुखी आणि खूप तापाची नोंद करण्यात आलेली होती. सिझेरियन झाल्यानंतर साधारण अठरा तासांनंतर ही लक्षणं अचानकच उद्‌भवली होती. त्यानंतर अवघ्या आठ तासांमध्ये सुसान हार्ड मरण पावली होती. उत्सुकता म्हणून जॅकनं हार्डच्या घरचा पत्ता पाहिला. नोडलमन ब्रॉंक्स विभागात राहत होता. पण हार्ड, मॅनहटन भागातच राहत होती. हा भाग चांगल्या लोकांच्या वस्तीचा होता.

गरोदर राहिल्यापासून हार्डनं कोणताही प्रवास केलेला नव्हता. तिच्या घरी एक कुत्रा होता. पण तो निरोगी होता. तीन आठवड्यांपूर्वी त्यांच्याकडे तिच्या नवऱ्याचा एक व्यावसायिक मित्र आलेला होता. तो त्याआधी भारतात राहून परतला होता. पण तो माणूसदेखील निरोगी होता.

जॅकनं जॅनिस येगरशी संपर्क साधला. ती आपल्या जागेवर होतीच. दारातून आत शिरताच जॅक तिला म्हणाला, "तू खरोखरच एक सेवाभावी वृत्तीची लोकसेवक आहेस.. अजून तू इथेच आहेस?"

"काय करणार? हे एवढे लोक मरून पडतायत... मी थकून गेलेय खरी, पण मला माझं काम करायलाच पाहिजे." ती हातातले कागद खाली ठेवत म्हणाली.

जॅकनं तिच्याकडे पाहिलं. थकवा आणि जागरणामुळे तिचे डोळे लाल दिसत होते. चेहरा ओढलेला वाटत होता.

''डॉक्टर, या दोन केसेसच्या बाबतीत मी जमा केलेली माहिती ठीक आहे का?''

''ठीक?.. उत्कृष्ट! पण मला आणखी काही प्रश्नांची उत्तरं हवी आहेत.''

''बोला.''

''नोडलमन होता ती खोली आणि सुसान हार्ड होती, तो जनरल वॉर्ड हे नेमके कुठं आहेत? म्हणजे दोन्हीमध्ये काही..?''

''दोन्ही सातव्या मजल्यावर समोरासमोर आहेत.''

''या दोन्ही भागातले लोक, म्हणजे पेशंटस् एकमेकांच्या संपर्कात येण्याची शक्यता कितपत आहे?''

''हं, हा प्रश्न काही मी विचारला नाही.. पण माझ्या मते, तशी फारशी शक्यता नसावी.. बरं, आणखी काही प्रश्न आहेत का?... मला अजून एका केसचा अहवाल संपवायचा आहे आणि इथून कधी एकदा बाहेर पडते असं झालंय मला.''

''फक्त एकच... तू लिहिलं आहेस, की कॅथरीन म्यूलर हॉस्पिटलमध्येच नोकरी करत होती. पण कोणत्या भागात ते कळत नाही.. ती प्रयोगशाळेत होती की नर्स?''

जॅनिसनं आपल्या नोंदवहीमधली कच्ची टिपणं भराभरा चाळली.

''दोन्ही विभागात नाही. ती मुख्य पुरवठा विभागात कामाला होती.''

जॅक निराश झाला. ''ओह! कम ऑन..!''

''होय. निदान मला मिळालेली माहिती तरी तशीच आहे.''

''मी तुला अजिबात दोष देत नाही, पण ही माहिती तर्कात बसत नाही.. पुरवठा खात्यामध्ये काम करणाऱ्या बाईचा सातव्या मजल्यावरचा पेशंटशी संबंध कसा येईल..? ठीक आहे... जॅनिस मदतीबद्दल आभार. आता इथून उठ आणि चालू लाग!.. घरी जाऊन पहिली झोप घे.''

''होय. माझा तोच विचार आहे.'' जॅनिस म्हणाली.

जॅक तिथून निघाला आणि उगीचच इकडेतिकडे भटकत राहिला. त्याचे विचार प्लेगच्या केसबद्दल भरकटत होते. कोणत्याही संसर्गजन्य रोगाच्या बाबतीत सहसा रोगाचा प्रसार कसा झाला ते समजू शकतं. रोगाची पहिली केस कोणती हे एकदा समजलं, की त्या केसला 'इंडेक्स केस' असे नाव देतात. पुढच्या सर्व रोग्यांचा संबंध कोणत्या ना कोणत्या मार्गानं, या पहिल्या रोग्याशी आलेला आहे हे सिद्ध करता येतं. पण इथे सगळंच गुंतागुंतीचं वाटत होतं. नोडलमन हा पहिला रोगी असेल हे खरं असेल, तर नवीन दोन रोग्यांशी त्याचा संबंध जोडणं जवळजवळ अशक्य वाटत होतं.

जॅक रेंगाळत रेंगाळत इतस्ततः फिरत राहिला. मध्येच त्यानं सार्जंट मर्फीला

हात केला. सार्जंट मर्फीनं त्याला उत्साहानं हसून प्रतिसाद दिला.

जॅकचं विचारचक्र फिरतच राहिलं. सुसान हार्ड मरायच्या आधी फक्त चोवीस तास आधी हॉस्पिटमध्ये दाखल झाली होती. प्लेगच्या बाबतीत संसर्ग झाल्यावर लक्षणं दिसू लागायला, दोन दिवसांचा अवधी लागतो. म्हणजे सुसान हार्डला रोगाचा संसर्ग हॉस्पिटलमध्ये येण्याआधीच म्हणजे घरीच झाला असायला हवा. हा विचार डोक्यात येताच, जॅक पुन्हा जॅनिस येगरच्या खोलीकडे वळला.

''माफ कर जॅनिस... फक्त आणखी एकच प्रश्न.'' जॅक जॅनिसला उद्देशून म्हणाला, ''ही सुसान हार्ड बाळंतपणासाठी येण्यापूर्वी दोन दिवस आधी हॉस्पिटलमध्ये आली होती का?''

''नाही. तिच्या नवऱ्याला हा प्रश्न मी मुद्दामच विचारला होता. तो म्हणाला, की तिला हॉस्पिटलमध्ये राहायचा तिटकारा होता. त्यामुळे अगदी वेळ भरत आल्यावरच ती हॉस्पिटलमध्ये दाखल झाली होती.''

''धन्यवाद.'' जॅक येगरच्या खोलीतून बाहेर पडला.

आता ही परिस्थिती आणखीनच गोंधळाची झाली होती. सगळी माहिती एकत्रपणे पाहिली, तर त्यातून असा अर्थ निघत होता, की प्लेगचा उद्‌भव एकाच वेळी दोन तीन ठिकाणी झाला. पण ही गोष्ट जवळजवळ असंभवनीय होती... आणखी एक शक्यता होती, की संसर्ग आणि लक्षणं दिसण्यामधला कालावधी फार थोडा असावा. पण जर हे गृहीत धरलं, तर नोडलमन, म्यूलर आणि हार्ड तिन्ही बाबतीत संसर्ग हॉस्पिटलमधूनच झाला होता, असा निष्कर्ष काढणं भाग होतं. पण ते देखील अशक्य वाटत होतं. कारण असं होण्यासाठी सगळं हॉस्पिटल रोगजंतूंनी ठासून भरलेलं असण्याची आवश्यकता होती.

जॅक विच्छेदन विभागाच्या बाहेरच्या खोलीत आला. तिथे नेहमीप्रमाणे व्हिनी पेपरात डोकं खुपसून वाचत बसला होता. जॅकनं त्याचा पेपर हिसकावून घेतला. व्हिनी वैतागला, ''तू रोज विनाकारण एवढा लवकर कशाला येतोस? तुला इतर काही उद्योगधंदा नाही का?''

जॅक हसला. त्याच्या खांद्यावर हातातली फाईल आपटत म्हणाला, ''चल, उठ. अंतराळ पोशाख चढव. आपल्याला आता प्लेगची एक नव्हे, तर दोन केसेस बघायच्या आहेत.''

पंधरा मिनिटांनंतर जॅकनं कॅथरीन म्यूलरची शवचिकित्सा सुरू केली. त्यानं तिच्या शरीरावरील बाह्य खुणांचं फार बाइकाईनं निरीक्षण केलं. कुठं कीटक चावल्याच्या खुणा दिसतात का ते पाहिलं. पण त्याला नक्की खुणा मात्र दिसल्या नाहीत. एक-दोन ठिकाणी त्याला संशय वाटला, त्या भागाचे त्यानं फोटो काढून ठेवले.

"या केसमध्ये गँग्रीन अजिबात नाही." व्हिनी म्हणाला.

"होय. शिवाय पुरपुराचीही* कोणतीही लक्षणं नाहीत." जॅक.

थोड्या वेळानं जॅकनं अंतर्गत तपासणीला प्रारंभ केला, तेव्हा तिथे बरेचजण गोळा होऊन पाहू लागले. काहीजण 'जॅक आता प्लेगतज्ज्ञ झालाय' असं म्हणाल्याचं त्याला ऐकू आलं. पण जॅकनं तिकडे दुर्लक्ष करून आपलं काम चालू ठेवलं.

म्यूलरबाईची फुफ्फसं, नोडलमनच्या फुफ्फुसांसारखीच दिसत होती. फुफ्फुसांमध्ये न्यूमोनियाची सगळी लक्षणं होती. पेशी मृत व्हायला सुरुवातदेखील झालेली दिसत होती. गळ्याजवळच्या आणि वायूमार्गाच्या जवळ असणाऱ्या लसिका ग्रंथीसुद्धा सुजलेल्या दिसत होत्या.

"हे सारं तर नोडलमनपेक्षाही भयानक आहे." जॅक म्हणाला.

"हे तू मला कशाला सांगतोस?" व्हिनी म्हणाला, "या असल्या संसर्गजन्य रोगांच्या केसेस पाहिल्या, की वाटतं मी यापेक्षा बागकाम केलं असतं तर बरं झालं असतं."

जॅकचं काम संपत असतानाच टेबलाजवळ केल्व्हिन आल्याची चाहूल लागली. बरोबर आणखी कोणीतरी होतं. दुसऱ्या व्यक्तीचा आकार केल्व्हिनच्या धिप्पाड देहापुढे अर्धादेखील वाटत नव्हता.

"काही विशेष?" टेबलावरच्या निरनिराळ्या ट्रेमध्ये डोकावत केल्व्हिननं विचारलं.

"ही केस म्हणजे कालच्याच केसची तंतोतंत आवृत्ती आहे."

"ठीक." केल्व्हिननं मग बरोबर आलेल्या माणसाची ओळख करून दिली. तो न्यूयॉर्क शहराचा रोगप्रसार तज्ज्ञ क्लिंट अॅबेलार्ड होता.

"डॉ. बिंगहॅम म्हणाला, की तुमची आधी एकदा भेट झाली आहे?"

"होय." जॅक म्हणाला. पण त्याच्या बोलण्याला क्लिंटने प्रतिसाद दिला नाही.

"डॉ. अॅबेलार्ड प्लेगच्या रोगाचा उगम शोधण्याचा प्रयत्न करत आहे."

"उत्तम!" जॅक म्हणाला.

"आपण त्याच्या कामामध्ये काही मदत करू शकतो का, हे पाहायला तो इथे आला आहे." केल्व्हिन म्हणाला, "तू तुझ्याजवळची माहिती त्याला दिलीस तर कदाचित ते उपयोगी ठरू शकेल."

"आनंदानं देतो." जॅकनं आपण केलेल्या शवविच्छेदनाची सविस्तर माहिती दिली. शरीरातल्या सगळ्या अवयवांची नेमकी अवस्था कशी आहे, ते वर्णन करून

---

* त्वचेखालील अतिशय छोट्या रक्तवाहिन्यांमधून रक्तस्त्राव झाल्याने त्वचेवर जांभळ्या रंगाचे डाग दिसणे.

सांगितलं. हे सारं डॉ. ॲबेलार्ड गप्प राहून फक्त ऐकत होता.

"तर हे सारं असं आहे." जॅक समारोप करत म्हणाला. हातातला लिव्हरचा तुकडा परत ट्रेमध्ये ठेवत तो म्हणाला, "दोन्ही पेशंटस्च्या बाबतीत रोगाचं स्वरूप फार भयंकर होतं. म्हणूनच त्यांचा चटकन् मृत्यू झाला याचं आश्चर्य वाटायला नको."

"सुसान हार्डविषयी काय सांगता येईल?" ॲबेलार्डनं तोंड उघडलं.

"अजून तिचं विच्छेदन व्हायचं आहे."

"जर मी ते करत असताना पाहिलं तर चालेल का?"

जॅकनं खांदे उडवले, "ते डॉ. वॉशिंग्टननी ठरवायचं आहे."

"हरकत नाही." केल्विन म्हणाला.

"मी एखादा प्रश्न विचारू का?" जॅक क्षणभर थांबला, "हा प्लेग नेमका कसा उद्‌भवला, यावर काही प्राथमिक कल्पना पुढं आलेली आहे का?"

"नाही.. अद्याप तरी नाही." ॲबेलार्ड विषय झटकत म्हणाला.

"तरीही.. काहीतरी कल्पना तर असेलच की..!" जॅक उपरोध लपवण्याचा आटोकाट प्रयत्न करत म्हणाला.

"आम्ही आता त्या भागातल्या उंदरांमध्ये प्लेगचे जंतू आहेत की काय, त्याचा शोध घेणार आहोत." ॲबेलार्ड गंभीरपणानं म्हणाला.

"ही कल्पना एकदम छान आहे..!" जॅक उपरोध उघड करत म्हणाला, "आणि हे काम तुम्ही कसं करणार आहात बरं?"

क्लिंट ॲबेलार्ड काही न बोलता क्षणभर गप्प राहिला. मग जणू आपण फार मोठं सरकारी गुपित सांगतोय, अशा अविर्भावात अगदी शांत आवाजात म्हणाला, "अटलांटाच्या रोगनियंत्रक केंद्रातून मदत मिळाली आहे. त्यांच्या प्लेग विभागातला एक तज्ज्ञ इथे येऊन पोहोचला आहे."

"त्यानं काही नवीन शोधून काढलं का..?"

"काल रात्री पकडलेले काही उंदीर रोगग्रस्त होते. पण प्लेग मात्र नव्हता."

"हॉस्पिटलबद्दल काय?" क्लिंटच्या चेहेऱ्यावरचे भाव कळून देखील जॅकनं मुद्दाम हा विषय उकरून काढला, "कॅथरीन म्यूलर. आपण आत्ताच जिचं विच्छेदन केलं, ती बाई हॉस्पिटलच्या पुरवठा भागात काम करत होती. तिला संसर्ग कुठून झाला असावा, काही कल्पना करता येईल का?"

"नाही." क्लिंट ॲबेलार्ड नाईलाजानं म्हणाला. त्याला विषय शक्यतो टाळायचा होता, "आम्ही हॉस्पिटलची हवा खेळवणारी यंत्रणा नीट तपासून पाहिली. हवा गाळणारे 'हेपा'(HEPA) फिल्टर्स ठाकठीक होते."

"प्रयोगशाळेबद्दल काय म्हणता येईल?"

"म्हणजे काय?".

"प्रत्यक्षात प्रयोगशाळेतल्या एका तंत्रज्ञानं प्लेगचं अगदी प्राथमिक स्वरूपात निदान केलं होतं. पण अमेरीकेअरनं हल्ली प्रयोगशाळेचं बजेट कमी केल्यानं, त्याचा पुढं पाठपुरावा करता आला नाही. तिथे प्रयोगशाळेत अलीकडेच पर्यवेक्षकाचं पदच रद्द केलं गेलं होतं. हे माहिती आहे का?"

"नाही. पण तरीही प्लेग उद्‌भवायचा कसा थांबणार होता?"

"मुद्दा तो नाही. हॉस्पिटलच्या निष्काळजीपणामुळे एक माणूस हकनाक बळी पडला." जॅकला हे सारं सांगताना एक प्रकारे विकृत आनंद होत होता. "बरं, ठीक आहे. हॉस्पिटलमध्ये आणखी कुणाला लागण झाली आहे का?"

"नाही. माझ्या ऐकिवात तरी नाही. काही नर्सेसना थोडाफार त्रास होतोय खरा. पण प्लेग मात्र वाटत नाही."

"हार्डचं विच्छेदन कधी करणार..?" केल्व्हिन हे संभाषण थांबवत म्हणाला.

"साधारण वीस मिनिटांनी सुरू करीन. व्हिनी तयार होऊन आला, की काम लगेच सुरू."

"ठीक आहे. मी जरा इतर काही केसेस पाहून येतो." केल्व्हिन क्लिंटकडे वळला, "तुला इथे थांबायचं असेल, तर माझी हरकत नाही. का माझ्याबरोबर येणार?"

"मी तुमची हरकत नसेल तर इथे थांबत नाही."

"जॅक. जाताजाता आणखी एक गोष्ट सांगायची आहे." केल्व्हिन जॅकला म्हणाला, "इथे सगळीकडे पत्रकारांचा नुसता सुळसुळाट झालेला आहे. ते लांडग्यांप्रमाणे बातमीच्या वासावर टपून बसलेले आहेत. मला तुझ्याकडून त्यांना काहीही कळण्याची अपेक्षा नाही. त्यांना जे काय सांगायचं आहे, ते मिस डोनाटेल्लो अधिकृतपणे सांगेल. समजलं?"

"छे! मी कशाला त्या फंदात पडू?"

■

११

गुरुवार, २१ मार्च १९९६
सकाळी ९ वाजून ४५ मिनिटे
न्यूयॉर्क शहर

"मिस्टर लागेनथोर्प... तुम्ही ऐकताय ना?" डॉ. डॉइल आपला पेशंट लागेनथोर्पशी बोलत होते. अडतीस वर्षं वयाच्या आफ्रिकन-अमेरिकन लागेनथोर्पला जुनाट दमा होता. त्या दिवशी पहाटे तीन वाजता डोनाल्ड लागेनथोर्पला जाग आली. त्याला श्वास घ्यायला त्रास होऊ लागला होता. घरी वापरण्यासाठी डॉक्टरांनी दिलेली औषधं वापरूनही काही उपयोग होईना. म्हणून मग तो पहाटे चार वाजता मॅनहटन जनरल हॉस्पिटलमध्ये दाखल झाला होता. तिथेही उपचार करून उपयोग होत नाही, हे दिसल्यावर मग सकाळी सव्वापाचला डॉ. डॉइलना बोलावून घेण्यात आलं होतं.

डोनाल्डनं किंचित डोळे उघडले. त्याला झोप लागलेली नव्हती. फक्त तो विश्रांती घेण्याचा प्रयत्न करत होता. या सगळ्या धावपळीनं तो प्रचंड थकलेला होता. श्वास न घेता येण्याचा अनुभव फार क्लेशदायक होता. डोनाल्डला एवढा त्रास यापूर्वी कधीच झालेला नव्हता.

"आता कसं वाटतंय?" डॉ. डॉइलनी विचारलं. "तुम्हाला

कोणत्या प्रसंगातून जावं लागतंय त्याची मला कल्पना आहे. तुम्ही खूप दमला असाल.'' जणू आपण आपल्या पेशंटएवढाच त्रास सहन करतो आहोत, अशी भावना काही मोजके डॉक्टर व्यक्त करू शकतात आणि पेशंटना दिलासा देतात. डॉ. डॉइल हे त्यांच्यापैकी एक होते.

डोनाल्डनं डोकं हलवलं. आपण ठीक आहोत, हे तो व्यक्त करत होता. तोंडावर श्वास नीट घेण्यासाठी लावलेल्या मास्कमुळे बोलणं अवघड होतं.

''तुम्ही काही दिवस हॉस्पिटलमध्ये राहावं, असं मला वाटतं.'' डॉ. डॉइल म्हणाले, ''या वेळचा दम्याचा अटॅक फार अवघड होता.''

डोनाल्डनं पुन्हा डोकं हलवलं. त्याला ही गोष्ट कोणी सांगायची गरज नव्हती. त्यानं तोंडावरचा मास्क बाजूला केला, ''घरीच स्टिरॉइडचा उपचार घेतला तर चालणार नाही का?'' हॉस्पिटलमध्ये उपचार झाले म्हणून त्याला बरं वाटत असलं, तरी आपण आता घरी जावं असं त्याला वाटत होतं. कारण आता त्याचा श्वासोच्छ्वास व्यवस्थित पूर्ववत झालेला होता. घरी गेलो तर काहीतरी काम करून घेता येईल, अशी त्याची कल्पना होती. कारण नेहमीप्रमाणे हा दमा नको त्या वेळी उद्भवला होता. डोनाल्ड ऑईल कंपनीत इंजिनियर होता. त्याला पुढच्या आठवड्यात टेक्सासला कामासाठी जायचं होतं.

''तुम्हाला हॉस्पिटलमध्ये राहायचं नाही, हे मला ठाऊक आहे.'' डॉ. डॉइल म्हणाले. ''खरं म्हणजे मलाही तसंच वाटतं. पण सध्याच्या परिस्थितीत मला तेच योग्य वाटत आहे. तुम्हाला लवकरात लवकर बाहेर पडता येईल, असं मी पाहीन. तुम्हाला स्टिरॉइड तर द्यायची आहेतच, पण शिवाय तुम्ही स्वच्छ, आर्द्रता असणाऱ्या आणि त्रास न होणाऱ्या हवेत राहावं, असं मला वाटतं. तसंच श्वासोच्छ्वासावर आणखी थोडी देखरेख आवश्यक आहे. मी मघाशी सांगितल्याप्रमाणे अजून श्वासोच्छ्वास पूर्णपणे नॉर्मल झालेला नाही.

''मला किती दिवस हॉस्पिटलमध्ये राहावं लागेल?''

''दोन-चार दिवस फारतर.''

''मला टेक्सासला परत गेलंच पाहिजे...'' डोनाल्ड म्हणाला.

''ओह!'' डॉ. डॉईल म्हणाले, ''तुम्ही या आधी तिथे केव्हा गेला होता?''

''मागच्या आठवड्यात.''

''हं..'' डॉ. डॉईल विचारात पडले, ''तिथे असताना तुमचा कोणत्या अनैसर्गिक गोष्टींशी संपर्क आला होता काय?''

''फक्त टेक्सासमधलं मेक्सिकन अन्न.'' डोनाल्ड हसण्याचा प्रयत्न करत म्हणाला.

''बरं, तुम्ही घरी नवीन एखादा पाळीव प्राणी वगैरे आणलेला आहे का?''

डॉ. डॉईलनी विचारलं. ज्यांना कायमचा दमा असतो, त्यांना कशामुळे अटॅक आला असावा, त्या घटकाचा शोध घेणं ही फार अवघड गोष्ट असते. कारण पुष्कळदा त्यासाठी ॲलर्जी निर्माण करणारे घटक कारणीभूत असतात.

"माझ्या गर्लफ्रेंडनं नवीन मांजर आणलं आहे." डोनाल्ड म्हणाला, "मागे एकदोन वेळा त्यामुळे मला जरासं खाजल्यासारखं वाटतं होतं..."

"मागल्या वेळेस म्हणजे केव्हा?"

"काल रात्री." डोनाल्डनं कबूल केलं. "पण मी रात्री अकराच्या नंतर घरी आलो, तेव्हा मी ठीक होतो. मला झोप लागायलाही काही त्रास झाला नाही."

"मला याकडे जरा लक्ष द्यावं लागेल." डॉ. डॉईल म्हणाले, "दरम्यान तुम्ही हॉस्पिटलमध्ये राहावं असं मला वाटतं. तुमचं म्हणणं काय आहे?"

"तुम्ही डॉक्टर आहात." डोनाल्ड नाईलाजानं म्हणाला.

"थँक यू." डॉ. डॉईल म्हणाले.

■

१२

गुरुवार, २१ मार्च १९९६
सकाळी ९ वाजून ४५ मिनिटे

"क्लिंट... तू टेबलाच्या त्या बाजूला जाऊन का उभा राहत नाहीस? तिथून तुला नीट पाहता येईल..." सुसान हार्डचं शवविच्छेदन सुरू करत असताना जॅक त्याला म्हणाला. क्लिंट ॲबेलार्ड एकसारखा त्याच्या मागच्या बाजूला हालचाल करत होता. त्यामुळे जॅक त्रासला होता.

क्लिंट ॲबेलार्ड टेबलाच्या पलीकडच्या बाजूला गेला.

"आता हलू नकोस.." जॅक त्याला जेमतेम ऐकू जाईल, अशा आवाजात पुटपुटला. त्याला क्लिंट तिथे नको होता. पण त्यावर त्याचा काहीच इलाज नव्हता. क्लिंट तिथे उभा राहणारच होता.

"अशा तरुण स्त्रीला, अशा अवस्थेत पाहणं फार विचित्र वाटतं नाही?" क्लिंट मध्येच म्हणाला. जॅकनं चमकून त्याच्याकडे नजर टाकली. त्याला हे सर्वस्वी अनपेक्षित होतं. ते बोलणं त्याला फार भावूक वाटलं. तो एक भावनाशून्य आणि लहरी अधिकारी असावा, अशी जॅकची क्लिंटबद्दलची कल्पना होती.

"तिचं वय किती असेल?" क्लिंटनं विचारलं.

"अठ्ठावीस." व्हिनीनं उत्तर दिलं.

"तिच्या पाठीच्या कण्याची अवस्था पाहिली, तर तिचं आयुष्य काही फार सुखात गेलं नसावं असं वाटतंय." क्लिंट म्हणाला.

"तिच्या पाठीवर बऱ्याचदा शस्त्रक्रिया केल्या गेल्याच्या खुणा आहेत."

"ही फारच दुर्दैवी स्त्री आहे. बिचारीचं मूल आता अनाथ झालं आहे." क्लिंट म्हणाला, "अर्थात, आपण तिच्या दुर्दैवी नवऱ्याला विसरून चालणार नाही. ऐन मध्यम वयात स्वत:चा जोडीदार गमावणं, ही फार भयानक गोष्ट असावी."

जॅकला पाठीतून कोणीतरी धारदार सुरी फिरवत असल्यासारखं वाटलं. आठवणी एकदम उफाळून आल्या. त्याला उगीचच समोर उभ्या असणाऱ्या क्लिंटला ठोसा मारून पाडावं असं वाटलं. जॅक एकदम बाजूला झाला आणि बाथरूमकडे गेला. काहीही न कळल्यानं व्हिनी पाठीमागून हाका मारत आला. जॅकनं त्याच्याकडे दुर्लक्ष केलं. आरशासमोर उभं राहून, चेहेरा थंड पाण्यानं धुवून, त्यानं शांत होण्याचा प्रयत्न केला. क्लिंटवर रागावणं, ही अनावश्यक आणि अयोग्य प्रतिक्रिया होती, हे त्याला जाणवू लागलं. खरोखर 'जोडीदार गमावणं म्हणजे काय' हे न कळलेल्या लोकांकडून असली निरर्थक वाक्यं ऐकताना नेहमीच त्याला त्यांचा राग येत असे.

"काय झालं?" व्हिनी बाथरूमच्या दारातून विचारू लागला.

"काही नाही. तू जा. मी एकदोन मिनिटात आलोच."

व्हिनी दार लावून निघून गेला.

जॅकनं हात, तोंड स्वच्छ धुतलं. हातमोजे चढवून तो पुन्हा टेबलाशी आला.

"मी सगळं शरीर तपासलं आहे. कुठंही कीटकदंशाच्या खुणा नाहीत."

"तुला काय वाटतं?" क्लिंटनं विचारलं.

त्याच्याकडे साफ दुर्लक्ष करत, जॅकनं आपलं काम करायला सुरुवात केली. सगळी तपासणी पूर्ण झाल्यानंतरच तो बोलू लागला, "गँग्रीन नाही. पुरपुरादेखील नाही. माझ्या मते, शरीरावर कसलाही किडा चावल्याच्या खुणाही नाहीत." मानेपाशी असणाऱ्या गाठी दाखवत जॅक म्हणाला, "या लसिका ग्रंथींना सूज आलेली आहे."

"हे प्लेगच्या लक्षणांशी सुसंगत आहे." क्लिंट म्हणाला.

जॅक त्यावर काहीही बोलला नाही. त्यानं व्हिनीच्या हातातून चाकू घेतला आणि इंग्रजी 'वाय' आकाराचा छेद पोटावर घेतला. त्याच्या हातांच्या हालचालीतली सफाई क्लिंटला फार क्रूरपणाची वाटली. तो एक पाऊल मागं सरकला.

जॅक भराभरा परंतु पुरेशी सावधगिरी बाळगत हात चालवू लागला. रोगजंतू हवेत मिसळणं टाळण्यासाठी, तो अवयवांचे तुकडे फार हलक्या हातानं काढत होता. अवयवांचे तुकडे काढून झाल्यावर जॅकनं फुफ्फुसांचा छेद घेतला. दरम्यान केल्व्हिन तिथे येऊन सर्वांच्या डोक्यावरून वाकून पाहू लागला होता.

"वायुनलिकांमध्ये 'न्यूमोनिया' स्पष्ट दिसतोय. पेशीही मृत व्हायला सुरुवात

झालेली आहे. ही केस बरीचशी नोडलमन्सारखीच दिसते.'' केल्व्हिन म्हणाला.

''मला त्याबद्दल जरा शंका वाटते. हे पाहा, एकूण परिस्थिती तशीच आहे. पण पेशीविकृतीचं स्वरूप आणि व्याप्ती तेवढी ठळक नाही. इथे मला काही भागात 'ग्रॅन्यूलोमा'ची सुरुवात झाल्याप्रमाणे लक्षणं दिसत आहेत.''

क्लिंट हे सारं ऐकत होता. परंतु त्याला फारसं कळत मात्र नव्हतं. मेडिकल कॉलेजात असताना ऐकलेल्या शब्दांपैकी काही त्याला आठवत होते. पण सगळ्यांचा अर्थ मात्र नीट समजत नव्हता.

''हा प्लेग वाटतोय का नाही?'' क्लिंटनं विचारलं.

''अर्थातच. प्लेग तर आहेच.'' केल्व्हिन त्याला लिव्हर आणि प्लीहा दाखवत म्हणाला, ''जॅक, जरा हे पाहू या.''

जॅकनं काळजीपूर्वक लिव्हरचा तुकडा काढून काचेच्या बशीत ठेवला. मग त्यानं तुकड्यामध्ये सुरी चालवून त्याचे दोन भाग केले.

''बराच भाग पूर्णपणे कुजलेल्या अवस्थेत आहे.'' जॅक सर्वांना तुकडा दाखवत म्हणाला, ''या केसमधला रोगजंतूदेखील नोडलमनप्रमाणे जबरदस्त प्रभावी दिसतोय.''

''मला ही केस निश्चितपणे प्लेगची वाटतेय.'' केल्व्हिन म्हणाला.

''पण मग फ्ल्युरेसीन ॲन्टिबॉडी चाचणीत तसं का दिसलं नाही?'' जॅक क्षणभर थांबून म्हणाला, ''फुफ्फुसांची एकूण अवस्था आणि हे सारं पाहून मला काहीतरी वेगळंच वाटू लागलंय..!''

दरम्यान लॉरीही तिथे आली आणि तिनंही संभाषणात भाग घेतला होता, ''फुफ्फुसांची एकूण अवस्था म्हणजे..? तुला काय म्हणायचं आहे?''

जॅकनं लॉरीला पुन्हा एकदा फुफ्फुसातले कापलेले भाग दाखवले. ते पाहून लॉरी उद्गारली, ''जॅक! तू काय दाखवतो आहेस, ते आत्ता माझ्या लक्षात आलं... हा तर मला विलक्षण संसर्गजन्य क्षयरोगाचा काहीतरी प्रकार वाटतोय!''

''क्षयरोग? छे! शक्यच नाही!'' केल्व्हिन म्हणाला.

''पण मी प्रत्यक्ष क्षयरोगच असेल असं म्हणत नाही... मी फक्त मला आठवलं ते उदाहरण दिलं.'' लॉरी म्हणाली.

''ही केस निश्चितपणे प्लेगचीच आहे. हॉस्पिटलच्या प्रयोगशाळेनं काहीही अहवाल दिला असला, तरी माझं मत पक्कं आहे.'' केल्व्हिन म्हणाला.

''मला मात्र तसं वाटत नाही.'' जॅक म्हणाला, ''आपल्या प्रयोगशाळेतले लोक काय म्हणतात, ते पाहायला काय हरकत आहे?''

''तू खात्रीपूर्वक बोलतो आहेस का? पैज लावतोस दहा डॉलरची? का दुप्पट करायची रक्कम?'' केल्व्हिन म्हणाला.

''नको. पैसा म्हणजे तुमचं सर्वस्व आहे, हे मला माहीत आहे... मी तुमचा

निर्णय मान्य करतो. फक्त दहा डॉलर बस्स झाले!''

''तुमचं काम झालं असलं तर मी जाऊ का..?'' क्लिंट कंटाळून म्हणाला.

''हे काय माझं काम जवळजवळ आटोपलंच आहे... प्रयोगशाळेसाठी थोडे नमुने जमा केले की झालं... पण तू आता गेलास तरी फारसं काही बिघडणार नाही.'' जॅक म्हणाला.

''चल. मी पण तुझ्याबरोबर येतो.'' केल्व्हिन म्हणाला आणि मग तो क्लिंट ॲबेलार्डबरोबर बाहेर पडला.

''प्लेग नाही तर आणखी काय असणार?'' केल्व्हिन नजरेआड होताच लॉरीनं विचारलं.

''नको. मी काही बोललो तर तुम्ही माझी चेष्टा कराल.''

''जॅक.. जॅक हे काय आणखी आता! सांग. मी कोणालाही काही सांगणार नाही, मग तर झालं?''

जॅकनं व्हिनीकडे पाहिलं. आपणही तोंड उघडणार नाही, अशी खूण त्यानं केली.

''मी नोडलमनच्या केसमध्ये काय म्हणालो होतो, ते जरा आठवा. जर हा प्लेग नसेल, तर त्याच्याशी साधर्म्य असणारा आणखी एकच रोग असू शकतो, असं मी म्हणालो होतो. टुलरेमिया.''

लॉरी हसून म्हणाली, ''टुलरेमिया? बाळंतपणासाठी हॉस्पिटलमध्ये आलेल्या अठ्ठावीस वर्षाच्या बाईला टुलरेमिया?... तेसुद्धा मॅनहटन जनरल हॉस्पिटलमध्ये...? जॅक, या रोगाची शक्यता जवळपास अशक्य कोटीतलीच आहे.. तशी पूर्वी, काही महिन्यांपूर्वी तिनं सशांची शिकार केली असणं, अगदी अशक्य नाही. परंतु...''

''मला त्याची पूर्ण कल्पना आहे.'' जॅक म्हणाला, ''अर्थातच, शवविच्छेदनामध्ये दिसलेल्या गोष्टींचाच आधार देऊन मी हे निदान केलेलं आहे.''

''मी या गोष्टीवर पंचवीस सेंटची पैज लावायला तयार आहे.'' लॉरी.

''बापरे! पंचवीस सेंट फार होतात...'' जॅक हसत म्हणाला, ''ठीक आहे, पंचवीस सेंटची पैज लागली.''

लॉरी आपल्या टेबलाकडे परतल्यावर जॅक आणि व्हिनी, हार्डच्या विच्छेदनातल्या उरलेल्या गोष्टींकडे वळले. जॅकनं सूक्ष्मदर्शकाखाली तपासायला लसिका ग्रंथींचे थोडे नमुने काळजीपूर्वक गोळा केले. नमुने ठीक आहेत, असं वाटल्यानंतर मग दोघांनी मिळून प्रेत शिवून टाकलं.

शवागारातून बाहेर पडल्यावर जॅकनं आपण वापरलेल्या सर्व वस्तू काळजीपूर्वक बाजूला ठेवल्या. अंतराळ पोशाखासाठी वापरलेली बॅटरी पुन्हा चार्ज करायला लावली. मग तो तिसऱ्या मजल्यावर ॲग्नेस फिनला भेटायला गेला.

ॲग्नेस फिन सूक्ष्मदर्शकाखाली ठेवलेल्या एका काचपट्टीचं निरीक्षण करत होती.

"मी आत्ताच एका संसर्गजन्य रोगानं मेलेल्या बाईचं विच्छेदन पुरं करून आलोय. ही केसदेखील प्लेगची असावी, असा अंदाज आहे. निरनिराळ्या अवयवांचे नमुने मागाहून इथे येतीलच. पण खरी समस्या अशी आहे, की मॅनहटन जनरल हॉस्पिटलच्या प्रयोगशाळेमध्ये केलेली चाचणी प्लेग दर्शवत नाही. अर्थातच, आपल्या इथे ही चाचणी पुन्हा करावी, अशी माझी इच्छा आहे. पण त्या आधी मला आणखी एका गोष्टीची खात्री करून घ्यायची आहे. या केसमध्ये टुलरेमियाची शक्यता तपासून पाहायला हवी. ही चाचणी जितक्या लवकर होईल, तेवढी मला हवी आहे."

"ती करणं एवढं सोप नाही." ॲग्नेस म्हणाली, "फ्रान्सिसेला टुलरेन्सिस *(Francisella tularensis)* जीवाणू हाताळणं ही फारच धोकादायक बाब आहे. प्रयोगशाळेत काम करणाऱ्यांनाच त्याचा संसर्ग होण्याची फार दाट शक्यता असते. शिवाय त्या चाचणीसाठी विशिष्ट अशी फ्लोरेसीन ॲन्टिबॉडी लागते. ती आपल्याकडे उपलब्ध नाही."

"मग काय करता येईल?"

"आपल्याला नमुने तपासायला बाहेर पाठवावे लागतील. 'टुलरेमिया' एवढा घातक असल्यामुळे त्याच्या चाचणीची व्यवस्था, फक्त ठराविक प्रयोगशाळांमध्येच उपलब्ध असते. तिथले लोक या जंतूला हाताळायला सरावलेले असतात... न्यूयॉर्कमध्येच अशी एक प्रयोगशाळा आहे."

"नमुने ताबडतोब पाठवता येतील का?"

"आपण निरोप पाठवून त्यांना ताबडतोब चाचणी करण्याची विनंती करू. जर त्यांनी ती मानली तर चोवीस तासात चाचणीचे निष्कर्ष आपल्या हाती येतील."

"ठीक आहे... मी वाट पाहीन. या निकालावर मी माझे दहा डॉलर आणि पंचवीस सेंट पणाला लावलेले आहेत."

ॲग्नेसला तो काय म्हणतो आहे, ते समजलं नाही. तिनं त्याच्याकडे फक्त एक नजर टाकली. तिला तो नक्कीच वेडपट वाटला असणार. जॅकनं तिला आणखी काहीही सांगितलं नाही. तिचे आभार मानून तो आपल्या खोलीकडे निघाला.

■

१३

गुरुवार, २१ मार्च १९९६
सकाळी १० वाजून ४५ मिनिटं
न्यूयॉर्क शहर

"मला ही कल्पना आता आणखी आवडू लागली आहे." टेरेस ड्रॉइंग बोर्डपासून बाजूला सरकत म्हणाली. सकाळपासून केलेल्या कामाचे काही काही तुकडे कॉलीन तिला दाखवत होती. रात्री त्यांनी ठरवल्याप्रमाणे कॉलीननं जाहिरातीचा कच्चा आराखडा बनवला होता.

"या जाहिरातीचं एक वैशिष्ट्य असं आहे, की ही कल्पना वैद्यकीय व्यवसायाच्या शपथेशी सुसंगत आहे." कॉलीन म्हणाली.

"आपल्याला हे आधीच का सुचलं नाही?... या प्लेगमुळे आपल्याला ही कल्पना सुचली.. कॉलीन, तू प्लेगबद्दलची बातमी बघितलीस का सकाळी टीव्हीवर ?"

"तीन मृत्यू आणि अनेकजण आजारी आहेत." कॉलीन म्हणाली.

"मला तर भीतीच वाटू लागली आहे."

"मला तर काल रात्रीच बारमध्ये प्रचंड भीती वाटली होती. आपल्याला प्लेग तर होणार नाही ना, अशी शंका माझ्या मनात येत होती." टेरेस म्हणाली.

"तरीही आपण आज रात्री जेवायला जाणार आहोत का?"

"जरूर!" टेरेस म्हणाली, "मला तर असं वाटू लागलंय, की या जॅक स्टेपलटनकडून आपल्याला खूप उपयोगी अशा नवनवीन कल्पना मिळणार आहेत. तो जरासा चमत्कारिक असेल, पण चलाख आहे आणि मुख्य म्हणजे आपल्या कामात चांगलाच निष्णात आहे."

"मला स्वत:ला मात्र चेटशी गप्पा मारायला आवडलं. तो मला मोकळ्या स्वभावाचा वाटला. मुळात मला स्वत:ला एवढ्या गहन आणि गुंतागुंतीच्या समस्या सोडवाव्या लागत आहेत, की मला आणखी ताण नको वाटला. म्हणून मी चेटकडे आकर्षित झाले."

"पण मी जॅक स्टेपलटनकडे आकर्षित झाले, असं कुठं म्हणाले?" टेरेस म्हणाली. "त्या गोष्टीचा इथे काही संबंध नाही... कॉलीन, मी वर जाऊन जरा हेलेन रॉबिनसनशी बोलून येते."

"कशासाठी?" कॉलीन चकित झाली होती, "मला वाटलं, की ती आपल्या शत्रूपक्षात आहे!"

"काल टेलर काय म्हणाला ते आठव - आपण निर्मिती विभागानं आणि लेखा विभागानं एकत्र काम करायला हवं.." टेरेस हसत हसत म्हणाली.

"कित्ती छाऽन कहाणी होईल ही उद्या!" कॉलीन तिला वेडावत म्हणाली.

"खरोखरच मी तिच्याकडून एक काम करून घेणार आहे... मला तिचा उपयोग करून काही माहिती काढून घ्यायची आहे. जाहिरात बनवण्याआधी आपल्याला नॅशनल हेल्थ कंपनीविषयी काही निश्चित माहिती कळायला हवी. जर त्यांच्या इथेच नोसोकॉमियल संसर्गाची भानगड असेल, तर जाहिरात मुळातच फसेल की नाही?... त्याचा परिणाम असा होईल, की मी कंपनीची अध्यक्ष तर होणार नाहीच, शिवाय आपल्याला दोघींना पेन-पेन्सिली वगैरे विकायला बाहेर पडावं लागेल."

टेरेसनं कॉलीनच्या पाठीवर थाप मारली आणि तिला आहे त्या जोमानं काम चालू ठेवायला सांगून, ती जिन्याकडे गेली.

टेरेस येऊन जाताच हेलेननं नॅशनल हेल्थ कंपनीला फोन लावला. तिच्या परिचयाची बाई तिथे जागेवर नव्हती. हेलेनला ते अपेक्षितच होतं. तिनं आपलं नाव सांगून पुन्हा फोन करण्यासाठी म्हणून निरोप ठेवला.

फोन झाल्यावर हेलेननं कपाट उघडलं. कोपऱ्यात ठेवलेल्या छोट्याशा आरशात पाहून, तिनं केसांवर कंगवा फिरवला. स्वत:च्या अवताराविषयी समाधान झाल्यावर ती रॉबर्ट बार्करच्या खोलीकडे निघाली.

"एखादं मिनिट मला मिळू शकेल का?" ती दारातून म्हणाली.

"तुझ्यासाठी अख्खा दिवसदेखील देईन.." रॉबर्ट खुर्चीत मागे रेलत म्हणाला.

हेलेननं पाठीमागे दरवाजा बंद केला. तेवढ्यात अगदी हलक्या हातानं रॉबर्टनं आपल्या बायकोचा फोटो टेबलावरून उचलून खाली ड्रॉवरमध्ये ठेवला. हेलेन खोलीत आल्यावर बायकोच्या फोटोकडे पाहून त्याला नेहमीच फार अपराधी वाटत असे.

"मला आत्ताच कोणीतरी भेटून गेलं." नेहमीप्रमाणं हेलेन खुर्चीच्या हातावर अर्धवट टेकत म्हणाली. तिच्याकडे पाहून रॉबर्टच्या भुवयांवर हलका घाम येऊ लागला. त्याच्या छातीची धडधडदेखील वाढली. हेलेनच्या छोट्या स्कर्टची एक बाजू वर गेलेली होती. त्यातून तिची मांडी दिसत होती...

"कोण आलं असेल?... आपल्या निर्मिती विभागाची प्रमुख टेरेस!"

आपल्या शब्दांचा होणारा परिणाम पाहून हेलेनला मजा वाटत होती.

"तिला माझ्याकडून काही माहिती हवी होती..."

"कसली माहिती?" रॉबर्टनं विचारलं. त्याची नजर समोरच्या दृश्यावरून अजिबात ढळलेली नव्हती. पापणीदेखील न लवता तो नजरबंदी झालेल्या माणसासारखा हेलेनच्या वर गेलेल्या स्कर्टकडे पाहत होता.

हेलेननं त्याला टेरेसची कल्पना सांगितली. तिला नॅशनल हेल्थ कंपनीबद्दल माहिती कशासाठी हवी होती, ते सांगितलं. दरम्यान रॉबर्ट अनिमिष नजरेनं पाहतच होता. हेलेन बोलत असताना त्यानं एकही शब्द उच्चारला नाही. मग हेलेन उठून उभी राहिली. आता मात्र त्याची तंद्री मोडली.

"तू तिला काहीही सांगायला नको होतंस."

"पण ही कल्पना तर फार भयानक आहे." हेलेन म्हणाली, "यापेक्षा नीरस आणखी काय असू शकणार?...मी तिला ही कल्पना वापरू नकोस म्हणून सांगायचा प्रयत्न केला."

"नेमकं मला हेच म्हणायचं आहे.." रॉबर्ट म्हणाला, "तिनं असली नीरस जाहिरात बनवणं, हेच आपल्या हिताचं आहे."

"हं.. हे माझ्या त्यावेळी लक्षात आलं नाही."

"ते साहजिकच आहे. कारण तुझं डोकं माझ्याएवढं उलटसुलट चालत नाही. पण तू काही काही गोष्टी मात्र फार चटकन शिकू शकतेस.. ही टेरेसची कल्पना एक प्रकारे चांगली आहे. कदाचित त्यातून नॅशनल हेल्थ आणि अमेरीकेअर या दोन्ही कंपन्यांमधले काही फरक लोकांच्या नजरेसमोर येऊ शकतील."

"मी तिला माहिती मिळाली नाही म्हणून सांगते."

"नको. खोटं बोलण्यात नेहमीच फार धोका असतो." रॉबर्ट म्हणाला, "हेलेन..

कदाचित तिच्याजवळ ही माहिती आधीच असेल. ती आपल्याला खोटं पाडण्यासाठी म्हणून जाळं लावत असण्याची शक्यता आहे... तू असं कर. नॅशनल हेल्थकडून माहिती काढून आण. पण ती तिला देण्याआधी मला दाखव... मला नेहमीच टेरेस हेगनच्या एक पाऊल पुढे राहायला हवं.''

■

१४

गुरुवार २१ मार्च १९९६
दुपारी १२ वाजता

"जॅक, बरा आहेस ना....?" जॅक आत येताच चेटनं विचारलं.

जॅकनं हातातला कागदाचा गठ्ठा टेबलावर टाकला. चेट टेबलावर बसून कागदाच्या ढिगाऱ्यातून काहीतरी बाहेर काढून वाचत बसला होता. त्यांचा आजचा दिवस टेबलवरच्या कामाचा होता. सहाय्यक वैद्यकीय तपासनीसांना आठवड्यातून तीनच दिवस विच्छेदन करावं लागायचं. उरलेले तीन दिवस बरंच लिखाण करावं लागत असे. प्रयोगशाळेतून आलेले निरनिराळे अहवाल, हॉस्पिटलांमधून मिळालेली माहिती, पीए मंडळींनी जमा केलेली निरनिराळ्या प्रकारची माहिती, पोलिसांकडून कळलेला तपशील या सगळ्याचा खरोखरच प्रचंड ढिगारा होत असे.

"फारसा बरा नाही, असंच म्हणावं लागेल..." जॅक म्हणाला. त्यानं टेबलावर मधोमध असणारा कागदाचा ढिगारा बाजूला सरकवला आणि खुर्चीत विसावला.

"सकाळी तुला ठीक वाटत होतं का? की काही त्रास झाला?" चेटनं विचारलं.

"जरासं हल्लक वाटत होतं. पण आता ठीक आहे."

त्यानं कागदाच्या ढिगाखालून फोन बाहेर काढला. नुकत्याच आणलेल्या फाईलींमधून एक कागद शोधून काढला.

"चेट, आणि तुला कसं वाटत होतं?"

"एकदम झकास!" चेट म्हणाला, "तशी मला एवढी वाईन घ्यायची सवय आहे आणि शिवाय कालच्या दोन पोरींची विशेषत: कॉलीनची आठवण होतीच की सकाळपर्यंत!.. जॅक, रात्रीचा जेवणाचा कार्यक्रम नक्की ना?"

"मी तुझ्याशी त्याबद्दल बोलणारच होतो.." जॅक म्हणाला.

"तू मला कबूल केलं होतंस.. आता काय बोलायचं आणखी?"

"मी वचन वगैरे काही दिलं नव्हतं हं."

"आता पळपुटेपणा करू नकोस. त्यांना आपण दोघंही येण्याची अपेक्षा आहे. जर मी एकटाच गेलो, तर त्या कदाचित फार वेळ थांबणार नाहीत.."

जॅकनं चेटकडे क्षणभर रोखून पाहिलं.

"प्लीज.. जॅक!"

"ठीक आहे. पण फक्त एकदाच.. चेट, तुला माझी गरज काय तेच कळत नाही. तू स्वत: पुरेसा बोलका आहेस आणि तुझ्यामध्ये पाहिजे तसा मोकळेपणा आहे की!"

"ठीक. ठीक. जॅक धन्यवाद."

बोलता बोलता जॅकला मॉरिस हार्डचा, सुसानच्या नवऱ्याचा फोन नंबर सापडला.

"कुणाला फोन करतो आहेस?"

"तुला नाक खुपसायला कोणी सांगितलं?" जॅक गंमतीनं म्हणाला.

"मला तुझ्यावर लक्ष ठेवायलाच हवं. नाहीतर तुझी नोकरीच जायची!"

"मी आत्ताच एक विच्छेदन उकरून आलोय. या केसमधला गुंता मला सोडवता येत नाहीये, म्हणून मी त्या बाईच्या नवऱ्याला फोन करतोय. ही केस प्लेगची असावी असं प्रथमदर्शनी वाटतंय खरं, पण माझी अजून खात्री झालेली नाही."

दरम्यान पलीकडून सुसानच्या घरी फोन उचलल्याचा आवाज आला. घरकाम करणाऱ्या बाईनं फोन उचलला होता. मि. हार्ड ऑफिसात भेटतील, असं तिनं सांगितलं. जॅकनं मग मॉरिस हार्डच्या ऑफिसला फोन लावला. फोनवर त्याची सेक्रेटरी होती. जॅकला तिला आपण कोण, आपलं काय काम आहे वगैरे सर्व सांगावं लागलं. फोनवर हात ठेवून जॅक म्हणाला, "चेट या माणसाची बायको मरून काहीच तास झाले आहेत आणि हा माणूस काम करायला लागलाय.. हे फक्त अमेरिकेतच घडू शकतं!"

मॉरिस हार्डनं फोन घेतला. त्याच्या आवाजामध्ये थकवा वाटत होता. जॅकला,

आपल्याला या माणसाबद्दल मनातून काय वाटतं ते एकदा सांगावंसं वाटलं. परंतु मग त्यानं मनाला आवर घातला. त्याला आपलं काम काय आहे, ते समजावून दिलं.

"मी माझ्या वकिलाशी आधी बोलावं काय?"

"वकील?... वकिलाची काय गरज?"

"माझ्या बायकोचे नातेवाईक माझ्यावर चमत्कारिक आरोप करू लागले आहेत.. त्यांना वाटतं, की सुसानच्या मृत्यूशी माझा काहीतरी संबंध असावा... तिच्या माहेरचे लोक फार श्रीमंत आहेत आणि म्हणूनच अतिमूर्ख..!"

"तुमची बायको एका संसर्गजन्य रोगानं मेली, म्हणून त्यांना सांगितलंत की नाही?"

"मी त्यांना खूप समजावण्याचा प्रयत्न केला. पण.. "

"मी काय बोलू यावर?... तुमच्या वैयक्तिक कायदेशीर गोष्टींमध्ये सल्ला देण्यास मी असमर्थ आहे."

"ठीक आहे. तुम्हाला काय विचारायचं असेल ते विचारा." मॉरिस म्हणाला, "त्यानं काही फारसं बिघडणार नाहीच म्हणा.. पण त्याआधी मी एक प्रश्न विचारू का?.. ती प्लेगनं मेली का?"

"अजून त्याचं निदान झालेलं नाही. झालं की मी लगेच फोन करीन."

"चालेल.. बरं. आता काय प्रश्न असतील ते विचारा."

"मला वाटतं, की तुमच्याकडे कुत्रा आहे, तो आजारी वगैरे तर नाही ना?"

"सतरा वर्षांचा कुत्रा जेवढा निरोगी असतो, तेवढा नक्कीच आहे."

"तुम्ही कुत्र्याला डॉक्टरकडे न्यावं, असा मी सल्ला देईन. त्याला रोगाची लागण झाली असेलच असं मी म्हणत नाही. पण खात्री करून घ्यायला हवी."

"त्याच्याकडून संसर्ग झाला असण्याची शक्यता आहे?"

"आहे. पण फारच थोडी..."

"पण मग हॉस्पिटलवाल्यांनी मला तसं का सांगितलं नाही?"

"मी या प्रश्नाचं उत्तर देऊ शकत नाही." जॅक म्हणाला, "त्यांनी खबरदारी म्हणून अँन्टिबायोटिक घ्यायला सांगितली का?"

"हो. मी सकाळीच सुरुवात केलीय.. पण हे कुत्र्याबद्दल ते काहीच का बोलले नाहीत.."

"मला आणखी एका गोष्टीबद्दल माहिती हवी आहे.. तुम्ही अलीकडेच कुठं प्रवासाला गेला होता का?"

"सुसानला गरोदरपणात प्रवास फारसा आवडत नसे. शिवाय तिच्या पाठीच्या दुखण्याचाही त्रास होत असे. परंतु काही दिवसांपूर्वी आम्ही कनेक्टिकटला गेलो होतो."

"किती दिवसांपूर्वी?"

"साधारण दहा-बारा दिवसांपूर्वी.. आमचं तिथे घर आहे. सत्तर एकर शेती आणि रान." मॉरिस अभिमानानं म्हणाला, "आमच्या शिवारात एक छानसं तळंसुद्धा आहे."

"मिसेस हार्ड रानात कधी फिरायची का?"

"नेहमीच.. तिला रानात फिरायला फार आवडत असे. तिला हरिण आणि सशांना खायला घालण्यात फार मजा वाटायची..."

"ससे किती प्रमाणात आहेत?"

"भरपूर. मी दरवेळी गेलो, की मला त्यांची संख्या वाढलीच आहे असं वाटतं. काही वेळा तर मला त्यांना ठार मारावंसं वाटतं... सगळी फुलं खाऊन टाकतात."

"उंदीर किती असतील तिथे?"

"नाही. उंदीर फारसे नसावेत. पण हे सारे प्रश्न खरोखरच महत्त्वाचे आहेत का?"

"कोण जाणे..! पण मला ते विचारायलाच हवेत.. बरं तुमच्याकडे भारतातून कोणी पाहुणा आला होता का?"

"होय. माझ्या व्यवसायातला एकजण, मि. शिवनासन एक आठवडाभर आमच्याकडे येऊन राहिला होता."

"हं.." जॅकला भारतात उद्भवलेली प्लेगची साथ आठवली. "हा तुमचा मित्र सध्या कशा अवस्थेत आहे. म्हणजे त्याची प्रकृती कशी काय आहे?"

"माझ्या माहितीनुसार त्याची प्रकृती धडधाकट आहे."

"त्याला फोन कराल का?.. म्हणजे अलीकडे तो गृहस्थ आजारी वगैरे तर नाही ना, ते कळू शकेल."

"जरूर करीन... पण त्याच्यामुळे संसर्ग झाला असावा, असं मला वाटत नाही. तो तीन आठवड्यांपूर्वी येऊन गेला होता."

"या केसमध्ये फार गुंतागुंत झालेली आहे. त्यामुळे मी सर्व शक्यतांचा सारखाच विचार करतो आहे.. बरं. तुम्ही किंवा तुमच्या बायकोनं कधी डोनाल्ड नोडलमन नावाच्या माणसाची भेट घेतली होती का?"

"नोडलमन? कोण नोडलमन?"

"मॅनहटन जनरल हॉस्पिटलमधला प्लेगचा पहिला बळी.. मी या उद्देशानं विचारलं, की हा माणूस तुमचा परिचित होता किंवा त्याची तुमची भेट कधी झाली होती का.. म्हणजे मग गोंधळ थोडा कमी झाला असता."

"नाही. हे नावसुद्धा मी कधी ऐकलेलं नाही. हा माणूस कुठं राहत होता?"

"ब्रॉंक्स भागात."

"मग तर नक्कीच नाही. ब्राँक्समध्ये कोणीही आमच्या परिचयाचं नाही."

"आता एकच शेवटचा प्रश्न विचारतो.. बाळंतपणासाठी अॅडमिट व्हायच्या आदल्या आठवड्यात ती मॅनहटन हॉस्पिटलमध्ये कोणत्या तपासणीसाठी वगैरे गेली होती का?"

"छे!.. तिला हॉस्पिटल या शब्दाचाही तिटकारा होता. अगदी पोटात कळा सुरू झाल्या, तरी तिची जायची तयारी नव्हती."

"ठीक आहे.. माहिती दिल्याबद्दल धन्यवाद."

जॅकनं फोन खाली ठेवला आणि पुन्हा लगेच उचलून नंबर लावू लागला.

"आता कोणाला फोन?" चेटनं विचारलं.

"मी सकाळी विच्छेदन केलेल्या बाईच्या नवऱ्याला."

"पण हे तू स्वत: का करतो आहेस?.. पीएंना का सांगत नाहीस?"

"मला जी माहिती हवी आहे ती मला नेमकी त्यांच्याकडून मिळणं फार अवघड आहे."

मि. हॅरी म्यूलरची स्थिती मॉरिस हार्डच्या एकदम उलट होती. त्याला उत्तरं देताना वाटणारा विलक्षण ताण त्याच्या आवाजात स्पष्ट जाणवत होता. जॅकनं त्याला एका पाठोपाठ प्रश्न विचारायचं ठरवलं. जॅनिस येगरनं जमा केलेल्या सर्व माहितीची खात्री पटवल्यावर त्यानं नोडलमनविषयी प्रश्न विचारला.

"माझी खात्री आहे, की अशा नावाच्या कोणाही माणसाचा माझ्या बायकोशी परिचय नव्हता..आणि मुख्य म्हणजे ती हॉस्पिटलमध्ये कधीही पेशंटस्च्या संपर्कात येत नसे."

"मिसेस म्यूलर पुरवठा विभागात किती वर्षं काम करत होत्या?"

"एकवीस." हॅरी म्यूलर म्हणाला.

"ठीक आहे... मि. म्यूलर, आपण केलेल्या सहकार्याबद्दल धन्यवाद."

"कॅथरीनला देखील मी मदत केलेली नक्कीच आवडलं असतं. ती नेहमी कोणालाही मदत करत असे."

जॅकनं फोन खाली ठेवला. एकदोन मिनिटं त्यानं फोनवर बोटांनी ताल धरला आणि मग एकदम उठून जाकीट चढवलं.

"आता आणखी काय?.. मला काही हे लक्षण बरं दिसत नाही." चेट म्हणाला.

"मी मॅनहटन जनरल हॉस्पिटलकडे चाललोय. मला जी माहिती हवी आहे, ती तिथेच मिळेल, असं माझं अंतर्मन मला सांगतंय. चेट, मी ही माहिती मिळवणारच आता."

"बिंगहॅम काय म्हणेल?" चेट अस्वस्थ होत म्हणाला.

"असं कर.. मी आपल्या गुरुवारच्या बैठकीला जरा उशिरा येणार आहे म्हणून सांग. काहीही थातूरमातूर सांगून वेळ मारून ने."

जॅकनं क्षणभर विचार केला. नेमकं काय कारण सांगावं, ते त्याला सुचेना.

"ठीक आहे... चेट.. काहीही कारण दे. मी फार उशीर करणार नाही. कुणी फोन केला अधेमधे तर सांग, की मी बाथरूमला गेलोय..."

चेटनं त्याला थांबवण्याचा प्रयत्न केला. पण त्याच्या बोलण्याकडे लक्ष न देता जॅक सायकल घेऊन बाहेर पडला. पंधरा मिनिटांत तो हॉस्पिटलच्या आवारात जाऊनही पोहोचला होता.

जॅक लिफ्टनं सरळ सातव्या मजल्यावर पोहोचला. तेथील दोन्ही वॉर्डस्‌मध्ये कोणत्याही गोष्टी सारख्या नाहीत. त्यांचा एकमेकांशी संबंध येऊच शकत नाही, हे त्यानं पाहिलं. त्यानं हवा खेळवणाऱ्या यंत्रणेचं निरीक्षण केलं. एका भागातून हवा दुसऱ्या भागात जाऊ शकत नाही, हे त्याच्या लक्षात आलं. मग तो वॉर्डमध्ये मधल्या टेबलापाशी बसलेल्या माणसाजवळ गेला. तो अगदी पोरगेलासा वाटत होता.

"ह्या आणि पलीकडच्या वॉर्डमध्ये, दोन्हीकडे काम करणारे लोक एकच असतात का?"

"नाही.. फक्त स्वच्छता करणारे लोकच इकडे आणि तिकडे काम करतात. पण ते तर सगळ्याच हॉस्पिटलमध्ये काम करत असतात."

"हं.. बरोबर. हा एक महत्त्वाचा मुद्दा आहे खरा." जॅक म्हणाला.

आपण हॉस्पिटलच्या स्वच्छता विभागाकडे लक्ष दिलं पाहिजे, अशी त्यानं मनोमन नोंद केली.

"बरं.. सुसान हार्ड कोणत्या खोलीत होती?"

"ही चौकशी कशासाठी?" त्या वॉर्ड क्लार्कनं विचारलं. पण तेवढ्यात जॅकच्या छातीवर त्याची ओळख पटवणारा बिल्ला नाही, हे त्याच्या लक्षात आलं. हॉस्पिटलमध्ये सर्वांनी असे बिल्ले लावणं सक्तीचं होतं.

"तुम्ही कोण आहात?"

जॅकनं आपला सहाय्यक वैद्यकीय तपासनीसाचा बिल्ला काढून त्याच्या डोळ्यासमोर नाचवला. ताबडतोब क्लार्कनं त्याला सुसान हार्डला क्रमांक ७४२ या खोलीत ठेवलं होतं, अशी माहिती दिली. जॅक तिकडे जाऊ लागताच क्लार्कनं त्याला थांबवलं. खबरदारी म्हणून खोली सीलबंद केलेली आहे, असं सांगितलं. जॅक वॉर्डबाहेर पडला आणि लिफ्टनं खाली पुरवठा विभागात आला. सुसानला ठेवलेल्या खोलीमध्ये वेगळं काही पाहण्यासारखं नव्हतंच, असं त्यानं मनाशी ठरवून टाकलं.

काचेच्या झुलत्या दारातून जॅक पुरवठा विभागामध्ये शिरला. तिथे समोर टेबलापाशी कोणीच नव्हतं. आतमध्ये सर्वत्र अवाढव्य आकाराची शेल्फं होती. त्यामध्ये अक्षरशः हजारो प्रकारच्या वस्तू भरलेल्या होत्या. लोकांची भरपूर वर्दळ तिथे दिसत होती.

जॅकला टेबलापाशी उभा असलेला पाहून, एक चांगली दांडगी दिसणारी बाई तिथे आली. तिच्या बिल्ल्यावर तिचं नाव आणि हुद्दा होता - ग्लॅडिस झारेल्ली. पर्यवेक्षक.

"काय हवंय?"

"मला कॅथरीन म्यूलरबद्दल थोडीशी चौकशी करायची आहे."

"बिचारीच्या आत्म्याला शांती मिळो." हातानं क्रॉसची खूण करत ती म्हणाली, "जे झालं ते अनपेक्षित होतं."

जॅकनं आपला बिल्ला दाखवून आपली ओळख करून दिली.

"कॅथरीन म्यूलर एका संसर्गजन्य रोगानं मरण पावली म्हणून तुम्हाला त्याबद्दल काळजी करावीशी वाटली का?"

"अर्थातच!" झारेल्ली ठामपणे म्हणाली, "आम्ही सर्वजण एकत्र काम करतो.. पण त्याला आपला काय इलाज असणार..? हॉस्पिटलनंही आम्हाला ताबडतोब ॲन्टिबायोटिकस् सुरू केली आहेत.. आमच्यापैकी कोणी आजारी पडलेलं नाही, ही देवाचीच कृपा!"

"तुमचा, पुरवठा विभागात काम करणाऱ्या लोकांचा कधी पेशंटस्‌शी संबंध येतो का?"

"नाही. क्वचित काही कामासाठी आम्ही वॉर्डमध्ये जातो. पण पेशंटस्‌शी थेट संबंध कधीच येत नाही."

"गेल्या आठवड्यात कॅथरीन नेमकं कोणतं काम करत होती, हे सांगता येईल का?"

"येईल. पण मला पाहून सांगावं लागेल."

तिनं जॅकला मागोमाग यायची खूण केली. तिच्या खोलीतल्या कपाटातून एक जाडजूड लेजर काढलं. त्यातली काही पानं चाळली. "नेमकी कामं अशी वाटून दिलेली नसतात. जे काय लागेल ते करायचं. पण कॅथरीनसारख्या अनुभवी लोकांकडे मी ठराविक कामं नेमून देते... कॅथरीनकडे सर्व प्रकारच्या पुरवठ्यावर देखरेख करायचं काम होतं. वॉर्डला होणारा पुरवठा तिच्या ताब्यात होता."

"सर्व तऱ्हेचा पुरवठा म्हणजे?"

"म्हणजे काय लागेल ते पुरवायचं. औषधं सोडून पेशंटना शेकडो लहानसहान गोष्टींची जरूर पडते. आणि त्या आम्ही पुरवतो. आम्ही जर आमच्या विभागाचं काम

थांबवलं, तर चोवीस तासात हॉस्पिटल अक्षरश: उद्ध्वस्त होईल!''

''गेल्या आठवड्यात कॅथरीन सातव्या मजल्यावर कशासाठी गेली होती का, याची माहिती मिळू शकेल का?''

''नाही... ती माहिती आम्ही ठेवत नाही. पण गेल्या आठवड्यात कोणकोणत्या वस्तू पुरवल्या त्याची यादी मिळू शकेल.. ती देऊ?''

जॅकनं होकार दिला. मग झारेल्लीनं कॉम्प्युटर चालू करून सामानाची यादी, प्रिंटरवर छापायला पाठवली.

''थोडा वेळ लागेल.'' ती म्हणाली. इकडे प्रिंटरवर खडखड होत पानं छापून येऊ लागली. थोड्या वेळानं तिनं सगळी पानं काढून त्याच्या हातात ठेवली.

जॅकनं पानं चाळली. खरोखरच यादीमध्ये अक्षरश: शेकडो प्रकारच्या वस्तू होत्या. ती यादी पाहून त्याला पुरवठा विभागाच्या कामाचं मनोमन कौतुक वाटलं. झारेल्लीचे आभार मानून, तो एक मजला खाली उतरून प्रयोगशाळेत आला.

तिथे काल बसलेल्या स्वागतिकेनंच त्याला आता कोणत्या बाजूला जावं ते सांगितलं. जॅकला सूक्ष्मजीवशास्त्र विभागात जायचं होतं. अर्थातच जॅकला आपण काय करणार आहोत, त्याची स्पष्ट कल्पना नव्हती. तो सहजच तिथे जाणार होता. जॅक प्रयोगशाळेत सरळ चालत पुढे पुढे गेला. त्याला कोणीही अडवलं नाही. सर्वत्र मोठमोठी उपकरणं, कपाटं आणि तत्सम वस्तू होत्या. पण माणसांची कमतरता दिसत होती.

सूक्ष्मजीवशास्त्र विभागात एका टेबलापाशी काहीतरी काम करत बसलेली नॅन्सी विगेन्स त्याला दिसली.

''हॅलो.. मला ओळखलं का?'' जॅकनं विचारलं.

नॅन्सीनं एकदा वळून पाहिलं आणि पुन्हा कामाकडे लक्ष दिलं.

''अर्थातच!'' ती म्हणाली.

''तुम्ही प्लेगच्या दुसऱ्या केसमध्ये फार छान निदान केलंत.''

''होय. पण तिसऱ्या केसमध्ये फारसं हाती लागलं नाही.'' ती म्हणाली.

''मी त्याबद्दल विचारणार होतो... हा जीवाणूचा ग्राम निगेटिव्ह प्रकार दिसतो तरी कसा?''

''मी ती चाचणी केली नाही. बेथ होल्डरनेसनं केली होती. तिच्याशी बोलायचंय का?''

''चालेल.''

नॅन्सी बाहेर पडली आणि काही मिनिटातच परतली.

''हाय.. माझं नाव बेथ!''

जॅकनं वळून पाहिलं. त्याच्यासमोर एक तिशीजवळ आलेली, उत्साही वाटणारी

मुलगी उभी होती. तिच्या चेहेऱ्यावरचं स्मितहास्य फारच उत्फुल्ल होतं. जॅकला ती मदत करेल असं ताबडतोब वाटलं.

"तुम्हाला सुसान हार्डच्या नमुन्यामधला ग्राम निगेटिव्ह जीवाणू बघायचा आहे का?.. चला."

बेथनं त्याला जवळजवळ ओढतच आपल्या कामाच्या टेबलापाशी नेलं. तिनं स्लाईडच्या रांगेतून एक काढून सूक्ष्मदर्शकाखाली ठेवली. खाली असणारा दिवा लावला आणि स्टूलवरून उठत म्हणाली,

"पाहा. स्वत:च पाहा..."

जॅकनं सूक्ष्मदर्शकाच्या नेत्रिकेतून पाहिलं. आतमध्ये लालसर रंगाचे लक्षावधी ठिपके दिसत होते.

"जीवाणूंमध्ये किती निरनिराळे आकार आहेत पाहा." कोणातरी पुरुषाचा आवाज आला. तो रिचर्ड होता. तो जॅकच्या अगदी जवळ येऊन उभा होता.

"माफ करा, माझ्यामुळे कदाचित तुमच्या कामात व्यत्यय आला असेल." जॅक अर्धवट उठत म्हणाला.

"नाही.. तसं काही नाही. उलट तुमच्याकडून आम्हाला काही मदत होऊ शकेल. तिसऱ्या केसमध्ये अद्याप निदान करता आलेलं नाही. प्लेगची चाचणी नकारात्मक आलेली आहे, याची कल्पना असेलच."

"होय. मी ऐकलं खरं."

"पण या जीवाणूंमध्ये हे एवढे प्रकार आणि आकार का दिसताहेत, हे आम्हाला कळत नाही. म्हणून तर बेथ आणि मला प्लेग नसावा असं वाटतंय. प्लेगच्या जीवाणूंमध्ये आकाराची एवढी विविधता नसते."

जॅकनं नजर बाजूला काढली.

"जर प्लेग नाही तर काय आहे?"

"कल्पना नाही." रिचर्ड मंद हसत म्हणाला, "तीच तर खरी समस्या आहे."

जॅकनं बेथकडे पाहिलं. "तुझा काय अंदाज आहे?"

"रिचर्डला कल्पना करता येत नाही, तर मी तरी काय करू शकणार...!" ती सावधपणे म्हणाली.

"अंदाज तर करायला काय हरकत आहे?" जॅक म्हणाला.

तेवढ्यात एक मोठा आवाज आला, "ए.. इथे काय चाललंय?"

जॅकनं वळून पाहिलं. बेथच्या मागच्या बाजूला प्रयोगशाळेचा मुख्य मार्टिन शिवेयू हात पाठीमागे बांधून उभा होता. त्याच्यामागं डॉ. मेरी झिमरमान आणि चार्लस केली उभे होते.

जॅक उठून उभा राहिला. प्रयोगशाळेतले लोकदेखील मागे सरकले.

"तू इथे अधिकृत कामासाठी आलेला आहेस काय?" मार्टिननं विचारलं, "तसं असेल तर तुला आधी माझ्याकडे येणं, हा साधा शिष्टाचार पाळता आला नाही?.. आम्ही इथे एका मोठ्या संकटाशी मुकाबला करण्यात गुंतलेलो आहोत. आणि मला त्यामध्ये बाहेरच्या कोणीही उगाचच लुडबूड केलेली अजिबात खपणार नाही..."

"हो.. हो!.. शांत व्हा." जॅक म्हणाला. त्याला मार्टिनकडून एवढ्या जबरदस्त हल्ल्याची अपेक्षा नव्हती.

मार्टिन उसळला, "तू.. तू मला शांत हो म्हणून सांगायची गरज नाही. तू इथे काय करत होतास, ते सांग आधी!"

"मी माझं काम करतोय. कॅथरीन म्यूलर आणि सुसान हार्ड या दोन केसेस माझ्याकडे आहेत. मला नाही वाटत, की मी कुठल्याही प्रकारे लुडबूड करण्याचा प्रयत्न करतोय.. उलट मी अगदी शांतपणानं कसलाही गाजावाजा न करता माझं काम पार पाडतोय!"

"माझ्या प्रयोगशाळेत तुझं नेमकं काम काय होतं?" मार्टिननं विचारलं.

"मला ग्राम निगेटिव्ह जीवाणू बघायचा होता. तुमच्या अत्यंत कार्यक्षम आणि तज्ज्ञ तंत्रज्ञांकडून मला केवळ त्यावर एक नजर टाकून देण्यापुरती मदत हवी होती."

"पण तुमचं काम तर तुम्ही पूर्ण केलेलं आहे.." डॉ. झिमरमान म्हणाली. आज तिच्या चेहेऱ्यावर संरक्षक मुखवटा नसल्यानं तिच्या चेहेऱ्यावरच्या कठोर रेषा त्याला स्पष्ट दिसल्या.

"नाही," जॅक म्हणाला, "सुसान हार्डच्या बाबतीत मला रोगाचं निदान करता आलेलं नाही."

"नेमकं नसेल कदाचित. पण कोणता तरी संसर्गजन्य रोग आहे, एवढं निदान चालू शकेल." झिमरमान म्हणाली.

" 'चालू शकेल' असल्या गोष्टी मी डॉक्टर होताना शिकलेलो नाही."

"मी सुद्धा नाही. समजलं?" झिमरमाननं प्रतिटोला मारला, "खरं सांगायचं तर इथे तुमचं येणंच मुळात सर्वस्वी अनावश्यक आहे."

"नक्की..? या हॉस्पिटलमधल्या लोकांना मदतीची गरज नाही?" जॅक उघडउघड उपरोधिकपणानं म्हणाला. तो उपरोध कळताच केली खवळला.

"नुसतं अनावश्यक नव्हे!.. तू चक्क घुसखोरी केलेली आहेस. तू लवकरच आमच्या वकिलांना भेटशीलच म्हणा!"

"वा!.. 'घुसखोरी' हा शब्द 'अनावश्यक'पेक्षा जास्त मनोरंजक आहे." जॅक हात उंचावत म्हणाला.

"मला तसं वाटत नाही." केली खवळून म्हणाला, "तू म्हणे पुरवठा विभागात जाऊन म्यूलरला रोगाचा संसर्ग कामावर असताना झाला, असं सांगितलंस!"

"तसं अजून सिद्ध झालेलं नाही." झिमरमान म्हणाली.

"सिद्ध न झालेली वाक्यं उच्चारून असे आरोप करणं, हे हॉस्पिटलच्या इभ्रतीना धोका पोहोचवणारं आहे." केली म्हणाला.

"आणि त्याचा अतिशय वाईट परिणाम शेअर किंमतीवर होऊ शकेल." जॅक त्यांच्याच स्वरात सहजपणे म्हणाला.

केलीला यावर काय बोलावं, ते कळेना.

"खरी गोष्ट अशी आहे, की मी म्यूलरला कामावर असताना रोगाचा संसर्ग झाला असं म्हणालो नाही. मी तसं असण्याची शक्यता आहे, एवढंच म्हणालो होतो. दोन्ही वाक्यांमध्ये खूप फरक आहे."

"मिसेस झारेल्लीनं, आम्हाला तू ठामपणे तसं म्हणाल्याचं सांगितलं." केली.

"ते पूर्ण चूक आहे." जॅक म्हणाला, "खरी गोष्ट अशी आहे, की हा सगळा शाब्दिक वितंडवाद झाला.. हॉस्पिटलमधले तुम्ही लोक या साऱ्या प्रकाराबद्दल एवढे बचावात्मक का वागता आहात?... खरी कहाणी काही निराळीच आहे की काय?"

केलीचा चेहेरा रागानं काळानिळा झाला. "त्याच्याशी तुझा काय संबंध?"

केलीचा अविर्भाव पाहून जॅक अनवधानानं एक पाऊल मागे सरकला. "मला देखील नेमकं याच प्रश्नाचं उत्तर अद्याप मिळालेलं नाही. तुम्ही लोक काहीतरी लपवता आहात.. पण असो. ते पुन्हा केव्हातरी सवडीनं पाहू!.. तुम्हाला भेटून मला फार आनंद झाला. अच्छा!"

जॅकनं तिथून काढता पाय घेतला. त्याच्या पाठीमागं उभ्या असणाऱ्या लोकांमधली रागाची धग त्याला जाणवली. कुणीतरी काही फेकून मारायला देखील कमी करणार नाही, असं त्याला वाटलं. पण काहीच न घडता तो सरळ दाराबाहेर पडला आणि सायकल सोडवून त्यावर टांग टाकून निघाला.

भर रहदारीतून जॅक विचारांच्या तंद्रीत सरावानं सायकल मारत आपल्या ऑफिसकडे निघाला. ... हॉस्पिटलचे लोक एवढे बचावात्मक का वागत होते? त्यांची प्रतिक्रिया एवढी जरुरीपेक्षा जास्त भडक असण्याचं कारण काय? ते काय लपवत असावेत? मुळात काही गोष्टी लपवण्याची गरज काय?..

हॉस्पिटलमध्ये केलीला तो आल्याची बातमी कशी मिळाली, हे त्याच्या लक्षात येईना. परंतु आता केली बिंगहॅमला ही बातमी ताबडतोब देणार, याची जॅकला खात्री होती. आणि अगदी तसंच झालं. ऑफिसच्या दारापाशीच त्याला सुरक्षा कर्मचाऱ्यानं थांबवलं.

"तुम्हाला बॉसच्या ऑफिसात थेट पाठवण्याचा मला हुकूम आहे."

जॅकनं सायकल नीट कुलूप लावून ठेवली. बिंगहॅमशी काय बोलावं याचा तो विचार करू लागला. पण काहीही सुचेना.

जॅक बिंगहॅमच्या ऑफिसजवळ आला. "सरळ आत जा." मान वर न करता मिसेस सानफोर्ड म्हणाली.

जॅक बिंगहॅमच्या ऑफिसात शिरला. पण तो एकटा नव्हता. पुस्तकांच्या कपाटापाशी केल्व्हिन उभा होता. जॅक सरळ बिंगहॅमच्या टेबलाजवळ आला, "बॉस.. एक मोठीच गंभीर समस्या उद्‌भवलेली आहे." तो अतिशय गंभीरपणानं म्हणाला, "सुसान हार्डच्या केसमध्ये आपण काहीही निश्चित निदान करू शकलेलो नाही... आपण जर त्यात यशस्वी झालो नाही, तर ते फार वाईट दिसेल. विशेषत: या प्लेगमुळे प्रसिद्धीमाध्यमातले लोक अक्षरश: पिसाळल्यासारखे झालेत. मी स्वत: मुद्दाम ग्राम निगेटिव्ह जीवाणूची जात पाहायला मॅनहटन जनरल हॉस्पिटलमध्ये गेलो होतो.. पण काही फारसा उपयोग झाला नाही."

बिंगहॅम जॅककडे पाहतच राहिला. त्याला काही बोलायलाच सुचेना. जॅकचा हा पवित्रा त्याला सर्वस्वी अनपेक्षित होता. त्यानं चष्मा काढला आणि तो काहीच न सुचल्यानं चष्मा साफ करत राहिला. नंतर त्यानं केल्व्हिनकडे नजर टाकली. केल्व्हिन टेबलाजवळ आला. जॅकच्या शब्दांच्या जाळ्यात तो फसला नव्हता.

"ही काय वटवट चालवली आहेस, जॅक?" तो गरजला.

"मी सुसान हार्डबद्दल बोलतोय.." जॅक त्याच्या शब्दातला राग न कळल्यासारखं दाखवत साधेपणानं म्हणाला, "आठवतंय?.. तुमची आणि माझी त्याबद्दलच दहा डॉलरची पैज लागलेली आहे.."

"पैज? हा काय प्रकार आहे..? इथे माझ्या ऑफिसात जुगार चालतो की काय?" बिंगहॅम म्हणाला.

"छे! छे! बॉस.." केल्व्हिन घाईघाईनं म्हणाला, "ती निव्वळ आमची आपापसातली गंमत आहे झालं!"

"मग ठीक आहे.. मला निदानाच्या बाबतीत कसलीही 'गंमत' व्हायला नको आहे. नाहीतर आपल्यावर टीका करणाऱ्यांना आयती संधी मिळेल."

"या सुसान हार्डचं काय करायचं?" जॅक म्हणाला. "मला वाटलं, की हॉस्पिटलच्या प्रयोगशाळेतल्या तंत्रज्ञांशी बोलून काहीतरी प्रगती होऊ शकेल. पण तसं झालं नाही.. मी आता काय करावं?"

"मला आता तुझं काय करावं ते सुचत नाहीये..." बिंगहॅम म्हणाला, "मी कालच तुला हॉस्पिटलमध्ये जाऊ नकोस म्हणून स्पष्टपणे बजावलं होतं."

"होय. पण मी माझ्या वैयक्तिक कामासाठी जाऊ नये असं बजावलं होतंत.

बॉस, मी आज पूर्णपणे व्यावसायिक कामासाठी गेलो होतो.'' जॅक भोळेपणाचा आव आणत म्हणाला.

''मग हॉस्पिटलचा प्रशासक एवढा का खवळला होता?'' बिंगहॅम चिडून म्हणाला, ''त्यानं मेयरला फोन लावला. लागोपाठ दुसऱ्या दिवशी!.. मेयर मला विचारत होता, की तुझ्या डोक्यात काही बिघाड तर नाही ना, का तुझ्यासारख्याला नोकरीवर ठेवतोय म्हणजे माझ्याच डोक्यात काही बिघाड झालेला आहे?''

''आपण दोघंही ठीक आहोत, असं तुम्ही सांगितलं असणार ना?''

''जॅक.. हे एवढं होऊन तू शिवाय वरती आगाऊपणा करतोस!''

''बॉस.. मी अगदी प्रामाणिकपणानं सांगतोय, की हॉस्पिटलचा प्रशासक एवढा का चिडला, ते मला खरोखरच कळलेलं नाही. कदाचित, या प्लेगच्या साथीच्या दडपणामुळे त्याच्या डोक्यावर काहीतरी परिणाम झाला असेल. खरं तर हॉस्पिटलमधले सारेजणच विक्षिप्तपणानं वागत होते.''

''म्हणजे आता तुला सारेचजण विक्षिप्तपणा करतात, असं वाटू लागलंय की काय?''

''नाही. सारेजण नाही.. पण हॉस्पिटलमध्ये काहीतरी चमत्कारिक घडतंय हे नक्की.'' जॅक म्हणाला.

बिंगहॅमनं हताशपणे केल्व्हिनकडे पाहिलं. केल्व्हिननं खांदे उडवले.

''हे बघ जॅक..'' बिंगहॅम समजावणीच्या सुरात म्हणाला, ''मी तुला नोकरीवरून काढून टाकत नाही. तू हुशार आहेस आणि तुला या क्षेत्रामध्ये पुढं जायला खूप वाव आहे. पण तू जाणून-बुजून माझ्या आज्ञांचा भंग केलास, तर मात्र माझा नाईलाज होईल.. समजतंय ना मी काय म्हणतोय ते?''

''होय. मला समजलं.''

''छान! आता इथून चालता हो आणि कामाला लाग. आपण बैठकीच्या वेळेस पुन्हा भेटू.''

जॅकला या बोलण्यामधली सूचना समजली. तो तात्काळ तिथून नाहीसा झाला.

जॅक गेल्यावर बिंगहॅमनं केल्व्हिनकडे पाहिलं. ''मला या जॅकबद्दल काय करावं तेच कळत नाही. त्याच्या स्वभावाचा अंदाजच करता येत नाही.''

''मलाही नाही.'' केल्व्हिननं कबूल केलं. ''पण जॅक हुशार आहे आणि कामाला निष्णात आहे. शिवाय तो अत्यंत निष्ठावंत आहे. आपलं काम तो फारच मन लावून करतो.''

''म्हणूनच तर मी त्याला ताबडतोब काढून टाकलं नाही.'' बिंगहॅम म्हणाला, ''पण त्याला कोणीतरी जरा समजावणं आवश्यक आहे. त्याच्या रानवट पद्धतीमुळे तो अनेक लोकांना दुखावतो आहे. तो फार बेफिकीर आहे. त्याला कशाची पर्वा

वाटत नाही. असं का?''

''मलाही कळत नाही...'' केल्व्हिन म्हणाला, ''मी अनेकदा त्याचं कारण शोधून काढायला त्याच्याशी बोलून पाहिलं. पण काहीही उपयोग झाला नाही. एवढ्या प्रयत्नात तर एखाद्या खडकातूनही मला पाणी काढता आलं असतं..!''

■

१५

गुरुवार, २१ मार्च १९९६
रात्री ८ वाजून ३० मिनिटे

टेरेस आणि कॉलीननं 'एलेन' रेस्टॉरंटच्या अलीकडे टॅक्सी थांबवली आणि त्या थोडंसं चालत गेल्या. कारण रेस्टॉरंटच्या दारात गाड्यांची गर्दी झालेली होती.

"मी कशी काय दिसते आहे?" रेस्टॉरंटच्या दारापाशी थांबत कॉलीननं विचारलं. टेरेसला नीट पाहता यावं म्हणून तिनं कोटही काढून टाकला.

"छान..!" टेरेस मनापासून कौतुकानं म्हणाली. कॉलीननं आज तिचा ठराविक जीन आणि टी शर्ट हा पोशाख न करता एक साधासा काळा ड्रेस घातला होता. पण तो तिला फारच खुलून दिसत होता. तिच्या शरीराची गोलाई त्यातून उठावदारपणे दिसत होती. तिच्या तुलनेत टेरेसला आपण अगदीच गबाळ्या आहोत, असं वाटलं. तिनं कामावर जाताना घातलेलाच सूट आता अंगावर होता. तिला घरी जाऊन कपडे बदलायलाही वेळ मिळाला नव्हता.

"मला उगीचच दडपण आल्यासारखं वाटतंय.." कॉलीन म्हणाली.

"निवांतपणानं घे सारं." टेरेस म्हणाली, "या काळ्या

ड्रेसमुळे आज डॉ. मॅकगव्हर्नचं भवितव्य मला तरी काही खरं वाटत नाही!''

रेस्टॉरंटच्या रिसेप्शनिस्टला त्यांनी त्यांची नावं सांगताच तो त्यांना मागच्या बाजूला घेऊन गेला. टेबलांच्या गर्दीतून वाट काढणं म्हणजे एक प्रकारे अडथळ्यांची शर्यतच होती. सगळीकडे गजबज होती. त्या दोघी जात असताना सगळेजण वळून पाहत होते.

चेट आणि जॅक कोपऱ्यातल्या एका टेबलापाशी बसून वाट पाहत होते. त्या दोघींना पाहताच उठून दोघांनी त्यांच्यासाठी खुर्च्या पुढे ओढल्या. त्यांनी खुर्चीच्या पाठीवर कोट काढून टाकले.

''ही अशी जागा मिळवण्यासाठी तुम्ही नक्कीच रेस्टॉरंटच्या मालकाकडे वशिला लावला असणार!'' टेरेस म्हणाली.

चेटला तिच्या बोलण्यातली उपरोधाची छटा कळली नाही. तो आपली खरोखरच रेस्टॉरंटची मालकीण एलीनशी ओळख आहे वगैरे सांगू लागला. पण जॅकच्या ताबडतोब लक्षात आलं.

''त्यांनी आम्हाला पुढच्या बाजूला टेबल देऊ केलं होतं. पण आम्हीच नाही म्हणालो. आम्हाला वाटलं, की तुम्हाला दारातून सतत होणारी ये-जा आवडणार नाही.'' जॅक म्हणाला.

''वा! किती विचार केलाय तुम्ही त्यासाठी.. शिवाय इथे जरासा एकांतही आहे!'' टेरेस म्हणाली.

''खरंच?'' चेट पुन्हा प्रश्नाचा रोख न कळल्यानं उद्गारला.

ते टेबल अगदी कोपऱ्यात होतं आणि तिथे त्यांना अगदी दाटीवाटीनं बसावं लागत होतं.

''चेट.. चेट तुला कधीकधी काही गोष्टी अजिबात कळत नाहीत.'' जॅक.

''ठीक आहे.. कधीकधी मला कळायला जरा वेळ लागतो खरा!'' चेट खेळकरपणानं म्हणाला.

त्यांनी वाईनची ऑर्डर दिली. चेट आणि कॉलीन अगदी सहजगत्या गप्पांमध्ये रंगून गेले. जॅक आणि टेरेस वाईनचे घुटके घेत एकमेकांकडे चिडखोरपणे, कधी खिजवल्यासारखं हसत बसून राहिले. पण थोड्या वेळानं वाईनचा प्रभाव सुरू झाल्यावर दोघांच्याही जिभा जरा सैल झाल्या.

''प्लेगबद्दल आतल्या गोटातली काय बातमी आहे?'' टेरेस.

''मॅनहटन हॉस्पिटलमध्ये दोन आणखी मृत्यू झाले आणि अनेकांची प्रकृती चिंताजनक आहे.'' जॅक.

''हे सगळं तर सकाळच्या बातम्यांमध्ये दाखवलं होतं.'' टेरेस म्हणाली. ''आणखी नवीन काही?''

''दोन मृतांपैकी फक्त एकच प्लेगमुळे मेलेली होती. दुसऱ्या केसमध्ये सगळी लक्षणं प्लेगसारखीच होती खरी. पण मला स्वत:ला काही हा प्लेग वाटत नाही.''

खाता खाता टेरेसचा हात तसाच थबकला, ''काय? प्लेग नाही.. तर मग काय होतं?''

जॅकनं खांदे उडवले. ''कोणास ठाऊक..! प्रयोगशाळेतून काही निदान झालं तरच सांगता येईल.''

''मॅनहटन जनरल हॉस्पिटलमध्ये तर वणवाच पेटला असेल नाही?... बरं झालं मी आता तिथे पेशंट म्हणून नाहीये ते..'' टेरेस शहारत म्हणाली, ''अगदी इतरवेळीही हॉस्पिटलमध्ये राहण्याची मला भीती वाटते. आणि आता प्लेगसारख्या रोगाचा वावर असताना हॉस्पिटलमध्ये असणं तर फारच भयंकर असणार.''

''हॉस्पिटलचं प्रशासन हादरून गेलं आहे.'' जॅक म्हणाला, ''खरोखरच ही प्लेगची साथ असेल, तर नोसोकॉमियल उद्‌भवाची ही पहिलीच साथ ठरेल. ही एक ऐतिहासिक नोंद होईल. अर्थात, हॉस्पिटलला त्याबद्दल फारसा अभिमान बाळगता येणार नाही हे वेगळं!''

''ही नोसोकॉमियल संसर्गाची कल्पना मला अजून नीट समजलेली नाही. काल तू आणि चेट बोलेपर्यंत मला अशा काही गोष्टींची बिलकूल माहिती नव्हती.''

''ते बरोबरच आहे. कारण ही माहिती सर्वसामान्य माणसापर्यंत कधीच पोहोचत नाही. साधारणत: हॉस्पिटलमध्ये दाखल झालेल्या पेशंटस्पैकी पाच दहा टक्के लोकांना हॉस्पिटलमध्येच रोगाची लागण होते. त्यालाच 'नोसोकॉमियल' किंवा 'हॉस्पिटल संसर्ग' म्हणतात.''

''हे सगळ्या हॉस्पिटलांमध्ये होतं का?''

''होय. याला कोणतंही हॉस्पिटल अपवाद नाही. चकचकीत दिसणाऱ्या मोठ्या हॉस्पिटलपासून ते अगदी साध्या छोट्या हॉस्पिटलपर्यंत सगळीकडे असा संसर्ग होतोच.'' चेट म्हणाला.

''बापरे!'' टेरेस म्हणाली, ''हे प्रकरण एवढं गंभीर आहे, याची मला खरोखरच कल्पना नव्हती.''

''हा हॉस्पिटल संसर्गाचा प्रकार जास्तच भयंकर असतो. कारण इथे वावरणारे घातक रोगजंतू मुळातच ॲन्टिबायोटिकला सरावलेले असतात.''

''छे! हे फारच भयंकर आहे.'' टेरेस म्हणाली, ''या हॉस्पिटल संसर्गाचं प्रमाण सगळीकडे सारखंच असतं ना?''

''नाही. त्यात फरक असतात.'' चेट.

''हे प्रमाण माहीत असतं का?''

''हो आणि नाहीसुद्धा! कारण हॉस्पिटलमधल्या संसर्गाचं प्रमाण हॉस्पिटलचा

दर्जा ठरवणाऱ्या कमिशनला कळवावंच लागतं. पण हे आकडे सर्वसामान्य नागरिकांसाठी कधीच प्रसारित केले जात नाहीत.''

''पण हे काही नैतिकदृष्ट्या बरोबर नाही.'' टेरेस म्हणाली, आणि कॉलीनकडे पाहत पापणी मिचकवत म्हणाली, ''जर निरनिराळ्या हॉस्पिटलांमध्ये होणाऱ्या अशा संसर्गाचं प्रमाण जनतेसमोर जाहिरातीतून आलं, तर कदाचित लोकांना कोणत्या हॉस्पिटलमध्ये जाणं जास्त सुरक्षित आहे, ते तरी कळू शकेल.''

चेटनं एखाद्या प्रार्थना करणाऱ्या धर्मोपदेशकाप्रमाणं दोन्ही हात वर उचलले, ''हे राजकारण आहे!''

जेवणानंतरची कॉफी आली. चेट आणि कॉलीन आणखी कुठंतरी जाण्याच्या गप्पा मारू लागले. जिथं नाचाची सोय असेल, अशा ठिकाणी आपण जाऊ असं ते म्हणू लागले. टेरेस आणि जॅकनं नकार दिला.

''तुम्ही जा.'' टेरेस म्हणाली.

''नक्की?'' कॉलीन म्हणाली.

''खुशाल जा! आम्ही अडवत नाही.'' जॅक म्हणाला.

कॉलीननं चेटकडे पाहिलं.

''चल. जाऊ या.'' चेट म्हणाला.

रेस्टॉरंटच्या बाहेर आल्यावर दोघंजण टॅक्सीत घुसले आणि टेरेस-जॅकला अच्छा करून निघून गेले.

''त्यांना हवी तेवढी मौज करू देत.'' टेरेस म्हणाली, ''मला मात्र अजिबात जायचं नव्हतं. भयंकर गडबड आणि संगीताच्या नावाखाली कानाचे पडदे फाडणारा गोंगाट ही माझी आनंद मिळवण्याची कल्पना नाही.''

''चला. म्हणजे कोणत्या तरी विषयावर अखेर आपलं एकमत झालं तर..!'' जॅक म्हणाला.

टेरेस हसली. तिला जॅकचा विनोदी स्वभाव आता समजू लागला होता. काही मिनिटं दोघं पुढे काय करावं, ते न कळल्यानं उभं राहिले. रात्रीची वेळ आणि थंडी असूनदेखील तिथे भरपूर वर्दळ होती. आपले हात कोटाच्या खिशात घालून टेरेस इकडेतिकडे पाहत उभी होती.

''काल आपण ज्या बारमध्ये गेलो होतो, तो कोपऱ्यावरच आहे. तिथेपर्यंत चालत जाऊ या का?'' जॅकनं विचारलं.

''चालत जायला काही हरकत नाही.'' टेरेस म्हणाली, ''पण माझ्या डोक्यात आणखी एक कल्पना आहे. माझं ऑफिस मॅडिसन अॅव्हेन्यूवर म्हणजे इथून फार लांब नाही. तिथे एखादी चक्कर मारून येऊ या का?''

''माझी जाहिरातींविषयीची नावड माहीत असूनही तू मला तुझ्या जाहिरात

कंपनीत बोलावते आहेस?''

''पण मला वाटलं, की तू फक्त वैद्यकीय जाहिरातींच्या विरोधी आहेस.. आणि आपण तर निव्वळ एक चक्कर मारून येणार आहोत. कदाचित तुला माझं ऑफिस बघायला आवडेलसुद्धा.''

जॅकनं तिच्या बोलण्याचा विचार केला. मादक ओठ असणाऱ्या या निळ्या डोळ्यांच्या स्त्रीच्या बोलण्यामागची भावना तो समजावून घेण्याचा प्रयत्न करत होता. त्यानं तिच्या डोळ्यामध्ये पाहून तिच्या मनाचा ठाव घेण्याचा प्रयत्न केला.

जॅकचा गोंधळ उडाला होता. ओठांच्या ठेवणीवरून जरी ती भावूक स्वभावाची वाटत होती, तरी ती एक विशिष्ट ध्येय गाठण्यासाठी धावणारी स्त्री असावी, असा त्याला संशय होता.

टेरेसनं त्याच्या डोळ्याला डोळा भिडवला. जणू त्याचे विचार तिला कळले असावेत. ती हसली, ''जरा थोडं धाडस करा!'' तिनं आव्हान दिलं.

''मला उगाच असं वाटतंय, की मला तिथे घेऊन जाण्यात तुझा आणखी काहीतरी निराळा हेतू आहे.'' जॅक म्हणाला.

''असेलही कदाचित!'' टेरेसनं मोकळेपणानं कबूल केलं, ''कदाचित कशाला.. आहेच!... मला तुझ्याकडून माझ्या नवीन जाहिरातीविषयी थोडासा सल्ला हवा आहे.''

''सल्ला! माझ्याकडून?''

''आता तुला आणखी खरं सांगायला हरकत नाही. कालच्या आपल्या संभाषणातूनच मला माझ्या जाहिरातीविषयी एक धागा मिळाला. त्याबद्दल मला तुझे आभार मानले पाहिजेत.''

''तुझ्या जाहिरातीसाठी माझ्या बोलण्यातून नवीन धागा मिळाला? हे काही मला समजलं नाही बुवा..!''

''त्याचं असं आहे,'' टेरेस समजावत म्हणाली, ''काल तू म्हणाला होतास, की वैद्यकीय क्षेत्रातल्या जाहिरातींचा आणि गुणवत्तेचा काहीही संबंध नसतो. म्हणून तुला त्याविषयी तिटकारा आहे. मग एकदम माझ्या मनात कल्पना आली, की जर या हॉस्पिटल संसर्गाच्या माहितीचा वापर केला तर.. मग जाहिरातीमध्ये गुणवत्तेला योग्य तो न्याय दिल्यासारखं होईल की नाही?''

''कदाचित.'' जॅक म्हणाला.

''जॅक.. कदाचित नाही. खरोखरच होईल तसं.. जर एखाद्या हॉस्पिटलमध्ये हॉस्पिटल संसर्गाचं प्रमाण खरोखरच कमी असेल, तर ते अभिमानानं लोकांना सांगायला काय हरकत आहे?''

''ठीक आहे.. माझा प्रतिकार संपला.'' जॅक हसत म्हणाला, ''चल. आपण

तुझं ऑफिस पाहू या.''

जायचं ठरवल्यानंतर मग जॅकच्या सायकलचा प्रश्न निघाला. तिचं काय करणार? जॅकनं ती एका खांबाला बांधून ठेवली होती. त्यानं नंतर परत येऊन ती घेऊन जायचं ठरवलं.

दोघं टॅक्सीनं काही मिनिटातच मॅडिसन अ‍ॅव्हेन्यूत पोहोचले.

रात्रीची कमी रहदारी पाहून रशियन वंशाचा टॅक्सी ड्रायव्हर टॅक्सी बेफामपणाने चालवत होता. टॅक्सीतून खाली उतरल्यावर जॅक म्हणाला, ''माझे सहकारी माझ्या सायकल चालवण्यावर टीका करतात.. पण या असल्या वेड्यांच्या टॅक्सीत बसण्यापेक्षा ते कितीतरी सुरक्षित आहे.''

त्याच क्षणी जणू जॅकचे शब्द खरे ठरवण्यासाठी, टॅक्सीनं एक वळण घेतलं आणि टायरचा कर्णकटू आवाज करत टॅक्सी तुफान वेगानं दिसेनाशी झाली.

टेरेसनं पुढे होऊन रात्री वापरण्याच्या किल्लीनं ऑफिसचं दार उघडलं.

सगळीकडे शांतता होती. त्या शांततेत लिफ्टचा आवाजदेखील फार मोठा वाटत होता.

''तू रात्री नेहमी येतेस का ऑफिसात?'' जॅकनं विचारलं.

''हो.'' टेरेस कशीबशी हसत म्हणाली. ''मी तर कायम इथेच असते. मी जवळपास इथेच राहते!''

ते लिफ्टमधून बाहेर पडले. जॅकला तेथील दृश्य पाहून धक्काच बसला. सगळ्या मजल्यावर दिवे चालू होते. जणू भर दिवस असावा, अशी गडबड तिथे चालू होती. एका मोठ्या हॉलमध्ये, खूप ड्रॉईंगबोर्ड दिसत होते. अनेकजण तिथे वाकून काहीतरी करत होते.

''तुमच्याकडे दोन शिफ्टस् असतात की काय?''

''नाही..'' टेरेस हसून म्हणाली, ''हे लोक सकाळपासून इथेच आहेत! जाहिरातीच्या क्षेत्रात भयानक स्पर्धा असते. तुम्हाला इथे टिकून राहायचं असेल, तर वेळेचा विचार करून चालत नाही... आम्ही सध्या एका जाहिरातीची मोहीम बनवत आहोत.. अवघ्या काही दिवसात आम्हाला कित्येक आठवड्यांचं काम उरकायचं आहे म्हणून..''

टेरेसनं जॅकला तिथेच क्षणभर उभा राहा, म्हणून सांगितलं आणि ती एका ड्रॉईंगबोर्डपाशी गेली. तिथे काम करणाऱ्या एका पोरीशी काहीतरी बोलून परत आली.

''चल. आपण कॉलीनच्या खोलीत जाऊ. ॲलिस काहीतरी कच्चा आराखडा दाखवणार आहे.''

दोघंजण कॉलीनच्या खोलीत गेले. खोली म्हणजे हॉलमध्येच काचेचं पार्टिशन

टाकलेला एक छोटासा कोपराच होता. तिथे सगळीकडे कागद, निरनिराळ्या फाईल्स, व्हिडियो टेपस् आणि असंख्य पुस्तकं पडलेली होती. काही मिनिटातच टेरेसची सहाय्यक ॲलिस गर्बर तिथे आली. टेरेसनं जॅकची तिच्याशी ओळख करून दिल्यावर, तिनं त्या दिवशी तयार झालेल्या काही कच्च्या जाहिराती व्हिडियोवर दाखवल्या.

जॅक ते पाहून खूप चकित झाला. टीव्हीवरच्या जाहिराती कशा बनवतात, हे त्याला माहीत नव्हतं. पण आत्ता या कामामधले कष्ट आणि बारीकसारीक तांत्रिक तपशील ऐकून त्याला कौतुक वाटू लागलं.

पंधरा मिनिटांनी आपलं काम झाल्यानंतर ॲलिस निघून गेली. टेरेसनं व्हिडियो टेप बंद केला आणि जॅककडे वळून म्हणाली. "हं.. हॉस्पिटल संसर्गाची कल्पना वापरून केलेल्या या कच्च्या जाहिराती, तुला कशा वाटल्या?"

"टेरेस. तू चुकीच्या माणसाला मत विचारते आहेस. मी या विषयावर मत व्यक्त करायला लायक नाही. मला तर तुमच्या जाहिरात क्षेत्रातला ओ की ठो कळत नाही."

"मला जाहिरात तंत्राबद्दल मत नकोच आहे! त्यातली कल्पना कशी वाटली?.. आणि एक सामान्य प्रेक्षक म्हणून मला तुझी प्रतिक्रिया हवीय. समजा, उद्या तू टीव्हीवर ही जाहिरात पाहिलीस तर..?

"छान आहे."

"ही जाहिरात पाहिल्यावर, नॅशनल हेल्थ हॉस्पिटलमध्ये संसर्गाचा धोका कमी आहे, म्हणून आपण तिकडे जावं, असं तुला एक सामान्य पेशंट म्हणून वाटेल का?"

"होय. तसं वाटेल खरं."

"ठीक आहे.. चल आपण इथून बाहेर पडू." तिनं ॲलिसला काही सूचना दिल्या. "ॲलिस आता पुढच्या कामाला लागेल."

लिफ्टमधून खाली येताना टेरेसनं आणखी एक सूचना केली.

"आपण माझं ऑफिस पाहिलं.. आता तुझं पाहू."

"नको. टेरेस तुला ते पाहवणार नाही.. ती जागा खरोखरच बघण्यासारखी नाही."

"मला वाटतं, की बघायला काही हरकत नाही." टेरेस आपला मुद्दा न सोडता म्हणाली, "कदाचित मला आवडेल.. कदाचित मला त्यातून काही नवीन कल्पना सुचतील.. शिवाय तुझं ऑफिस पाहिलं, की मला तुझ्याविषयी आणखी समजून घ्यायला मदत होईल."

"मी कोण आहे ते कळून यावं, असं मला वाटत नाही."

दोघं टेरेसच्या ऑफिसच्या बिल्डिंगमधून बाहेर आले.

"मग?.. तुझा काय विचार आहे?.. आपल्याला फारसा उशीर होणार नाही तिथे गेल्यामुळे." टेरेस म्हणाली.

"तुझी चिकाटी खरोखरच वाखाणण्याजोगी आहे!" जॅक हसला, "मला एक गोष्ट सांग. तू नेहमीच आपलंच म्हणणं खरं करून दाखवतेस का?"

"होय." टेरेसही हसली. "बहुतेक वेळा तसं होतं खरं."

दोघं टॅक्सीत बसले. जॅकनं टॅक्सी ड्रायव्हरला पत्ता समजावून दिला.

"तू मला एकटेपणानं ग्रासलेला वाटतोस." टेरेस म्हणाली.

"आणि तुझा स्वभाव दुसऱ्याच्या अंतरंगात खोलवर डोकावण्याचा आहे." जॅकनं प्रत्युत्तर दिलं.

"जॅक.. एवढं कडवटपणानं बोलण्याची गरज नाही."

"एकेकाळी मी असा नव्हतो.."

"मी एक प्रश्न विचारू का?... रागावणार नसलास तरच विचारते.. तुझं कधी लग्न झालं होतं का?"

"हो. झालं होतं."

"पण ते यशस्वी झालं नाही. असंच ना?"

"नाही. एक समस्या उद्भवली होती... पण ते जाऊ दे! मला त्या विषयावर बोलायला आवडत नाही.. तुझ्याबद्दल काय? तुझं लग्न झालं होतं की नाही?"

"होय." टेरेस सुस्कारा टाकत म्हणाली, "पण मलाही तो विषय आवडत नाही."

"चला. एक गोष्ट चांगली झाली. आपलं आणखी एका विषयावर एकमत झालं!" जॅक म्हणाला.

टॅक्सी शवागाराच्या दाराशी थांबली. दारामध्ये दोन्ही शववाहिन्या नाहीत हे पाहून जॅकला बरं वाटलं. म्हणजे आता दाराजवळच टेरेसला वेड्याविद्र्या अवस्थेतले मृतदेह दिसणार नव्हते. दोघं इमारतीत शिरू लागताच, टेरेसचं लक्ष बाजूला रचलेल्या लाकडी शवपेट्यांकडे गेलं. तिनं त्याबद्दल प्रश्न विचारला.

"ओळख न पटलेल्या आणि कोणीही ताब्यात न घेतलेल्या अशा बेवारस प्रेतांची विल्हेवाट लावण्यासाठी."

"नेहमी असं घडतं?"

"नेहमीच.. मग अशा प्रेतांच्या दफनाचा खर्च आमच्या या शवागारातर्फे केला जातो."

जॅकनं तिला शवविच्छेदन खोल्यांजवळ नेलं. काचेच्या खिडकीतून आतल्या अर्धवट प्रकाशात, शवविच्छेदनासाठी वापरायची स्टेनलेस स्टीलची टेबलं चमकत होती.

"मला वाटलं होतं, की ही जागा तशी आधुनिक असेल."

"एकेकाळी होती!" जॅक म्हणाला, "शवागाराचं स्वरूप बदलण्याची योजना होती. पण दरवर्षी कसल्या ना कसल्या खर्चनियंत्रणाचा फटका बसतो आणि ते काम मागेच पडतं."

दोघं लिफ्टमधून जॅकच्या खोलीकडे निघाले.

"शवागार पाहणं फारसं सुखद नाही ना?"

"होय. मला वाटलं होतं त्यापेक्षा हे जास्तच भीतिदायक आहे." टेरेसनं कबूल केलं.

"आम्हाला इथे काम करण्याची सवय झाली आहे. त्यामुळे आम्हाला या वातावरणाचं काहीच वाटत नाही."

"तू हा पेशा कसा काय पत्करलास?.. तू मेडिकल कॉलेजातच ठरवलं होतंस की काय?"

"छे!.. मला यापेक्षा जास्त चमकदार, समाजात जास्त मान मिळवून देणारं क्षेत्र हवं होतं. मी नेत्रतज्ज्ञ होतो."

"होतो म्हणजे?"

"माझा व्यवसाय अमेरीकेअरनं गिळून टाकला.. मला अमेरीकेअर किंवा त्या प्रकारच्या कंपन्यांमध्ये काम करायचं नव्हतं.. मग मी निराळाच मार्ग पत्करला.. अर्थात, मला त्याची फार मोठी किंमत चुकवावी लागली... एकाकीपणा."

टेरेस गोंधळली. तिला वाटत होतं, की जॅक आपणहून एकटा राहणारा माणूस असावा. बोलताबोलता जॅकनं हळूच डोळ्याचा कोपरा पुसलेला तिच्या नजरेतून सुटला नाही.

जॅकच्या खोलीपाशी आल्यावर त्यानं कुलूप उघडलं. दिवे लावले. टेरेस आत आली. तेथील दोन टेबलं पाहून म्हणाली,

"दोन टेबलं?"

"चेट आणि मी दोघांना मिळून ही खोली आहे.. ते भरपूर पसारा पडलेलं टेबल माझं."

"डॉ. स्टेपलटन.." जॅनिस येगर खोलीच्या दारात उभी होती. "मी आत आले, तर सुरक्षा कर्मचाऱ्यांनी सांगितलं, की तुम्ही इथे आला आहात. मी संध्याकाळपासून तुम्हालाच फोन लावण्याचा प्रयत्न करत होते."

"का? विशेष काही?"

"तुम्ही सांगितल्याप्रमाणे मी सुसान हार्डच्या फुफ्फुसाचे नमुने तपासणीसाठी पाठवले होते. संध्याकाळी त्यांचा फोन आला होता. चाचणीत टुलरेमियाचं निदान झालं आहे."

"तू चेष्टा तर करत नाहीत ना!" जॅक तिच्या हातातल्या कागदांकडे अविश्वासानं नजर टाकत म्हणाला.

"टुलरेमिया म्हणजे काय?" टेरेसनं विचारलं. जॅनिसचं तिच्याकडे लक्ष गेलं. जॅकनं चटकन दोघींची ओळख करून दिली.

"टुलरेमिया हा आणखी एक घातक संसर्गजन्य रोग आहे.. प्लेगसारखा."

"कुठं झाली ही केस?" टेरेसनं विचारलं.

"मॅनहटन जनरल हॉस्पिटल." जॅक डोकं हलवत म्हणाला, "हे फार फार चमत्कारिक आहे. माझा अजून विश्वास बसत नाही..!"

जॅनिस मध्येच म्हणाली, "मला जायला हवं.. काही अजून माहिती हवी असेल तर मी आहेच माझ्या खोलीत."

"माफ कर, जॅनिस. तुला असं तिष्ठत ठेवायची माझी इच्छा नाही.. धन्यवाद."

"टुलरेमिया प्लेगएवढाच घातक असतो का?" टेरेसनं विचारलं.

"तशी नेमकी तुलना करता येणार नाही. पण हा रोगही फार भयंकर आहे आणि अत्यंत संसर्गजन्य."

"पण तुला हे नाव ऐकून एवढं आश्चर्य का वाटलं?"

"टुलरेमिया हा दक्षिणेला आर्कान्सासससारख्या राज्यांमध्ये आढळतो खरा. पण इथे उत्तरेत तो तसा आढळणं अवघड आहे. प्लेगप्रमाणेच त्याच्या प्रसारासाठी कोणतातरी जैविक वाहक लागतो. प्लेगचा प्रसार पिसवांद्वारा होतो, तर टुलरेमियाचा गोचिड आणि हरिणमाशांमुळे."

"गोचिड आणि हरिणमाशांमुळे..?" टेरेसनं विचारलं.

कॅट्सकिल या भागात तिच्या आईवडिलांची एक केबिन होती. उन्हाळ्यात टेरेसला तिथे जायला आवडत असे. ही केबिन आडरानात एका बाजूला होती आणि तिथे भरपूर गोचिडी आणि हरिणमाश्या होत्या, हे टेरेसला आठवलं.

"या रोगाच्या जीवाणूंचा वावर छोट्या सस्तन प्राण्यांमध्ये असतो. उंदीर आणि ससे." 'ससे' हा शब्द उच्चारताच तो एकदम थबकला. त्याला सुसान हार्डच्या नवऱ्यानं सांगितलेली माहिती आठवली.

"म्हणजे ससे हेच कारण असणार." जॅक पुटपुटला.

"काय म्हणालास?"

टेरेस तिथे आहे, हे जॅक क्षणभर विसरला होता. त्यानं तिला खुर्चीवर बसण्याची खूण केली. तिला मॉरिस हार्डशी झालेल्या संभाषणातला काही भाग सांगितला.

"तिचा कनेक्टिकटमध्ये सशांची संबंध आला असेल हे खरं धरलं, तरी त्याला दोन आठवडे होऊन गेले. एवढा काळ मध्ये जायचं काहीच कारण नाही.. याचा अर्थ

असा, की तिला रोगाची लागण इथेच न्यूयॉर्क शहरात झाली.'' जॅक स्वत:शीच बोलत होता, ''पण न्यूयॉर्क शहरातल्या हॉस्पिटलमध्ये टुलरेमियाचा संसर्ग ही गोष्टच मुळात तर्कापलीकडची आहे.''

''काहीही असलं तरी हे सगळं लोकांना कळायला हवं.'' टेरेस म्हणाली.

जॅक फोनवर ताल धरत होता, ते पाहून ती म्हणाली, ''तू आता हे पत्रकारांना आणि हॉस्पिटलला कळवणार का?''

''नाही. दोघांनाही नाही. मी माझ्या बॉसला फोन करणार आहे. त्यांना माहिती देण्याचं काम त्याचं आहे.''

जॅकनं केल्व्हिनला फोन लावला. जवळजवळ मध्यरात्र झाली होती. एकदोन वेळा घंटी वाजल्यावर त्यानं तो उचलला. जॅकनं आपण कोण ते उत्साहात सांगून काम फार महत्त्वाचं आहे, म्हणून सांगितलं.

''खरोखरच महत्त्वाचं नसलं तर..'' केल्व्हिन अर्धवट झोपेत गुरगुरला.

''तुम्ही मला दहा डॉलर देणं लागता!''

''खड्ड्यात जा..!'' केल्व्हिन ओरडला, ''ही काय विनोद करायची वेळ आहे का?''

''विनोद नाही.'' जॅक म्हणाला, ''प्रयोगशाळेतून आत्ताच चाचणीचा निष्कर्ष आला आहे. मॅनहटन जनरल हॉस्पिटलमध्ये मेलेल्या एका बाईला टुलरेमियाची लागण झालेली होती..''

''टुलरेमिया?'' मी असली केस पूर्वी कधी पाहिलेली आठवत नाही.. मला या रोगाबद्दल थोडं वाचन करावं लागेल.''

''मी आजच दुपारी वाचलं.''

''तू आत्ता कुठं आहेस..? ऑफिसात?''

''होय.''

''जॅक. मला तुझ्याकडून कसलीही माहिती बाहेर फुटायला नको आहे. मी आता सकाळीच बिंगहॅमला फोन करीन. आत्ता करूनही काही उपयोग नाहीच. तू गप्प बसायचं आहेस. समजलं?''

''होय. मी कोणाला काही सांगणार नाही.''

जॅकनं फोन ठेवताच, टेरेस उसळून म्हणाली. ''तू ही बातमी गुप्त ठेवणार तर!''

''माझा नाईलाज आहे.''

''हो तर!... ते तुझं काम नाही.'' टेरेस तिरकसपणे म्हणाली.

''मागच्या वेळी मी प्लेगची बातमी परस्पर हेल्थ कमिशनरला कळवली, म्हणून मी संकटात पडलो होतो... शिवाय ही बातमी हॉस्पिटलमध्ये आत्ता कळवूनही

फारसा फरक पडणार नाही. प्लेग आणि टुलरेमियावरचे उपचार जवळपास सारखेच असतात.''

"मी जर ही बातमी बाहेर कळवली तर?''

"चौकशी झाली, की बातमीचा उगम सहज माझ्याकडेच होता हे सापडेल आणि माझी नोकरीच जाईल. तात्काळ!''

"तुला वैद्यकीय क्षेत्रानं जाहिरात करावी हे आवडत नाही आणि मला या क्षेत्रामधल्या राजकारणाचा तिटकारा आहे.'' टेरेस म्हणाली.

"आमेन!'' जॅक म्हणाला.

■

१६

शुक्रवार, २२ मार्च १९९६
सकाळी ६ वाजून ३० मिनिटे

सलग दुसऱ्या रात्री जागरण होऊनही जॅकला नेहमीप्रमाणं साडेपाचलाच जाग आली. त्यानं थोडा वेळ कूस बदलून झोपायचा प्रयत्न केला. पण झोप आली नाही. डोक्यात टुलरेमिया आणि प्लेगचे विचार घोळत होतेच. मग त्यानं सरळ उठून अंघोळ केली. ब्रेकफास्ट उरकला आणि तो सायकलवरून आपल्या ऑफिसकडे निघाला. सकाळच्या वेळेस रहदारी कमी असल्यानं, तो नेहमीपेक्षा कमी वेळेत ऑफिसात पोहोचला.

लॉरी आणि व्हिनी अजून आलेले नव्हते. त्यानं परत खाली येऊन जॅनिसच्या खोलीत डोकावायचं ठरवलं. ती रोजच्यापेक्षा जास्तच थकलेली दिसत होती.

"बापरे! काय भयंकर रात्र होती!"

"का.. खूप काम होतं?"

" 'खूप' हा शब्द फारच मिळमिळीत झाला.. विशेषत: या नव्या केसेस आल्यानंतर तर काही बघायलाच नको. तिथे हॉस्पिटलमध्ये चाललंय तरी काय?"

"आज किती?"

"तीन. आणि त्यातल्या कोणाच्याही बाबतीत प्लेग नाही.

शिवाय या तीनही बाबतीत रोग फार जबरदस्त होता.. बारा-चौदा तासात रोगी खलास!.. हे फार भयंकर आहे."

"होय. सगळ्या केसमध्ये रोग फारच आक्रमक होता." जॅक म्हणाला.

"या तिन्ही लोकांना टुलरेमिया असेल का?"

"शक्यता आहे.. जॅनिस, तू काल सुसान हार्डच्या केसमधलं निदान कोणाला सांगितलं तर नाहीस ना?"

"छे!.. अजिबात नाही. माझं काम माहिती जमा करण्याचं आहे. माहिती पुरवण्याचं नाही. आणि हे मला फार कडवट अनुभवातून पक्कं समजलं आहे."

"मलाही तो धडा आता शिकला पाहिजे.. या तिन्ही केसवर तुझं काम झालं का?"

"होय. तिन्ही फाईलस् घेऊन जायला हरकत नाही."

जॅनिसचे आभार मानून तो फाईल घेऊन पुन्हा वरच्या मजल्यावर आला. कॉफी बनवून घेतली आणि एक फाईल उघडली. पहिलाच कागद वाचून तो एकदम चकित झाला.

पहिली केस एका बाईची होती. मारिया लोपेझ नावाची बेचाळीस वर्षांची स्त्री मॅनहटन हॉस्पिटलच्या पुरवठा विभागात होती. इतकंच नव्हे, तर कॅथरीन म्यूलर ज्या शिफ्टमध्ये काम करी, त्याच शिफ्टमध्ये लोपेझ कामावर होती.

जॅक डोळे मिटून विचार करू लागला... एकाच विभागात काम करणाऱ्या दोन कर्मचाऱ्यांना दोन निरनिराळ्या प्राणघातक रोगांचा संसर्ग होतो, हा योगायोग असू शकेल का? जॅकला हा योगायोग वाटत नव्हता. पण नेमका गुंता उलगडत नव्हता. पुरवठा विभागात काम करणाऱ्या लोकांचा, पेशंटस्शी कधीच संबंध येत नसे. पेशंटनी वापरलेल्या वस्तूंची विल्हेवाट लावणारा विभागही पूर्णपणे निराळा होता. पुरवठा विभागातल्या कर्मचाऱ्यांचा प्राणघातक जीवाणूंशी संपर्क येण्याची कोणतीही शक्यता त्याच्या नजरेसमोर येईना. जॅकनं सगळी फाईल चाळून पाहिली. जॅनिसनं त्यात पाळीव प्राणी, प्रवास अशाबद्दलची माहिती जमा केलेली होती. पण लोपेझच्या बाबतीत त्यातलं कोणतंच कारण योग्य वाटत नव्हतं.

जॅकनं दुसरी फाईल उघडली. मृताचं नाव जॉय हेस्टर होतं. ती सातव्या मजल्यावरच्या जनरल वॉर्डमध्ये काम करणारी नर्स होती. सुसान हार्डशी तिचा संबंध आला असणं, अशक्य नव्हतं. पण टुलरेमियाचा प्रसार असा वैयक्तिक संपर्कातून होत नाही, हे जॅकला माहीत होतं.

तिसऱ्या मृताचं नाव होतं, डोनाल्ड लागेनथोर्प. अडतीस वर्षांचा हा पेट्रोलियम इंजिनियर, दम्यावरील उपचारांसाठी हॉस्पिटलमध्ये दाखल झाला होता. त्याच्या डॉक्टरनेच त्याला हॉस्पिटलमध्ये पाठवलं होतं. त्याचा दमा कमी झाला होता आणि

त्याला घरीही पाठवणार होते. पण अचानक त्याच्या कपाळात तीव्र वेदना उद्‌भवली होती. दुपारी थंडी भरून आली नि एकदम ताप चढला. दम्यावर उपचार चालू असूनही जोरदार खोकला सुरू झाला होता. त्यावेळी डॉक्टरांनी न्यूमोनियाचं निदान केलं होतं. पण त्याच्या कफामध्ये जीवाणू सापडले नव्हते. त्यानंतर पोटामध्ये तीव्र कळा येऊ लागल्या. त्याची लक्षणं पाहून, उपचार करणाऱ्या डॉक्टरांना अ‍ॅपेंडिक्स खराब असल्याची शंका आली. सायंकाळी साडेसातला त्याच्यावर शस्त्रक्रिया करण्यात आली. पण अ‍ॅपेंडिक्स ठीक होतं. पण त्यानंतर त्याची प्रकृती आणखीनच बिघडली. एका पाठोपाठ एक अवयव निकामी होऊ लागले. त्याचा रक्तदाब एकदम कमी झाला. त्यानंतर लागेनथोर्पनं उपचारांना प्रतिसाद दिला नाही.

जॅक, जॅनिसनं जमवलेली इतर माहिती वाचू लागला. आदल्या आठवड्यामध्ये लागेनथोर्प टेक्सासमध्ये कामानिमित्त वाळवंटात हिंडत होता. त्याच्या मैत्रिणीनं अलीकडेच एक बर्मीज मांजर पाळलं होतं. परंतु लागेनथोर्पकडे कोणीही पाहुणा मात्र आलेला नव्हता.

लॉरीनं येऊन खुर्चीवर कोट काढून टाकला, "वा! जॅक तू एवढ्या लवकर आलास?"

ती आत आल्यामुळे जॅकची तंद्री मोडली. आज लॉरीचा पर्यवेक्षक असण्याचा शेवटचा दिवस होता. आदल्या रात्री आलेल्या केसेसपैकी कोण कोणत्या केसचं विच्छेदन करणार, हे पर्यवेक्षक ठरवत असे. बोर्डाचं सर्टिफिकेट असणारे डॉक्टर हे काम करायला नाखूश असत.

"माझ्याकडे एक वाईट बातमी आहे." जॅक म्हणाला.

लॉरी बाहेर जाता जाता थबकली. तिच्या नेहमी प्रसन्न असणाऱ्या मधाळ चेहेऱ्यावर भीतीची सावली सरकली.

"ए... लॉरी, तसं काही नाही... तू पंचवीस सेंट हरलीस!"

"जॅक. चेष्टा करत नाहीस ना?... हार्डला टुलरेमिया होता?"

"होय. प्रयोगशाळेकडून निश्चित निदान झालेलं आहे."

"बरं झालं मी त्यापेक्षा जास्त पैज लावली नाही ते!" लॉरी म्हणाली, "पण तू नेमकं निदान आधीच केलंस, त्याचं रहस्य काय?"

"काहीही नाही. निव्वळ योगायोग." जॅक म्हणाला, "असो. काल रात्री तीन नवीन केसेस आल्या आहेत. तिन्ही संसर्गजन्य रोगाच्याच आहेत. मला निदान दोन तरी बघायला आवडेल."

"चालेल. पण मला जरा सगळं काम नीट मार्गी लावून येऊ दे."

लॉरी निघून गेली. काही वेळानं व्हिनी तिथे आला. त्याचा चेहरा आजारी माणसासारखा दिसत होता. डोळे लाल होते.

"एखाद्या मेलेल्या माणसाला गरम करून आणावं, तसा तू दिसतो आहेस." जॅक म्हणाला.

"हँगओव्हर." व्हिनी म्हणाला, "काल रात्री मी एका मित्राकडे पार्टीला गेलो होतो. तिथे जरा जास्त दारू झाली."

व्हिनीनं हातातला पेपर उडवला आणि तो कपाटातून कॉफी काढण्यासाठी तिकडे गेला.

"तुझ्या कदाचित लक्षात आलं नसेल," जॅक म्हणाला, "कॉफी तयार आहे."

व्हिनी कॉफी मशीनमधल्या भरलेल्या पॉटकडे काही क्षण पाहत राहिला. आपण काय पाहतोय हे त्याच्या मरगळलेल्या मनाला कळेना.

"आपण या केसला सुरुवात करू या का?" जॅक म्हणाला. त्यानं मारिया लोपेझची फाईल व्हिनीपुढे सरकवली. "कदाचित त्यामुळे सगळं ठीक होईल.."

"गप्प बस." व्हिनीनं फाईल हातात घेतली आणि ती उघडली, "खरं सांगायचं तर मी तुझं बोलणं ऐकण्याच्या मन:स्थितीत नाही."

त्यानं एक फाईल उघडली. एकदोन पानं चाळली.

"छान!.. आणखी एक घातक रोगाची केस!... मी कशाला इथे आलो कुणास ठाऊक!"

"मी काही मिनिटातच खाली येतोय." जॅक म्हणाला.

व्हिनीनं हातातला पेपर चडफडत टेबलावर आदळला नि खाली निघून गेला.

थोड्या वेळानं फाईलचा एक गठ्ठा सांभाळत लॉरी परत आली.

"बापरे! आज आपल्याला खूप काम करायला लागणार."

"मी व्हिनीला आधीच तयारी करायला खाली पाठवून दिलंय. मी तुझ्या अधिकारावर अतिक्रमण तर करत नाही ना?.."

"हरकत नाही... मी अजून फाईल्स वाचलेल्या नाहीत. पण बाह्य तपासणी मी स्वतः करते, मग तुम्ही पुढं काम करा."

दोघं लिफ्टनं खाली निघाले.

"पहिली केस कोणती आहे?"

जॅकनं तिला मारिया लोपेझच्या फाईलमधली माहिती अगदी थोडक्यात सांगितली. एकाच ठिकाणी काम करणाऱ्या दोघींना रोगाचा संसर्ग झालेला आहे, या योगायोगावर त्यानं विशेष भर दिला.

"हे जरा चमत्कारिक आहे.. नाही?" लॉरीनं विचारलं.

"होय." जॅकनं संमती दर्शवली.

"याला काही महत्त्व असावं, असं तुला वाटतंय का?" लॉरीनं विचारलं.

लिफ्ट थांबली आणि दोघं बाहेर पडले.

''माझं अंतर्मन मला सांगतंय, की तसं काहीतरी असावं.'' जॅक म्हणाला, ''म्हणून तर मी विच्छेदन करायला उत्सुक झालो आहे. माझा साऱ्या जन्माचा अनुभव जमेस धरूनही मला त्या दोन गोष्टींमध्ये नेमका काय संबंध असावा, त्याचा अंदाज येत नाही.''

दोघं जात असताना तिनं साल डी ॲम्ब्रेसियोला खूण केली. तो त्यांच्याजवळ येताच लॉरीनं त्याच्या हातात यादी ठेवली, ''आपण त्या मारिया लोपेझची बॉडी आधी बघू या.''

सालनं ती यादी घेतली व आपल्या जवळच्या यादीवर नजर टाकली. तो ६७ नंबरच्या कंपार्टमेंटपाशी थांबला. दार उघडून त्यानं मोठा ट्रे बाहेर काढला.

कॅथरीन म्यूलरप्रमाणं मारिया लोपेझही स्थूल होती. तिचे केस नारिंगी-लाल रंगानं रंगवलेले दिसत होते. शरीरावर ठिकठिकाणी अजून सुया लावलेल्या दिसत होत्या.

''ही चांगलीच तरुण होती..!'' लॉरी म्हणाली.

जॅकनं मान डोलावली, ''बेचाळीस वर्षांची.''

लॉरीनं मारियाच्या संपूर्ण शरीराचा एक्स-रे फोटो प्रकाशात पाहिला. हं.. या केसच्या कामाला सुरुवात कर.'' लॉरी म्हणाली.

जॅक आपला अंतराळ पोशाख घेण्यासाठी खोलीकडे वळला. तिथे तो बॅटरी चार्ज होण्यासाठी ठेवलेला होता.

''तू म्हणालास त्या आणखी दोन केसेस कोणत्या जॅक?'' लॉरीनं ओरडून विचारलं, ''तुला आणखी कोणती केस हवी आहे?''

''लागेनथोर्प.'' जॅक म्हणाला.

लॉरीनं अंगठा उंचावून होकारार्थी खूण केली.

जॅक आणि व्हिनीनं कामाला सुरुवात केली. हँगओव्हर असूनही व्हिनी नेहमीसारखा काम करत होता. त्यानं तयारी चांगली केलेली होती. जॅकनं मारियाच्या फाईलमधली माहिती पुन्हा एकदा वाचून संपवेपर्यंत, व्हिनी अंतराळ पोशाख चढवून तयार झाला होता.

जॅकनं काळजीपूर्वक सारा देह तपासला. यावेळी त्याला कीटकदंशाच्या खुणा मिळण्याची अपेक्षा होती. पण त्याला तशी एकही खूण सापडली नाही. ज्या ठिकाणच्या खुणांबद्दल जरा शंका वाटत होती, त्या भागाचे त्यानं फोटो घेतले. जॅक अत्यंत एकाग्रपणे काम करत होता. व्हिनीचं डोकं दुखत असल्यानं तो गप्प होता. जॅकनं आता अंतर्गत तपासणीला सुरुवात केली. तो सगळी उपकरणं अत्यंत जपून हाताळत होता. जीवाणू हवेत उडू नयेत, म्हणूनही खबरदारी घेणं अत्यंत आवश्यक होतं.

शवविच्छेदन पूर्ण होत असतानाच त्याच्या लक्षात आलं, की ही केस सुसान हार्डसारखीच होती. त्यानं निरनिराळ्या अवयवांचे नमुने जमा केले. फुफ्फुसाचा एक तुकडा मुद्दाम काढून घेतला. हा तुकडा तो ॲग्नेस फिनला देणार होता. अशाच प्रकारे हेस्टर आणि लागेनथोर्पच्या फुफ्फुसांचे नमुने तो विशेष तपासणीसाठी पाठवण्याचा विचार करत होता. जॅक आणि व्हिनीनं लोपेझचं शव शिवून टाकलं. त्यांचं काम पूर्ण होताहोताच बाहेरून आवाज आले.

"तुमचं काम एवढ्यात पूर्ण झालं?" चेट म्हणाला.

"माझ्यामुळे नाही..." व्हिनी म्हणाला, "हा वेडा सायकलवाला सूर्य उगवण्याआधीच काम सुरू करतो ना!"

"तुला काय वाटतं, प्लेग की टुलरेमिया?" लॉरीनं विचारलं.

"माझा अंदाज टुलरेमियाचाच आहे." जॅक म्हणाला.

"एका दिवसात एकाच हॉस्पिटलमध्ये टुलरेमियाच्या चार केसेस? अर्थात, जर इतर दोन्ही टुलरेमियाचेच बळी असतील तर..!"

"होय. हा सारा प्रकार मुळातच फार चमत्कारिक आहे." जॅक म्हणाला, "परस्परसंपर्कानं हा रोग क्वचितच होतो.. कशाचाच कशाला मेळ बसत नाही."

"याचा प्रसार नेमका कसा होतो?" चेटनं विचारलं, "मी कधीही टुलरेमियाचा रोगी पाहिलेला नाही."

"गोचिड किंवा सशासारख्या रोगी प्राण्यांशी थेट संबंध आल्यानं.." जॅक म्हणाला.

"मी तुला यानंतर लागेनथोर्प देते.." लॉरी म्हणाली, "मी स्वतः हेस्टरकडे बघते."

"यानंतर हेस्टरसुद्धा मला चालेल." जॅक म्हणाला.

"नको... काल रात्री आलेल्या सगळ्या प्रेतांचं तूच विच्छेदन करायची गरज नाही. शिवाय मी सगळी मजा तुला एकट्याला का लुटू द्यावी?"

लॉरी आणि चेट आपापल्या टेबलापाशी जाऊन कामाला लागले. लोपेझचं प्रेत शिवून पूर्ण झालं होतं. जॅक आणि व्हिनीनं ते बाहेर पाठवण्याच्या ट्रॉलीवर चढवलं.

"लागेनथोर्पला टेबलावर घ्यायला किती वेळ लागेल तुला?" जॅकनं व्हिनीला विचारलं.

"तू म्हणजे एक निर्दय, गुलामांचा मालकच दिसतोस!" व्हिनी तक्रार करत म्हणाला, "इतरांप्रमाणं एखादा कप कॉफी घेतली तर काय बिघडेल?"

"मला हे काम लवकर उरकून टाकायचं आहे. मग तू हवं तर उरलेला सगळा दिवस कॉफी पीत बस."

"हॅट!" व्हिनी म्हणाला, "मी मोकळा दिसलो, की कोणीतरी पकडून मला

पुन्हा कामाला जुंपेल.''

जॅक लॉरीच्या टेबलाजवळ आला. ती बाह्य तपासणी करण्यात गढून गेली होती. पण जॅक आलेला पाहताच तिनं पाठ सरळ केली.

''ही बिचारी फक्त छत्तीस वर्षांची होती.'' लॉरी चुकचुकत म्हणाली.

''कुठं किडे चावल्याच्या खुणा किंवा मांजराची नखं वगैरे लागलेली दिसली का?''

''नाही. फक्त पोटरीवर एक लहानसा ओरखडा आहे. बहुधा लव साफ करताना जखम झाली असावी.. पण या केसमध्ये एक वैशिष्ट्य आहे. तिच्या डोळ्याला संसर्ग झालेला होता.''

लॉरीनं हेस्टरच्या पापण्या उचलून दाखवल्या. दोन्ही डोळ्यांमध्ये रक्त जमा झाल्याचा लाल रंग स्पष्ट दिसत होता. ''शिवाय या इथे लसिका ग्रंथींना सूज आलेली आहे.'' हेस्टरच्या कानाजवळचे फुगीर भाग तिनं जॅकला दाखवले.

''हे लक्षण टुलरेमियाशी एकदम सुसंगत आहे.'' जॅक म्हणाला, ''तुला आणखी काही आढळलं, तर हाक मार.'' असं सांगून तो चेटच्या टेबलाजवळ आला. चेट गोळीबारात मेलेल्या माणसाच्या जखमांचे फोटो काढत होता.

''काल रात्री तुझा वेळ मजेत गेला की नाही?'' चेटनं विचारलं.

''ही जागा आहे का अशा विषयावर बोलायची?'' जॅक म्हणाला.

खरोखरच अंतराळ पोशाखात बोलणं, ही अवघड गोष्ट होती.

''काल आम्ही भरपूर मजा केली.'' चेट उत्साहानं म्हणाला. ''चायना क्लबमध्ये नाचल्यानंतर आम्ही ६६ व्या रस्त्यावर कॉलीनच्या घरी गेलो. तू काय केलंस?''

''सांगितलं तर खरं वाटेल?''

''सांगून तर पाहा.'' तो जॅकच्या अगदी जवळ आला.

जॅकनं त्याला आपण टेरेसच्या आणि आपल्या ऑफिसात गेल्याचं सांगितलं.

''माझा विश्वास बसणं शक्यच नाही.''

''सत्य स्वीकारणं ही फार कठीण गोष्ट असते.''

तेवढ्यात व्हिनी लागेनथोर्पला घेऊन आला. ते पाहताच जॅक आपल्या टेबलाकडे परतला. चेटच्या प्रश्नांना तोंड देण्यापेक्षा व्हिनीला मदत करणं, त्याला चांगलं वाटलं.

लागेनथोर्पच्या बोटांच्या टोकापाशी जॅकला गँग्रीनच्या खुणा आढळ्या. त्यानं सगळ्या शरीराची अत्यंत बारकाईनं तपासणी केली. लागेनथोर्प काळा असल्यानं त्वचेचा रंग तपकिरी होता. त्यामुळे काही चावल्याच्या खुणा दिसणं फार अवघड होतं. जॅकला लागेनथोर्पच्या तळव्यावर थोड्या पुटकुळ्या आल्या असाव्यात अशी शंका आली. त्यानं त्या व्हिनीला दाखवल्या. त्याला मात्र काही दिसलं नाही. जॅकनं

तरीही तळव्यांचे फोटो काढून घेतले.

तपासणी करताना जॅकचा गोंधळ आणखी वाढला. बाह्य लक्षणं तर सारी प्लेगची वाटत होती, पण तरीही कितीतरी लक्षणं प्लेगशी सुसंगत नव्हती. म्हणून तर जॅकला टुलरेमियाचं निदान करावं, असं वाटू लागलं होतं. पण त्यामध्येही बरीच विसंगती होती. लागेनथोर्पच्या कफामध्ये जीवाणू आढळलेले नव्हते. शिवाय पेशंटच्या पोटात तीव्र कळा आलेल्या होत्या. हातावरच्या पुटकुळ्याही सुसंगत नव्हत्या. त्यामुळे आता त्याला ही केस प्लेग किंवा टुलरेमिया दोन्हीची नसावी असं वाटू लागलं!

जॅकनं अंतर्गत तपासणीला प्रारंभ केला. त्याचे विचार योग्य दिशेनं चालले आहेत, याची त्याला खात्री पटली. लसिका ग्रंथी कुठंही सुजलेल्या नव्हत्या. हृदय, यकृत आणि प्लीहा या साऱ्यांना सूज होती. तसंच आंतड्यांचाही आकार वाढलेला दिसत होता. जॅकला हृदय बंद पडल्याची लक्षणं दिसली. एकूण शरीरातल्या अवयवांवरून कोणत्याही संसर्गाचं लक्षण दिसत नव्हतं.

जॅकनं घोगरा आवाज ओळखला. ''काही नवीन मिळतंय का?'' बिंगहॅम आलेला पाहून जॅकला आश्चर्य वाटलं. अगदीच अपवादात्मक प्रसंगी बॉस स्वत: विच्छेदन पाहायला येत असे.

''या केसमध्येही प्लेगची शंका आहे.'' जॅक म्हणाला.

''तुझ्या बोलण्याच्या ढंगावरून तुला त्याबद्दल शंका वाटतेय..''

''सर. तुमच्यापासून काहीही दडवता येत नाही.'' जॅक आपलं बोलणं उपरोधाचं वाटू नये म्हणून आटोकाट काळजी घेत होता.

''काय प्रकार असावा?'' लागेनथोर्पच्या प्लीहेला बोटानं हलवत बिंगहॅम म्हणाला, ''ही तर फार जबरदस्त सूज दिसते.''

''मला अजून अंदाज येत नाहीये.''

''डॉ. वॉशिंग्टननं सांगितलं, की तू काल टुलरेमियाचं निदान फार अचूकपणानं केलंस!''

''योगायोग.''

''डॉ. वॉशिंग्टनला तसं वाटत नाही.'' बिंगहॅम म्हणाला, ''तुझ्या अचूक निदानाबद्दल तुझं अभिनंदन... शिवाय तू या केसमध्ये डॉ. वॉशिंग्टनला वेळेवर कळवलंस तेदेखील छान झालं.. बरं झालं मी काल तुला नोकरीवरून उडवून टाकलं नाही ते!''

जॅक काहीच बोलला नाही.

बिंगहॅम चेटच्या टेबलाजवळ गेला. त्यांची चेटच्या हातातल्या गोळीबाराच्या केसबद्दल थोडा वेळ चर्चा झाली.

जॅक केल्व्हिनकडे वळला. "बॉस माझं कौतुक करायला स्वत: इथे आला होता?"

"नाही. तेदेखील एक काम होतंच. पण त्याला गोळीबाराची केस समक्ष पाहायची होती. जॅक, तू काल टुलरेमियाचं केलेलं निदान खरोखरच उत्तम होतं. पण काल बॉसच्या ऑफिसात तू पैजेबद्दल बोललास ते काही बरं नाही.. क्षणभर मी गोंधळून गेलो होतो."

"म्हणून तर मी लगेच विषय बदलला." जॅक.

"तरीही तू काल केलेल्या नाटकानं मी फसलो, असं मात्र समजू नकोस. तू बॉसला मात्र चांगलंच गोंधळवून टाकलं होतंस!" केल्व्हिन लागेनथोर्पच्या प्रेतावर वाकून पाहू लागला. "जॅक, या केसमध्ये तुझा काय अंदाज आहे?"

"या केसमध्ये खरोखरच मला अंदाजही करता येत नाही." जॅक म्हणाला.

"हा एक संसर्गजन्य रोग आहे. पण प्लेग किंवा टुलरेमिया दोन्ही नाही. मी यावर पैज लावायला तयार आहे.. पण मॅनहटन जनरल हॉस्पिटलमध्ये लोक करताहेत तरी काय, हेच मला कळत नाही."

"उगीच कल्पना जास्त ताणू नको." केल्व्हिन म्हणाला, "न्यूयॉर्क हे फार अवाढव्य शहर आहे नि हॉस्पिटलही फार मोठं आहे. या शहरात केनेडी विमानतळावर जगातून हजारो लोक रोज येत असतात."

"हा एक मुद्दा आहे खरा." जॅक म्हणाला.

"तुला काही अंदाज आला की मला कळव. मला तुझ्या खिशात गेलेले वीस डॉलर परत मिळवायचे आहेत!"

स्वत:चं काम पूर्ण झाल्यावर व्हिनी उरलेलं काम उरकतोय, असं पाहून जॅक लॉरीच्या टेबलाजवळ आला.

"जॅक... ही केससुद्धा टुलरेमियाचीच वाटतेय."

"शक्य आहे." जॅक विचार करत म्हणाला, "पण टुलरेमियाचा प्रसार माणसांच्या संपर्कानं होत नाही, हे लक्षात घेतलं पाहिजे."

"पण सर्वजणांना एकाच ठिकाणाहून संसर्ग झाला असेल तर?"

"हो. हेदेखील शक्य आहे!" जॅक उपरोधानं म्हणाला, "हे सारे तिघेजण कनेक्टिकटला एकाच ठिकाणी गेले होते आणि एकाच रोगग्रस्त सशाला खाऊ घालत होते!"

"जॅक, मी फक्त एक संभाव्य कारण सांगितलं!" लॉरीनं तक्रार केली.

"लॉरी माफ कर." जॅक म्हणाला, "मी तुझ्यावर उगीचच उखडलो. मला या तीन केसेसमुळे फार बेचैनी आलेली आहे. सगळ्या गोष्टीत काहीतरी गडबड आहे, असं मला राहून राहून वाटतंय."

"जॅक, तू उगीचच अस्वस्थ होतो आहेस. तू यामध्ये विनाकारण गुंतवून घेतो आहेस स्वतःला. त्यापेक्षा तू संसर्गजन्य रोगावर आणखी वाचन कर. ही आपल्याला शिकण्याची एक संधी आहे असं समज."

जॅकनं तिच्याकडे पाहिलं. ती साधेपणानं बोलत होती की चेष्टा करत होती, हे त्याला कळेना. "ठीक आहे. मी जाऊन जरा वाचतो." असं म्हणून तो तिथून बाहेर पडला. जाताजाता त्यानं चेटला 'मदत हवी का' म्हणून विचारलं. चेट जाम वैतागला होता.

"हेल..!" चेट म्हणाला, "या गोळ्यांच्या शरीरातल्या प्रवासाचा तपास लावायला मला सगळा दिवस लागणार बहुधा. बिंगहॅमला ही तपासणी एवढी नीट करून हवी असेल, तर तो स्वतःच का करत नाही?"

"तुला मदत हवी असेल तर हाक मार." जॅक म्हणाला, "मी आनंदानं मदत करेन."

"ठीक आहे... लागल्यास हाक मारीन." चेट म्हणाला.

जॅक व्हिनीजवळ आला, "त्या दोन केसेसचे नमुने कुठं आहेत? मी स्वतः ते वर घेऊन जाणार आहे."

"नक्की का?" व्हिनीनं विचारलं. कारण स्वतः नमुने नेऊन देतो, असं म्हणणं ही त्यांची कॉफीसाठी जाण्याची नेहमीची सबब होती.

"होय." जॅक म्हणाला. मग व्हिनीकडून अवयवांचे नमुने घेऊन तो स्वतः प्रयोगशाळेत दाखल झाला.

"तू केलेल्या निदानाबद्दल अभिनंदन." ॲग्नेस म्हणाली.

"आज सर्वजण माझं अभिनंदन करताहेत. धन्यवाद." जॅक म्हणाला.

"आज काय आणलंस?"

आपण आणलेले नमुने जॅकनं तिच्या स्वाधीन केले. "लॉरी आणखी एका केसचे नमुने पाठवेल. तिन्हीमध्ये टुलरेमियाची चाचणी करायची आहे." जॅकनं तिला लागेनथोर्पचे नमुने दाखवले. "या केसमध्ये मात्र जरा गोंधळ आहे. मला हा प्लेग किंवा टुलरेमिया दोन्ही वाटत नाही."

"एखाद्या विषाणूची शक्यता?"

"मी विचार केला. मला हांटाव्हायरसची शक्यता वाटली. पण शरीरात कुठंही रक्तस्त्रावाच्या खुणा अजिबातच नव्हत्या."

"मी या नमुन्यांमध्ये विषाणूंचा शोध घेते." ॲग्नेस म्हणाली.

"ठीक आहे. मी जरा वाचन करणार आहे आणि मला आणखी काही सुचलं तर मी कळवतो." जॅक म्हणाला.

ॲग्नेसचे आभार मानून जॅक पेशीशास्त्र विभागात शिरला. त्याला पाहताच

तिथली मुख्य तंत्रज्ञ मॉरिन ओकॉनर म्हणाली,

"पोरींनो.. झोपेतून जाग्या व्हा! कोणीतरी पाहुणा आलेला दिसतोय."

हा विभाग जॅकला आवडायचा. तिथे काम करणाऱ्या सगळ्या पोरी अतिशय खेळकर स्वभावाच्या होत्या.

"डॉ. स्टेपलटन, मी आपल्यासाठी काय करू शकते?"

"मला थोडी मदत हवी आहे."

"मदत?" ओकॉनर मोठ्या आवाजात म्हणाली, "पोरींनो, डॉ. स्टेपलटनना आपली मदत हवी आहे. त्याचा मोबदला काय घ्यायचा?"

सगळ्याजणी हसू लागल्या.

जॅकनं आपण आणलेले नमुने तिच्याकडे सोपवले. निरनिराळ्या अवयवांचे छेद घेऊन निरीक्षण करायला सांगितलं.

"काही विशेष बघायचं आहे का?" तिनं विचारलं, "विशेष स्टेन वापरू का?"

"नाही.." जॅक म्हणाला, "कारण कोणता रोगजंतू बघायचा आहे याचीच मला कल्पना नाही."

"मी काम झालं की कळवते." मॉरिन ओकॉनर म्हणाली.

जॅक ऑफिसात परत आला. थोडा वेळ त्यानं लागेनथोर्प आणि लोपेझच्या फाईलस् चाळल्या. नंतर बराच वेळ तो पुस्तक काढून त्यातली संसर्गजन्य रोगाविषयीची पानं वाचत बसला.

मॉरिन ओकॉनरनं सर्व छेदांच्या स्लाईडस् तयार असल्याची खबर दिली. जॅकनं ताबडतोब जाऊन त्या स्लाईड आणल्या आणि सूक्ष्मदर्शकाखाली एकएक करून पाहू लागला.

प्रथम त्यानं फुफ्फुसाचा छेद बघितला. पेशींना सूज आलेली होती. पण कुठंही जीवाणू मात्र दिसत नव्हते. मग त्यानं हृदयाचा छेद बघितला. हृदयाच्या पेशींचा आकारही खूप वाढलेला होता. मधल्या पोकळीत खूप द्रवही साचलेला होता. जॅकला काहीतरी शंका आली. त्यानं सूक्ष्मदर्शकाची पॉवर वाढवली आणि त्याला आश्चर्याचा धक्काच बसला. हृदयाला रक्त पुरवणाऱ्या रक्तवाहिन्यांच्या आतल्या बाजूच्या अस्तरांतल्या पेशींचा पूर्ण विनाश झालेला होता.

जॅक उत्तेजित झाला. त्यानं चटकन पुन्हा फुफ्फुसाचा छेद उचलून तो पाहिला. आता इथेही त्याला नेमकं तेच चित्र दिसलं. फुफ्फुसाच्या आतल्या पेशींचा पूर्ण विनाश झालेला होता. आता जॅकला काहीतरी सापडत असल्याची जाणीव झाली. त्यानं मग प्लीहेचा छेद बघितला. तिथेही तेच चित्र होतं.

जॅक ताड्कन उठला आणि अक्षरशः धावतधावत सूक्ष्मजीवशास्त्र विभागात

गेला. ॲग्नेस काहीतरी काम करत होती. तिचं लक्ष वेधत जॅक धापा टाकत म्हणाला, "लागेनथोर्पच्या नमुन्याचं संवर्धन केलं नसशील, तर ताबडतोब थांब. मला काहीतरी सापडलंय... मी सांगतोय ते तुला नक्कीच आवडेल."

ॲग्नेसनं आपल्या जाड भिंगांच्या चष्म्यातून त्याच्याकडे उत्सुकतेनं पाहिलं.

जॅकनं तिला आपण पाहिलेल्या पेशींविषयी सांगितलं. लागेनथोर्पच्या हातावर पुटकुळ्या उमटू लागल्याची माहिती दिली. "आता.. तूच सांग, तुझा काय अंदाज आहे?"

"स्नायू विशविशीत झालेले होते?"

"होय." जॅक म्हणाला, "आता तुला काय वाटतं?"

"रिकेटशिया." ॲग्नेस म्हणाली.

"बिंगो!" जॅक ओरडला. "जुनापुराणा रॉकी माउंटन स्पॉटेड फिव्हर!... ॲग्नेस, याचं निदान नक्की करता येईल का?"

"हे टुलरेमियाप्रमाणेच अवघड आहे." ती म्हणाली, "याचेही नमुने आपल्याला बाहेर पाठवावे लागतील. मी त्या प्रयोगशाळेत नमुने पाठवीन. तिथे हे काम सोपं आहे. १९८७ मध्ये ब्रॉंक्समध्ये त्याची साथ आल्यावर या प्रयोगशाळेत काही उत्तम चाचण्या तयार केलेल्या होत्या."

"मी लगेच पाठवते... त्यांच्याकडून काही कळलं, की ताबडतोब कळवायला सांगते."

"तू कित्ती छान आहेस पोरी!" जॅक म्हणाला. जॅक बाहेर पडू लागला, तोच ॲग्नेसनं त्याला हाक मारली,

"डॉ. स्टेपलटन, तुम्ही मला ताबडतोब कळवलंत, हे फार म्हणजे फार बरं झालं. रिकेटशिया हा फार जबरदस्त संसर्गजन्य आहे. प्रयोगशाळेतही अपघातानं रोगाची लागण होण्याचा फार गंभीर धोका असतो."

"अर्थातच!" जॅक म्हणाला, "ॲग्नेस... तुम्ही सर्वांनी काळजी घ्या."

■

१७

शुक्रवार, २२ मार्च १९९७
दुपारी १२ वाजून १५ मिनिटं

हेलेन रॉबिनसननं केस भराभरा नीट केले. आरशापासून एक पाऊल मागे घेऊन तिनं स्वत:कडे एक नजर टाकली. ती आता रॉबर्ट बार्करला भेटायला निघाली होती. नुकताच तिला नॅशनल हेल्थ कंपनीतून फोन आला होता.

तिनं रॉबर्टच्या सेक्रेटरीला फोन केला. नेहमी ती सरळ त्याला भेटायला जाई. पण आज तिनं मुद्दाम त्याला आधी कळवलं. सेक्रेटरीनं रॉबर्ट भेटू शकेल म्हणून सांगितलं. ते अर्थातच आश्चर्यजनक नव्हतं. हेलेन गेले वर्षभर मुद्दामहून रॉबर्टची ओळख 'जोपासत' होती. रॉबर्ट पुढेमागे अध्यक्ष होऊ शकेल, हे कळताच तिनं त्याच्याशी घसट वाढवली होती. ती मुद्दाम त्याला चाळवण्यापुरती लाडिक वागे. त्याला ती जाणीवपूर्वक घायाळ करून सोडत असे. हेलेनला त्याची जागा हवी होती.

"ये हेलेन... ये." त्यानं उठून दार बंद केलं.

हेलेन त्याच्यासमोर खुर्चीच्या हातावर बसली. आपला स्कर्ट पुरेसा वर उचललेला आहे हे तिनं पाहून घेतलं होतंच.

"कॉफी?" रॉबर्टनं विचारलं. तो नेहमीप्रमाणं नजरबंदी झालेल्या माणसासारखा तिच्याकडे पाहत होता.

"मी आत्ताच नॅशनल हेल्थच्या माझ्या संपर्कातल्या व्यक्तीशी बोलले. गरत्रूड विल्सन.. तिनं मला फार मजेशीर माहिती पुरवली आहे.. पहिली गोष्ट म्हणजे नॅशनल हेल्थची हॉस्पिटलं आणि इतर हॉस्पिटलांमधल्या, हॉस्पिटल संसर्गाचं प्रमाण जवळपास सारखंच आहे."

"एक सेकंद थांब.." रॉबर्ट जागा होत म्हणाला, "पण ही बातमी बिलकूल मजेशीर नाही."

"पुढं ऐका तर खरं..! त्यांचं या नोसोकॉमियल संसर्गाचं प्रमाण जरी कमी असलं, तरी अलीकडेच त्यांच्याकडे तीन फार मोठ्या समस्या उद्भवल्या होत्या. एका प्रसंगात त्यांच्या अतिदक्षता विभागातच स्टॅफिलोकोकस जीवाणू मिळाले होते.. हे ऐकायला फार भयंकर आहे नाही?..

"बरं पुढं?" त्यानं क्षणभर हेलेनकडे न पाहण्याचं ठरवलं, पण त्याची नजर तिकडे वळलीच.

"त्यांच्या स्वयंपाकघरातच कसलातरी जीवाणू होता म्हणे. अनेकांना जुलाब झाले आणि बरेच मेलेदेखील.. तिसऱ्या प्रसंगी हॉस्पिटलमध्येच काविळीचा प्रसार झाला होता. त्यातही अनेक बळी पडले होतेच."

"पण हे रेकॉर्ड तर चांगलं नाही..!" रॉबर्ट गोंधळून म्हणाला.

"गरत्रूडनं मला ठामपणानं सांगितलं, की ही असली माहिती जाहिरातीसाठी वापरलेली त्यांना चालणार नाही." हेलेन म्हणाली.

"वा!" रॉबर्ट म्हणाला, "तू टेरेसला काय सांगितलंस?"

"अजून काही नाही." हेलेन म्हणाली, "तुम्ही सांगितल्याप्रमाणे आधी इथेच आले."

"छान!" तू तिला असं सांग, की नॅशनल हेल्थ कंपनीकडून तिला हव्या असणाऱ्या माहितीला दुजोरा मिळालेला आहे."

"पण मग?"

"तिनं जाहिरात मोहीम तशीच पुढं चालू ठेवायला हवी. तिनं बनवलेल्या जाहिरातीचा फज्जा उडाला की नंतर.."

"अप्रतिम!" हेलेन म्हणाली, "मी आत्ताच टेरेसला जाऊन सांगते."

हेलेन स्वत:च्या जागेवर आली. रॉबर्टबरोबरचं संभाषण आठवून तिला बरं वाटलं. मग तिनं टेरेसला फोन केला.

"टेरेस खाली निर्मिती विभागात असेल." सेक्रेटरी म्हणाली, "फोन करायचा का?"

"नको. मी स्वत:च जाते." हेलेन म्हणाली, आणि तिथल्या शांत वातावरणातून बाहेर पडून खाली स्टुडियोकडे निघाली. स्वत:च टेरेसशी बोलण्यातली मजा तिला

हवीहवीशी वाटू लागली. स्टुडियोच्या दारात उभी राहून हेलेननं दार वाजवलं. टेरेस एका ड्रॉईंगबोर्डजवळ कोणाबरोबर तरी चर्चा करत होती. तिथे कॉलीन अॅन्डरसन, ऑलिस गर्बर आणि नेल्सन फ्रीडमान म्हणून कोणीतरी नवीन अपरिचित माणूस होता.

"तुम्ही मागवलेली माहिती मिळालेली आहे."

"चांगली का वाईट?"

"बातमी चांगलीच आहे!" हेलेन म्हणाली.

तिनं टेरेसला ठरवल्याप्रमाणं नेमकं तेवढंच सांगितलं, "नॅशनल हेल्थ हॉस्पिटलमध्ये हॉस्पिटल संसर्गाचं प्रमाण कमी होतं."

"छान!" टेरेस म्हणाली, "मला नेमकं हेच हवं होतं.. मदतीबद्दल धन्यवाद."

"मी उपयोगी पडले, याचा मला आनंद वाटतो." हेलेन म्हणाली, "तुमची जाहिरात मोहीम कशी काय चालू आहे?"

"उत्तम. सोमवारी सकाळी टेलर आणि ब्रायनला दाखवण्यासाठी काहीतरी नक्कीच तयार होईल."

"ठीक. जर आणखी काही मदत हवी असेल, तर मी सदैव तयार आहे."

"जरूर." टेरेसनं तिला दाराबाहेर नेऊन सोडलं.

ती परतताच कॉलीन म्हणाली, "तुझा तिच्या बोलण्यावर विश्वास बसतो?"

"होय. कारण अशा बाबतीत ते खोटेपणा करूच शकणार नाहीत. ही माहिती कोणाकडूनही तपासून घेता येते, हे त्यांनाही माहीत आहे."

"तू पाहिलं नाहीस, ती कशी कचकड्याच्या बाहुलीसारखी हसत होती ते!"

"मी फक्त एवढंच म्हणाले, की तिला या बाबतीत खोटेपणा करणं शक्य नव्हतं.. असो. म्हणून तर मी तिला आपण काय करतोय हे कळू दिलं नाही."

"तू आम्ही केलेल्या प्रगतीबद्दल काहीच बोलली नाहीस.. मी जे आत्ता दाखवलं ते तुला आवडलं नाही का?" कॉलीन म्हणाली.

"मला नेमकं काय म्हणावं ते लक्षात येत नाही.." टेरेसनं एक सुस्कारा टाकला. "ही ऑलिव्हर वेंडेल होम्सला वापरण्याची कल्पना चांगली आहे. तशीच जोसेफ लिस्टरची. डॉक्टरांनी हात धुण्याची कल्पनाही छान आहे, पण मला अजून काहीतरी कमी वाटतंय."

"काल रात्री तुझ्याबरोबर इथे आलेल्या डॉक्टरला पुन्हा एकदा विचारून पाहिलं तर?" ॲलिस म्हणाली, "कदाचित त्याच्याकडून काहीतरी नवीन कल्पना हाती लागू शकेल."

कॉलीननं टेरेसकडे चमकून पाहिलं. "काल रात्री तू आणि जॅक इथे आला होतात?"

"हो.. जाताजाता इथे थांबलो होतो." टेरेस सहजगत्या म्हणाली.

"तू मला सांगितलं नाहीस."

"तू कुठं विचारलंस मला?" टेरेस म्हणाली, "तू काही निराळा अर्थ काढत असशील.. पण त्यात गुपित काहीही नाही. जॅक आणि माझे संबंध रोमँटिक वगैरे नाहीत."

"तुम्ही दोघांनी या जाहिरातीबद्दल काही चर्चा केलीत?" कॉलीननं विचारलं, "मला वाटतं, की त्याला ही माहिती देऊ नये असं तू ठरवलं असावंस, कारण मुळात या कल्पनेचा त्याच्याशीच संबंध होता.."

"मी माझं मत बदललं." टेरेस म्हणाली, "मला वाटलं, की जॅकला वैद्यकीय गुणवत्तेची फिकीर असल्यानं त्याला ही कल्पना आवडेल."

"टेरेस, तू मला एका पाठोपाठ धक्के देत आहेस..!"

"कॉलीन.. चेट आणि जॅकनं एकदा ही जाहिरात पाहावी, ही कल्पना मला खरोखरच चांगली वाटते." टेरेस म्हणाली, "व्यावसायिक डॉक्टरांनी दिलेला अभिप्राय कदाचित उपयुक्त ठरेल."

"मी त्यांना आनंदानं फोन करायला तयार आहे." कॉलीन म्हणाली.

■

१८

शुक्रवार, २२ मार्च १९९६
दुपारी २ वाजून ४५ मिनिटे

जॅक एक तासभर फोनवरून लोकांशी संपर्क साधत होता. त्यानं डोनाल्ड लागेनथोर्प आणि मारिया लोपेझच्या जवळच्या नातेवाईकांशी संपर्क साधून, माहिती मिळवण्याचा प्रयत्न केला. पण नवीन काहीही त्याच्या हाती लागलं नाही. त्यानं लॉरीला फोन केला आणि हेस्टरच्या केसमध्ये फोन करू का, म्हणून विचारलं. तिनं काही हरकत नाही, असं सांगितल्यावर मग त्यानं हेस्टरच्या नातेवाईकांशी बोलून पाहिलं. तिथेही नवीन काहीही मिळालं नाही. जॅक खुर्ची ऐसपैस पसरून समोरच्या भिंतीकडे शून्य नजरेनं पाहत बसला. त्याला आता निराशेनं ग्रासलं होतं.

फोनची घंटा वाजल्यानं जॅकची तंद्री मोडली. पलीकडून बोलणाऱ्यानं आपल नाव सांगितलं. न्यूयॉर्क शहराच्या अखत्यारीत असणाऱ्या सूक्ष्मजीवशास्त्र प्रयोगशाळेतला शास्त्रज्ञ डॉ. गॅरी एकहार्ट बोलत होता.

"डॉ. स्टेपलटन आहेत का?"

"होय, स्टेपलटनच बोलतोय."

"तुम्ही पाठवलेल्या नमुन्यांमध्ये सापडलेल्या जीवाणूंविषयी

मी अहवाल देतोय. रिकेटशिया रिकेटेसी *(Rickettsia rickettsi)* असल्याचं तुम्हाला सूचित करतोय.'' डॉ. एकहार्ट म्हणाला, ''तुमच्या पेशंटला रॉकी माउंटन स्पॉटेड फिव्हर होता. मी ही गोष्ट आरोग्य समितीला कळवू की तुम्ही कळवाल?''

''तुम्ही कळवलंत तर चांगलं होईल.'' जॅक म्हणाला, ''मला कोणाला कळवतात तेदेखील नक्की माहीत नाही.''

''ठीक आहे. मी कळवतो.'' डॉ. एकहार्टनं फोन ठेवला.

जॅकनं सावकाश फोन खाली ठेवला. रिकेटशियाच्या त्याच्या निदानाला दुजोरा मिळाल्यामुळे त्याला धक्का बसला होता. कारण प्लेग, टुलरेमिया पाठोपाठ रिकेटशियाचं अस्तित्व आढळणं, हे अशक्य कोटीतलं होतं.

तीन दिवस लागोपाठ तीन दुर्मिळ रोगजंतू आढळले होते. जॅकनं विचार केला. केल्व्हिनच्या म्हणण्याप्रमाणं केनेडी विमानतळावर रोज हजारोंच्या संख्येने येणाऱ्या प्रवाशांकडून रोगजंतू अमेरिकेत येणं शक्य होतं. पण लागोपाठ तीन दिवस तीन प्राणघातक रोग सापडणं त्याला अशक्यप्राय वाटत होतं. त्यानं गणित करून तीन रोगांची पाठोपाठ उद्‌भवण्याची शक्यता किती, त्याचा अंदाज करण्याचा प्रयत्न केला. ''तशी शक्यता जवळजवळ शून्य आहे.'' जॅक खरोखरच मोठ्यानं स्वत:शीच म्हणाला.

त्यानं खुर्ची मागं सरकवली, आणि तो वेगानं खोलीबाहेर पडला. आता त्याला चिडल्यासारखं झालं होतं. मॅनहटन हॉस्पिटलमध्ये काहीतरी चमत्कारिक चालू होतं हे नक्की. नेमकं काय चाललंय ते शोधणं हे आता जॅकनं, निदान त्याक्षणी तरी एक वैयक्तिक आव्हान म्हणून स्वीकारायचं ठरवलं.

तो बिंगहॅमच्या ऑफिसपाशी आला. आपल्याला चीफशी बोलायचं आहे, असं त्यानं सांगितलं. ''डॉ. बिंगहॅम मेयर व पोलिसप्रमुखांबरोबरच्या मिटिंगसाठी सिटी हॉलमध्ये गेले आहेत.'' सेक्रेटरी सानफोर्ड म्हणाली.

''ओ, हेल!.. '' जॅक उद्‌गारला, ''ते इथे परत येणार आहेत की नाही?''

''कल्पना नाही. पण कालच्या गोळीबाराच्या केसबद्दल आज सकाळी काहीतरी गडबड सुरू झालेली आहे.''

''ते परत कधी येतील?'' बिंगहॅम तिथे नसल्यानं जॅकची चिडचिड होऊ लागली होती.

''कल्पना नाही..'' सानफोर्ड म्हणाली, ''पण त्यांना मी, तुम्हाला बोलायचं आहे हे कळवीन.''

''डॉ. वॉशिंग्टनचं काय?''

''ते सुद्धा त्याच मिटिंगला गेले आहेत.''

''वा!.. छान छान!''

"मी काही मदत करू शकते का?" सानफोर्डनं विचारलं.

"फक्त एक कागद दिलात तर पुरे." जॅक म्हणाला, "मी एक नोट ठेवतो."

मिसेस सानफोर्डनं दिलेल्या कागदावर जॅकनं मोठ्या अक्षरात लिहिलं :

"लागेनथोर्पला रॉकी माउंटन स्पॉटेड फिव्हर होता.
नागरी प्रयोगशाळेच्या सूक्ष्मजीवशास्त्रज्ञाने
आरोग्य समितीला सूचित केलेले आहे."

"मी ही नोट त्यांना मिळण्याची व्यवस्था करीन." सानफोर्ड म्हणाली, "जर बॉसला तुमच्याशी बोलायचं असेल, तर कुठं संपर्क करू? की तुम्हीच त्यांच्याशी बोलाल?"

"ते मला सांगता येणार नाही. परंतु मी बॉसशी संपर्क करण्याआधीच त्यांना माझ्याबद्दल कळेल."

जॅक काय म्हणाला ते मिसेस सानफोर्डला अजिबात कळलं नाही. जॅकनं आणखी काही न बोलता आपलं जाकीट उचललं आणि सरळ खाली उतरून बाहेर पडला. मॅनहटन जनरल हॉस्पिटलमध्ये काहीतरी गडबड चालू असल्याचा त्याला संशय होता. पण आता त्याची खात्री पटली होती. काही मिनिटातच जॅक जोरानं सायकल मारत मॅनहटन जनरल हॉस्पिटलमध्ये पोहोचला. हॉस्पिटलच्या दारात खूपच लोक जमा झालेले दिसले. स्वागत कक्षाजवळ प्रचंड गर्दी झालेली होती. त्यातून वाट काढत जॅक सरळ प्रयोगशाळेकडे निघाला.

त्यानं आधी प्रयोगशाळेच्या प्रमुखाची गाठ घ्यायची असं ठरवलं. त्याच्या सेक्रेटरीनं त्याला बाहेर थांबायला सांगितलं. अखेर जॅकला अर्धा तास ताटकळत ठेवल्यावर, डॉ. मार्टिन शिवेयूनं त्याला बोलावलं. जॅकनं या वेळेचा उपयोग जास्तीत जास्त शांत होण्यासाठी केला. गेल्या चारपाच वर्षांमध्ये अडचणीच्या प्रसंगी आपण चतुराईनं वागत नाही, हे त्याच्या लक्षात आलेलं होतं. अशा प्रसंगी तो फार चिडखोर होत असे.

"इतक्या तत्परतेनं मला इथे येणं भाग पाडल्याबद्दल धन्यवाद..." जॅक म्हणाला. प्रयत्न करूनही त्याला आपल्या शब्दांमधली उपरोधाची धार कमी करता आली नाही.

"मला खूप कामं आहेत..." मार्टिन जागेवरून न उठता म्हणाला.

"होय. मी समजू शकतो." जॅक म्हणाला, "विशेषतः दररोज एक नवीन दुर्मिळ रोग उपटायला लागला की असंच होणार!"

"डॉ. स्टेपलटन," डॉ. शिवेयू स्वतःच्या रागाला आवर घालत म्हणाला, "बोलण्याची ही रीत मला अजिबात पसंत नाही."

"आणि तुमची वागण्याची पद्धत मला गोंधळून टाकणारी आहे."

"दुर्दैवानं मला अशा गप्पागोष्टींसाठी वेळ नाही. काही निश्चित बोलायचं असेल तर.. "

"अर्थातच! मी इथे शिवीगाळ करायला आलोय की काय? गेल्या तीन दिवसात माझ्याकडे तीन केसेस आल्या होत्या. तिन्ही अत्यंत दुर्मिळ घातक रोगाच्या होत्या. कीटकांसारख्या वाहकांकडून प्रसार होणाऱ्या तीन भीषण रोगजंतूंचा प्रसार मॅनहटन जनरल हॉस्पिटलमध्ये कसा होऊ शकेल, यावर मला तुमचं व्यावसायिक मत जाणून घ्यायचं आहे."

"तीन रोगजंतू म्हणजे काय?"

"तुमच्या इथे मेलेल्या लागेनथोर्प नावाच्या माणसाला रॉकी माउंटन स्पॉटेड फिव्हर झालेला होता."

"माझा विश्वास बसत नाही."

जॅकनं त्याच्याकडे रोखून पाहिलं. तो खरोखरच आश्चर्यचकित झाला होता, की नाटक करत होता, ते जॅकच्या लक्षात येईना.

"बरं. ठीक आहे. पण मला इथे येऊन मुद्दाम खोटं सांगून काय मिळणार आहे? मी तुम्हाला वेडा वाटतो की काय?"

मार्टिननं उत्तर न देता फोन उचलला.

"माझ्याशी बोलण्यासाठी आणखी कुमक पाहिजे की काय?"

"तुझ्याशी काहीही बोलणं, मला तरी अशक्य आहे!"

"हे तंत्र छान आहे." जॅक म्हणाला, "बचाव उपयोगी पडेनासा झाला, की आक्रमक व्हायचं. पण खरी गोष्ट अशी आहे, की रिकेटशिया हे प्रयोगशाळेतही भयंकर घातक ठरतात. खरं म्हणजे तुमच्या इथे ज्या कोणी लागेनथोर्पच्या नमुन्यांवर काम केलं असेल, त्यांना तात्काळ सावध करायला हवं."

मार्टिननं इंटरकॉमचं बटण दाबून त्याचा मुख्य तंत्रज्ञ रिचर्ड ओव्हरस्ट्रीटला पेजरवर संदेश पाठवला. एवढ्यात फोन वाजला. डॉ. मेरी झिमरमान फोनवरून विचारत होती. मार्टिननं तिला येण्याची विनंती केली.

रिचर्ड ओव्हरस्ट्रीट आला. तो फार गडबडीत असल्यासारखा दिसत होता.

"चीफ.. काय झालं?" त्यानं जॅककडे पाहून मान लववली. जॅकनंही त्याला प्रतिसाद दिला.

"मला आत्ताच समजलं आहे, की आपल्या इथे मेलेल्या डोनाल्ड लागेनथोर्प नावाच्या माणसाला रॉकी माउंटन स्पॉटेड फिव्हर होता."

"याचा अर्थ, आपल्या प्रयोगशाळेत रिकेटशिया आलेले आहेत..?"

"होय. दुर्दैवानं ते खरं आहे. आता ताबडतोब जा आणि या पेशंटचे नमुने कोणी कोणी हाताळले होते, त्यांची यादी आण."

मग तो जॅककडे वळला. ''आपण बातमी आणल्याची तसदी घेतली त्याबद्दल धन्यवाद. आता आपण इथून निघण्याची कृपा करा.''

''मला अजून तुमचं मत कळलेलं नाही.'' जॅक म्हणाला.

मार्टिनचा चेहरा रागानं लालेलाल झाला. पण तो काही बोलण्यापूर्वीच डॉ. झिमरमान तिथे आली. ''मार्टिन, पेजरवर संदेश कशासाठी पाठवला होता?'' एवढ्यात तिचं लक्ष जॅककडे गेलं. तिचे डोळे बारीक झाले. जॅकला पाहून तिलादेखील फारसं बरं वाटलं नव्हतं.

''हॅलो डॉक्टर!'' जॅक उत्साहानं म्हणाला.

''आपली पुन्हा भेट होणार नाही, असं मला सांगण्यात आलं होतं.''

''डॉक्टर, आपण ऐकतो त्या सगळ्याच गोष्टी खऱ्या नसतात.''

नेमका त्याच क्षणी रिचर्ड परतला.

''नॅन्सी विगेन्स..'' तो घाईघाईनं म्हणाला, ''ती आज आजारी आहे म्हणून आलेली नाही. तिनंच प्रयोगशाळेत ते नमुने हाताळले होते.''

''मला आत्ताच कळलं होतं, की नॅन्सीला आणीबाणीच्या विभागात दाखल करून घेण्यात आलं आहे. कसला तरी अत्यंत आक्रमक रोग आहे.'' डॉ. झिमरमान म्हणाली.

''ओह्...नो!'' रिचर्ड म्हणाला.

''हे नेमकं काय चाललंय ते कळेल का मला?'' झिमरमान म्हणाली.

''डॉ. स्टेपलटन आत्ता थोड्या वेळापूर्वी बातमी घेऊन आले, की आपल्या इथे एक पेशंट रॉकी माउंटन स्पॉटेड फिव्हरनं मेला होता. त्याच्या नमुन्यांवर नॅन्सीनं काम केलं होतं. तिला संसर्ग झालेला आहे.'' मार्टिन शिवेयू म्हणाला.

''नाही. संसर्ग इथे प्रयोगशाळेत होणं शक्य नाही.'' रिचर्ड म्हणाला, ''मी अशा सर्व कामांसाठी, जैविक सुरक्षा-३ च्या सुविधांचा आग्रह धरतो. जर नॅन्सीला संसर्ग झाला असेल, तर तो प्रत्यक्ष त्या पेशंटशी संपर्क येऊनच झाला असेल.''

''ते शक्य नाही. रॉकी माऊंटन स्पॉटेड फिव्हरचा संसर्ग तसा होत नाही. जर झाला असेल, तर या हॉस्पिटलमध्ये गोचिडींचा प्रचंड बुजबुजाट आहे, असं म्हणावं लागेल.'' जॅक म्हणाला.

''हे बोलणं फार हलक्या पातळीवरचं आहे.'' झिमरमान म्हणाली.

''मेरी.. या डॉक्टरचं बोलणं त्यापेक्षाही खालच्या दर्जाचं आहे.''

मार्टिन म्हणाला, ''तू इथे येण्यापूर्वी तो अतिशय कुत्सितपणानं बोलत होता. या संसर्गाशी माझा काहीतरी संबंध आहे, असं त्यानं सुचवलं होतं.''

''हे म्हणणं चूक आहे. मी मदत करण्याचा प्रयत्न करतोय. तुम्हा लोकांना झालंय तरी काय? कुणीतरी मुद्दाम साथ पसरवत असेल का, याची शक्यता

पडताळून पाहायला हवी, एवढंच माझं म्हणणं आहे.''

''काही नाही.. डॉक्टर स्टेपलटन, तुझं वागणं एखाद्या मनोरुग्णासारखं आहे.'' डॉ. झिमरमान म्हणाली, ''आणि खरं सांगायचं तर मला असली फालतू चर्चा करायला वेळ नाही. तिकडे नॅन्सी विगेन्स आणि हॉस्पिटलचे आणखी दोन आजारी कर्मचारी तशाच लक्षणांनी ग्रस्त झालेले आहेत... गुडबाय डॉ. स्टेपलटन!''

''एक मिनिट. प्लीज.. आणखी जे लोक आजारी आहेत, ते कोणत्या विभागातले सांगू का?... पुरवठा विभाग.

डॉ. झिमरमान जागच्याजागी उभी राहिली. ''हे कसं समजलं?''

''मला सर्व गोष्टीत एक प्रकारचा सारखेपणा दिसू लागलाय. मला आत्ता नेमकं काही स्पष्ट सांगता येणार नाही. पेशंटची शुश्रूषा करणाऱ्या नर्सला रोगाचा संसर्ग होणं एकवेळ समजण्यासारखं आहे. पण पुरवठा विभागातल्या लोकांना तो का व्हावा?''

''हे पाहा डॉ. स्टेपलटन, तुम्ही केलेल्या निदानांबद्दल आणि आम्हाला येऊन सावध केल्याबद्दल आम्ही पुन्हा एकदा तुमचे आभारी आहोत. पण त्यानंतरचं काम आमचं आहे. ते आमचं आम्हालाच करू देत.''

''डॉ. झिमरमान. एक मिनिट.. मी सुद्धा तिकडेच येतो. या रिकेटशिया संसर्गाच्या बाबतीत सर्व काही फार काळजीपूर्वक व्हायला हवं.'' मार्टिन म्हणाला.

जॅकला तो होता तिथेच सोडून दोघं निघून गेले.

जॅक आश्चर्यानं थक्क होऊन पाहत उभा राहिला. मागच्या दोन्ही प्रसंगी त्याला हॉस्पिटलमधून हाकलून दिलं होतं. पण आता त्याच्याकडे चक्क दुर्लक्ष करण्यात येत होतं. काही मिनिटं जॅकनं पुढे काय करावं, याचा विचार करण्यात घालवली. तिथून जावं की पुरवठा विभागात जावं? अखेर त्यानं आणीबाणी विभागामध्ये जायचं ठरवलं. डॉ. झिमरमान आणि डॉ. शिवेयू नुकतेच तिकडे गेले होते. पण तरीही जॅकनं तिकडे जायचा धोका पत्करायचं ठरवलं.

आणीबाणी विभागात खरोखरच भयंकर गडबड सुरू होती. चार्लस केली काहीजणांबरोबर गंभीरपणे चर्चा करत होता. डॉ. क्लिंट अॅबेलार्ड एका दारानं आत आला आणि घाईघाईनं दुसऱ्या दारानं बाहेर पडून दिसेनासा झाला. मुख्य काऊंटरच्या मागे बसलेल्या नर्सकडे जॅक गेला आणि त्यानं आपली ओळख करून दिली.

''ही सगळी गडबड हॉस्पिटलच्या तीन आजारी कर्मचाऱ्यांमुळे आहे का?'' त्यानं विचारलं.

''होय.'' ती म्हणाली, ''त्या तिघांना वेगळं काढण्यासाठी काय करावं यावर ते सारे चर्चा करत आहेत.''

''काही निदान झालंय का?''

"मी ऐकलं की त्यांना रॉकी माऊंटन स्पॉटेड फिव्हरची शंका आहे."

"हे फार भीतीदायक आहे," जॅक म्हणाला.

"भयंकरच." नर्स म्हणाली, "त्यांच्यामध्ये एक नर्सदेखील आहे."

एवढ्यात जॅकला केली त्याच्या बाजूला येताना दिसला. जॅकनं पाठ वळवली. केली त्याच्याजवळून निघून काऊंटरजवळ गेला. जॅकनं आता मात्र आणखी धोका न पत्करता ऑफिसात परतण्याचं ठरवलं.

जॅक ऑफिसात शिरताच चेटनं विचारलं, " ओहो! जॅक तू?... कुठं होतास एवढा वेळ?"

"मॅनहटन जनरल हॉस्पिटल." टेबल आवरता आवरता जॅक म्हणाला.

"पण यावेळी बहुतेक तू फारसा दंगाधोपा केला नसावास. आपल्या ऑफिसात सारं काही शांत आहे."

"मी शहाण्या मुलासारखा वागलो ... तिथे हॉस्पिटलमध्ये मात्र सर्वत्र वणवा पेटला आहे... यावेळी रॉकी माउंटन स्पॉटेड फिव्हर आहे. तुझा यावर विश्वास बसेल का?" चेट म्हणाला.

"निव्वळ अशक्य."

"मी निदान केलंय, तरी माझाही विश्वास बसत नाही." जॅकनं मग त्याला हॉस्पिटलमध्ये घडलेलं सारं संभाषण सांगितलं. शेवटी झिमरमान आणि शिवेयू निघून गेले हे सांगताच चेट म्हणाला, "यावेळी त्यांनी तुला उचलून बाहेर फेकून दिलं नाही हे आश्चर्यच म्हणायचं! जॅक, हे कशाला करतोस तू स्वत:?"

"कारण मला तिथे काहीतरी अतिभीषण घडतंय याची खात्री पटलेली आहे. काय घडतंय ते मात्र अजून समजलेलं नाही.. बरं, तुझी केस कशी होती सांग."

"ठीक.... विशेष काय असणार? पाच गोळ्यांपैकी तीन पाठीतून घुसून पोटातून बाहेर पडल्या होत्या."

"म्हणजे पोलिसांना मोठीच डोकेदुखी होणार." जॅक म्हणाला.

"होय आणि मलाही." चेट म्हणाला.

"बरं ते जाऊ दे. कॉलीनचा फोन आला होता. आज संध्याकाळी त्यांनी आपल्याला त्यांच्या स्टुडियोत येण्याचं निमंत्रण दिलं आहे. ऐक.. त्यांना त्यांच्या काही जाहिरातींबद्दल आपलं मत हवं आहे.. तुझं काय म्हणणं आहे यावर?"

"तू जा." जॅक म्हणाला. "माझं अजून बरंच काम बाकी आहे. मला सगळं काम संपवायलाच हवं. मी माझ्या कामात फार मागं पडलोय."

"पण त्यांनी दोघांनाही बोलावलं आहे. खरं तर कॉलीनला तू तिथे येणं अपेक्षित आहे. तू आधी मदत केली होतीस, असं ती म्हणाली. चल जॅक.. मजा येईल. त्या आपल्याला टीव्हीच्या जाहिरातींचे आराखडे दाखवणार आहेत."

"मजा करण्याची तुझी कल्पना ही अशी आहे?"

"ठीक आहे.. माझा खरा हेतू निराळा आहे. मला कॉलीनचा सहवास आवडतो .. त्यांनी आपल्या दोघांनाही बोलावलं आहे. निदान मला मदत करायला म्हणून तरी चल."

"चलतो. पण तुला अशा कामासाठी माझ्यासारख्याची मदत लागते हेच मला पटत नाही."

■

११

शुक्रवार, २२ मार्च १९९६
रात्री ९ वाजता

त्या दिवशी जॅक खूप उशिरापर्यंत काम करत होता. एकदा का कामाला सुरुवात केली, की जॅकला थांबणं जीवावर येत असे. वेळ वाचावा म्हणून चेटनं जाऊन काही चायनीज खाद्यपदार्थ आणले. साडेआठ वाजता कॉलीनचा फोन आला. मग मात्र चेटनं जॅकला टेबलाजवळून अक्षरश: ओढून काढलं. हातातलं पेन खाली ठेवायची सक्ती केली.

जॅकच्या सायकलचं काय करावं, असा प्रश्न पडला. थोडीशी चर्चा झाल्यावर जॅकनं सायकलवरूनच यायचं ठरवलं. चेट टॅक्सी करून 'विलो आणि हीथ'च्या दारात पोहोचला, तेव्हा जॅक नुकताच तिथे येत होता. दारावरच्या वॉचमननं त्यांच्या सह्या घेतल्या. दोघं लिफ्टमध्ये शिरले. रात्री ही एकच लिफ्ट चालू होती. जॅकनं बरोबर अकराव्या मजल्याचं बटण दाबलं.

"म्हणजे काल रात्री तू खरोखरच इथे आला होतास." चेट म्हणाला.

"मी तुला सांगितलं नाही का?"

"मला वाटलं की तू चेष्टा करतो आहेस."

अकराव्या मजल्यावर लिफ्ट येताच जॅक जसा काल चकित

झाला होता, तीच अवस्था चेटची झाली. सगळ्या मजल्यावर दिवसासारखी कामाची गर्दी दिसत होती. जणू दिवस असावा अशा तऱ्हेनं स्टुडियोत काम चालू होतं. दोघंजण दारात उभे राहिले. पण कोणाचंही त्यांच्याकडे लक्ष गेलं नाही. जॅक कॉलीनच्या खोलीत डोकावला. तिथे दिवे चालू होते, पण आत कोणीच नव्हतं. अखेर लोकांच्या गर्दीतून वाट काढत जाताना त्यांना ॲलिसनं पाहिलं.

"या.. तुमचं स्वागत असो!.. माफ करा. तुम्हाला फार वेळ उभं राहावं लागलं काय?.. चला, माझ्या मागोमाग या." तिनं त्यांना खाली नेलं.

"आपण आता रिंगणात जाऊ." ती म्हणाली.

"रिंगणात?... आम्हाला ख्रिश्चन समजून आमचा रोमन पद्धतीनं बळी वगैरे द्यायचाय की काय?" चेट.

ॲलिस हसली. "या रिंगणात निर्मिती विभागातल्या लोकांचा बळी दिला जातो, ख्रिश्चनांचा नव्हे."

दोघं खाली पोहोचताच कॉलीन आणि टेरेस त्यांच्याजवळ आल्या. दोघींनी त्यांचं स्वागत केलं. गालाला हात लावून तोंडानं चुंबन घेतल्याचा आवाज काढला. जॅकला यामुळे फार अस्वस्थ वाटत असे. टेरेसनं त्यांना बसवून घेतलं आणि लगेचच जाहिरातीचे काही कच्चे नमुने दाखवले. चेटला ते पाहून मजा वाटत होती. विशेषत: ऑलिव्हर वेंडेल होम्स आणि जोसेफ लिस्टर हे वैद्यकीय इतिहासातले दोन प्रख्यात महापुरुष नॅशनल हेल्थ हॉस्पिटलमध्ये येऊन तेथल्या स्वच्छतेबद्दल समाधान व्यक्त करतात, हा भाग खूप रंजक झाला होता.

सर्व दाखवून झाल्यावर टेरेस म्हणाली "हं.. आता बोला."

"हे बनवलेलं सारं छान आहे. कदाचित याचा प्रभावही चांगला पडेल. पण.. त्याच्यावर खर्च होणाऱ्या पैशाच्या मानानं हे फारसं चांगलं वाटत नाही."

"पण त्यामध्ये आम्ही गुणवत्तेचा विचार केलेला दिसतोय की नाही?" टेरेस म्हणाली.

"जवळपास नाही." जॅक म्हणाला, "या असल्या जाहिरातींसाठी जे लक्षावधी डॉलर्स नॅशनल हेल्थ खर्च करणार आहे, ते प्रत्यक्ष सोयी पुरवायला खर्च केले, तर पेशंटस्‌चं जास्त भलं होईल." जॅक म्हणाला.

"मला हे सगळं आवडलं." चेट म्हणाला, "त्यामध्ये नर्म विनोद आहे आणि ताजेपणादेखील."

"तुमच्या जाहिरातीत तुम्ही 'इतरांपेक्षा' चांगली स्वच्छता असं जे लिहिलंय, त्याचा अर्थ काय? कोणापेक्षा जास्त स्वच्छ?"

"अर्थातच. मॅनहटन जनरलसारख्या हॉस्पिटलांपेक्षा!... पण आम्ही त्यांचं नाव वापरण्याचं टाळणार आहोत. ते वाईट दिसेल." टेरेस म्हणाली, "तिथे सध्या जे

काही चाललंय ते पाहता असं नाव वापरणं फार हीन दर्जाचं ठरेल.''

''तिथे जे काही चाललंय ते अत्यंत भीषण आहे.'' जॅक म्हणाला, ''तिथे आणखी एक रोग उद्‌भवला आहे. म्हणजे तीन दिवसात तीन रोग.''

''गुड गॉड!'' टेरेस म्हणाली, ''हे खरोखरच भयंकर आहे... पण हे मात्र नक्कीच प्रसिद्धीमाध्यमांना कळायला हवं असं माझं मत आहे. की ही गोष्ट पण गुप्तच राहणार?''

''तू नेहमी असं का म्हणतेस?'' जॅक गुरगुरत म्हणाला, ''हे गुप्त ठेवणं शक्यच नाही.''

''जर अमेरीकेअरला तसं करायचं असेल तर त्यांना कोण अडवणार?'' टेरेस उसळून म्हणाली.

''एऽऽ एऽऽ तुम्ही पुन्हा भांडायला लागलात की काय?'' चेट म्हणाला.

''हा वाद तसा संपणार नाही.'' टेरेस म्हणाली, ''कारण या असल्या भीषण रोगांची माहिती लोकांपर्यंत पोहोचावी, असं एक लोकसेवक म्हणूनही जॅकला वाटत नाही.''

''मी तुला सांगितलं, की लोकांना माहिती देण्याचं काम माझं नाही.'' जॅक उत्तरला.

''अरे.. अरे!..'' चेट म्हणाला, '' चर्चेचा वेळ संपला... टेरेस जॅकचं म्हणणं बरोबर आहे. आम्ही स्वत:हून प्रसिद्धीमाध्यमांना माहिती देऊ शकत नाही. आणि त्यात जॅकचा काहीही दोष नाही. उलट तो आज दुपारी मॅनहटन जनरल हॉस्पिटलमध्ये धावला आणि त्यांच्या थोबाडावर माहिती आदळून त्यांना सांगून आला, की या तीन रोगांचा उगम अनैसर्गिक आहे.''

''अनैसर्गिक म्हणजे?'' टेरेसनं विचारलं.

''म्हणजे नैसर्गिक नाही. कोणीतरी जाणूनबुजून रोग पसरवत आहे.'' चेट म्हणाला, ''आणि हे जॅकनं त्यांच्या तोंडावर सांगितलं...''

''हे खरं आहे?'' टेरेसनं जॅककडे पाहिलं. तिला धक्का बसला होता.

''होय.. माझ्या तसंच मनात आलं..'' जॅक म्हणाला, ''सलग तीन दिवस तीन नवीन घातक रोग उद्‌भवण्याच्या घटनेचं कोणतंही तर्कशुद्ध वैज्ञानिक स्पष्टीकरण मला देता येत नाही.''

''पण कोणाला तसं मुद्दाम करायचं कारण काय? त्यात काहीही अर्थ नाही.'' टेरेस आश्चर्य दाखवत म्हणाली.

''अर्थ नाही कसा?'' जॅक.

''हे काम कोणा वेड्या माणसाचं असू शकेल?'' कॉलीन म्हणाली.

''मला तशी शक्यता वाटत नाही.'' जॅक म्हणाला, ''या कामासाठी उत्तम प्रशिक्षित माणूसच असायला हवा. हे रोगजंतू फारच घातक आहेत. त्यांना हाताळणं

ही सोपी गोष्ट नाही. शिवाय त्यात एका तंत्रज्ञाला रोग झालेला आहे.''

''मग एखादा असंतुष्ट तंत्रज्ञ असू शकेल.'' चेटनं शक्यता वर्तवली.

''कोणावर तरी सूड उगवण्यासाठी तो हे मुद्दाम करत असला तर?''

''तशी शक्यता आहे.'' जॅक म्हणाला, ''जरा या तिन्ही रोगानं मेलेल्या पेशंटस्‌कडे नीट पाहा. प्लेगनं मेलेल्या नोडलमनला दीर्घकाळ मधुमेहाचे उपचार चालू होते. दुसरी होती सुसान हार्ड. तिलाही पाठीचं कायमचं दुखणं होतं. तिसरा लागेलथोर्प. तो दम्याचा कायमचा रुग्णाईत होता. सारेजण अमेरीकेअरच्या 'आधी पैसे भरा' या योजनेतले पेशंटस्‌ होते...''

''तू असं तर सुचवत नाहीस ना, की अशा चिवट दुखणं असणाऱ्या पेशंटसूवर खर्च करणं फार गैरसोयीचं ठरत होतं, म्हणून अमेरीकेअरनंच त्यांना उडवण्यासाठी हे केलं..?'' चेट सटपटून म्हणाला.

''ओहो... कम ऑन!'' टेरेस तक्रारीच्या सुरात म्हणाली, ''मला हे तुझं सगळं म्हणणं निरर्थक वाटतंय.. तुम्हा डॉक्टरांची डोकी एवढी वेडीवाकडी चालतात, म्हणूनच वैद्यकीय सेवेचा धंदा करणारे डॉक्टर निष्ठुर धंदेवाईक असतात, हे मला आत्ता कळलं.''

''टेरेसचं म्हणणं कदाचित बरोबर असावं.'' जॅक म्हणाला, ''स्वत: अमेरीकेअर अशा प्रकारे ठराविक पेशंटना खलास करण्यापेक्षा काहीतरी व्यावसायिक सफाई दाखवतील!... प्रत्यक्षात विशिष्ट पेशंटस्‌ना उडवण्याची कल्पना नसावी.. मला वाटतं, की कुणाला तरी मुद्दाम या रोगांची साथच सुरू करायची आहे.''

''हा तर आणखी वेडगळपणा झाला..!'' टेरेस.

''मला मान्य आहे.'' जॅक म्हणाला, ''पण कोणाच्या तरी डोक्यात अशाच वेडगळ कल्पना येत आहेत हे नक्की. मी फक्त निरनिराळ्या शक्यतांचा विचार करतोय.''

''पण जर कोणाला साथच निर्माण करायची असेल, तर तसं अद्याप का झालं नाही?.. म्हणजे साथ फैलावली का नाही?'' कॉलीननं विचारलं.

''त्यासाठी अनेक कारणं आहेत.'' जॅक म्हणाला, ''पहिलं कारण म्हणजे तिन्ही वेळेस रोगाचं निदान अपेक्षेपेक्षा फार लवकर झालं. दुसरं कारण म्हणजे हॉस्पिटलच्या लोकांनी प्रत्येक वेळी प्रसंगाचं गांभीर्य ओळखून तात्काळ योग्य ती उपचार पद्धत चालू केली. तिसरं महत्त्वाचं कारण म्हणजे, मार्च महिन्यात न्यूयॉर्कमध्ये साथ उत्पन्न करण्यासाठी हे तिन्ही रोगजंतू योग्य नाहीत.''

''याचं आणखी स्पष्टीकरण तू दिलं पाहिजेस..'' कॉलिन म्हणाली.

''प्लेग, टुलरेमिया आणि रॉकी माउंटन स्पॉटेड फिव्हर हे तिन्ही रोग हवेतून पसरू शकतात. पण हा त्यांच्या प्रसाराचा नेहमीचा मार्ग नाही. त्यांचे नेहमीचे वाहक

असणारे आथ्रोपोड वाहक या काळामध्ये उपलब्ध नसतात. विशेषत: हॉस्पिटलमध्ये तर नाहीच नाही.''

''चेट, तुझं मत काय आहे?'' टेरेसनं विचारलं.

''माझं मत?... मी तर अद्याप काही विचारच केलेला नाही.'' चेट हसत हसत म्हणाला.

''चेट!... मित्राला वाचवण्याचा प्रयत्न करू नकोस!.. तुझं खरं मत काय ते सांग.'' टेरेस आव्हान देत म्हणाली.

''मला जॅकचं म्हणणं तितकसं पटत नाही... अखेर आपण न्यूयॉर्कसारख्या महानगरात आहोत. इथं असे रोग उद्‌भवणारच की. कोणीतरी मुद्दाम रोग पसरवत आहे, की कल्पना मला तरी हास्यास्पद वाटते. शिवाय जॅकचा अमेरीकेअरवर राग आहे..''

''राग?... तो कशासाठी? टेरेसनं विचारलं.

''कारण सांगू इच्छित नाही.. ते फार वैयक्तिक आहे.'' जॅक रूक्षपणे म्हणाला.

''ठीक आहे.. ठीक आहे. तुम्हाला आम्ही बनवलेले कच्चे आराखडे पसंत पडले का?'' टेरेस विषय बदलत म्हणाली, ''तुम्हाला आणखी काही सूचना करायच्या आहेत का?''

''कदाचित तुम्ही हॉस्पिटलमधली उपकरणं वाफेनं निर्जंतुक करण्याबद्दल काहीतरी सांगू शकता. रॉबर्ट कॉखनं ही संकल्पना पुढे आणली होती.'' जॅक म्हणाला.

टेरेसनं त्याच्या नोंदी करून घेतल्या, ''आणखी काही?''

''माझी सूचना अशी आहे, की आपण सगळ्यांनी ऑक्शन हाऊसमध्ये जाऊन एखादं ड्रिंक घ्यावं.'' चेट म्हणाला, ''जरा घसा ओला झाला तर कदाचित मलाही आवाज फुटू शकेल!''

टेरेस आणि कॉलिननं नकार दिला. ''आम्हाला सोमवारी हे सगळं पार पाडायचं आहे.''

''उद्या संध्याकाळी?'' चेटनं विचारलं.

''पाहू..'' टेरेस काहीही निश्चित कबूल न करता म्हणाली.

चेट आणि जॅक विलो आणि हीथच्या ऑफिसातून बाहेर पडले.

''जॅक, त्या दोघी जाऊ देत! आपण एखादी बीयर घ्यायची का?''

''नको.'' जॅक म्हणाला, ''मी घरी जातो. कदाचित तिथं बास्केटबॉल चालू असेल.''

''बास्केट बॉल?'' एवढ्या उशिरा?''

''शुक्रवारी रात्री तर खेळाला खरी मजा असते. थोडा वेळ खेळलो की मला जरा बरं वाटेल.''

चेटचा निरोप घेऊन जॅक सायकल मारत निघाला.

चेटचा निरोप घेतल्यावर जॅक मॅडिसन अव्हेन्यूवरून सेंट्रल पार्कमध्ये शिरला. दररोज तो सायकल वेगानं चालवत असे. परंतु आज विचारात गुरफटल्यानं तो हळूहळू जात होता. त्याच्या मनातली शंका त्यानं प्रथमच शब्दात व्यक्त केली होती. त्यामुळे तो मनोमन थरारला होता.

चेटनं त्याच्या विचारांमधला पूर्वग्रहाचा दोष दाखवला होता. ते खरंच होतं. अमेरीकेअर या नावानं त्याच्या जीवनात प्रवेश केला आणि त्याचं सारं आयुष्यच उद्ध्वस्त व्हायला सुरुवात झाली होती. आधी त्याचा व्यवसाय बंद पडला. नंतर त्याच्या कुटुंबाचा मृत्यू. तेव्हापासून मृत्यूची सावली सतत त्याच्यावर घिरट्या घालत होती. अनेकदा तो वैफल्याच्या गर्तेत कोसळता कोसळता वाचला होता. प्रेत पाहणं ही त्याला नवीन गोष्ट नव्हती. पण दररोज नवीन रोगानं बळी घेणारा मृत्यू जणू त्याची चेष्टा करत होता.

जॅक आता पार्कच्या अंधाऱ्या भागातून जात होता. दिवसा हा भाग फार सुंदर आणि हिरवागार असतो. पण आता रात्री मात्र अनेक पर्णहीन झाडांचे सांगाडे अंधारात फार चमत्कारिक वाटत होते.

जॅकनं अचानक सायकलचा वेग वाढवला. त्याच्या नकळत हे घडलं होतं. कोणीतरी आपला पाठलाग करत आहे, अशी एक विचित्र जाणीव त्याच्या अंतर्मनाला झाली होती. पण त्यानं पाठीमागं वळून मात्र पाहिलं नाही. थोडं पुढं आल्यावर जरासा उजेड लागला. जॅकनं तिथं येताच एकदम ब्रेक लावून सायकल थांबवली, आणि एकदम वळून उभा राहिला. त्यानं लांबवरच्या सावल्यांमध्ये नजर ताणून पाहिलं. पण तिथे कोणीच नव्हतं. आता त्याला आणखी भीती वाटू लागली. आपल्या मनातल्या जुन्या आठवणींनीच बहुधा पुन्हा हे खेळ सुरू केले असावेत, हे जाणवताच तो हबकून गेला.

हे सगळे विचार दूर सारण्यासाठी तो जोरानं पॅडल मारू लागला. एखाद्या लहान मुलाप्रमाणे आपण घाबरलो म्हणून त्याला मनोमन लाज वाटू लागली. तो सेंट्रल पार्क वेस्टच्या बाजूला आला. इथं सारं शहर जिवंत होतं. सेंट्रल पार्कमधून बाहेर पडणं म्हणजे एखाद्या वाईट स्वप्नातून जाग येण्यासारखं होतं. अनेकदा जॅकचे सहकारी त्याला रात्री-अपरात्री पार्कमधून जाऊ नकोस, म्हणून सांगत असत. जॅक त्यांचं बोलणं नेहमीच हसण्यावारी नेत असे. पण त्याक्षणी मात्र जॅकला आपण मूर्खपणा तर करत नाही ना, असं वाटून गेलं.

जॅक १०० व्या रस्त्यापाशी आला, तेव्हा आजूबाजूचा परिसर बदलू लागलेला होता. इमारती गलिच्छ होत्या. काही इमारती तर मोडक्या तोडक्या वाटत होत्या. रस्त्यामध्ये बेवारशी कुत्री कचऱ्याच्या ढिगाऱ्यातून मिळालेले तुकडे पटकवण्यासाठी झुंजताना दिसत होती.

आपल्या १०६ व्या रस्त्यावर वळून जॅक मैदानापाशी आला. मैदानाच्या भोवती लोखंडी साखळीचं कुंपण होतं. जॅक तिथं थांबला. अपेक्षेप्रमाणं मैदानात गर्दी होती. वर्गणी काढून बसवलेले मर्क्युरी व्हेपरचे दिवे झगझगत होते. जॅकदेखील वर्गणी देत होता. त्याला वॉरेनचा आरडाओरडा ऐकू आला. तो आपल्या टीममधल्या लोकांना चांगलं खेळा म्हणून दटावत होता. जी टीम हरेल तिला बाहेर बसावं लागे. कारण खेळण्यासाठी कितीतरी जण वाट पाहत थांबलेले असत. बास्केटबॉलच्या मैदानातली स्पर्धा फार तीव्र असायची.

एक डाव संपला होता. हरलेली टीम बाहेर जाऊ लागली. नवीन डावाची सुरुवात होणार होती. वॉरेनचं लक्ष जॅककडे गेलं.

"हाय डॉक.... खेळायचं का नाही आज?"

वॉरेन हा अतिशय तगडा आफ्रिकन-अमेरिकन होता. त्याचं शरीर एखाद्या ग्रीक योद्ध्याप्रमाणे पिळदार आणि प्रमाणबद्ध होतं. वॉरेन आणि जॅकची मैत्री होती. अर्थात, मैत्रीचा पाया हा बास्केटबॉल खेळणं हाच होता. जॅकला वॉरेनबद्दल एवढीच माहिती होती, की तो तिथला सर्वोत्तम खेळाडू होता आणि स्थानिक गँगचा पुढारी. जॅकला वाटत होतं, की बहुधा या दोन्ही गोष्टींचा काहीतरी संबंध असावा.

"जमलं तर खेळावं म्हणतो." जॅक म्हणाला.

खेळण्याची संधी मिळणं ही तशी साधी गोष्ट नव्हती. सुरुवातीला कित्येक महिने जॅक नुसता बाहेर उभा राहून बघत बसे. अखेर एक दिवस त्याला कोणीतरी खेळायला बोलावलं. त्यानंतरही जॅकला कित्येक वेळा खेळायला मिळत नसे. त्यानंतर दिव्यांसाठी व बोर्डांसाठी भरपूर पैसे दिल्यावर चित्र जरासं बदललं. पण फार नाही. मुळात हार्लेममध्ये गोरा रंग हीच खरी समस्या होती. आणि तिथं त्याची जाणीव ठेवणं फार आवश्यक होतं.

"ये... माझ्या टीममध्ये येता येईल. फ्लॅशच्या म्हातारीनं त्याला घरी बोलावलंय. त्याची जागा मिळू शकेल." वॉरेन ओरडला.

"मी वर जाऊन आलोच." जॅक म्हणाला. त्यानं सायकल खांद्यावर घेतली. इमारतीचं पुढचं दार पायानेच ढकललं. त्याला कुलूप नव्हतंच. सायकल खांद्यावर सांभाळत तो वर चढू लागला. जॅकला फार काळजीपूर्वक मार्ग काढावा लागत होता. जिन्यामध्ये सर्वत्र सगळ्या तऱ्हेचा कचरा पडलेला होता. जॅकची इमारत सहा मजली होती. प्रत्येक मजल्यावर दोन फ्लॅटस् होते. जॅक चौथ्या मजल्यावर राहत होता. त्याच्यासमोर डेनिस नावाची, दोन पोरं असणारी पण नवरा नसलेली एक तरुण पोरगी राहत होती.

स्वत:च्या फ्लॅटसमोर उभा राहून एका खांद्यावर सायकलचा तोल सांभाळत जॅक खिशांमध्ये हात घालून किल्ली शोधू लागला. मध्येच त्याचं लक्ष दरवाज्याकडे

गेलं. किल्लीची गरजच नव्हती. कुलपाजवळचा भिंतीचा कोपरा फुटलेला होता.

जॅकनं दार ढकललं. आतमध्ये अंधार होता. त्यानं सायकल खाली ठेवली आणि दिवा लावला. त्याच्या बसण्याच्या खोलीत सारं सामान अस्ताव्यस्त पडलेलं होतं. जॅककडे फर्निचर फारसं नव्हतंच. पण जे काही होतं ते उलटंपालटं झालेलं होतं आणि काही मोडून टाकलेलं दिसत होतं. कोपऱ्यातला रेडियो जागेवर नव्हता.

तो आतल्या खोलीत आला. कुठंही कसलाही आवाज येत नव्हता. त्या खोलीची अवस्था देखील फारशी निराळी नव्हती. टेबलाचे ड्रॉवर बाहेर काढून त्यातल्या वस्तू जमिनीवर विखरून टाकलेल्या दिसत होत्या. धडधडत्या अंत:करणानं जॅकनं खाली पडलेला अल्बम उचलला. त्याला काहीही झालेलं नव्हतं. फोटोचा अल्बम, ही जॅकच्या जीवनातली सर्वात मौल्यवान वस्तू होती. त्याचे कपडे आणि पलंगावरच्या वस्तू खोलीत सगळीकडे भिरकावलेल्या अवस्थेत होत्या.

जॅक बाथरूमकडे नजर टाकून किचनकडे वळला. किचनमध्ये शिरून त्यानं लाईट लावला. समोरचं दृश्य पाहून त्यानं आ वासला.

''आम्ही तुझीच वाट पाहत होतो..'' एक धिप्पाड आफ्रिकन-अमेरिकन खुर्चीवर बसला होता. त्याचा सगळा पोशाख पूर्णपणे काळा होता.

''आम्ही घरातली सगळी बीयर संपवली आहे. आता आम्ही पुढं काय म्हणून काळजी करत होतो..''

खोलीत त्याच्यासारखाच पोशाख केलेले आणखी तीनजण होते. एकजण खिडकीच्या कठड्यावर बसला होता, दोघंजण उभे होते. टेबलावर अनेक आधुनिक हत्यारं मांडून ठेवलेली होती.

पूर्वी जॅकच्या घरी चोरी झालेली होती. चौघांनाही तो ओळखत नव्हता. चोर असे थंडपणाने घरात थांबलेले पाहून जॅकला धक्का बसला होता.

''इथं टेबलापाशी बस.'' तो धिप्पाड काळा माणूस म्हणाला.

जॅक क्षणभर घुटमळला. दारातून वेगानं पळून जावं काय, असा विचार त्याच्या मनात आला खरा. पण ते शक्य नाही हे त्याच्या ताबडतोब लक्षात आलं.

''चल!... गोऱ्या डुकरा. आता चल लवकर..!''

जॅक हळूहळू चालत त्याच्या घरातल्या अनाहूत पाहुण्यांसमोरच्या खुर्चीत बसला.

''आम्ही अत्यंत सभ्य आहोत.. माझं नाव ट्विन. हा रेगिनाल्ड.''

त्यानं खिडकीत बसलेल्या माणसाकडे बोट दाखवलं. जॅकनं तिकडे नजर टाकली. वॉरेनएवढा नसला तरी पिळदार शरीरयष्टीचा एक आफ्रिकन अमेरिकन दात कोरत बसला होता. रेगिनाल्डनं जॅककडे तिरस्कारानं पाहिलं.

त्याच्या हातावर गोंदलेली 'ब्लॅक किंग्ज्' ही अक्षरं जॅकला स्पष्ट वाचता आली.

''हा रेगिनाल्ड आता वेडा झाला आहे...'' ट्विन म्हणाला. ''तुझ्या घरात काही

म्हणजे काहीच नाही.. साधा टीव्ही नाही!... तुझ्या घरात जे काय मिळेल ते आमचं, असं डील होतं.

"कसलं डील?" जॅक धीर एकवटून म्हणाला.

"त्याचं असं आहे, की मला आणि माझ्या भावाला, तुला सरळ करण्यासाठी थोडीफार रक्कम देऊ करण्यात आली आहे. रक्कम फार नाही.. ही सगळी शस्त्रं केवळ तुझी धुलाई करायला आहेत.. मला कल्पना नाही. पण तू हॉस्पिटलमध्ये कारण नसताना वळवळ करतो आहेस. त्यांनी तुला तुझं काम कर म्हणून बजावलं आहे.. त्यांच्या फंदात तू पडू नयेस... हे मी सांगितलं, याचा अर्थ कळला का?.. मला स्वत:ला यातलं काहीही समजलेलं नाही.. मी हे असलं काम पूर्वी कधीच केलेलं नाही."

"मला नेमकं कळलेलं आहे."

"छान!" ट्विन म्हणाला, "नाहीतर तुझी दोनचार हाडं मोडावी लागली असती. तुला फार मारू नये, अशी सूचना आहे. पण या रेगिनाल्डचा हात एकदा चालायला लागला, की तो थांबतच नाही. त्याला काय करणार मी तरी!... त्याला काहीतरी हवं आहे. घरात कुठं टीव्ही किंवा तसलं काही लपवलेलं वगैरे नाही ना नक्की?"

"तो आत्ता सायकल घेऊन आत आला.." उभ्या असलेल्या दोघांपैकी एकजण म्हणाला.

"रेगिनाल्ड?... तुला नवीन सायकल हवी का?"

रेगिनाल्डनं पुढं झुकून बाहेरच्या खोलीत नजर टाकली आणि फक्त खांदे उडवले.

"रेगिनाल्ड.. हे ठीक झालं. तुझं डील पूर्ण झालं तर मग." ट्विन म्हणाला आणि उठून उभा राहिला.

"या कामासाठी तुम्हाला पैसे कोणी दिलेत?"

"मी ते सांगावं असं तुला वाटतं?" ट्विन भुवया उंचावत हसत म्हणाला, "पण एका गोष्टीत मात्र मानलं पाहिजे हं... हे विचारायचं तुला धाडस झालं, हीच आश्चर्याची गोष्ट म्हणायची!"

जॅक आणखी एखादा प्रश्न विचारणार होता, एवढ्यात ट्विनचा हात वेगानं पुढं आला. त्याची मूठ जोरानं जॅकच्या गालावर आदळली. त्या धक्क्यानं जॅक मागे फेकला गेला. सगळी खोली डोळ्यासमोर गरागरा फिरली. बेशुद्ध पडता पडता आपलं पाकीट काढून घेतलं गेल्याचं त्याला जाणवलं. नंतर कोणीतरी हसलं. पोटात एक जबरदस्त लाथ बसली आणि मग सगळा अंधार झाला.

■

२०

शुक्रवार, २२ मार्च १९९६
रात्री ११ वाजून ३० मिनिटे

जॅकनं डोळे उघडले. त्याला किचनमधलं छत दिसत होतं. डोकं गरगरत होतं. आपण किचनमध्ये जमिनीवर कसे काय पडलो, हे क्षणभर त्याला कळलं नाही. उठून बसण्याचा प्रयत्न करताच जबड्यातून जोरदार कळ आली. उठायचा प्रयत्न सोडून तो पोटावर वळला आणि मग हळूहळू हात टेकवून बसला. त्यानं जबड्यावरून हलकेच हात फिरवला. सुदैवानं कुठंही हाड मोडल्यासारखं वाटत नव्हतं. त्याचप्रमाणे त्यानं पोटावर हात फिरवून दुखऱ्या पोटामध्ये कितपत इजा झाली आहे, ते बघितलं. पोटात निदान अंतर्गत इजा झालेली नसावी, हे लक्षात येताच त्याला बरं वाटलं.

फोन वाजू लागला. जॅकनं अडखळत जाऊन फोन उचलला. हॅलो म्हणता म्हणता भिंतीला पाठ टेकून जरा कमी वेदना होईल अशा तऱ्हेने तो बसला.

"मी टेरेस.. जॅक, माफ कर. तुला झोपेतून उठवलं की काय?"

"किती वाजले?"

"जवळजवळ मध्यरात्र झाली आहे." टेरेस म्हणाली,

“आम्ही अजून इथं स्टुडियोमध्येच आहोत. ही सगळ्या जगाची झोपायची वेळ आहे, हे मी विसरले होते! माफ कर जॅक, मला एक प्रश्न विचारायचा होता. पण हवं तर मी उद्या विचारीन. काही हरकत नाही. मी तुझी झोप मोडली.”

“खरं सांगायचं तर मी माझ्या किचनमध्ये बेशुद्ध पडलेलो होतो..”

“जॅक, हा काय नवीन विनोद?”

“विनोद नाही. माझ्या घरात दरोडा पडलेला होता. दुर्दैवाची गोष्ट अशी, की मी घरी आलो तेव्हा दरोडा घालणारे घरातच होते.. त्यामुळे त्यांनी मला थोडी मारहाण केली.”

“जॅक.. तू ठीक तर आहेस ना?” टेरेसनं घाईघाईनं विचारलं.

“तसं ठीक आहे. फक्त एखादा दात तुटला असावा असं वाटतंय.”

“तू बेशुद्ध पडला होतास का?”

“हो... मला अजून फार थकवा वाटतोय.” जॅक म्हणाला.

“जॅक, ऐक.” टेरेस म्हणाली, “ताबडतोब पोलिसांना फोन कर.. मी तिथं यायला निघतेच आहे.”

“थांब... टेरेस.” जॅक म्हणाला, “पोलिसांना कळवून काहीही फायदा नाही.. चार गुंडांची टोळी होती आणि या शहरात असे हजारो गुंड आहेत.”

“ते मला काही ऐकायचं नाही.. पोलिसांना फोन कर. मी पंधरा मिनिटात तिथं पोहोचतेच आहे.”

“टेरेस हा भाग चांगला नाही.. खरोखर टेरेस तू येण्यासारखी ही वस्ती नाही!.. मी ठीक आहे.”

“मी आता काही ऐकणार नाही!” टेरेस ठामपणानं म्हणाली, “ऐक, मी पंधरा मिनिटात तिथं आलेली असेन.”

जॅकनं फोनकडे पाहिलं. टेरेसनं फोन केव्हाच खाली ठेवला होता. त्यानं क्षणभर विचार करून ९११ नंबर फिरवून पोलिसांना खबर दिली. तात्काळ धोका आहे का, म्हणून पलीकडून विचारणा झाली. त्यानं ‘नाही’ म्हणून उत्तर दिलं.

जॅक उठून थरथरत्या पायांवर उभा राहिला. त्यानं बाथरूमच्या आरशात चेहरा नीट पाहिला. एका दाताचा टवका उडालेला दिसत होता. त्यानं बाहेर नजर टाकली. सायकल तिथे नव्हतीच. पोलीस दहा मिनिटात तिथे हजर झाले, हे पाहून जॅकला खरोखरच आश्चर्य वाटलं. डेव्हिड जेफर्सन हा काळा आणि स्पॅनिश वंशाचा जुआन सांजेझ हे दोघे अधिकारी आले होते. त्यांनी जॅकनं सांगितलेलं सारं ऐकून घेतलं. त्यांनी जॅकला स्थानिक गुंडांचे काही फोटो दाखवले. पण त्यातला कोणीच जॅकला ओळखता आला नाही. शिवाय त्याला वॉरेननंही थोडीफार कल्पना दिली होती, की न्यूयॉर्कमधल्या गँगस् पोलिसांना भीक घालत नाहीत. त्यामुळे त्यानं पोलिसांना

जास्त काही सांगायचं नाही, असं ठरवलं. निदान टेरेसच्या म्हणण्याप्रमाणे त्यानं पोलिसांना कळवलं होतं आणि सायकलच्या विम्याची रक्कम मिळणं शक्य होणार होतं.

"डॉक.. मला एक गोष्ट कळली नाही.. या अशा वस्तीत तुम्ही का राहता?" जेफर्सन म्हणाला, "त्यामुळे संकट येईल असं कधी वाटलं नाही?"

"कोण जाणे!... मी कधी विचारच केला नव्हता."

पोलीस निघून गेल्यावर जॅकनं मोडकं दार लावून घेतलं. भिंतीला पाठ टेकली आणि सगळ्या घरात नजर टाकली. हे सारं कसंही करून साफ तर करावंच लागणार होतं.

दारावर टकटक झाली. टेरेस आलेली होती.

"जॅक... बरं झालं मी एकदाची इथं येऊन पोहोचले... तू खरोखरच या वस्तीबद्दल सांगत होतास ती चेष्टा नव्हती.. या जिन्यातून वर येणं हाच एक फार भयानक अनुभव होता. तू जर लगेच दार उघडलं नसतंस, तर मी किंचाळायच्याच बेतात होते.

"मी तुला आधी कल्पना दिली होती."

"जॅक, मला जरा तुला किती लागलंय ते पाहू दे." टेरेस म्हणाली.

"चांगला उजेड कुठं आहे?"

"तूच ठरव ते." जॅक म्हणाला, "कदाचित बाथरूममध्ये."

"एक दात तुटलेला दिसतोय." जॅकला नीट पाहत टेरेस म्हणाली.

"होय... बहुधा त्यानं हातमोज्यामध्ये काहीतरी पितळी कडी वगैरे घातली असणार."

"त्यांनी तुला का मारलं?" टेरेस म्हणाली, "तू हिरोची भूमिका करत नव्हतास ना नक्की?"

"छे!.. उलट मी भीतीनं गोठून मेलो होतो. जागचं मला हलणंदेखील शक्य नव्हतं... ही एक प्रकारची सूचना होती मला."

"सूचना? कसली सूचना?" टेरेसनं विचारलं.

"मॅनहटन जनरल हॉस्पिटलपासून दूर राहण्याची."

"काय?" टेरेस म्हणाली, "हे सारं अविश्वसनीय आहे. आता पुढं तू काय करणार आहेस?"

जॅकनं मग टेरेसला सारं काही सांगितलं. पोलिसांना न सांगितलेल्या सगळ्या गोष्टी सांगितल्या.

"हे सगळं फार गुंतागुंतीचं होतंय.. जॅक आता काय विचार आहे तुझा?"

"खरं सांगायचं तर मी अजून काही विचार करण्याच्या स्थितीतच नाही."

''काय करायचं ते मी सांगते.'' टेरेस म्हणाली, ''तू माझ्याबरोबर हॉस्पिटलमध्ये चलणार आहेस.''

''टेरेस.. मी ठीक आहे.'' जॅकनं म्हणाला, ''जबडा जरासा दुखावलाय इतकंच.''

''जॅक, तू बेशुद्ध होतास.. तुला डॉक्टरकडे नेलं पाहिजे हे मला कळतं. मी डॉक्टर नाही पण तेवढं मला समजतं!''

जॅकनं काही बोलण्यासाठी तोंड उघडलं खरं, पण बोलला मात्र नाही. टेरेसचं म्हणणं बरोबर आहे, हे त्यालाही कळत होतं.

डोक्यावर बसलेल्या त्या फटक्यामुळे डोक्यात अंतर्गत रक्तस्त्राव झाला असण्याची शक्यता होती. जॅकनं जाकीट चढवलं. दोघं उतरून कोलंबस ॲव्हेन्यूवर आले. तिथे त्यांना टॅक्सी मिळाली.

''कुठं जायचं?'' टेरेसनं विचारलं.

''सध्या तरी मॅनहटन जनरल हॉस्पिटल नको.'' जॅक हसून म्हणाला, ''आपण कोलंबिया-प्रेसबिटेरियन हॉस्पिटलमध्ये जाऊ.''

''ठीक.'' तिनं टॅक्सी ड्रायव्हरला रस्त्याबद्दल सूचना दिल्या.

''टेरेस.. तू आलीस म्हणून धन्यवाद.'' जॅक म्हणाला, ''तू आली नसतीस तरी चाललं असतं. माझी तशी अपेक्षा नव्हती.. पण तू आल्यानं मला खरोखर बरं वाटतंय.''

''तू माझ्यासाठी असं केलं असतंस की नाही?''

जॅक विचार करू लागला. खरोखर टेरेससाठी आपण गेलो असतो का असे? कोणास ठाऊक!

हॉस्पिटलमध्ये त्यांना थोडं थांबावं लागलं. एक अपघात आणि दोन सुरामारीच्या केसेसना साहजिकच आधी प्राधान्य होतं. अखेर जॅकचा नंबर आला. जॅकनं सांगूनही तिनं त्याच्याबरोबर राहायचं ठरवलं. तपासणी होतानाही ती तिथंच थांबली.''

जॅक स्वत: डॉक्टर आहे, हे कळल्यावर तिथल्या डॉक्टरनं लगेच आतून मेंदूतज्ज्ञाला बोलावून घेतलं. त्यानं काळजीपूर्वक तपासलं. मेंदूचा फोटो काढायची जरूर नाही, पण जॅकची इच्छा असेल तर काढू म्हणाला. जॅकनं नकार दिला.

''तुम्हाला एक गोष्ट करायला हवी.'' मेंदूतज्ज्ञ म्हणाला, ''रात्रभर तुमचं निरीक्षण करायला हवं.'' तो टेरेसकडे वळला.

''मिसेस स्टेपलटन, त्यांना मधेमधे उठवून फक्त सर्व काही ठीक आहे ना, हे पाहा म्हणजे झालं.. मधूनमधून त्यांची बुबुळं पाहा.''

''टेरेस, तू सारं काही शांतपणानं घेतलंस. विशेषत: तो डॉक्टर तुला मिसेस स्टेपलटन म्हणाला...'' हॉस्पिटलमधून बाहेर पडताना जॅक तिला म्हणाला.

"तो म्हणाला त्यावर आणखी काही बोलून फारसा फरक पडला नसता. पण मी त्याची सूचना मात्र गंभीरपणानं घेणार आहे.."

"टेरेस..." जॅकनं तक्रार केली.

"होय. मी तुला माझ्या घरी नेणार आहे." टेरेस विषय संपवल्याच्या स्वरात म्हणाली, "यावर चर्चा नाही. डॉक्टरनं काय सांगितलं होतं?.. मी आज रात्री तुला तुझ्या त्या बिळात जाऊ देणार नाही.."

जॅकनं शरणागती मान्य केली, "ठीक आहे. टेरेस, पण हे निव्वळ माणुसकीच्या दृष्टीनं केलेल्या मदतीपेक्षा जरा जास्तच होतंय!"

टेरेसच्या बिल्डिंगमध्ये शिरताना आणि लिफ्टमधून वर जात असताना जॅकला खरोखर टेरेसविषयी कृतज्ञता वाटू लागली. गेल्या कित्येक वर्षात त्याच्याशी कोणी एवढ्या मृदूपणानं वागलेलं नव्हतं. टेरेस एखादी शिष्ट आणि महत्त्वाकांक्षी स्त्री असावी, म्हणून तिच्याबद्दल गैरसमज करून घेतला होता, याबद्दल त्याला मनोमन वाईट वाटलं.

"माझ्या गेस्टरूममध्ये तुला राहता येईल." कार्पेट घातलेल्या हॉलमधून जाताना टेरेस म्हणाली, "त्यात तुला राहायला नक्कीच आवडेल.. माझे नातेवाईक तर लवकर बाहेर पडायला तयारच नसतात!"

टेरेसचा फ्लॅट खरोखरच सुंदर होता. सर्व काही अगदी जागच्याजागी होतं. जाहिरातीतल्या फ्लॅटमध्ये जशी सजावट असते, तसं सर्व काही उच्च दर्जाचं होतं. कॉफी टेबलावर अनेक मासिकंदेखील नीट रचून ठेवलेली होती. गेस्टरूमची सजावटही उत्तम होती.

टेरेसनं जॅकला ॲस्पिरिनची बाटली आणून दिली. अंघोळीनंतर घालण्यासाठी त्याला एक टेरिकॉटचा बाथरोब आणून दिला. अंघोळ झाल्यावर तो खोलीतून बाहेर डोकावला. टेरेस कोचामध्ये बसून वाचत होती. जॅक तिच्यासमोर जाऊन बसला.

"तू झोपणार नाहीस?"

"मला तुझ्यावर नजर ठेवायला हवी." मग पुढे झुकून त्याच्या डोळ्यात थेट पाहत ती म्हणाली, "तुझी बुबळंही मला ठीक दिसतायत."

"मला देखील." जॅक हसत म्हणाला, " तू त्या डॉक्टरचं बोलणं खरोखरच मनावर घेतलेलं दिसतंय!"

"त्याबद्दल शंका नको. मी रात्रभर मधेमधे येऊन तुला उठवणार, हे नक्की."

"माझ्यात वाद घालायची शक्तीच नाही आता." जॅक म्हणाला.

"तुला आता कसं वाटतंय?"

"शारीरिक की मानसिकदृष्टीनं?"

"मानसिक." टेरेस म्हणाली, "शारीरिकदृष्ट्या तर मला दिसतंच आहे."

"खरं सांगायचं तर मी भयंकर घाबरलो आहे." जॅक कबुली देत म्हणाला, "या गुंडांच्या टोळ्यांच्या जगाची मला थोडीफार कल्पना आहे.. म्हणूनच मला भीती वाटतेय."

"म्हणून तर मी तुला पोलिसांना फोन करायला सांगितलं होतं."

"टेरेस, तुला कल्पना नाही." जॅक म्हणाला. "पोलीस काहीही मदत करू शकत नाहीत... म्हणून तर मी त्या गुंडांची नावंही त्यांना सांगितली नाहीत. जरी मी नावं सांगितली आणि त्यांना पकडलं, तरी ते पोलिसांचे हात ओले करून निसटतील आणि मग ते पुन्हा काहीही करायला मोकळेच!"

"मग आता काय करणार आहेस?" टेरेसनं विचारलं.

"मी सध्या तरी मॅनहटन हॉस्पिटलपासून दूर राहीन.. कदाचित त्यामुळे सर्वजण सुखी होतील... माझ्या बॉसनंही मला जाऊ नको सांगितलं होतंच."

"आता माझी काळजी मिटली." टेरेस म्हणाली, "मला भीती वाटत होती, की तू हिरोगिरी करायला जाशील... ही धमकी एक आव्हान म्हणून स्वीकारशील."

"तू हे मघाशी म्हणाली होतीस. पण घाबरू नकोस. मला हिरो व्हायची इच्छा नाही."

"आणि ते रात्री अपरात्री पार्कमधून सायकल चालवणं?" टेरेस म्हणाली, "तू राहतोस त्या भागाचं काय?... जॅक, तू एकतर मुद्दाम संकटाकडे दुर्लक्ष करण्याचा मूर्खपणा तरी करतोस, किंवा मुद्दाम संकटं ओढवून घ्यायची तुला हौस आहे. नेमकं खरं काय आहे?"

जॅकनं टेरेसच्या फिक्कट निळ्या डोळ्यात खोलवर पाहिलं. ती जे प्रश्न विचारीत होती, तेच जॅकला टाळायचे होते. या प्रश्नाचं स्वरूप फारच वैयक्तिक स्वरूपाचं होतं. पण टेरेसनं एवढी मदत केल्यानंतर तिला अगदीच उडवून लावणं चांगलं दिसलं नसतं.

"मी संकटाचं प्रणयाराधन करतो समज."

" 'का' म्हणून विचारू का?"

"मला मरायची भीती वाटत नाही. एकवेळ अशी होती, की मेलो तर सुटका होईल असं वाटत होतं. मी वैफल्यग्रस्त होतो. मला वाटतं, या वैफल्याची सावली अजून माझ्यावर टिकून आहे."

"मला त्याची कल्पना येऊ शकते. कारण मी देखील तशाच अनुभवातून गेले आहे.. जॅक, तुझ्याबाबतीत काही विशिष्ट कारण होतं का, असं मी विचारलं तर चालेल का?"

"माझ्या बायकोचा मृत्यू झालाय.." जॅक कसाबसा म्हणाला. मुलींबद्दल बोलायचं त्याचं धाडस झालं नाही."

"माफ कर जॅक.. मला खरोखर कल्पना नव्हती.." टेरेस क्षणभर थांबली, "माझ्या बाबतीत माझ्या एकुलत्या एका मुलाला गमावल्यानंतर..."

टेरेसच्या शब्दांनी जॅकच्या डोळ्यात पाणी तरळलं. त्यानं मान वळवली. डोळे पुसले आणि एक खोलवर श्वास घेऊन तो टेरेसकडे पाहू लागला. त्याला या स्त्रीच्या स्वभावाची कल्पना आलेली नव्हती. ती एक जीवघेण्या स्पर्धेत यशस्वी होण्यासाठी धडपडणारी महत्त्वाकांक्षी स्त्री होती हे खरं. पण तिच्यामध्ये यापेक्षा जास्त काहीतरी नक्कीच होतं.

"आपल्या दोघांना डिस्को आवडत नाहीत, यापेक्षा आपल्यामध्ये जास्त साम्य आहे." जॅक वातावरणातला ताण कमी करण्यासाठी म्हणाला.

"आपण दोघांनी जबरदस्त मानसिक घाव सोसले आहेत आणि कदाचित म्हणूनच आपण दोघं आपापल्या कामात जरुरीपेक्षा जास्त झोकून देतो आहोत." टेरेस म्हणाली.

"कदाचित हे बरोबर नाही. पूर्वी मी माझ्या कामाशी जेवढा एकनिष्ठ होतो, तेवढा आता नाही. कदाचित तूही तशी नसशील.. विशेषत: वैद्यकीय क्षेत्रात अलीकडे झालेल्या बदलांमुळे, माझ्यात बदल झालाय हे नक्की."

टेरेस उठून उभी राहिली. दोघं आता एकमेकांच्या खूपच जवळ उभे होते. टेरेसनं आपल्या बोटांचं चुंबन घेतलं आणि बोटं हलकेच जॅकच्या ओठावर टेकवली.

"मी मधूनमधून तुला उठवणार आहे. तेव्हा तशी मनाची तयारी कर."

"तुला हा सगळा त्रास होतोय, म्हणून मला वाईट वाटतंय."

"ही आईची लहानशी भूमिका करायला मला मजा वाटतेय." टेरेस म्हणाली, "जा, आता नीट झोप."

जॅक गेस्टरूमकडे जायला निघाला. पण तो दारापाशी पोहोचायच्या आधी टेरेसनं त्याला हाक मारली, "अजून एक प्रश्न. तू त्या तसल्या गलिच्छ झोपडपट्टीत का राहतोस?"

"कदाचित आपली चांगलं राहण्याची लायकीच नाही, असं मला वाटत असेल."

टेरेसनं क्षणभर विचार केला. मग तिनं स्मित केलं, "मला सर्व काही समजेल, असं मी मानणं बरोबर नाही.. गुडनाईट."

"गुडनाईट." जॅक म्हणाला.

■

२१

शनिवार, २३ मार्च १९९६
सकाळी ८ वाजून ३० मिनिटे

बोलल्याप्रमाणे खरोखरच टेरेस रात्रभर जागी होती. मधूनमधून येऊन जॅकला जागं करून तो ठीक आहे ना, याची ती खात्री करून घेत होती. सकाळी जॅकला जाग आली, तेव्हा जॅकला चमत्कारिक वाटू लागलं. टेरेसनं केलेल्या मदतीबद्दल बरं वाटत होतं. पण आपण रात्री बोलता बोलता जरा जास्तच बोलून गेलो असल्याची जाणीव त्याला कुरतडू लागली. टेरेसनं ब्रेकफास्ट बनवला. तो घेताना टेरेसही अवघडून गेली आहे, असं त्याला वाटत होतं.

साडेआठ वाजता जॅक टेरेसचा निरोप घेऊन घरी आला. टेरेस तिच्या स्टुडियोत गेली. "आजचा दिवस माझी भरपूर धावपळ होणार.." ती जाताना म्हणाली.

जॅकला घर ठाकठीक करायला खूप वेळ लागला. ब्लॅक किंग्ज्च्या तावडीतून सुटलेल्या आणि त्यांच्या नासधूसीत खलास झालेल्या वस्तू पुन्हा जागच्याजागी लावायला त्याला खूप प्रयास पडले. त्यानं खटपट करून दाराचं कुलूपदेखील नीट केलं.

जॅक आपल्या ऑफिसकडे निघाला. त्या शनिवार-रविवारी त्याला काम करण्याची काही आवश्यकता नव्हती. पण आदल्या

काही दिवसात मागे पडलेली काही कामं त्याला उरकायची होती. शिवाय रात्रीमध्ये जनरल हॉस्पिटलमध्ये आणखी काय घडलं, ते जाणून घ्यायची उत्सुकता होतीच.

जॅककडे आता त्याची सायकल नव्हती. त्यामुळे त्याला भुयारी रेल्वे वापरणं भागच होतं. पण ते त्याला अजिबात सोईस्कर नव्हतं. स्टेशनपासून त्याला सहा ब्लॉकस् चालत पार करावे लागले. पाऊस पडू लागला. जवळ छत्री नसल्यानं तो ऑफिसात जाईपर्यंत चिंब भिजला होता.

शवागारामध्ये शनिवार-रविवारी नेहमीची धावपळ नसे. आजही केवळ प्रेत ओळखण्यासाठी आलेले काहीजण दरवाज्याजवळ गर्दी करून उभे होते. त्यातल्या काही बायका मुसमुसत होत्या. जॅकनं नोटीस बोर्डावर लावलेली यादी पाहिली. त्या दिवशी लॉरी कामावर आहे, हे पाहून त्याला आनंद झाला. रात्रीत आलेल्या प्रेतांची तिथेच शेजारी यादी लावलेली होती. त्यातलं एक नाव पाहून जॅक अस्वस्थ झाला - नॅन्सी विगेन्स. नॅन्सीला सकाळी चार वाजता आणलेलं होतं. तात्पुरतं निदान अपेक्षेप्रमाणेच होतं : रॉकी माउंटन स्पॉटेड फिव्हर! यादीमध्ये तसंच निदान केलेली आणखी दोन नावं होती - व्हॅलरी शाफर, वय तेहतीस आणि कारमेन शावेज, वय सत्तेचाळीस. ही नावं त्याच्या परिचयाची नव्हती.

जॅक विच्छेदन खोलीकडे गेला. सुरक्षा उपकरणं चढवून आणि आपला अंतराळ पोशाख घालून तो खोलीत शिरला. तिथे बरेचजण काम करत होते. अंदाजानं त्यानं लॉरीला शोधून काढलं.

''तू!... तू इथं काय करतो आहेस?'' जॅकला पाहताच लॉरी म्हणाली, ''तू शनिवार-रविवार मजेत घालवायला हवा होतास.''

''नाही. मला घरी बसणं शक्यच नव्हतं.'' जॅक म्हणाला. लॉरी विच्छेदन करत असलेल्या शवाचा चेहरा त्याला दिसला. त्यानं एकदम तोंड वळवलं.

''का?.. ही तुझ्या परिचयाची होती का?''

''होय... साधारण ओळख होती.''

''पेशंटसाठी जीव तोडून काम करणाऱ्या नर्सना पेशंटचा रोग व्हावा, ही फार दुर्दैवी गोष्ट आहे.. मी या आधी विच्छेदन केलेली बाई पुरवठा विभागात काम करत होती. तिला संसर्ग कसा झाला हे काही मला कळत नाही...''

''मलाही कल्पना येत नाही.. या बाबतीत तुला काय वाटतं? मी पुरवठा विभागातल्या दोन केसेस केल्या होत्या - एक प्लेग आणि एक टुलरेमियाची.''

''मला ही केस रॉकी माउंटन स्पॉटेड फिव्हरचीच वाटते.'' एक अवयव जॅकला दाखवत लॉरी म्हणाली, ''तुला या केसमध्ये आणखी कायकाय झालंय ते पाहायचंय का?''

''चालेल.''

लॉरीनं जॅकला सर्व अवयव दाखवले आणि त्यातल्या बिघाडांचं सविस्तर वर्णन केलं. या केसमध्ये आणि लागेनथोर्पच्या बाबतीत काहीही फरक नव्हता.

''पण मला एक गोष्ट अजून समजलेली नाही...'' लॉरी स्वत:शीच बोलत असल्याप्रमाणे म्हणाली, ''की हे तिघे तर गंभीर आजारी होते. संसर्ग आणि लक्षणं दिसण्यामधला कालावधीही नेहमीपेक्षा फारच कमी होता. म्हणजेच रोगजंतू फार आक्रमक असणार. तसं असेल तर या तिघांच्याच बाबतीत रोग कसा काय दिसला? जॅनिस तर म्हणाली, की हॉस्पिटलच्या मतानुसार आणखी कोणाला संसर्ग झालेला नाही.''

''म्हणून तर मी एवढा अस्वस्थ झालो आहे. काहीतरी चमत्कारिक चाललंय. पण काय चाललंय ते मात्र लक्षात येत नाही.''

लॉरीनं घड्याळावर नजर टाकली, ''बापरे..! इतके वाजले? मला आता जरा वेगानं काम करायला हवं. सालला आज लवकर घरी जायचं आहे.''

''सालला जायचं तर जाऊ दे.. मी मदत करतो. चालेल?''

''जॅक. खरोखर तू मदत करणार आहेस का?''

''अगदी खरं.''

सालला लवकर घरी जायला मिळालं म्हणून आनंदच झाला. त्यानंतर जॅक आणि लॉरीनं भराभरा ती केस हातावेगळी केली.

''जॅक.. काही खायचं का?'' काम संपवून बाहेर पडल्यानंतर लॉरीनं विचारलं.

''जरूर.'' जॅक म्हणाला.

लॉरीचं लक्ष त्याच्या तोंडाकडे आणि दाताकडे गेलं.

''जॅक, तुझ्या दाताला काय झालं?... तुझा जबडाही सुजलेला वाटतोय मला.'' लॉरी म्हणाली.

''हो.. दाताचा एक टवका उडालाय खरा.'' जॅक दात दाखवत म्हणाला. तिनं त्याच्याकडे पाहिलं. काहीतरी खोड्या करून आलेल्या मुलाकडे पाहणाऱ्या आईसारखी ती त्याला म्हणाली, ''सायकवरून धडपडला असशील, नाही?''

जॅक हसला आणि त्यानं तिला रात्री घडलेलं सारं काही सांगितलं. अर्थातच टेरेस आणि तिच्या घरचा पाहुणचार वगळून.

''हे सगळं कल्पनेबाहेरचं आहे... भयंकर!'' लॉरी म्हणाली.

''हे असंच चालायचं.. बरं, ते जाऊ दे लॉरी, आपण आपल्या जेवणाचा आनंद का खराब करायचा?''

दुसऱ्या मजल्यावरच्या व्हेंडिंग मशीनमधून त्यांनी त्यातल्या त्यात चांगले पदार्थ मिळवण्याचा प्रयत्न केला. लॉरीनं सूप घेतलं, तर जॅकनं ट्युनाफिश सॅन्डवीचवर मागवून घेतलं. दोघं टेबलापाशी जाऊन बसले.

"तू मला जे सांगितलंस ते मला फारच चमत्कारिक वाटतंय." लॉरी म्हणाली, "तुझ्या अपार्टमेंटची अवस्था कशी आहे?"

"अवस्था नीट नाही फारशी." जॅक म्हणाला, "पण हे सारं घडण्यापूर्वीही फार नीटनेटकी नव्हतीच म्हणा. सगळ्यात वाईट गोष्ट म्हणजे त्यांनी माझी सायकल नेली."

"जॅक आज रात्री तू आपल्या घरी जाणार का?.. जॅक, तू खरं म्हणजे तिथून दुसरीकडे जागा बघ... आज संध्याकाळी काय कार्यक्रम आहे?"

"आज माझ्याकडे काही पाहुणे यायचे आहेत. जोगिणींचा एक ग्रुप येणार आहे. मी त्यांना शहर दाखवणार आहे." जॅक म्हणाला.

"माझ्या घरी आज एक लहानशी पार्टी आहे. घरगुतीच आहे. त्या तुझ्या लुटून फस्त झालेल्या घरात बसण्यापेक्षा माझ्याकडे का येत नाहीस?"

लॉरीचं आमंत्रण अगदीच अनपेक्षित होतं. त्याला काय उत्तर द्यावं ते कळेना. त्याला कित्येक वर्षात कोणी एवढ्या प्रेमळपणानं घरी बोलावलेलंच नव्हतं.

"लॉरी.. मी अशा तऱ्हेच्या पार्टीत मिसळण्याच्या लायकीचा नाही..."

"मला कल्पना आहे." लॉरी म्हणाली, "तुला लगेच काही ठरवण्याची गरज नाही. जेवण रात्री आठ वाजता आहे. हा माझा फोन नंबर.." तिनं तिथल्याच कागदी रुमालावर नंबर लिहून त्याच्या हाती ठेवला, "ठरलं की फोन कर."

"मला अजून वाटतंय, की मी अशा डिनर पार्टीच्या प्रसंगी.."

"जॅक.. आता तुला काय ठरवायचं ते तू ठरव." लॉरी काहीशी घाईघाईत म्हणाली, "माझं निमंत्रण पक्कं आहे... आणि आता मी जाते. मला अजून दोन केसेस संपवायच्या आहेत."

जॅक पाठमोऱ्या लॉरीकडे पाहत होता. तो आजवर तिच्याकडे एक हुशार सहकारी म्हणून पाहत होता. पण त्यापेक्षा जास्त काही नाही. तिच्यामधला आकर्षकपणा, तिचे सुंदर केस आणि नितळ त्वचा हे सारं त्याला अचानकपणे जाणवलं.

जॅक आपल्या खोलीत आला. त्यानं चार वाजेपर्यंत जेवढं जमेल तेवढं काम पूर्ण केलं. फाईल वाचताना त्याला विचित्र वाटत होतं. गेल्या कित्येक वर्षात स्थिरस्थावर झालेल्या आयुष्याच्या कोषाला तडे जाऊ लागले होते.

भुयारी रेल्वेतून जाताना जॅकनं मनाशी पक्कं ठरवलं, हा असला प्रवास रोज करणं काही परवडणारं नाही. नवीन सायकल घ्यायलाच हवी.

जॅक घरी परतला. बिल्डिंगमध्ये येताच त्यानं अजिबात वेळ घालवला नाही. दोनदोन पायऱ्या एकदम पार करत तो आपल्या फ्लॅटमध्ये आला. जिन्यात कोणीतरी बेघर माणूस अंगाचं मुटकुळं करून झोपला होता. जॅकनं त्याच्या अंगावरून शिताफीनं उडी टाकून दार गाठलं. त्यानं दाराकडे एक नजर टाकली. बहुधा नवीन

काहीही घडलं नसावं. घरात शिरल्यावरदेखील तो धडधडत्या छातीने सगळ्या खोल्यांमध्ये फिरला. सारं काही जागच्याजागी होतं. त्यानं भराभरा कपडे बदलले आणि उड्या मारतच तो खाली आला.

हवा चांगली असेल, तर शनिवार संध्याकाळ म्हणजे बास्केटबॉल मैदानात जत्राच असायची. चांगले वीस-पंचवीस लोक तिथे असत. जॅक मैदानाजवळ आला, तेव्हा त्या दिवशी चौदाजण खेळण्यासाठी वाट पाहत थांबलेले जॅकला दिसले. म्हणजे आता खेळण्यासाठी त्याला बराच वेळ थांबावं लागणार होतं.

आपली उत्सुकता चेहऱ्यावर न दाखवता जॅक उभा राहिला. या ठिकाणी गडबड करून चालत नाही, हे जॅकला माहीत होतं.

थोड्या वेळानं जॅकला डेव्हिड दिसला. त्याच्याजवळ पाच खेळाडू होते. पण स्पिट नावाच्या एकाकडे फक्त चारजण होते. त्याला सतत थुंकायची सवय होती म्हणून त्याचं नाव स्पिट पडलं होतं. स्पिटनं जॅकला खेळात सामील करून घेतलं.

खेळताना जॅकला बरं वाटू लागलं. पोटामध्ये वेदना होते की काय अशी त्याला भीती वाटत होती, पण तसं काही झालं नाही. जॅक खेळाची प्रॅक्टिस करत असताना वॉरेन तिथे आला.

"हाय डॉक!... काय चाललंय?" जॅकच्या हातातला बॉल ओढून घेत तो म्हणाला. अत्यंत वेगानं हालचाली करत त्यानं बॉल बास्केटमध्ये टाकला.

"काही नाही.." जॅक म्हणाला. वॉरेनची ती 'हॅलो' म्हणण्याची एक पद्धत होती, हे जॅकला माहीत होतं.

थोडा वेळ दोघं बास्केटमध्ये बॉल टाकायची प्रॅक्टिस करत राहिले. मध्येच जॅक वॉरेनजवळ आला. "एक प्रश्न विचारू का?" जॅकनं हातातल्या बॉलचे टप्पे पाडत विचारलं, "तू कधी 'ब्लॅक किंग्ज्' नावाच्या गँगबद्दल ऐकलं आहेस का?"

"हो.." जॅकच्या हातातून बॉल घेत वॉरेन म्हणाला, "तिकडे पलीकडच्या भागातली ती एक नेहमी हरणारी टोळी आहे.. पण तू हे विचारायचं कारण?"

"सहजच! कुतूहल म्हणून.."

वॉरेननं हातातला बॉल बास्केटमध्ये टाकला नाही. तो तसाच चालत जॅकजवळ आला. "डॉक, कसलं कुतूहल?"

तो जॅककडे रोखून पाहत होता. "पूर्वी तुला कधी कुठल्या गँगबद्दल कुतूहल वाटलं नव्हतं."

"मी एका माणसाच्या दंडावर गोंदवलेलं बघितलं..."

"मेलेल्या माणसाच्या?" वॉरेननं विचारलं. जॅक कुठं काम करतो हे त्याला माहीत होतं.

"नाही... अजून तरी नाही." जॅक कधीच बास्केटबॉल मैदानात खवचटपणे

अगर तिरकसपणे बोलत नसे. पण आज त्याच्या तोंडातून हे शब्द निसटले.

वॉरेननं त्याच्याकडे भेदक नजरेनं पाहिलं. "डॉक.. तू माझी टिंगल तर करत नाहीस ना?"

"छे! छे!" जॅक घाईघाईनं म्हणाला, "मी गोरा आहे खरा. पण मूर्ख मात्र नाही.."

वॉरेन हुशार होता. त्याला संधी मिळाली असती, तर तो नक्कीच डॉक्टर किंवा वकील झाला असता, याची जॅकला कल्पना होती. वॉरेन हसला. जॅककडे निरखून पाहत म्हणाला, "तुझ्या जबड्याला काय झालंय?"

"काही नाही.. कोपरा लागला टेबलाचा फक्त." जॅक म्हणाला, "मी नको त्या ठिकाणी नको त्या वेळेस होतो एवढंच!"

वॉरेन काय समजायचं ते समजला. दोघं पुन्हा खेळू लागले. सहा वाजेपर्यंत खेळून जॅक चांगलाच दमला. परंतु त्याला मोकळं मोकळं वाटत होतं.

सहा वाजता सगळेजण संध्याकाळच्या जेवणासाठी निघून गेले. आता रविवारी दुपारपर्यंत मैदान मोकळंच पडणार होतं.

घामनं चिंब भिजून परतल्यावर थंड पाण्यानं अंघोळ करायला जॅकला मजा वाटली. कपडे बदलून तो किचनमध्ये आला. फ्रिजमध्ये फारसं काही शिल्लक नव्हतं. सगळी बीयर ब्लॅक किंग्ज्नी संपवून टाकलेली होती. खायलाही काही नव्हतं. फक्त काही अंडी होती. पण ती केव्हाची होती कुणास ठाऊक. जॅकनं फ्रिज बंद करून टाकला. तशी फारशी भूक नव्हतीच त्याला.

थोडा वेळ जॅक कोचावर आडवा होऊन काहीबाही चाळत राहिला. हा त्याचा नेहमीचा कार्यक्रम होता. खेळून आल्यानंतरही त्याचं मन स्थिर होत नव्हतं. वाचण्याकडे लक्ष लागत नव्हतं. जॅकनं पुस्तक बाजूला टाकलं. तो रोजच एकटा असायचा. त्याची त्याला सवय झाली होती. पण त्या संध्याकाळी त्याला फारच एकाकी वाटू लागलं.

तो एकदम उठून फोनजवळ आला. त्यानं विलो अॅन्ड हीथचा नंबर लावला. एवढ्या उशिरा तिथे कोणी असेल की नाही, याची त्याला शंका होती. पण ऑपरेटर जागेवर होती. दोनचार ठिकाणी चुकीच्या माणसांकडे फोन गेल्यानंतर अखेर टेरेसनं फोन घेतला.

जॅकनं आपल्या धडधडत्या हृदयाचा आवाज ऐकत टेरेसला सांगितलं, की तो बाहेर जेवायला जाणार आहे.

"हे निमंत्रण आहे का जेवायचं?" टेरेस हसत म्हणाली.

"तसंच समजायला हरकत नाही. तुझं जेवण व्हायचं असेल तर माझ्याबरोबर जेवायला येऊ शकतेस."

“निमंत्रण देण्याची ही पद्धत फार मजेशीर आहे खरी..!” टेरेस खळखळून हसली. “पण आज फार गडबड आहे.. जॅक, मला यायला आवडलं असतं.. जॅक.. तू समजून घेशील अशी अपेक्षा आहे.”

“ठीक आहे.” जॅक म्हणाला, “काही हरकत नाही.”

“उद्या कदाचित जमू शकेल.. उद्या दुपारी फोन करशील का? आपण कॉफी घ्यायला जाऊ.”

फोन खाली ठेवल्यानंतर जॅकला फारच उदास वाटू लागलं. गेल्या कित्येक वर्षात त्यानं जाणीवपूर्वक लोकांना टाळलं होतं. आणि आता त्याला नकार मिळाल्यावर फारच एकाकीपणा जाणवू लागला.

जॅकला काहीतरी आठवलं. त्यानं लॉरीनं दिलेला कागद शोधून काढला. आपल्या आवाजातला अस्थिरपणा आटोकाट लपवत त्यानं लॉरीला सांगितलं, “त्या जोगिणींचा ग्रुप आला नाही. त्यामुळे त्यांचा संध्याकाळचा कार्यक्रम रद्द झाला आहे.”

“याचा अर्थ असा, की तू जेवायला येऊ शकतोस..!” लॉरी.

“जर मी आलेला चालणार असेल तर.”

“चालेल. मला खूप आनंद होईल.. ये.”

■

२२

रविवार, २४ मार्च १९९६
सकाळी ९ वाजता

जॅक काही वैद्यकीय नियतकालिकं चाळत बसला होता. फोनच्या घंटीनं त्याला वाचनातून जागं केलं.

"मी तुला उठवलं की काय झोपेतून?" लॉरी विचारत होती.

"नाही. मला उठून कितीतरी तास झाले आहेत." जॅक म्हणाला.

"तू मला फोन करायला सांगितलं होतंस म्हणूनच मी फोन केला, नाहीतर रविवारी एवढ्या सकाळी मी फोन करून तुला त्रास दिला नसता."

"माझ्यासाठी ही भली पहाट नाही."

"पण तू काल रात्री घरी गेलास तेव्हा खूपच उशीर झालेला होता."

"नाही. तसा फार उशीर झालेला नव्हता." जॅक म्हणाला, "शिवाय मी कितीही उशिरा झोपलो, तरी मला जाग मात्र ठराविक वेळेलाच येते."

"बरं, ते जाऊ दे. तू मला फोन करायला अशासाठी सांगितला होतास, की रात्रीत मॅनहटनमध्ये आणखी काही बळी

पडले की काय, हे तुला माहीत करून घ्यायचं होतं.. जॅनिसशी माझं बोलणं झालंय. रात्री कोणीही रॉकी माउंटन स्पॉटेड फिव्हरनं आजारी नव्हतं. बातमी चांगली आहे की नाही?''

''चांगलीच आहे.''

''काल रात्री माझ्या घरच्या लोकांना तू आवडलास.'' लॉरी म्हणाली, ''तुला देखील पार्टीमध्ये गंमत वाटली की नाही?''

''कालची संध्याकाळ फारच मजेत गेली... मलाच मी एवढा वेळ तुमच्याकडे थांबलो, हे नंतर विचित्र वाटू लागलं.. मला घरी बोलावल्याबद्दल धन्यवाद. तुझ्या आईवडिलांचेही माझ्यातर्फे आभार मान. यापेक्षा आणखी चांगलं आदरातिथ्य कोणाला करता येईल असं वाटत नाही.''

''परत कधीतरी आणखी एखादी पार्टी करू या.''

''नक्कीच चालेल.''

फोन खाली ठेवल्यावर जॅकचं मन आणखी अस्थिर झालं. त्यानं वाचण्याचा प्रयत्न करून पाहिला. पण लक्ष लागेना. आधल्या संध्याकाळचे विचार फिरूनफिरून येऊ लागले. कालची संध्याकाळ खरोखरच आनंदात गेली होती. त्याच्या अपेक्षेपेक्षा त्याला मजा वाटली होती. म्हणूनच तो मनोमन गोंधळून गेला. पाच वर्षं तो जाणूनबुजून इतरांपासून दूर राहिला होता आणि अचानक त्याला दोन अगदी भिन्न प्रकारच्या स्त्रियांच्या सहवासात आनंद वाटू लागला होता.

लॉरीचा सहज स्वभाव त्याला आवडला. टेरेसही मनमिळाऊ होती. पण अनेकदा तिच्या स्वभावात दुसऱ्याची अवाजवी काळजी डोकावत असे. ती मधूनमधून आईच्या भूमिकेत शिरत असे. लॉरी पूर्वी त्याला त्याच्याप्रमाणे बेदरकार वाटत असे. पण तिला तिच्या घरी सहजपणे वावरताना पाहून त्याला तिच्या व्यक्तिमत्त्वातील अनेक हळूवार बाजूंची माहिती झाली होती.

लॉरीचा बाप एक प्रतिष्ठित आणि धनाढ्य हृदयरोगतज्ज्ञ आणि सर्जन होता. अशा बापाजवळ राहायचं म्हणजे काही चेष्टा नाही, असं जॅकला वाटून गेलं. पार्टीच्या वेळी थोडा वेळ गप्पा मारल्यावर लॉरीचे आईवडील निघून गेले. त्यानंतर लॉरी त्याच्याशी अधिक मोकळेपणानं गप्पा मारू लागली. जॅक मात्र फारसा काही बोलेना. त्याला मनात साठवून ठेवलेल्या गोष्टी बोलून दाखवायची सवय नव्हती. तरीही हळूहळू तोसुद्धा बोलू लागला. आदल्या दिवशी टेरेसशी गप्पा मारल्यानंतर त्याला, अशा गप्पा मारण्यातही मजा असते याची कल्पना आली होती. आपल्या मनाविरुद्ध आपण अशा तऱ्हेने बोलतो आहोत, हे पाहून तो स्वत:च आश्चर्यचकित झाला. थोड्या वेळानं मात्र त्याचा मूळ स्वभाव उफाळून आला. त्यानं अत्यंत शिताफीने गप्पांचा रोख लॉरीकडेच वळवला. त्यातून त्याला तिच्याबद्दल कितीतरी

नवीन गोष्टी समजल्या.

लॉरी अद्याप कोणाही पुरुषात गुंतलेली नव्हती, ही गोष्ट फार चकित करणारी होती. लॉरी हुशार होती आणि भावनाप्रधान होती. तिच्यासारखी मुलगी अद्याप कोणामध्येही गुंतलेली नाही, हे खरोखरच आश्चर्यजनक होतं. आपली पूर्वी एका पोलीस गुप्तहेराशी मैत्री होती, पण पुढं त्यातून काहीही निष्पन्न झालं नाही, एवढंच ती म्हणाली.

जॅक पुन्हा एकदा एकाग्रतेनं वाचण्याचा प्रयत्न करू लागला. भूक लागेपर्यंत तो वाचत राहिला. भूक फारच अनावर झाली, तेव्हा तो जवळच्या एका स्टॉलवर जाऊन खाऊन आला. परत येताना त्याचं लक्ष बास्केटबॉल मैदानाकडे गेलं. काहीजण तिथे जमा झालेले होते. जॅकला देखील आता थोडा व्यायाम हवा असं वाटू लागलं. तो घाईघाईनं घरी परतला आणि कपडे बदलून मैदानावर हजर झाला.

त्या दुपारी जॅक कित्येक तास खेळत होता. पण कालच्याप्रमाणे त्याचा खेळ अचूक मात्र होत नव्हता. वॉरेननं त्याची मनसोक्त चेष्टा केली. तीन वाजता एक गेम हरल्यानंतर जॅक बाहेर आला. आता पुन्हा खेळायला मिळण्यासाठी दोन तास वाट बघावी लागली असती. थोडा वेळ वाट पाहून कंटाळल्यावर तो घरी परतला.

अंघोळ करून तो पुन्हा कोचावर पडून वाचू लागला. पण यावेळी सुद्धा वाचनात मन लागेना. टेरेसबद्दलचे विचार डोक्यात घोळू लागले. तिला फोन करावा असं वाटू लागलं. पण तिनं पुन्हा नकार दिला तर...

अखेर स्वत:शी बराच वाद घातल्यावर त्यानं तिला फोन करायचं ठरवलं. तिनं फोन कर म्हणून सांगितलं होतंच म्हणा. पण खरी गोष्ट अशी होती, की जॅकला तिच्याशी बोलावंसं वाटत होतं. जॅकनं थोड्याशा साशंकतेनंच टेरेसला फोन केला.

यावेळी टेरेस उत्साहात होती, ''काल रात्री आम्ही बरीच मजल मारली आहे. आता उद्या सकाळी आम्ही सगळ्यांच्या टोप्या उडवतो की नाही बघ!... 'हॉस्पिटलमधली स्वच्छता' ही आयडिया दिल्याबद्दल तुझे आभार..''

अखेर थोडा वेळ अशा स्वरूपाचं बोलणं झाल्यावर न राहवून जॅकनं तिला कॉफीसाठी भेटणार का म्हणून विचारलं. ही कल्पना मूळ तिचीच होती, याचीही आठवण करून दिली.

''मी अजिबात विसरलेली नाही.'' टेरेस क्षणाचाही विलंब न लावता म्हणाली, ''पण केव्हा?''

''आत्ता. लगेच. चालेल?''

थोड्या वेळानं दोघं मॅडिसन अॅव्हेन्यूमध्ये एका फ्रेंच पद्धतीच्या कॅफेमध्ये भेटले. ही जागा टेरेसच्या ऑफिसजवळ होती. जॅक तिथे आधी पोहोचला आणि त्यानं एक टेबल पकडून ठेवलं. थोड्या वेळानं टेरेस आली. तिला खिडकीजवळ

बसलेला जॅक दिसताच, तिनं बाहेरूनच हात हलवला. आत शिरताच ती धावत धावतच जॅकजवळ आली. त्याच्या गालावर हलकेच ओठ टेकवले. टेरेस आज फार जोशात दिसत होती.

तिनं वेटरला ऑर्डर दिली. तो निघून जाताच टेरेसनं पुढं झुकून जॅकचा हात हातात घेतला, "जॅक..कसा आहेस? मला वाटलं, की आज तू काळानिळा पडलेला असशील.. पण तब्बेत छान दिसतेय.."

"माझ्या अपेक्षेपेक्षा मला बरं वाटतंय." जॅक म्हणाला.

त्यानंतर टेरेस अत्यंत उत्साहानं तिच्या ऑफिसमधल्या, नाना प्रकारच्या विषयांवर एकटीच बोलत राहिली. जाहिरातीची एकूण कल्पना, ती कशी फुलवत नेली आणि त्यातून कशी एक उत्तम जाहिरात मोहीम तयार झाली आहे, वगैरे वगैरे..

जॅकनं तिला मनसोक्त बोलू दिलं. अखेर बोलून बोलून विषय संपला. मग ती कॉफीचे घुटके घेत बसली. जॅकचा दिवस कसा गेला म्हणून विचारलं.

"मला आपलं शुक्रवारचं संध्याकाळचं संभाषण पुन्हापुन्हा आठवत होतं. त्यामुळे मी अस्वस्थ झालो होतो."

"अस्वस्थ व्हायचं कारण काय?" टेरेसला आश्चर्य वाटलं.

"त्यावेळी आपण दोघंही मन मोकळं करून बोलत होतो. पण मी तेव्हा तुला सगळं मात्र खरं सांगितलं नाही..."

टेरेसनं जॅकच्या चेहऱ्याकडे नीट निरखून पाहिलं. त्याच्या चेहऱ्यावरची प्रामाणिकपणाची भावना तिला जाणवली.

"माझी बायको गेल्याचं मी तुला सांगितलं होतं.." जॅक म्हणाला, "पण ते संपूर्ण खरं नव्हतं. त्याचवेळी माझ्या दोन मुलींनाही मी मुकलो.. विमान अपघात होता.."

टेरेसनं आवंढा गिळला. जॅकच्या मनातली वेदना तिच्यापर्यंत पोहोचली होती. जॅकनं एवढं भीषण दु:ख सहन केलं असेल याची तिला कल्पना नव्हती.

"नेहमीच त्याबद्दल मी स्वत: दोषी आहे, असं मला वाटतं. मी जर त्यांना तसं सोडून आलो नसतो, तर त्यावेळी त्या विमानात बसल्या नसत्या..." जॅक म्हणाला.

"जॅक..! मी सुद्धा तुला सारं काही सांगितलं नव्हतं.. मी माझं मूल गमावलं, एवढंच तुला बोलले होते. पण त्याचबरोबर मी पुन्हा कधीच आई होऊ शकणार नाही, हेदेखील मला त्याचवेळी कळलं होतं... आणि त्याचवेळी माझा प्रियकर, माझा नवरा आधार देण्याऐवजी मला कायमची एकटी टाकून निघून गेला होता.."

काही मिनिटं दोघं एकही शब्द न बोलता बसून राहिले. दोघांचाही गळा रुद्ध झाला होता. अखेर जॅकनं शांततेचा भंग केला,

"मला वाटतं, आपण दोघंही एकाच प्रकारच्या आघातानं चिरडून गेलो

आहोत.'' त्यानं हसण्याचा प्रयत्न केला.

''होय.'' टेरेस म्हणाली.

त्यानंतर मात्र दोघांचं मन जणू पूर्णपणे मोकळं झालं होतं. दोघं त्यानंतर गंमतीजंमतीच्या विषयांवर गप्पा मारू लागले. टेरेसचं सगळं आयुष्य शहरी वातावरणात गेलं होतं. ती अनेक वर्षं न्यूयॉर्कमध्ये राहत होती. जॅकसुद्धा त्याच शहरात राहत असूनही त्याला न्यूयॉर्कमधल्या कितीतरी सुंदर जागा माहीत नव्हत्या, हे कळताच टेरेसला फार आश्चर्य वाटलं.

''मी तुला त्या साऱ्या ठिकाणी घेऊन जाईन.'' ती म्हणाली.

''मी त्या दिवसाची आतुरतेनं वाट पाहीन..''

■

२३

सोमवार, २५ मार्च १९९६
सकाळी ७ वाजून ३० मिनिटे

जॅक स्वत:वरच रागावला होता. शनिवारी नवीन सायकल खरेदी करायला वेळ असूनही त्यानं सायकल खरेदी केली नव्हती. त्यामुळे सोमवारी सकाळी भुयारी रेल्वेच्या गर्दीतून धक्के खात आणि नंतर पायपीट करत ऑफिसात जाणं भाग होतं. त्यापेक्षा जॉगिंग करत जाण्याचा मार्ग होता. पण मग कपडे घामानं भिजून चिंब झाले असते आणि नवीन कपड्यांसाठी खांद्यावर बॅगचं लोढणं अडकवावं लागलं असतं.

शवागाराच्या मुख्य दारापाशी त्या दिवशीही बरीच गर्दी होती. एवढ्या सकाळी इतके लोक तिथे असण्याचं काही कारण नव्हतं. काहीतरी खास घडलं असण्याची शक्यता होती. जॅक त्यांच्यामधून वाट काढत वरच्या मजल्यावर आला.

त्या आठवड्यात प्रेतांची 'वाटणी' करण्यासाठी लॉरीच्या जागी जॉर्ज फॉन्टवर्थ आला होता. आडवा बांधा असणाऱ्या या डॉक्टरबद्दल जॅकचं मत चांगलं नव्हतं. तो बराचसा पोशाखी होता आणि काम उरकून टाकायची त्याला सवय होती. जॉर्जकडे दुर्लक्ष करत जॅक व्हिनीजवळ आला. नेहमीप्रमाणे व्हिनी पेपरमध्ये तोंड खुपसून बसला होता. त्यानं अनिच्छेनंच पेपर बाजूला करून

जॅककडे नजर टाकली.

"व्हिनी.. बाहेर ही एवढी गर्दी कशाची?"

"तिकडे मॅनहटन जनरल हॉस्पिटलकडे एक छोटासा उत्पात झालेला आहे." व्हिनीच्या ऐवजी जॉर्ज म्हणाला.

व्हिनीनं आनंदानं डोकं परत पेपरात खुपसलं.

"उत्पात!... म्हणजे?"

जॉर्जनं टेबलावरच्या एका फाईलच्या थप्पीवर थोपटलं, "मेनिंगोकोकस. मेनिंगोकोकसनं मृत्यू. आत्ताच आठ इथे आलेले आहेत. अजूनही काहीजण येण्याची शक्यता आहे. बहुधा साथीची सुरुवात असावी."

जॅक वेगानं टेबलाकडे धावला. एकदोन फाईली उचलून त्या चाळू लागला. एका फाईलमध्ये त्याला कुणा रॉबर्ट कुरुसोची माहिती दिसली. हा माणूस मॅनहटन जनरल हॉस्पिटलमध्ये अस्थिरोग विभागात परिचारकाचं काम करत होता.

जॅकनं सगळ्या फायली तशाच टाकल्या आणि तो अक्षरश: धावत धावत पी. एं. च्या ऑफिसकडे निघाला. त्याला जबरदस्त धक्का बसला होता. ऑफिसमध्ये जॅनिस आहे, हे पाहून त्याला बरं वाटलं. नेहमीप्रमाणे कामाची वेळ संपून गेली असूनही ती अद्याप तिथेच होती.

जॅकला पाहून तिनं हातातलं पेन खाली ठेवलं. रात्रभर काम केल्यानं तिचे डोळे लाल झाले होते. चेहरा अतिश्रमांमुळे ओढलेला दिसत होता.

"मला बहुधा आता दुसरी नोकरी शोधावी लागणार.. तरी बरं, उद्या मला सुट्टी आहे." ती पाठीमागे रेलत म्हणाली.

"काय झालं?" जॅकनं विचारलं.

"माझी ड्यूटी सुरू व्हायच्या आधीच गडबडीला सुरुवात झाली." जॅनिस म्हणाली, "काल संध्याकाळी साडेसहाला पहिली केस दाखल झाली. हा माणूस सहा वाजता मेला होता..."

"पेशंट अस्थिरोग विभागातला होता ना?"

"तुला कसं माहीत?"

"मी मघाशी एका फाईलमध्ये वाचलं, की एक परिचारकही मृत्यू पावला आहे. तो अस्थिरोग विभागातला होता..."

"रात्री अकरानंतर मात्र केसेसची रीघच लागली.. मी आत्ता पंधरावीस मिनिटांपूर्वी परत आले... जॅक, आजवरच्या साथींपैकी ही सर्वात भयंकर आहे.. जॅक एक तर नऊ वर्षांची छोकरी होती.. बिचारी!"

"तिचा पहिल्या केसशी काही संबंध होता का?"

"हो. ती त्याची पुतणी होती.. पण जॅक ती त्याच्याकडे काल दुपारी बारा

वाजण्याच्या सुमारास गेली होती... संसर्ग आणि मृत्यूच्या दरम्यानचा कालावधी फार छोटा आहे...''

''मेनिंगोकोकस हे फार खतरनाक असतात... कधीकधी ते एवढे आक्रमक ठरतात, की अवघ्या काही तासात रोग्याचा फडशा पाडतात.''

''हॉस्पिटलमध्ये सगळेजण धास्तावलेले आहेत.''

''होय. ते साहजिकच आहे म्हणा.'' जॅक म्हणाला, ''पहिल्या केसचं नाव काय?''

''कार्लो पाचिनी. पण या नावापेक्षा जास्त मला काही माहीत नाही. माझी ड्युटी सुरू होण्याआधीच तो दाखल झाला होता. त्याची केस स्टीव्ह मॅरिओटकडे होती.''

''माझं एक काम करशील का?''

''ते काम काय स्वरूपाचं आहे, यावर अवलंबून आहे.'' जॅनिस म्हणाली, ''मी प्रचंड थकलेली आहे.''

''काम एवढंच आहे, की बर्ट अर्नोल्डला सांगायचं आणि तुम्हा पीएंकडून काही माहिती गोळा करून घ्यायची. म्हणजे असं, की आत्तापर्यंतच्या सर्व रोगांच्या बाबतीत पहिली केस कोणती होती ते पाहायचं आणि अशा केसबद्दलची सर्व माहिती एकत्र करायची... म्हणजे प्लेगच्या बाबतीत नोडलमन, टुलरेमियाच्या बाबतीत हार्ड, लागेनथोर्प - रॉकी माउंटन स्पॉटेड फिव्हर आणि आत्ता या नवीन मेनिंगोकोकसच्या बाबतीत हा कार्लो पाचिनी.'' जॅक उठला आणि जॅनिसकडे पाहत म्हणाला, ''जॅनिस, हे काम करणं अवघड नाही ना?''

''अजिबात नाही.'' जॅनिस म्हणाली, ''हॉस्पिटलला या सर्व बाबतीत माहिती पुरवावीच लागेल.''

जॅकनं जॅनिसच्या खांद्यावर हळुवार थोपटलं, ''जॅनिस घरी जाता जाता तू एखाद्या दवाखान्यात जा.. आधीच काही दक्षता घेतलेली बरी.''

जॅनिसचे डोळे विस्फारले, ''खरोखरच, त्याची आवश्यकता आहे?''

''मला तरी तसं वाटतंय.. हवं तर तू संसर्गजन्य रोगाच्या पंडितांना विचार.. एक लससुद्धा उपलब्ध आहे. पण तिचा प्रभाव सुरू व्हायला काही दिवस लागतात.''

जॅक तिथून परत जॉर्जकडे आला आणि पाचिनीची फाईल शोधू लागला.

''पाचिनीची फाईल लॉरी आधीच घेऊन गेली आहे.'' जॉर्ज म्हणाला, ''तिला मी ही केस देऊन टाकली.''

''लॉरी कुठं आहे?''

''तिच्या खोलीत.'' पेपरच्या मागून व्हिनीनं उत्तर दिलं.

लॉरी तिच्या खोलीत फाईल वाचत होती. प्रत्यक्ष कामाला हात लावायच्या आधी ती सर्व फाईल काळजीपूर्वक वाचत असे.

"हे सारं कमालीचं भीषण आहे.." जॅकला पाहून लॉरी म्हणाली.

"होय.." जॅकनं बाजूची खुर्ची टेबलाजवळ ओढली, "हा सारा प्रकार खरोखरच भीषण आहे. त्यातून एखादी महाभयंकर साथ सुरू होण्याची शक्यता आहे.. या केसमध्ये काय काय आढळलंय तुला?"

"विशेष असं काही नाही." लॉरी काही पानं उलटत म्हणाली, "या पाचिनीला शनिवारी संध्याकाळी हाड मोडलं म्हणून हॉस्पिटलमध्ये दाखल करून घेण्यात आलं होतं... त्याला बरेच वर्षं त्रास होत असावा. हाडं ठिसूळ झाल्यानं त्याची हाडं सतत मोडत असत."

"हे सारं माझ्या अंदाजात चपखल बसतं." जॅक म्हणाला.

"कसला अंदाज?"

"या प्रत्येक रोगानं मेलेली पहिली व्यक्ती, कसल्या ना कसल्या जुनाट रोगानं दीर्घकाळ आजारी असायची."

"हॉस्पिटलमध्ये येणारे कितीतरी जण जुनाट रोगानं आजारी असतात.. खरं तर, म्हणूनच तर ते हॉस्पिटलमध्ये येत असतात. त्याचा या प्रकाराशी काय संबंध?"

चेट, लॉरीच्या खोलीच्या दारापाशी उभा होता. "त्याच्या तिरपागड्या मेंदूतून काय नवीन बाहेर पडेल ते सांगता येत नाही! जॅकचं डोकं कुठं चाललंय ते मी सांगतो. त्याला वाटतं, की या सगळ्यामागे अमेरीकेअरचा काहीतरी कट आहे."

"कट?... कसला कट?"

"त्याला वाटतंय, की हॉस्पिटलमध्ये असले घातक रोग मुद्दाम पसरवले जात आहेत.." चेटनं जॅकची कल्पना थोडक्यात तिला समजावून दिली, "जॅकला वाटतं, की अमेरीकेअर पैसा वाचवायला हे जाणूनबुजून घडवत असावी किंवा कोणीतरी दहशतवादी हे कृत्य करत असावा."

लॉरीनं जॅककडे पाहिलं. त्यानं खांदे उडवले, "या सगळ्या प्रकारात काहीतरी चमत्कारिक आहे की नाही?..."

"असेलही! पण तुझी ही कटाची कल्पना मात्र फार ताणलेली आहे." लॉरी म्हणाली, "ही कल्पना तू हॉस्पिटलमध्ये बोलून दाखवली नसशील, असं मानायला हरकत नाही ना?"

"होय. मी ती कल्पना तिथल्यातिथे बोलून दाखवली. इतकंच नाही, तर तिथल्या प्रयोगशाळेतल्या प्रमुखालाच मी, तू यात सामील असावास असं सरळ सांगूनही टाकलं..."

"ओह् ब्रदर!" लॉरी हसली, "जॅक, उगाच नाही तुला ते लोक तिथून फेकून देतात ते!.. शिवाय तूच म्हणतोस त्या सर्व रोगांच्या काही केसेस न्यूयॉर्कमध्ये

अनेकदा आढळतात. मग आणखी काय म्हणणं आहे तुझं?''

''हे सगळं जरा वेगळ्या नजरेतून पाहा. हे रोग आढळतात हे खरं. पण इथे प्रत्येक वेळी रोगानं बळी कमालीच्या वेगानं घेतलेला आहे. यात मला काहीतरी चमत्कारिक वाटतंय. तू देखील शनिवारी त्याबद्दल विचारत होतीस.''

''जॅक, पण या महिन्यात मेनिंगोकोकसचा संसर्ग होणं, हे अगदी नैसर्गिक आहे.'' लॉरी म्हणाली.

''लॉरी म्हणते ते बरोबरच आहे.'' चेट म्हणाला, ''जॅक, पण मला निराळ्याच गोष्टीची चिंता वाटतेय.. तू स्वतःवर काहीतरी संकट ओढवून घेणार आहेस.. बहुधा काही दिवसात तू बेकार होणार आहेस.. जॅक, जरा थंड डोक्यानं विचार कर. निदान आपण हॉस्पिटलमध्ये परत पाऊल टाकणार नाही, एवढं आश्वासन तरी मला दे.''

''तसं मला सांगता येणार नाही.'' जॅक म्हणाला, ''हे बघ. पूर्वीचे रोग जैविक वाहकांच्या माध्यमातून पसरणारे होते. पण यावेळी परिस्थिती फार निराळी आहे. मेनिंगोकोकस हवेतून पसरतात.. होय की नाही?''

''ते काहीही असो.'' लॉरी म्हणाली, ''तुला त्या गुंडांनी धमकी दिली होती, ते विसरलास की काय?''

''धमकी?.. कसली धमकी?'' चेटनं विचारलं, ''हे काय आणखी?''

''कुठल्यातरी टोळीमधल्या काही छानशा गुंडांनी जॅकच्या घरी भेट दिली...'' लॉरी म्हणाली.

''मला कोणी नीट काही सांगेल का?'' चेट म्हणाला.

लॉरीनं त्याला जॅकच्या घरी घडलेल्या प्रसंगाची तिला असलेली सगळी माहिती सांगितली.

''आणि एवढं सारं होऊनही तू पुन्हा हॉस्पिटलमध्ये जाणार आहेस?'' चेट म्हणाला.

''मी अत्यंत काळजीपूर्वक जाईन... पण मी तिथं जायचं, असं अजून तरी ठरवलेलं नाही.''

चेटनं हताशपणानं डोळे फिरवले. ''यापेक्षा तू एक साधासुधा, उपनगरात प्रॅक्टिस करणारा डोळ्यांचा डॉक्टर राहिला असतास, तर ते फार बरं झालं असतं!''

''डोळ्यांचा डॉक्टर म्हणजे काय?'' लॉरीनं विचारलं.

जॅक उठून उभा राहिला. ''हे आता पुरं झालं... चला, आपल्याला अजून बरंच काम करायचं आहे.''

जॅक, लॉरी आणि चेट तिघांनाही शवचिकित्सा पूर्ण करून बाहेर पडायला दुपारचा एक वाजला. जॉर्ज नको म्हणाला तरी चेट, लॉरी आणि जॅकनं मेनिंगोकोकसनं

मेलेल्या माणसांचं विच्छेदन पूर्ण केलंच. कार्लो पाचिनी हा पहिला बळी, नंतर अस्थिरोग विभागातला एक डॉक्टर, दोन नर्सेस, एक परिचारक, रुग्णाला भेटलेले दोन लोक. भेटायला आलेल्यांपैकी एकजण नऊ वर्षांची लहान मुलगी होती. या सगळ्यांमध्ये एकजण जॅकच्या दृष्टीनं महत्त्वाची होती. ती म्हणजे पुरवठा विभागात काम करणारी एक स्त्री.

सर्वजण कपडे बदलून कॅन्टीनमध्ये आले. आपापलं खाणं घेऊन बसल्यावर मगच ते बोलू लागले. सर्वांना कामाचा थकवा जाणवत होता, त्यामुळे सुरुवातीला कोणालाही काही बोलावं असं वाटत नव्हतं.

"मी यापूर्वी मेनिंगोकोकस रोगाची एकही केस पाहिलेली नव्हती. मला एका गोष्टीचं फार आश्चर्य वाटतंय, की या सर्व केसमध्ये मेंदूज्वराची काहीच लक्षणं दिसत नव्हती. त्या लहान मुलीच्या बाबतीतही तीच परिस्थिती होती. मला हे अनपेक्षित वाटतं."

"त्यापेक्षा जास्त आश्चर्याची गोष्ट निराळीच आहे. सर्वांच्या बाबतीत फुफ्फुसांचा दाह स्पष्ट दिसतो आहे. संसर्ग हवेतूनच झालेला आहे, हे तर नक्की आहे. पण मग श्वासनलिकेच्या वरच्या भागात दाह का दिसत नाही?... फुफ्फुसांचा दाह दिसायचं काहीच कारण नाही."

"एकदा का जंतू रक्तप्रवाहात शिरले, की फुफ्फुसात पोहोचायला काय वेळ लागणार?... म्हणजे रक्तप्रवाहात जंतूंची पातळी खूप असणार.." चेट म्हणाला.

"आज नवीन काही केसेस आल्या का?" जॅकनं विचारलं. लॉरी आणि चेटनं एकमेकांकडे सहेतुक नजर टाकली आणि नकारार्थी माना हलवल्या.

जॅक फोनजवळ गेला. त्यानं क्षणभर चेट आणि लॉरीकडे नजर टाकली आणि फोन लावला. कोणाशी तरी बोलून तो टेबलाजवळ परतला.

"एकही नवीन केस नाही, हे विस्मयकारक नाही का?"

"माझ्या मते ही बातमी चांगली आहे." लॉरी म्हणाली.

"मी या मताला दुजोरा देतो." चेट म्हणाला.

"मॅनहटन जनरल हॉस्पिटलमध्ये काम करणाऱ्यांपैकी कोणी डॉक्टर ओळखीचा आहे का?" जॅकनं विचारलं.

"माझी एक वर्गमैत्रिण तिथे काम करते." लॉरी.

"तिला फोन करून विचारशील का?.. हॉस्पिटलमध्ये मेनिंगोकोकसच्या आणखी काही केसेस नाहीत ना, हे मला नक्की कळून घ्यायचंय.."

लॉरीनं खांदे उडवले. "ठीक आहे." आणि ती फोन करायला गेली.

"जॅक, मला तुझ्या डोळ्यामधली ही चमक फार भयंकर वाटते आहे."

"माझा नाईलाज आहे." जॅक म्हणाला, "आपणाला कल्पना करता येणार

नाही, एवढ्या भयंकर अवस्थेतल्या मेनिंगोकोकस बळींचं विच्छेदन आत्ताच पूर्ण केलंय... एकदम एवढे बळी आणि नंतर काही नाही! हा काय प्रकार आहे?''

''पण हे असं अनेक रोगांच्या बाबतीत घडू शकतं. कधी जास्त, तर कधी कमी केसेस, असं घडणं काही अनैसर्गिक नाही..'' चेट म्हणाला.

''पण एवढ्या लवकर असा फरक पडत नाही.. पण एक मिनिट जरा थांबा.. मला काहीतरी निराळंच सुचतंय.. या हॉस्पिटलमधल्या रोगांमध्ये प्रत्येक वेळी पहिला बळी कोण होता, ते आपल्याला कळलंय. पण शेवटचा रोगी कोण होता?''

''कोणास ठाऊक!'' चेट म्हणाला, ''पण ते शोधणं अवघड नाही. सगळ्या फायली तर आपल्याकडेच आहेत.''

लॉरी परतली. ''मेनिंगोकोकसच्या आणखी नवीन केसेस नाहीत, हे नक्की. पण हॉस्पिटलमध्ये अद्याप संकट संपलेलं नाही.''

जॅक आणि चेटनं फक्त माना डोलावल्या. ते फाईलींच्या ढिगाऱ्यातून नेमक्या फाईली काढून माहिती जमा करत होते. समोरच्या टेबलवर पडलेल्या कागदी हातरुमालांवर टिपणं काढण्यात ते व्यग्र झालेले पाहून लॉरी वैतागली, ''मी काय सांगतेय त्याच्याकडे लक्ष आहे का?.. हे काय करत आहात तुम्ही?''

''आम्ही शेवटी कोण मेलं ते पाहतोय.'' जॅक.

''त्याचा काय उपयोग?''

''कोण जाणे..! पाहू..''

''हं, सापडली ती केस!'' चेट म्हणाला, ''इमोजिन फिलबर्टसन.''

''आता मात्र कमाल झाली.'' जॅक म्हणाला.

''आता काय आणखी?''

''ही बाई पुरवठा विभागात काम करत होती.'' जॅक म्हणाला.

''हे महत्त्वाचं आहे का?'' लॉरी म्हणाली.

''प्रत्येक वेळी पुरवठा विभागातला कोणीतरी एकजण बळी पडलेला आहे.'' जॅक म्हणाला, ''शिवाय मुद्दाम साथ पसरवण्याच्या माझ्या सिद्धांताला त्यामुळे बळकटी मिळत आहे. आता हॉस्पिटलमध्ये नवीन लागण झाली नाही, ही बातमी चांगलीच आहे. पण साथ पसरवू पाहणाऱ्या त्या काल्पनिक दहशतवाद्यांची मात्र साफ निराशा होणार..''

लॉरी आणि चेटनं, आता मात्र हद्द झाली, अशा तऱ्हेनं डोळे फिरवले.

जॅक त्यांना समजावू लागला, ''हे पाहा. क्षणभर माझा सिद्धांत खरा आहे असं समजा. कोणातरी माथेफिरूला साथ पसरवायची आहे. सुरुवातीला तो एक काहीसा विचित्र आणि सर्वात भयानक रोगजंतू घेतो. नंतर तो तसेच आणखी काही घातक रोगजंतू निवडतो. पण हे सगळे पेशंटकडून साथ पसरवण्याच्या कामी उपयोगी

नाहीत. कदाचित हे त्याला आधी माहीत नसावं. परंतु नंतर मात्र तो चूक सुधारतो. आता त्यानं हवेतून पसरणारे मेनिंगोकोकस निवडलेले आहेत. पण तरीही त्याचा फारसा फायदा नाहीच. हे रोगजंतू स्वतः प्रतिकारक्षम असणाऱ्या जैविक वाहकांकडूनच पसरतात. कदाचित, हे त्याला माहीत नाही... आता मात्र त्याला खरोखरच, पेशंटकडून हवेच्या माध्यमातून पसरणारा साथीचा रोगजंतू निवडणं भाग आहे..''

''आणि आता हा आपला दहशतवादी माथेफिरू कोणता रोगजंतू निवडेल बरं..?'' चेट उपहासात्मक स्वरात म्हणाला.

''असं पाहा.. जॅक विचार करत म्हणाता, ''त्याच्या जागी मी असेन, तर मी घटसर्प निवडेन. किंवा औषधांना दाद न देणारा परटुसिस (pertusis)... त्यापेक्षा इन्फ्ल्युएंझा ठीक होईल.. प्रभावी औषधांना न जुमानणारा इन्फ्ल्युएंझा!''

''वा! काय कल्पना आहे!''

''मला आता जायला हवं.'' लॉरी उठून उभी राहिली. ''हे सारं बोलणं फार काल्पनिक आहे.''

चेट देखील उठून उभा राहिला.

'' एऽऽ.. तुम्ही लोकांनी काही मत सांगितलं नाहीत?'' जॅक.

''हा सगळा निव्वळ रिकामपणाचा खुळचट चाळा आहे! तू एवढा त्या विषयात गुरफटत चालला आहेस, की सारखा विचार करून करून तुला ते सारं खरं आहे, असा भास होऊ लागला आहे. जॅक.. एखाद्या रोगाच्या बाबतीत तू म्हणतोस तशी शक्यता आहे. पण इथे चारचार घातक रोगजंतू आहेत. असले जंतू काही तुमच्या आजुबाजूच्या सुपरमार्केटमध्ये मिळत नाहीत!... नंतर भेटू.''

चेट आणि लॉरी निघून गेले. त्यानंतर जॅक थोडा वेळ तिथेच बसून राहिला. मग तो पाचव्या मजल्यावरच्या आपल्या खोलीत आला. चेट वाचण्यात एवढा मग्न झाला होता, की त्यानं मान वर करून पाहिलंदेखील नाही. जॅकनं मग टेबलावरच्या फाईलींमधून माहितीची टिपणं काढायला सुरुवात केली. हॉस्पिटलच्या पुरवठा विभागानं, प्रत्येक रोगानं एक, अशी चार माणसं गमावली होती. त्याच्या लक्षात आलं, की प्रत्येक वेळी रोगाचा शेवटचा बळी हा पुरवठा विभागातलीच व्यक्ती असायची.'' परंतु या गोष्टीचा नेमका अर्थ काय ते त्याच्या लक्षात येईना.

''मला परत एकदा हॉस्पिटलमध्ये गेलंच पाहिजे.'' जॅक एकदम उठून उभा राहिला.

''तुला काय पाहिजे ते कर...!'' चेट डोकं तसंच खाली ठेवून म्हणाला, ''मी काहीही म्हणालो तरी त्यानं काय फरक पडणार आहे?''

''चेट, तू हे वैयक्तिक समजू नकोस.'' खुर्चीच्या पाठीवर टाकलेलं जाकीट अंगात चढवत जॅक म्हणाला, ''तुझी काळजी मला समजते. पण तरीही मला

गेलंच पाहिजे.''

''बिंगहॅम आणि त्या गॅंगस्टर्सबद्दल लॉरी सांगत होती.. त्यांच्या सूचनेचं काय?'' चेट म्हणाला, ''तू फार मोठा धोका पत्करतो आहेस.''

''यालाच आयुष्य म्हणतात..'' जॅक म्हणाला.

जॅकनं चेटच्या खांद्यावर हलकेच थापटी मारली.

जॅक दारातून बाहेर पडत असतानाच फोन वाजला. जॅकनं, चेटला उठू नको म्हणून खूण केली आणि फोन उचलला.

''तूच फोन घेतलास हे फार बरं झालं.. मला वाटलं, की तू भेटतोस की नाही..'' टेरेस म्हणाली, ''निदान ताबडतोब भेटतोस की नाही याबद्दल शंका वाटत होती.''

''का? काय झालं?'' जॅकच्या हृदयाची धडधड वाढली.

''ते मला फोनवर सांगता येणार नाही.''

''पण मी इथे एका तातडीच्या कामासाठी बाहेर निघालोय.''

''मी सांगते ते फार महत्त्वाचं आहे.. प्लीज'' टेरेस विनवू लागली.

''ठीक आहे.'' जॅकला तिनं शुक्रवारी केलेली मदत आठवली. ''मी बाहेरच पडतोय लगेच. वाटेत भेटता येईल. कुठं सोईचं होईल?''

''आपण रविवारी भेटलो होतो, तो कॅफे ठीक होईल?''

''चालेल. मी तिथं येतोच लगेच.''

''ये. मी वाट पाहते.'' टेरेसनं फोन ठेवला. जॅकनंही फोन ठेवून चेटकडे नजर टाकली, ''चेट, तू आत्ताचं बोलणं ऐकलंस ना?''

''होय... न ऐकणं अशक्यच होतं.'' चेट म्हणाला, ''काय झालं असावं?''

''कोणास ठाऊक..!'' जॅक म्हणाला.

जॅक खरोखरच म्हटल्याप्रमाणे ताबडतोब बाहेर पडला. टॅक्सी पकडून नेमक्या वेळेत कॅफेवर पोहोचला. कॅफेमध्ये भरपूर गर्दी होती. टेरेस एका कोपऱ्यातल्या टेबलापाशी बसली होती. तिनं ओठ घट्ट मिटून घेतले होते. तिच्या चेहऱ्यावर राग दिसत होता.

''मी जे सांगेन त्यावर तुझा विश्वासच बसणार नाही.'' ती कुजबुजत म्हणाली.

''काय झालं?... तुझा आराखडा तुमच्या बॉस लोकांना आवडला नाही का?'' जॅकनं विचारलं. त्याला पटकन हे एवढंच आठवलं.

''नाही. त्यांना आराखडा दाखवण्याचा कार्यक्रमच मी रद्द करून टाकला.''

''का?''

''मी माझ्या एका ओळखीच्या बाईच्या कानावर माझी जाहिरात कशी असेल, ते घालावं, म्हणून तिची भेट घेतली. ती नॅशनल हेल्थमध्ये उपाध्यक्ष आहे... पण

तिच्याकडून कळलेली बातमी धक्कादायक होती. 'हॉस्पिटल संसर्ग' हा विषय वापरून जाहिरात बनवण्याची माझी कल्पना अगोदरच फुटली होती.. त्यांचा या कल्पनेला सक्त विरोध आहे... हे सारं आमच्याच कंपनीतल्या लोकांना आधीच कळलं होतं म्हणे.. हेलेन रॉबिनसन आणि तिचा बॉस रॉबर्ट बार्कर दोघांनाही ही बातमी आधीच ठाऊक होती."

"मला वाटत होतं, की तुमच्या क्षेत्रामधले तुम्ही प्रतिभावंत आणि कंपनी व्यवहारात मुरलेले लोक, एकदिलानं काम करता.. पण हे असं उलट कसं काय घडलं?"

"उलट!" टेरेस जवळजवळ ओरडली. तिचा आवाज एवढा मोठा होता, की आजूबाजूच्या चारपाच टेबलांवरचे लोक पाहू लागले. टेरेसनं क्षणभर डोळे मिटून घेतले. स्वत:ला सावरलं. "मी जर ठरवलं, तर एखाद्या खलाशाला शरम वाटेल अशा शिव्या देईन!.. हे सारं त्या दोघांनी मुद्दाम माझी फजिती व्हावी, म्हणून घडवून आणलं आहे."

"तुझी मन:स्थिती बिघडणं साहजिकच आहे." जॅक म्हणाला.

"माझी अध्यक्षपद मिळवण्याची आकांक्षा आता संपून गेल्यात जमा आहे.. मी येत्या एक-दोन दिवसात पर्यायी जाहिरात बनवली नाही, तर..."

"एक-दोन दिवसात?" जॅक म्हणाला, "पण तू मला जे दाखवलं होतंस त्यावरून मी अंदाज बांधू शकतो, की हे एवढ्या झटपट उरकणं अशक्य आहे."

"अगदी बरोबर.. म्हणूनच तर मला तुझी मदत हवी आहे. तू मला आणखी एखादा धागा सुचवू शकशील असं वाटलं. तू या आधी एक कल्पना सुचवली होतीस."

जॅक विचार करू लागला. त्याला वैद्यकीय क्षेत्रातल्या जाहिरातींचा तिटकारा होता आणि आता तोच जाहिरातीसाठी स्वत:ची बुद्धी वापरणार होता. हा विरोधाभास असूनही तो टेरेसला मदत करू इच्छित होता. टेरेसनं त्याला मदत केलेली होती, हे त्याला विसरता येत नव्हतं.

"आत्ता याक्षणी माझ्या मनात फक्त एकच कल्पना येते आहे.. प्रतीक्षा."

"प्रतीक्षा?.. म्हणजे काय म्हणायचंय तुला."

"प्रत्येकालाच डॉक्टरला भेटण्यासाठी थांबावं लागतं. प्रतीक्षेचा हा काळ सर्वांनाच फार त्रासदायक वाटतो, पण त्यावर काही इलाजच नसतो.."

"वा!" टेरेस उत्साहित होत म्हणाली, "मला तर जाहिरातीखाली लिहिलेली ओळही स्वच्छ दिसू लागली आहे - 'नॅशनल हेल्थ तुम्हाला ताटकळत ठेवणार नाही!..' किंवा आणखी एक पाहा.. 'आम्ही तुमची वाट पाहू - तुम्हाला वाट पाहायला लावणार नाही.' ओ गॉड! ग्रेट! जॅक, तू जिनियस आहेस.. आमच्याकडे

नोकरी करणार का?'' टेरेस म्हणाली.

''मी आहे त्या नोकरीतच संकटात सापडलोय आणि तू मस्करी करते आहेस..?''

''काय झालं?'' टेरेस म्हणाली, ''तू मघाशी तातडीचं काम म्हणालास, ते कोणतं?''

''मॅनहटन जनरल हॉस्पिटलमध्ये पुन्हा समस्या निर्माण झालीय.. यावेळी मेनिंगोकोकस आहे. हा भयंकर घातक जीवाणू आहे.''

''किती केसेस झाल्या?''

''एक मुलगी धरून एकूण आठ.. पण प्रत्यक्ष साथ पुढे पसरली मात्र नाही. आठ बळी आणि साथ खतम... त्यामुळे हॉस्पिटलमध्ये अभूतपूर्व पेचप्रसंग उद्‌भवला आहे म्हणे. मी स्वत: खात्री करून घ्यायला तिकडेच निघालो होतो.''

''नाही.. तू तिकडे जायचं नाहीस. शुक्रवारची रात्र विसरलास एवढ्यात?''

''नाही, विसरलो नाही.. पण माझी सदसद्‌विवेकबुद्धी मला गप्प बसू देणार नाही.. मी यावेळी अत्यंत काळजीपूर्वक हालचाली करणार आहे.'' जॅक म्हणाला, ''मी तिकडे जाणार म्हणजे जाणार.''

''जा!'' टेरेस म्हणाली, ''मी म्हणाले होते, तसलाच तू स्वत:ला वीर समजणारा हास्यास्पद माणूस आहेस झालं.'' एवढं बोलल्यावर मात्र ती सौम्यपणे म्हणाली, ''जाणार असलास तर जा. पण मदत लागली तर मला कळव.''

''ठीक आहे. मी फोन करीन.''

जॅकनं वेटरसाठी टीप ठेवली आणि तो टेरेसच्या पाठोपाठ कॅफेच्या बाहेर पडला.

टेरेसशी बोलणं झाल्यावर तो गोंधळून गेला होता. एक क्षणभर ती त्याला आवडू लागली होती, तर क्षणभरात तिला तो दूर ठेवू इच्छित होता..

■

२४

सोमवार, २५ मार्च १९९६
दुपारी २ वाजून ३० मिनिटे

टेरेसशी बोलून झाल्यावर जॅक भराभरा मॅनहटन जनरल हॉस्पिटलच्या दिशेनं चालू लागला. त्याला मोकळी हवा लागताच बरं वाटलं. टेरेस आणि त्याच्या सहकाऱ्यांनी सावधगिरीचा सल्ला देऊनही तो हॉस्पिटलमध्ये जाणार होता. तो विचार करू लागला... ब्लॅक किंग्ज् टोळीनं दिलेला इशाराही तो धुडकावून लावत होता, पण त्यात खरोखरच फार धोका होता. धोका कमी करण्याचा एक मार्ग होता. हॉस्पिटलमध्ये तो गेल्यानं ज्या कोणाला त्यानं दुखावलं होतं, त्या माणसाला टाळायचं. कोण दुखावलं गेलं होतं?... केली, झिमरमान किंवा शिवेयू.. कदाचित अॅबेलॉर्ड...

जॅक हॉस्पिटलच्या दारापाशी येताच त्याला तिथली एकूण परिस्थिती नॉर्मल नाही, हे तात्काळ जाणवलं. दारापाशी पोलिसांनी अडथळे उभे केले होते. दरवाज्यापाशी दोन पोलीस उभे होते. जॅक आत शिरू लागताच, त्यांनी जॅकला थांबवलं.

"लोकांना आत जाऊ देऊ नये, अशी आम्हाला ऑर्डर आहे.."

एक ऑफिसर म्हणाला, "आत कसला तरी भयंकर रोग

आलेला आहे.. आता परिस्थिती आटोक्यात आलेली आहे म्हणे.. तुम्हाला आत जायचं आहे?''

''होय.''

''नक्की आत जायचं आहे?''

''नक्की.'' जॅक म्हणाला.

पोलीस अधिकाऱ्यानं खांदे उडवले, आणि त्याला आत जाऊ दिलं. जॅक आत शिरला, तोच त्याला हॉस्पिटलच्या सुरक्षा अधिकाऱ्यानं थांबवले.

त्यानं तोंडावर सर्जिकल मास्क बांधलेला होता.

''सॉरी. आज कोणालाही भेटायची परवानगी नाही.''

जॅकनं त्याचा बॅज दाखवला. ते पाहून तो अधिकारी मागे सरकला. ''सॉरी, डॉक्टर.''

बाहेर शांतता असली, तरी हॉस्पिटलच्या आत गडबड, गोंधळ चालू होता. सर्व माणसांच्या तोंडावर फडकी बांधलेली होती. खरं तर मेनिंगोकोकसचा उपद्रव आता शमला होता. तोंडावर फडकी लावायची गरज नव्हती. पण एखादी पट्टी मिळाल्यास त्याचा तोंड लपवायला उपयोग होणार होता. त्यानं सुरक्षा कर्मचाऱ्यांकडून एक पट्टी मागून घेतली. मग तो जवळच्या डॉक्टरांच्या खोलीत शिरला. जाकीट काढून टाकलं आणि तिथला एक पांढरा एप्रन चढवून तो बाहेर पडला.

लिफ्टमधून तो तिसऱ्या मजल्यावर पुरवठा विभागात आला. त्याला ग्लॅडिस झारेल्लीची भेट घ्यायची होती. ग्लॅडिस तिच्या खोलीत होती. कोणाशी तरी फोनवरून आणखी माणसांची भरती करण्याबद्दल चर्चा करत होती.

फोन खाली ठेवून ती जॅककडे वळली, ''तुम्हाला ताटकळत ठेवलं, त्याबद्दल क्षमा करा.''

जॅकनं आपण कोण ते सांगितलं. पण तोंडावर पट्टी असूनही आपण त्याला ओळखलं असल्याचं तिनं सांगताच, जॅक जरा वरमला.

''तुमच्या विभागातले चार लोक गमावणं ही काय गोष्ट आहे, याची मला कल्पना आहे.'' जॅक म्हणाला, ''मी तुम्हाला काही प्रश्न विचारायला आलोय. चालेल का?''

''चालेल की. पण मी नवीन काय सांगणार?.. मी अनेकांना तेच तेच सांगून कंटाळून गेले आहे.''

''म्हणजे काय?.. माझ्याआधी आणखी कोणी आलं होतं?'' जॅक आपल्या स्वरातली निराशा लपवू शकला नाही.

''होय. डॉ. झिमरमान आणखी कोणाला तरी घेऊन आल्या होत्या. लहानखुऱ्या चणीचा तो माणूस सारखा कॉलर नीट करत होता.''

"डॉ. क्लिंट ॲबेलार्ड असणार."

"तसलंच काहीतरी नाव सांगितलं होतं वाटतं..." ग्लॅडिस म्हणाली, "लक्षात ठेवणंही शक्य नाही. पूर्वी या विभागात कोणी फिरकतही नसे. आता तर नुसती रेल्वे स्टेशनची कळा आलीय!.. त्यातला एक डॉक्टर जरा विचित्र आहे.. तो अलीकडे खूप वेळा येऊन गेलेला आहे."

"हा डॉक्टर म्हणजे डॉ. शिवेयू तर नव्हे."

"बहुधा असेल." ग्लॅडिसनं एखादं गुपित सांगावं, तसा आवाज बारीक केला, "मी त्याला अनेकदा मदत हवी का, म्हणून विचारलं. पण तो स्वत:च एकटा इकडेतिकडे फिरतो आणि माझं डोकं खातो... मला कोणीही माझ्या विभागात लुडबूड केलेली चालत नाही. मग तो कोणी एखादा डॉक्टर का असेना!"

"आणखी कोणकोण आलं होतं?" जॅकनं विचारलं.

"सगळी बडी धेंडं आली होती. चक्क मि. केलीदेखील आले होते. सहसा, त्यांनी इथे येणं अपेक्षित नाही. एकदा त्यांच्याबरोबर तो छोटा डॉक्टरही होता."

"डॉ. ॲबेलार्ड..?"

"होय." ग्लॅडिस म्हणाली, "मला ते नाव कधीच नीट लक्षात ठेवता येत नाही."

"या तुमच्या चार लोकांच्या बाबतीत एक प्रश्न विचारायचा आहे. ते चारजण एकाच प्रकारची कामं करत होते का?"

"मी मागच्या खेपेसही हे सांगितलं होतं, की आम्ही सर्वजण सर्व प्रकारची कामं करत असतो. त्यामुळे तसं नेमकं काही सांगता येणार नाही."

जॅक निराश झाला. काहीच नवीन माहिती पदरात पडली नव्हती.

"हरकत नाही.. जर आणखी काही मला उपयुक्त कळलं, तर कळवण्यासाठी हे कार्ड ठेवायला हरकत नाही." जॅकनं तिच्या हातात स्वत:चं कार्ड ठेवलं. "आणखी एक गोष्ट.. माझं त्या डॉ. शिवेयूशी आणि इतरांशी थोडं खटकलं होतं, तेव्हा कृपा करून आपल्या या भेटीची माहिती आपल्या दोघांनाच असू दे."

"हे मला जरा चमत्कारिक वाटतंय खरं. पण हरकत नाही. मी ही भेट अगदी गुप्त ठेवीन."

तिचे आभार मानून, जॅक पुरवठा विभागातून बाहेर पडला. त्यानं आता प्रयोगशाळेत जायचं ठरवलं. तो लिफ्टमध्ये शिरण्यासाठी गर्दीत उभा राहिला. पण लिफ्टनं जाणं धोक्याचं होतं. गर्दीत पुढेच केली उभा होता. पण आता एकदम निघून जाणं फार धोक्याचं होतं. जॅकनं मान खाली घातली आणि तो त्याच लिफ्टमधून दुसऱ्या मजल्यावर आला. केलीनं त्याला अजिबात ओळखलं नाही.

प्रयोगशाळेत खूप गर्दी होती. तोंडावर पट्ट्या बांधून हॉस्पिटलचे अनेक कर्मचारी

तिथे इकडेतिकडे फिरत होते. हे एवढे लोक तिथे कशासाठी, ते जॅकच्या लक्षात येईना. पण ही परिस्थिती त्याला सोयीची होती. त्यांच्यामध्ये शिरून लपणं सहज शक्य होतं. हॉस्पिटल कर्मचाऱ्यांच्या घशातल्या द्रवाचे नमुने घेण्याचं काम चालू होतं.

प्रयोगशाळेतल्या मोठ्या हॉलच्या दुसऱ्या बाजूला लहानलहान खोल्या होत्या. त्यामध्ये अनेक तंत्रज्ञ काम करत होते. जॅक हळूच दार उघडून थेट प्रयोगशाळेत पोहोचला. कोणीही त्याच्याकडे लक्ष दिलं नाही. प्रयोगशाळेत आतल्या बाजूला मात्र संपूर्ण शांतता होती. जॅक हलक्या पावलांनी सूक्ष्मजीवशास्त्र विभागाकडे निघाला. वाटेत रिचर्ड भेटेल असं वाटलं होतं. पण तिथे कोणीच नव्हतं. जॅक इकडेतिकडे पाहत फिरू लागला. थोडा वेळ फिरल्यावर त्याला पलीकडे एक दरवाजा दिसला. जॅक तिकडे निघाला, एवढ्यात तो दरवाजा उघडून बेथ होल्डरनेस आत आली. दोघांची धडक होता होता वाचली.

''बापरे! मी किती घाबरले.. केवढं घाबरवलंत मला?''

''कोण जास्त घाबरलं, हे सांगणं अवघड आहे.'' जॅक म्हणाला.

त्यानं आपण कोण ते पुन्हा सांगायला सुरुवात करताच, बेथनं त्याला थांबवलं. ''मी ओळख विसरलेली नाही... पण तुम्ही इथे असणं बरं नाही. मागच्या खेपेस भलतीच गडबड झाली होती.. डॉ. शिवेयू तर तुमच्यावर भयंकर संतापलेला आहे.''

''शक्य आहे.. पण मला तो तेवढा बिथरलेला वाटला नाही.''

''नाही कसा?.. तुम्ही म्हणे त्यांच्यावर चक्क आरोप केलात, की हॉस्पिटलमध्ये रोग ते मुद्दाम पसरवत आहेत वगैरे...''

''मी असा आरोप वगैरे काही केलेला नव्हता. मी फक्त एक तशी शक्यता सुचवली होती.. बरं, ते जाऊ दे. मी इथे तुझ्याशी थोडं बोलायला आलोय.. मला तुझी सहकारी नॅन्सी विगेन्सबद्दल जे घडलं त्याचं वाईट वाटतंय.''

बेथच्या डोळ्यात पाणी आलं. तिनं हळूच डोळे टिपले.

''माफ कर. कदाचित मी हा विषय काढायला नको होता.''

''नाही, तसं काही नाही.. पण ती जाण्याचा धक्का फार जबरदस्त होता. ती फार चांगली होती. पण अनेकदा ती फार निष्काळजीपणा करत असे. त्यानंच तिचा घात केला...''

''निष्काळजीपणा म्हणजे?''

''अनेकदा ती काम करताना जैविक सुरक्षेचे नियम पाळत नसे.''

जॅकला तिचं वागणं समजायला अवघडं नव्हतं, कारण तो सुद्धा अनेकदा असं करत असे.

''तिनं लागेनथोर्पचे नमुने गोळा केले, तेव्हा काही विचित्र असं घडलं होतं..

पाहिलं होतं.. किंवा त्याबद्दल ती काही बोलली होती का?''

"नाही, तसं काही नाही. म्हणून तर आम्हा सर्वांना असं वाटतंय, की तिला संसर्ग इथेच प्रयोगशाळेत झाला असावा. प्रयोगशाळेत रिकेटशिया हे फार भीषण ठरू शकतात.''

जॅक आणखी काही विचारणार होता. एवढ्यात काहीतरी आवाज आला. बेथनं चोरट्या नजरेनं पाठीमागं पाहिलं. "मी खरं तर तुमच्याजवळ एवढं बोलायला नको होतं.. मी माझं काम करायला जाते.. डॉ. शिवेयूंनी आम्हाला तसं स्पष्ट बजावून ठेवलं होतं..''

"हे तुला स्वतःला चमत्कारिक वाटलं नाही का?'' जॅकनं विचारलं, "मी या शहरासाठी काम करणारा एक जबाबदार वैद्यकीय तपासनीस आहे. कायदेशीररित्या मला तुला प्रश्न विचारण्याचा अधिकार आहे. हे तुझ्या लक्षात आलं नाही का?''

"आलं की. पण मी काय बोलणार?.. मी इथे काम करणारी साधीसुधी तंत्रज्ञ आहे.'' ती उठून आपल्या कामाच्या टेबलापाशी गेली. जॅक तिच्या मागोमाग गेला.

"मला कोणालाही त्रास देण्याची इच्छा नाही. पण इथले लोक माझ्याशी नको तेवढ्या शत्रुत्वानं वागत आहेत. मला त्याचं कारण कळत नाही.''

"तुम्हाला माझ्याकडून नेमकं काय हवं आहे?''

"एवढंच करायचं, की इथे प्रयोगशाळेत जरा नीट नजर ठेवायची. जर काही संशयास्पद असेल, तर मला कळवायचं. कारण अखेर असले भयंकर रोगजंतू हॉस्पिटलमध्ये कोणी मुद्दाम सोडत असेल, तर ही सूक्ष्मजीव प्रयोगशाळाच त्यासाठी अत्यंत आदर्श जागा आहे.''

"नाही, तसं काही नाही.. हे रोगजंतू कोणत्याही अशा प्रयोगशाळेत सहजासहजी उपलब्ध असतातच की...!'' बेथ म्हणाली.

"खरंच?'' जॅकला फार आश्चर्य वाटलं, "मला वाटलं, की एक अटलांटाचं रोगप्रसार रोखणारं केंद्र सोडलं, तर प्लेगसारखे रोगजंतू जवळपास इतरत्र कुठंही नसतील.''

"नाही. तसं काही म्हणता येणार नाही... कारण अनेक प्रयोगशाळांना चाचण्यांसाठी निरनिराळे घटक लागतात. या घटकांची कार्यक्षमता आणि अचूकपणा मधूनमधून तपासावा लागतो. त्यासाठी हे रोगजंतूही उपलब्ध असावे लागतात.'' बेथ काम करता करता बोलत होती.

जॅक मनोमन वरमला. ही साधी गोष्ट त्याला माहीत होती, पण वेळेवर आठवली नव्हती.

"बरं.. तुम्हाला हवे असतील, तर तुम्ही प्लेगचे जीवाणू कुठून आणता?''

"नॅशनल बायोलॉजिकल्स्. व्हर्जिनिया.''

"ते मिळवण्याची पद्धत कशी आहे?" जॅकनं विचारलं.

"काही नाही. ऑर्डर द्यायची की काम झालं."

"फक्त ऑर्डर देणे!.. कोणाला ऑर्डर देता येते?"

"कोणालाही."

"तू माझी चेष्टा तर करत नाहीस ना?" जॅकला खरोखरच हे फार अनपेक्षित होतं.

"अजिबात नाही.. मी पूर्वी अनेकदा ऑर्डर दिलेली आहे."

"त्यासाठी कसला विशेष परवाना लागतो का?"

"परवाना वगैरे काही नाही.. फक्त ऑर्डर फॉर्मवर हॉस्पिटलच्या डायरेक्टरची सही लागते, म्हणजे बिल कोण चुकतं करणार आहे ते पक्कं समजतं. बस्स्. आणखी काही नाही."

"याचा अर्थ असा, की कोणीही फोन करून ऑर्डर दिली, तर त्यांना प्लेगचे जीवाणू मिळतात?"

"होय. जर त्यांचं क्रेडिट असेल तर." बेथ म्हणाली.

"जीवाणूचा पुरवठा कशा स्वरूपात होतो?"

"पोस्टानं पाठवतात. पण जर घाई असेल आणि जादा पैसे भरायची तयारी असेल, तर एका रात्रीत काय पाहिजे ते मिळू शकतं."

आपल्याला बसलेला धक्का आणि आपलं अज्ञान तिला दिसू नये म्हणून जॅकनं आटोकाट प्रयत्न केले. चेहरा शक्य तेवढा निर्विकार ठेवत तो म्हणाला, "या नॅशनल बायोलॉजिकल्स् कंपनीचा फोन नंबर आहे का?"

बेथनं ड्रॉवरमध्ये एक-दोन ठिकाणी शोधाशोध करून एक फोन नंबर त्याच्या हातात ठेवला. "मी इथूनच एक फोन केला तर चालेल का?"

"चालेल." बेथनं फोन त्याच्याकडे सरकवत असताना, भिंतीवरच्या घड्याळाकडे नजर टाकली.

"मी फार वेळ घेणार नाही." त्यानं फोन लावला. फोनवर पलीकडे रेकॉर्ड केलेला आवाज होता. त्यानं सांगितल्याप्रमाणे नंबर फिरवताच फोनवर कोणा तरी बाईचा मधाळ, उत्साही आवाज आला.

"आपल्याला काही मदत हवी आहे का?"

"मी डॉक्टर, बिली रुबीन बोलतोय. मला एक ऑर्डर नोंदवायची आहे."

"तुमचं आमच्या कंपनीत कायम खातं आहे का?"

"अजून नाही." जॅक म्हणाला, "या ऑर्डरसाठी मी माझं अमेरिकन एक्सप्रेस कार्ड वापरलं तर चालेल का?"

"माफ करा. आम्ही फक्त व्हिसाकार्ड किंवा मास्टरकार्ड स्वीकारतो."

"ठीक आहे.. मी व्हिसाकार्ड वापरू शकेन."

"चालेल.. हं, आता तुमची ऑर्डर बोला."

"पहिली ऑर्डर मेनिंगोकोकसची आहे."

फोनवरची बाई हसली. "डॉक्टर, तुम्हाला यापेक्षा अधिक अचूकपणे माहिती द्यायला हवी. तुम्हाला कोणता प्रकार, उपप्रकार किंवा नेमकं काय हवं ते कळणं आवश्यक आहे. आमच्याकडे मेनिंगोकोकसच्या अक्षरश: हजारो उपजाती आहेत."

"हं..हं.." जॅक एकदम म्हणाला, "माफ करा. इथे एक फार तातडीची केस आलेली आहे. मी नंतर पुन्हा फोन करीन."

"काही हरकत नाही." ती बाई म्हणाली, "केव्हाही फोन करा. आम्ही चोवीस तास सेवा पुरवतो."

जॅकनं फोन ठेवला. तो सुन्न झाला होता.

"माझ्यावर विश्वास बसला नव्हता वाटतं..?"

"खरोखरच विश्वास बसला नव्हता. पण असो. तू इथे काही सापडतंय का ते पाहत राहा." जॅकनं एका कागदावर त्याच्या घरचा फोन नंबर खरडला. "मला केव्हाही फोन कर, पण काळजी घे."

बेथनं कागद एप्रनच्या खिशात ठेवला.

"मी तुझा फोन नंबर लिहून घेतला तर चालेल का?.. मला आणखी काही प्रश्न विचारायचे असतील तर ते सोईचं होईल."

बेथनं एक क्षणभर काहीतरी विचार केला. एका कागदावर नंबर लिहून दिला. "मला वाटतं, आपण आता इथून निघून गेलात तर बरं होईल."

"मी निघालोच आहे." जॅक म्हणाला, "सहकार्याबद्दल धन्यवाद."

जॅक विचारांच्या तंद्रीत, तिथून बाहेर पडून सरळ बाहेरच्या मुख्य हॉलमध्ये आला. दारापासून वीस पावलं अंतरावर असताना, तो जागच्याजागी थबकला. समोरून हातात कसलातरी ट्रे घेऊन मार्टिन येत होता. जॅकला आपण चोरी करताना पकडल्यासारखं वाटलं. पण आता फार उशीर झालेला होता. मार्टिननं आणखी कोणासाठी तरी दार उघडून दिलं. पाठीमागून रिचर्ड येत होता. त्यानंच प्रथम जॅकला पाहिलं.

"हॅलो.. कसं काय. ठीक आहे ना?" जॅक म्हणाला.

"तू.. तू?" मार्टिन ओरडला.

"होय. मीच आहे." जॅक हसऱ्या आवाजात म्हणाला.

"तू इथे येऊ नयेस म्हणून तुला सक्त ताकीद देण्यात आली होती. तू इथे घुसखोरी केलेली आहेस."

"घुसखोरी?.. तसं नाही." जॅकनं आपला बॅज त्याला दाखवला, "मी अधिकृतपणे

प्रत्यक्ष जागेची पाहणी करायला आलो आहे.''

''ही भेट अधिकृत आहे की नाही, ते आत्ता कळू शकेल.''

मार्टिननं केलीला फोन लावला. मार्टिन केली येण्याची वाट पाहू लागला. थोड्या वेळात केली फोनवर बोलू लागला. मार्टिननं त्याला डॉ. स्टेपलटन प्रयोगशाळेत आला असल्याचं सांगितलं. त्यानंतर बराच वेळ केली बोलत होता. मार्टिन मधूनमधून हो-नाही एवढंच बोलत होता. अखेर तो ''होय सर..'' म्हणाला. फोन जागेवर ठेवून तो जॅककडे वळला. त्याच्या ओठाच्या कोपऱ्यात कुत्सित हास्य होतं.

''मि. केलींनी तुला हे कळवायला सांगितलं आहे, की तात्काळ मेयर, हेल्थ कमिशनर आणि तुझ्या बॉसला फोन करण्याचं काम सुरू झालेलं आहे. तुझ्याविरुद्ध अधिकृतपणे लेखी तक्रार करण्यात येईल. त्याचप्रमाणे आमचे सुरक्षा कर्मचारी काही मिनिटात येऊन तुला बाहेरचा रस्ता दाखवतील.''

''मि. केली फारच दयाळू आहेत. पण मला रस्ता दाखवण्यासाठी कोणाला त्रास देण्याची जरूर नाही. खरं तर, मी मघाशी बाहेरच जायला निघालो होतो... सभ्य गृहस्थ हो, आपला दिवस सुखाचा जावो!''

■

२५

सोमवार, २५ मार्च १९९६
दुपारी ३ वाजून १५ मिनिटे

"हं. तर आपल्याला जे काही करायचं आहे, ते सर्वांना समजलं का?"

टेरेस तिच्या विभागातल्या लोकांना उद्देशून बोलत होती. तिनं इतर सर्व कामं बंद करून हाताखालच्या सगळ्यांना एकत्र केलं होतं. टेरेस काय सांगते, हे ऐकण्यासाठी सारेजण कॉलीनच्या खोलीत दाटीवाटीनं उभे होते. टेरेसनं 'प्रतीक्षा नाही' ही कल्पना त्यांना समजावून सांगितली. जॅकनं सुचवलेल्या कल्पनेवर टेरेस आणि कॉलीननं भरपूर विचार करून, काही नवीन मुद्दे चर्चेसाठी तयार केले होते.

"कोणाला काही प्रश्न विचारायचे आहेत का?" टेरेसनं विचारलं.

"हे करण्यासाठी आपल्याकडे फक्त दोन दिवस आहेत?" ॲलिसनं विचारलं.

"होय.. कदाचित आणखी एखादा दिवस मिळू शकेल. पण त्याच्यावर विसंबून राहता येणार नाही.. दोन दिवसात सारं काही उरकणं भाग आहे."

सगळ्या लोकांमध्ये कुजबूज सुरू झाली.

"हे करणं म्हणजे किती अवघड गोष्ट आहे, हे मलादेखील समजतं. पण त्याला काही इलाज नाही. आपण आजवर अविरत परिश्रम करून बनवलेल्या जाहिरात आराखड्याचा आपल्याच अकाउंट विभागानं विचका करून टाकला आहे. त्यांनी आपला घात केला आहे.. आता आपल्याला टिकून राहण्यासाठी ह्या निकराचा प्रयत्न करायलाच हवा."

"मला वाटतं, की ही नवीन कल्पना खूप चांगल्या तऱ्हेनं आपल्याला वापरता येईल." ॲलिस म्हणाली, "लोकांना ही 'थांबणं टाळायची' कल्पना जास्त आवडू शकेल."

"शिवाय त्यामध्ये आपण कितीतरी विनोदी प्रसंग निर्माण करू शकू." कोणीतरी म्हणालं.

"होय.. ही कल्पना कोणालाही चटकन समजेल अशीच आहे. मला स्वत:लाही गायनॅकॉलॉजिस्ट डॉक्टरच्या खोलीबाहेर थांबणं, हे जीवावरचं संकट वाटतं." आणखी एकजण म्हणाली.

"हं.. आपण अशाच उत्साहानं काम करायला हवं.. चला, आपण कामाला लागू.. आपल्याला कोंडीत पकडल्यावर आपण काय करून दाखवू शकतो, हे त्यांनाही कळूच देत एकदा!"

लोक बाहेर पडू लागले. टेरेसनं त्यांना थांबवलं, "हं.. एक मिनिट.. हे सर्व काही एकदम गुप्त राहायला हवं.. कोणालाही काही सांगू नका. विशेषत: अकाउंट विभागामधल्या लोकांना तर याचा अजिबात वास लागता कामा नये.. समजलं?"

काहीजण 'होय' असं पुटपुटले, तर काहीजणांनी माना डोलावल्या.

"छान!.. चला कामाला लागा!" टेरेस ओरडली.

लोक पांगले. टेरेसनं कॉलीनच्या खुर्चीत धाड्कन अंग टाकलं. दिवसभराच्या शारीरिक आणि मानसिक ताणामुळे ती भयंकर थकून गेली होती.

"लोक उत्साही आहेत.. टेरेस, तू आज फार छान प्रोत्साहन दिलंस." कॉलीन म्हणाली.

"पाहू या.. माझ्या या प्रयत्नांचा काय फायदा होतो तो. जर काही जमलं नाही, तर आपली नोकरी गेल्यातच जमा आहे!"

"टेरेस, एवढा नकारात्मक विचार करायची गरज नाही."

"काय दिवस उजाडला हा!" टेरेस तक्रारीच्या सुरात म्हणाली, "या सगळ्या भानगडीतच, मला आणखी जॅकची चिंता आहे."

"कसली चिंता?" कॉलीननं विचारलं.

"मी त्याला भेटले, तेव्हा तो मॅनहटन जनरल हॉस्पिटलकडेच चालला होता."

"ओह..नो!.. त्या गुंडांनी त्याला जाऊ नको, अशी ताकीद दिली होती ना?"

"वृषभ राशीच्या लोकांसारखा हा सरळ धडक मारणारा आणि निष्काळजी वागणारा डॉक्टर म्हणजे एक कोडंच आहे.. तिथे जाऊन माहिती गोळा करणं, हे त्याचं काम नाही. पण हा काहीतरी खास पुरुषी आक्रमकपणाचा प्रकार असावा. आपण मर्द हिरो आहोत, हे दाखवण्याचा त्याचा हा खटाटोप का, हे मला समजत नाही..!"

"तुला तो आवडू लागलाय की काय?" कॉलीननं चाचरतच विचारलं.

हा विषय टेरेसला आवडत नाही, याची तिला कल्पना होती. टेरेस कसल्याही प्रकारच्या रोमॅन्टिक प्रेमबंधांमध्ये गुंतून जाणारी नव्हती. अशी काही चिन्हं दिसताच ती स्वत:ला जणू कोषात गुरफटून घेत असे. त्याचं कारण मात्र कॉलीनला कधीच कळलेलं नव्हतं.

टेरेसनं एक नि:श्वास टाकला. "कोण जाणे..! तो मला कधीकधी खरोखरच आवडतो, तर कधी मला त्याचा सहवास नको वाटतो.. पण आम्ही दोघं एकमेकांशी थोडंफार मन मोकळं करू शकलो होतो, हे खरं."

"हे चांगलंच आहे."

"आम्हा दोघांच्याही मनामध्ये कटू आठवणींचं फार मोठं ओझं आहे." टेरेसनं खांदे उडवले. "हे माझ्याबद्दलचं बोलणं झालं आता.. तू तुझ्याबद्दल आणि चेटबद्दल काहीतरी बोल की!"

"आमचं ठीक चाललंय.." कॉलीन हसली. "मी बहुधा त्याच्या प्रेमात बुडून मरणार."

बिंगहॅमच्या ऑफिसमध्ये बसलेल्या जॅकला, एकच सिनेमा तिसऱ्या खेपेला पाहिल्यासारखं वाटत होतं. बिंगहॅम त्याला मागच्याप्रमाणेच सांगत होता, की प्रत्यक्ष मेयरनं फोन केला होता, डॉ. स्टेपलटनबद्दल तक्रार आलेली आहे; त्यांनी अत्यंत कटवटपणानं तक्रार केली आहे, वगैरे वगैरे.

"हं.. बोल आता! तुला तुझ्या बचावासाठी काय म्हणायचं आहे?" ओरडून ओरडून त्याचा घसा बसायची वेळ आली होती आणि तो धापा टाकत होता.

"काय बोलावं ते मला कळत नाही." जॅक कबुली देण्याच्या स्वरात म्हणाला, "माझ्या बचावासाठी मी एवढंच सांगू शकतो, की मी तिथे लोकांना त्रास देण्यासाठी गेलो नव्हतो. मला फक्त थोडीशी माहिती हवी होती.."

"आता मलाच काही कळेनासं झालंय." बिंगहॅम जरासा शांत झाला होता. "तू तुझ्या कामामध्ये हुशार आहेस, कष्टाला मागे सरत नाहीस आणि कधीकधी असा काट्यासारखा टोचू लागतोस.. जॅक, एका तुझ्यामध्येच दोन भिन्नभिन्न व्यक्ती

वावरत असाव्यात असं वाटतं. मी आता काय करावं.. तू सांग..!''

''त्रास देणाऱ्याला नोकरीवरून काढून टाकावं.''

बिंगहॅम त्याच्या तोंडाकडे अविश्वासानं पाहत राहिला. ''जॅक.. तुझं काय करावं तेच समजत नाही.. मला तुझ्यासारखा माणूस गमावणं परवडणार नाही आणि शिवाय मी काहीच न करणंही जमणार नाही.. तू माझी आज्ञा एकदा नव्हे दोनदा मोडलीस.. दोन वेळा बजावूनही तू हॉस्पिटलमध्ये गेलास..''

''मी दोषी आहे.'' जॅक शरण आल्यासारखा हात उंचावत म्हणाला.

''हे तू सारं केलंस ते तुझ्या वैयक्तिक सूडभावनेसाठीच ना? तुझी आणि अमेरीकेअरची काहीतरी दुष्मनी आहे, म्हणाला होतास ना तू?''

''नाही.'' जॅक म्हणाला, ''सुरुवातीला तसं होतं खरं. पण ती अगदी मामुली गोष्ट होती. मी ती वैयक्तिक गोष्ट केव्हाच विसरून गेलो आहे. खरोखरच तिथे काहीतरी चमत्कारिक घडतंय. मागच्या वेळेसही मी तुम्हाला सांगितलं होतं. आता तर माझी पक्की खात्री झालीय, की तिथं काहीतरी भीषण घडत आहे.. लोक विनाकारण बचावाची भूमिका का घेत आहेत?''

''बचावाची?.. का घेऊ नये सांग. तू म्हणजे प्रयोगशाळेच्या डायरेक्टरवर सरळ आरोप केलास, की या साथी ते मुद्दाम पसरवत आहेत.''

''या म्हणण्यात तथ्य नाही. मी असा आरोप केला नाही. मी फक्त शक्यता दाखवली आणि त्यातून त्यांनीच तसा अर्थ काढला.'' मग जॅकनं बिंगहॅमला सगळं काही समजावून दिलं.

''जॅक, तू स्वत: पूर्वग्रह ठेवून बोलतोस त्याचं काय?''

''मी मागच्या खेपेस हॉस्पिटलमध्ये वादविवाद केला होता हे खरं. पण यावेळी फक्त दोन लोकांशी बोलून परतणार होतो. मी आपणहून कोणाशीही वादविवाद उकरून काढला नाही.''

''पण मेयरनं मला फोन करून सांगितलं, की तू तिथं जाऊन त्यांच्या कामात मुद्दाम अडथळे आणलेस म्हणे.''

''देवच माझा साक्षी!'' जॅक हात उंचावत म्हणाला, ''मी तिथं एकाही माणसाला उद्देशून वेडंवाकडं काही बोललो नाही. मी मिस झारेल्ली आणि मिस होल्डरनेस या दोघींशी थोडा वेळ बोललो इतकंच.. मिस होल्डरनेस ही सूक्ष्मजीवशास्त्र प्रयोगशाळेत तंत्रज्ञ आहे. तिच्याशी बोलता बोलता मला एक आश्चर्यकारक गोष्ट समजली. कोणाजवळही योग्य तेवढ्या रकमेचं क्रेडिट कार्ड असेल, तर केवळ एका फोनवरून रोगजंतूंची ऑर्डर देता येते.''

''त्यासाठी कसलाही परवाना लागत नाही?''

''असं दिसतंय खरं.''

"माझा विश्वास बसत नाही. कंपनी पुरवठा करण्यापूर्वी काहीही तपासणी करत नाही? कोणी जंतू मागवलेत हे पाहिलं जात नाही?"

"माझाही विश्वास बसला नाही. पण तसं आहे खरं."

"असेलही." बिंगहॅम थोडा वेळ विचारात गढला. नंतर एकदम त्याच्या लक्षात आलं, की मूळ विषय बाजूलाच पडला आहे. "जॅक.. आपण निराळ्या मुद्द्यावर बोलत होतो!.. मी तुझ्याबाबतीत काय करावं?"

"हवं तर मला सुटीसाठी कॅरेबियन बेटांवर पाठवावं. तिथं यावेळी हवा फार छान असेल." जॅक म्हणाला.

"तुझा वात्रटपणा पुरे झाला!" बिंगहॅमनं तडकावलं, "मी तुझ्याशी एवढा गंभीरपणानं बोलतोय आणि तू .."

"मी स्वत:वर ताबा ठेवायचा प्रयत्न करीन. पण गेल्या पाच वर्षात माझं बोलणं असं झालंय, की काही वेळा ते फार उपरोधाचं वाटतं."

"मी तुला काढून टाकत नाही." बिंगहॅम म्हणाला, "पण मी तुला कडक ताकीद देतो आहे.. खरं तर मेयरचा फोन आल्यावर मी तुला तात्काळ काढून टाकणार होतो. पण आता मात्र मी माझा निर्णय बदलला आहे.. पण एक गोष्ट मात्र स्पष्टपणानं लक्षात ठेव. तू पुन्हा मला हॉस्पिटलच्या आसपासही फिरकलेला दिसता कामा नये.. समजलं?"

"समजलं."

"तुला काय माहिती हवी असेल, ती आपल्या पीएंना पाठवून मिळव. नाहीतर त्यांचं काम काय इथे?"

"ठीक आहे. मी लक्षात ठेवीन."

बिंगहॅमनं टेबल झाडल्यासारखा हात फिरवला, "आता इथून चालता हो."

जॅक बिंगहॅमच्या ऑफिसातून बाहेर पडला. त्याला आता मोकळं मोकळं वाटत होतं. तो आपल्या खोलीत आला. चेट जॉर्जशी काहीतरी बोलत होता. जॅकनं दोघांच्यामधून शिरत आपल्या खुर्चीवर कोट टाकला.

"हं.. काय?" जॅकनं त्याचेच शब्द उच्चारले.

"रोजचाच प्रश्न.. तू अजून कामावर आहेस का?"

"प्रश्न मजेशीर आहे." जॅक म्हणाला. टेबलावर पडलेल्या मनीला पाकिटांकडे त्याचं लक्ष गेलं. त्यामधलं एक उघडून त्यानं कागद बाहेर काढले. सुसान हार्डच्या हॉस्पिटल चार्टची ती प्रत होती.

"बिंगहॅमला भेटून आलास?"

"होय. आत्ताच भेटून आलो. तो गोड बोलला. मी टुलरेमिया आणि रॉकी माउंटन स्पॉटेड फिव्हरचं अचूक निदान केलं, म्हणून त्यांना माझं कौतुक करायचं होतं."

"हॅट्..."

"खरोखरच सांगतोय मी." जॅकनं चक् असा आवाज काढला. "त्यानं मला हॉस्पिटलमध्ये गेलो म्हणून बडवलं, हे सुद्धा खरं.." बोलता बोलता त्यानं इतर मनीला पाकीटंही उघडली.

"बरं. तू हॉस्पिटलमध्ये गेला होतास ना? त्याचा काही उपयोग झाला का?"

"काही नाही."

"काही नाही कसं?.. तू तिथं म्हणे पुन्हा कोणाला तरी चिडवून आलास.."

"या ऑफिसात काही गुप्त राहत नाही.." जॅक म्हणाला.

"पण तिथं मी अगदी नवीन गोष्ट ऐकली..." जॅकनं त्याला आणि जॉर्जला नॅशनल बायोलॉजिकल्स् कंपनीबद्दल माहिती सांगितली.

"त्यात नवीन काही नाही.. मी कॉलेजात असताना उन्हाळी सुट्टीत एका लॅबमध्ये काम करत असे. त्यावेळी आमच्या लॅबचा पर्यवेक्षक कॉलऱ्याचे जीवाणू नेहमी मागवायचा. मी सुद्धा ती पाकिटं हातात घेतली आहेत.. काय मजा वाटायची." जॉर्ज म्हणाला.

"मजा वाटायची?" जॅकनं त्याच्याकडे नजर टाकली. "तू तर माझ्यापेक्षाही विक्षिप्त दिसतोस."

"खरोखरच मला त्यात थ्रिल वाटत असे.." जॉर्ज म्हणाला, "अनेकांना असंच वाटलेलं मला माहीत आहे. हजारो लोकांच्या जीवनमरणावर नियंत्रण ठेवू शकणारं भीषण काहीतरी आपल्या हातात आहे, ही भावना थरारक होती."

"थ्रिल म्हणजे काय याची आपल्या दोघांची कल्पना निराळी आहे.." जॅक म्हणाला.

"केवळ रोगजंतू उपलब्ध असू शकतात, यानं काय सिद्ध होतं?.. निव्वळ रोगजंतू कोणालाही मिळतात, हे कळून काही तुझ्या विकृत डोक्यातून निघालेला सिद्धांत खरा ठरत नाही." चेट म्हणाला.

"अं.. अं.." जॅकनं यावर काहीही उत्तर दिलं नाही.

त्यानंतर दहा-पंधरा मिनिटं चेट आणि जॉर्ज गप्पा मारत बसले. थोड्या वेळानं जॉर्ज निघून गेला. तो जाताच चेटनं दार लावलं.

"कॉलीननं थोड्या वेळापूर्वी फोन केला होता."

"वा! छान.. तुझं जमतंय तिच्याशी.. हे चांगलंच म्हणायचं." जॅक अजून आपल्याच विचारांच्या नादात फाईल वाचता वाचता म्हणाला.

"तिथे त्यांच्या कंपनीतल्या लोकांनीच त्यांचा कसा विश्वासघात केलाय, ते सांगत होती ती. मला असं का ते काही कळतच नाही."

"अरे, हे असंच चालायचं.. हा धंदेवाईकपणा आहे. शिवाय सत्ता मिळवणे,

हे तिथलं मुख्य ध्येय आहे.''

''कॉलीन म्हणत होती, की तू त्यांच्या जाहिरातींना उपयोगी काहीतरी जबरदस्त कल्पना दिलीस म्हणे!''

''त्याचं पुन्हा नाव काढू नकोस.'' जॅक हातातल्या कागदावरचे काही आलेख नीट निरखत म्हणाला, ''मला त्यांच्या त्या कामात सहभाग घ्यायचा नाही.. पण का कोण जाणे, तिनं मला विचारलं आणि मी सांगितलं काही तरी...''

''कॉलीन म्हणत होती, की तुमचं.. म्हणजे टेरेस आणि तुझंही जमू लागलंय..''

''तिनं नेमकं काय सांगितलं?..जमू लागलंय म्हणजे काय?''

''नेमकं तसं काही बोलली नाही..''

''मग ठीक...'' जॅक सुस्कारा सोडत म्हणाला.

त्यानंतर दोघं आपापल्या कामात गढून गेले. साडेपाच वाजता चेटनं काम थांबवलं. उभा राहून त्यानं आ-ऊ करून आळोखेपिळोखे दिले. पण तरीही जॅकचं लक्ष त्याच्याकडे गेलं नाही. जॅक गेला तासभर जागचा हलला नव्हता. चेटनं खुर्चीवरचा कोट हातावर टाकला. एकदोन वेळा खाकरून बघितलं. पण तरीही जॅकचं लक्ष काही त्याच्याकडे जाईना. अखेर चेटनं बोलायचं ठरवलं.

''एऽऽ एऽऽ म्हाताऱ्या!'' चेट म्हणाला, ''आणखी किती वेळ काम करणार आहेस?''

''माझं काम पूर्ण होईपर्यंत.'' जॅक मान वर न करता म्हणाला.

''मी आणि कॉलीन सहा वाजता थोडं खाण्यासाठी कॅफेत भेटणार आहोत.. कदाचित टेरेसही येईल. तू येतोस का?''

''नको. तू जा आणि माझ्यातर्फे त्यांना हॅलो म्हण.''

चेटनं खांदे उडवले. कोट चढवला आणि बाहेर पडला. जॅकनं हातातलं पेन खाली ठेवलं. सर्व कागद दोन-तीनदा उलटेपालटे करूनही नेमकं काहीच हाती लागत नव्हतं. चार केसेसचा त्यानं पूर्ण अभ्यास केला होता. नोडलमनला हॉस्पिटलमध्ये संसर्ग झाला असण्याची शक्यता होती. पण इतर तिघांच्या बाबतीत कसल्याच गोष्टीत साम्य नव्हतं. जॅक विचार करत छताकडे पाहत बसून राहिला.

दारावर टक् टक् झाली. दारापाशी लॉरी उभी होती.

''तू हॉस्पिटलमध्ये जाऊन धाडस करून परत आलास, हे मला कळलं.''

''मला इथे येईपर्यंत काही धोका होता, असं वाटलंच नव्हतं.. बिंगहॅम नाराज होता खरा. पण मी तरीही त्याला चकवण्यात यशस्वी ठरलोच.''

''ते ठीक आहे. पण त्या धमकी देणाऱ्या गुंडांचं काय?''

''मी त्याबाबतीत अजून फारसा विचारच केलेला नाही.. मी घरी परतलो तर नक्की काय होईल, त्याचा मला अंदाज येत नाही..''

"तू आज माझ्या घरी आलास तरी चालेल. माझ्याकडे एक कोच आहे, तो झोपायला चालू शकतो."

"तू बोलावतेस हा तुझा मोठेपणा आहे. पण मला आज ना उद्या तरी घरी गेलंच पाहिजे.. मी अगदी काळजी घेईन."

"काळजी घे."

त्याचा निरोप घेऊन लॉरी बाहेर पडली आणि लगेच परतली. "जॅक, मी जाताजाता एखाद्या कॅफेत थोडंफार खावं म्हणतेय.. तू येतोस का?"

"मला यायला आवडलं असतं, पण मी हे काम सुरू केलंय. सगळी माहिती ताजी असतानाच ते संपवलं पाहिजे मला."

"ठीक आहे. मी समजू शकते." लॉरी म्हणाली, "गुड नाईट, जॅक."

"गुडनाईट, लॉरी."

जॅकनं नोडलमनची फाईल तिसऱ्या खेपेस उघडली आणि तेवढ्यात फोन वाजला. फोनवर टेरेस बोलत होती.

"कॉलीन आणि चेट कुठंतरी बाहेर जाणार आहेत. आपण सगळेच बाहेर कुठंतरी जेवण घेऊया का?"

जॅक विचार करू लागला. गेली पाच वर्षं तो मुद्दामहून कोणाशीही संबंध ठेवत नव्हता. आज दोन आकर्षक आणि हुशार स्त्रिया त्याला जेवणाचं निमंत्रण देत होत्या.

"मला तुझ्या निमंत्रणाचा स्वीकार करायला नक्कीच आवडलं असतं.." जॅकनं तिला त्याच्या कामाबद्दल सांगितलं.

"तू तुझी शौर्यमोहीम थांबवशील, अशी मला उगीच आशा वाटते.." टेरेस म्हणाली, "तू त्यात केवढा तरी धोका पत्करतो आहेस. आधीच एकदा तुला मारहाण झालेली आहे.. शिवाय नोकरी जायचीही वेळ आली होती..."

"मला या सगळ्या भानगडीमध्ये कोणाचा तरी हात आहे, हे सिद्ध करायचं आहे. तेवढा धोका त्यासाठी पत्करायला हवाच. पण मला खरी भीती वाटते, की खरोखरच एखादी साथ आली तर काय होईल, त्याची."

"चेटला वाटतं, की तू निव्वळ बालिश मूर्खपणा करतो आहेस."

"चेटला स्वत:चं मत बनवण्याचा अधिकार आहे."

"जॅक.. प्लीज. घरी जाशील तेव्हा सावधगिरी बाळग." टेरेस मनापासून म्हणत होती, "मी सगळी रात्र ऑफिसातच काम करत बसणार आहे. कधीही काही मदत लागली, तर जरूर फोन कर."

"ठीक आहे." जॅक म्हणाला.

"अच्छा जॅक.. तू मला दिलेल्या 'प्रतीक्षा नको' या कल्पनेबद्दल धन्यवाद."

जॅकनं पुन्हा नोडलमनची फाईल उघडली. तो चार्ट वाचू लागला. पण थोड्या वेळानं त्याच्या लक्षात आलं, की कित्येक मिनिटं आपण त्याच त्याच ओळी पुन्हापुन्हा वाचत आहोत. त्याचं लक्ष एकाग्र होत नव्हतं. नजर कागदावरून फिरत असताना, डोक्यात मात्र टेरेस आणि लॉरी दोघींनी जेवायला बोलावलं, त्याचे विचार येत होते. त्याला दोघींच्या व्यक्तिमत्त्वातलं साम्य जाणवलं. मधेच प्रफुल्ल चेहऱ्याची बेथ होल्डरनेस आठवत होती. जॅकनं फाईल बंद करून ठेवली. बेथ होल्डरनेसची आठवण येताच, त्याला रोगजंतूंची ऑर्डर देता येते, ही गोष्टी आठवली. अचानक त्याच्या डोक्यात विचार चमकला, जर हॉस्पिटलमध्ये नॅशनल बायोलॉजिकल्स् कंपनी जीवाणू पुरवत असेल, तर पसरलेले जीवाणू हे त्यांचेच असल्याची खात्री त्यांना देता येईल का?

ही कल्पना त्याच्या हळूहळू मनात घर करू लागली. आता डीएनए तंत्रज्ञानात एवढी प्रगती झालेली आहे, की नॅशनल बायोलॉजिकल्स् कंपनीला स्वत:चे जीवाणू नेमके ओळखणं अगदी शक्य आहे. शिवाय आर्थिक कारणांसाठीही अशा कंपन्या आपल्या जीवाणूंवर काहीतरी लेबल लावत असणारच. फक्त तसं करतात की नाही, याची खात्री मात्र करून घ्यायला हवी.

जॅकनं खिशातून नॅशनल बायोलॉजिकल्स्‌चा फोन नंबर शोधून काढला. दुपारी त्यानं फोन केला होता, तो विक्री विभागाला. आता त्यानं माहिती मिळवण्यासाठी योग्य ती बटणं दाबली. काही वेळ पलीकडून रॉक संगीत चालू राहिलं. नंतर फोनवर कुणीतरी इगॉर क्रान्सयान्स्की नावाचा माणूस बोलू लागला, "मी आपल्याला काही मदत करू शकतो का?"

यावेळी जॅकनं स्वत:ची खरीखुरी ओळख करून दिली आणि विचारलं, "मी एक तात्त्विक प्रश्न विचारला तर चालेल का?"

"चालेल." इगॉरचा बोलण्याचा ढंग थोडासा स्लॅव्हिक होता.

"मी प्रयत्न करून पाहतो. बोला."

"समजा, माझ्याकडे जीवाणूंचं संवर्धन आहे. हे जीवाणू तुमच्याच कंपनीनं पुरवले होते, हे नक्की करण्याचा काही मार्ग आहे का?.. विशेषत: संवर्धन खूप जुनं असेल तर.."

"हे अगदीच सोपं आहे. आम्ही आमच्या सर्व जीवाणूंमध्येच 'फाज' (phage) विषाणूंचं लेबल बसवलेलं असतं. त्यामुळे जीवाणू नेमके ओळखणं अगदी चुटकीसरशी होऊ शकतं."

"त्यासाठी काय पद्धत वापरतात?"

"आमच्याकडे फ्लोरेसीन लेबल लावलेले डीएनए शोधक रेणू तयार असतात, ते वापरले की काम झालं."

"जर मला तसं करून घ्यायचं असेल, तर जीवाणूंचे नमुने तुमच्याकडे पाठवावे लागतील का?"

"तसं करता येईल किंवा आम्ही तुम्हाला आमचे डीएनए शोधक पुरवू शकतो."

जॅकला आनंद झाला. त्यानं आपला पत्ता दिला आणि शक्य तितक्या लवकर ओव्हरनाईट एक्सप्रेस कुरियरनं शोधक पाठवण्याची व्यवस्था करायला सांगितलं.

फोन ठेवून जॅक विचार करू लागला. तो स्वत:वरच खूश झाला होता. कदाचित आता रहस्य उलगड्यासाठी, नवीन धागा हाती लागण्याची शक्यता होती. त्यानं डोक्यावरून हात फिरवला. आता काम थांबवायला हरकत नव्हती. घरी जाऊन थोडं खेळलं, की दिवसभराचा ताण कमी होणार होता.

■

२६

सोमवार, २५ मार्च १९९६
संध्याकाळी ६ वाजता

त्या दिवशी बेथ होल्डरनेस खूप उशिरापर्यंत काम करत होती. हॉस्पिटलच्या कर्मचाऱ्यांकडून घेतलेले घशातल्या द्रवाचे सारे नमुने तिनं चाचणीसाठी पाठवले. संध्याकाळच्या शिफ्टचे लोक आलेले होते, पण ते त्यावेळी कॅन्टीनमध्ये जेवत होते. रिचर्डदेखील तिथे नव्हता. सगळ्या सूक्ष्मजीवशास्त्र प्रयोगशाळेत जवळपास कोणीही नव्हतं. गुप्तरीतीनं काही शोधायला ही वेळ अत्यंत योग्य होती.

बेथनं बाहेरच्या हॉलमध्ये डोकावून पाहिलं. तिथे कोणीही नव्हतं, हे पाहून ती निश्चिंत झाली. तरीही आपण करतो आहोत ते बरोबर की चूक, याचा तिला निर्णय करता येत नव्हता. तिचा बॉस डॉ. मार्टिन शिवेयूची तिला थोडी भीती वाटत होती. मुळातच जरा चिडखोर स्वभावाचा तिचा बॉस अलीकडे जास्तच मूडी झालेला होता.

दुपारी डॉ. स्टेपलटन निघून गेल्यावर तर तो वादळासारखा तिच्याकडे आला होता. तिनं त्याला काय काय सांगितलं, ते त्याला हवं होतं. आपण त्याला काहीही विशेष न सांगता घालवण्याचा प्रयत्न करत होतो, असं सांगूनही मार्टिन काहीही

ऐकायला तयार नव्हता. त्यानं तिला काढून टाकण्याची धमकीही दिली. त्यानंतर मात्र बर्थनं डॉ. स्टेपलटनच्या म्हणण्याप्रमाणे, शोधाशोध करायचं नक्की ठरवून टाकलं.

बर्थ दोन मोठ्या बंद दारांसमोर उभी राहिली. एका बाजूला सरळ आत शिरता येईल, असा 'वॉक-इन' फ्रीज होता. दुसऱ्या बाजूला असाच अवाढव्य आकाराचा 'वॉक-इन इनक्यूबेटर' होता. बेथ दिवसभरात अनेकदा इनक्यूबेटरमध्ये जात असे. संवर्धन केलेल्या काचेच्या बशा उबवण्यासाठी ठेवायला तिला या इनक्यूबटरमध्ये जावं लागत असे. बेथनं प्रथम त्यात शिरायचं ठरवलं.

दार उघडून ती आत शिरली. दार पाठीमागे आपोआप बंद झालं. आतलं तापमान काही फारसं निराळं नव्हतं. बरेचसे रोगकारक जीवाणू आणि विषाणू मानवी शरीराच्या तापमानात जगण्यासाठी उत्क्रांत झालेले असल्याने इनक्यूबेटरचं तापमान माणसाच्या तापमानाएवढंच म्हणजे ९८.६° फॅरनहीट ठेवलं जातं.

ती एक आठ-बाय-दहाची खोलीच होती. आतमध्ये स्टेनलेस स्टीलच्या शेल्फमध्ये अनेक गोष्टी ठेवलेल्या होत्या. खोलीत मध्यभागीदेखील एक शेल्फ ठेवलेलं होतं. त्यामुळे आतमध्ये चालायला अत्यंत अरुंद जागा होती. तिनं सर्व शेल्फांवर भराभरा नजर फिरवली. त्यावर ठेवलेल्या अनेक वस्तू तिच्या चांगल्या परिचयाच्या होत्या, कारण ती दिवसात अनेकदा तिथे ये-जा करत असे.

मागच्या बाजूला शेल्फवर स्टेनलेस स्टीलचे काही डबे ठेवलेले तिला दिसले. हे डबे तिनं पूर्वीही पाहिले होते. पण त्यात काय आहे, हे पाहण्याचा कधी प्रसंगच आला नव्हता. त्यातला एक डबा तिनं खाली काढला आणि उघडण्याचा प्रयत्न केला. पण डबा उघडेना. नीट पाहिल्यावर तिच्या लक्षात आलं, की डब्याला एक छोटंसं कुलूप आहे.

बेथला आश्चर्य वाटलं आणि ताबडतोब संशयही आला. कारण त्यांच्या प्रयोगशाळेत फारच थोड्या वस्तू कुलपात ठेवल्या जात असत. तिनं डबा परत जागेवर ठेवला. नंतर पुढे सरकून तिनं सगळे डबे उचलून बाहेर काढून, परत जागेवर ठेवले. सर्व डब्यांना एकाच प्रकारची कुलपं होती.

खालच्या शेल्फवरचे डबे परत होते तसे ठेवताना तिच्या लक्षात आलं, की एका डब्याचं कुलूप उघडं होतं. तिनं डबा उघडला. आत काचेच्या पेट्रीडिशेस होत्या. कोणत्याही पेट्रीडिशवर नेहमीचं लेबल नाही, हे तिच्या तात्काळ लक्षात आलं. त्याच्यावर पेन्सिलनं फक्त काही आकडे टाकलेले दिसले. तिनं एक ए-८१ नंबरची डिश उचलून पाहिली. आतमध्ये कसलेतरी जीवाणू चॉकलेट ॲगार माध्यमावर वाढवल्याचं दिसत होतं. तिनं डिशचं झाकण उघडलं, एवढ्यात दाराचा आवाज आला.

बेथची छाती धडधडू लागली. आता परतीचा मार्गच नव्हता. तिनं भराभरा पेट्रीडिश पुन्हा डब्यात ठेवली आणि डबा शेल्फवर ठेवला. पण त्याआधीच आत शिरलेल्या डॉ. मार्टिन शिवेयूनं ती काय करते आहे, हे पाहिलं होतं. त्याच्या हातात तसलाच एक कुलूपबंद डबा होता.

"तू!.. तू इथे काय करते आहेस?" मार्टिन गुरगुरला.

"मी.. मी.." बेथच्या तोंडातून शब्द फुटेना. परिस्थितीच्या दडपणाखाली काहीही स्पष्टीकरण तिला सुचेना. मार्टिननं हातातला डबा शेल्फवर आदळला आणि मग तिच्या हातातला डबा हिसकावला. त्यानं कुलूप पाहिलं.

"याचं कुलूप कुठं आहे?" बेथनं मुठीतलं कुलूप दाखवलं.

"तू कसं उघडलंस?"

"मी ते उघडलं नाही... उघडंच होतं."

"तू खोटं बोलतेस..." मार्टिननं फटकारलं.

"नाही.. खरोखरच कुलूप उघडं होतं. त्यामुळे मला कुतूहल वाटलं."

"कहाणी चांगली आहे." मार्टिन ओरडला.

त्या बंदिस्त खोलीत त्याचा आवाज गडगडाटासारखा भासला. "तू काय केलंस इथे?"

"काहीही नाही.. मी कशालाही हात लावला नाही."

मार्टिननं डबा उघडून आतल्या पेट्रीडिश काढून नीट तपासल्या. डब्याचं झाकणं बंद करून कुलूपही लावलं. डबा जागेवर ठेवला.

"माफ करा. या डब्यांना हात लावायचा नाही, याची मला कल्पना नव्हती." बेथ म्हणाली.

मार्टिननं तिला ताबडतोब दाराबाहेर पडायला सांगितलं. पण तेवढ्यात दार उघडून रिचर्डच आत शिरला. मार्टिननं काय घडलंय ते सांगताच तो मार्टिनएवढाच खवळला.

"तुला तुझं काम पुरत नाही की काय? हे असले उद्योग करण्याएवढा फावला वेळ तुला मिळतो?... तुला हे करायला कोणी सांगितलं?"

"कोणीही नाही." बेथचे डोळे भरून आले. तिला अशा प्रकारचे वादविवाद मनापासून आवडत नसत.

"पण तुला कोणी त्याला हात लावायला सांगितलं होतं का?"

"त्या डॉ. स्टेपलटननं काही तरी सांगून, हे काम करवून घेतलं का?" मार्टिन म्हणाला.

बेथ क्षणभर घुटमळली. तिला यावर काय बोलावं, ते कळेना. ती गप्प आहे, हे पाहून मार्टिन आणखी चिडला, "मला वाटलंच होतं..." तो म्हणाला, "त्यानं

तुला हवं तर असंही सांगितलं असेल, की प्लेग आणि इतर रोग जाणून-बुजून पसरवले जात आहेत.''

''मला बोलता येणार नाही, हे मी सांगितलं होतं.'' बेथ रडक्या आवाजात म्हणाली.

''पण बोलण्याचं काम तर त्यानं केलंच असणार.'' मार्टिन म्हणाला, ''आणि अर्थातच तू ऐकण्याचं.. मी हे काही खपवून घेणार नाही. मिस होल्डरनेस, तुला कामावरून काढून टाकण्यात आलं आहे. तुझ्या साऱ्या वस्तू गोळा कर आणि चालू लाग. मला पुन्हा तुझं तोंड पाहायचं नाही.''

बेथनं काही बोलण्याचा प्रयत्न केला. पण तिच्या डोळ्यातून अश्रू ओघळू लागले.

''रडून काहीही उपयोग नाही.'' मार्टिननं फटकारलं, ''काहीही सबब सांगून चालणार नाही. तू तुझा निर्णय केलेला आहेस. आता त्याचे परिणाम भोग.. गेट आऊट..!''

ट्विननं टेबलावरच्या वस्तू बाजूला सरकवल्या. हातातला फोन खाली ठेवला. ट्विनचं खरं नाव मार्विन थॉमस होतं. पण त्याला एक जुळा भाऊ होता, म्हणून त्याचं टोपणनाव ट्विन पडलं. दोघा भावांमध्ये काहीही फरक नव्हता. काही वर्षांपूर्वी ईस्ट व्हिलेजमधल्या एका टोळीशी झालेल्या हाणामारीत, दोघांमधला एकजण मरण पावला होता.

ट्विननं फिलला हाक मारली. फिल फारसा तगडा नव्हता, पण त्याचं डोकं मात्र तल्लख होतं. त्याच्या चलाखीवर खूश होऊनच ट्विननं त्याला टोळीत दुसऱ्या क्रमांकाची जागा दिली होती. टोळी ड्रगच्या व्यवहारात मिळवत असलेल्या पैशाची योग्य व्यवस्था फिलच लावत असे. टोळीच्या आर्थिक व्यवहारांची फक्त ट्विन आणि फिल दोघांनाच माहिती होती.

''फिल, हे काय चाललंय तेच मला समजत नाही.'' ट्विन टेबलावर पाय पसरत म्हणाला, ''त्या मूर्ख डॉक्टरला आपण जे काय सांगितलं, त्यातला खरा अर्थ समजलाच नसावा.. तुझा तरी विश्वास बसेल का असल्या गोष्टीवर..? मी त्याला एका फटक्यात लोळवला होता आणि त्यानंतर अवघ्या काही दिवसातच तो पुन्हा अंगठा दाखवायला लागलाय..''

''बरं, ते लोक काय म्हणतायत?.. पुन्हा आपण त्याच्याशी बोलावं, अशी त्यांची मागणी आहे का?'' फिलसुद्धा जॅकच्या घरी त्या प्रसंगात हजर होता. ट्विननं त्याला केवढा जोरात तडाखा मारला होता, हे त्यानं पाहिलं होतं.

"त्यापेक्षा जास्त.. आपण त्या हरामखोराला बर्फावर झोपवावं, अशी त्यांची इच्छा आहे.. पहिल्यांदाच त्यांनी तसं का सांगितलं नाही कोणास ठाऊक! आपल्याला पुन्हा भरपूर माल मिळणार आहे." ट्विन हसला. "मी तर हे फुकटही केलं असतं.. आपला इशारा धुडकावणारा जिवंत राहणं शक्यच नाही..."

"कोणाला पाठवायचं?"

"रेगिनाल्डला पाठवू.. त्याला असली कामं आवडतातच की!"

फिलनं सिगारेट विझवली आणि तो बाहेरच्या खोलीत आला. सगळीकडे बाटल्या, टिन, सिगारेटची पाकिटं, खाण्याची पुडकी असा कचरा पडलेला होता. खोलीत सिगारेटचा धूर कोंडलेला होता. टोळीचे पाच-सहा लोक पत्ते खेळत बसले होते.

"एऽऽ रेगिनाल्ड.. नवीन काम करणार का?"

रेगिनाल्डनं वर पाहिलं. दाताटल्या फटीत ठेवलेली काडी नीट केली आणि विचारलं, "काम काय आहे?"

"तुला आवडेल असंच आहे.. तू ज्याची सायकल आणली होतीस, त्या डॉक्टरला झोपवायचं आहे.. पाचशे डॉलर्स.."

"वाऽऽ मी करतो ते काम." बीजे म्हणाला. बीजे हे ब्रूस जेफर्सनचं टोपण नाव होतं. तो एवढा आडदांड होता, की त्याच्या मांड्या फिलच्या कंबरेएवढ्या जाडजूड होत्या. त्यादिवशी तोसुद्धा जॅकच्या घरी हजर होता.

"ट्विननं रेगिनाल्डवर कामगिरी सोपवलीय."

दोघं परत आतल्या खोलीत आले.

"फिलनं तुला काय करायचं, ते सांगितलं का?" ट्विननं विचारलं, "सर्व नीट समजावून घे."

"त्या डॉक्टरचं थोबाड बंद करायचं ना?.. केलं समज."

"नाही.. शिवाय एका गोऱ्या पोरीलाही झोपवायचं आहे. तुला हवं तर ते आधी कर. हा घे तिचा पत्ता."

"मी हे काम कसं करावं म्हणतोस?" रेगिनाल्डनं विचारलं.

"काहीही कर. दोघांना खलास केलं की झालं.. पाचशे डॉलर्स आपले."

"मला नवीन मशीन पिस्तुल वापरायला आवडेल." रेगिनाल्ड दाताटली काडी फेकून देत म्हणाला.

"हरकत नाही.. नाहीतरी ते कसं चालतंय, ते पाहायचं आहेच." ट्विन म्हणाला आणि त्यानं ड्रॉवरमधून एक कोरं करकरीत पिस्तुल काढून टेबलावर ठेवलं. "जा. मजा कर."

"होय.. मी आत्ताच खूप आतुर झालोय." रेगिनाल्ड शीळ घालत म्हणाला. तो

कधीही चेहऱ्यावर, मनातल्या भावना दाखवत नसे. त्याला असली कामं खरोखरच फार आवडत असत.

त्यानं आपली काळ्या रंगाची कामारो गाडी बाहेर काढली. पिस्तुल बाजूला ठेवून त्यावर पेपर ठेवला. गाडीचं इंजिन सुरू होताच त्यानं डेक चालू केला. त्याच्या गाडीमधल्या या डेक सिस्टिमवर सगळी टोळी जळत असे. त्याची पॉवर एवढी होती, की रेगिनाल्डची गाडी जवळून गेली, तर बाजूच्या घराच्या काचा निखळून पडल्या असत्या.

हातातल्या पत्त्यावर एक नजर टाकून रेगिनाल्ड वेगानं निघाला.

बेथ त्यादिवशी सरळ घरी गेली नाही. अस्वस्थ असल्यानं तिला कोणाशी तरी बोलून, मनावरचा ताण कमी करायचा होता. वाटेत ती एका मैत्रिणीच्या घरी गेली. थोड्याफार गप्पा मारून, वाईनचा एक ग्लास घेऊन झाल्यावर ती घरी निघाली. आता जरा बरं वाटत होतं. पण अजूनही नोकरी गेल्याच्या धक्क्यातून ती सावरली नव्हती.

बेथ एका पाच मजली इमारतीत राहत होती. फर्स्ट आणि सेकंड अव्हेन्यूमधल्या ८३व्या रस्त्यावर तिची इमारत होती. हा भाग फार चांगला नव्हता. पण फार वाईटही नव्हता. ती राहत होती ती इमारत मात्र खूप खराब झालेली होती. मालकानं दुरुस्तीकडे कधीच लक्ष न दिल्यानं अशी अवस्था आलेली होती. बेथ गेले वर्षभर नवीन जागेसाठी डिपॉझिट जमवत होती. पण आता सगळीच पंचाईत झाली होती. आता नोकरी गेल्यानं, जमलेली सगळी पुंजी जगण्यासाठीच खर्च करावी लागणार होती.

बेथनं पर्समधून किल्ली काढून दार उघडलं. आत शिरून दार पाठीमागे बंद केलं. कोचावर कोट टाकून तिनं पर्समधून जॅकचं कार्ड शोधून काढलं आणि फोन लावला.

फोनची घंटा वाजली आणि चारपाच घंटा झाल्यावर उत्तर देणाऱ्या स्वयंचलित यंत्राचा 'बीप' असा आवाज आला.

"डॉ. स्टेपलटन," बेथ स्वयंचलित यंत्रामध्ये निरोप रेकॉर्ड करू लागली - "मी बेथ होल्डरनेस बोलतेय. डॉ. स्टेपलटन, मला तुम्हाला काहीतरी सांगायचं आहे." बेथनं डोळ्यात आलेलं पाणी पुसलं. घसा साफ केला, "मला तुमची भेट घेणं जरुरीचं आहे... मला काहीतरी महत्त्वाची गोष्ट सापडली आहे. पण दुर्दैवानं मला नोकरीवरून कमी करण्यात आलं आहे.. कृपा करून तुम्ही ताबडतोब फोन करा."

बेथनं फोन ठेवून दिला आणि ती उठून उभी राहणार, तोच एक मोठा आवाज ऐकू आला. दार एवढ्या जोरानं उघडून मागच्या भिंतीवर आदळलं, की तिथलं प्लॅस्टर ढासळून पडलं. दाराच्या चौकटीत एक अजस्त्र आकृती उभी होती. त्या माणसानं संपूर्ण काळा पोशाख केला होता. त्यानं पायानं दरवाजा बंद करून टाकला. पुन्हा शांतता पसरली. फक्त बाजूच्या अपार्टमेंटमधल्या टीव्हीचा आवाज ऐकू येत होता.

बेथ ते दृश्य पाहून जागच्या जागी खिळून बसली. तिला किंचाळण्याचंही भान राहिलं नाही. तिचे हातपाय लुळे पडले. तो माणूस तिच्याजवळ आला. त्याच्या दातात एक काडी होती. त्यानं एक भलंमोठं पिस्तुल काढलं, तिच्या कपाळावर रोखलं आणि एकही शब्द न बोलता खटका दाबला...

जॅक घराजवळच्या मैदानापाशी आला. खेळता खेळता वॉरेननं त्याला पाहून हाक मारली आणि लवकर ये म्हणून सांगितलं. जॅक जॉगिंग करत इमारतीच्या आवारात शिरला. पण पायऱ्यांपाशी येताच त्यानं विचार बदलला. तो पटकन इमारतीच्या मागच्या बाजूला गेला. मागच्या बाजूला मोकळ्या जागेत खराब टायर्स, जुने कपडे, पिशव्या, बूट असा कचरा पडला होता. लघवीचा उर्ग दर्पही येत होता. जॅकनं अंधुक प्रकाशात शिडी शोधून काढली. ही शिडी आगीसारख्या संकटात वापरण्यासाठी होती.

तो सावधगिरी बाळगत शिडीवरून चढून त्याच्या फ्लॅटच्या खिडकीजवळ आला. खिडकीतून आतली खोली आणि स्वैंपाकघर दिसत होतं. तिथे कोणीही नव्हतं. तोल सांभाळत जॅक खिडकी उघडून हळूच आत शिरला. हलक्या पावलांनी तो बाहेरच्या खोलीत आला. तिथेही कोणी नव्हतं. त्यानं दार निरखून पाहिलं. दार जबरदस्तीनं उघडल्याची काही खूण दिसत नव्हती.

त्यानं भराभरा कपडे बदलले आणि आला तसाच तो खिडकीतून बाहेर पडला. उतरताना तो फारच काळजीपूर्वक उतरत होता. कारण त्याला उंचीवरून खाली पाहण्याची भीती वाटत असे. उतरताना त्याचं लक्ष सगळ्या मजल्यांवरच्या खिडक्यांकडे जात होतं. निरनिराळ्या घरात रोजची कामं चालू होती. त्याच्याकडे लक्ष द्यायला कोणालाही वेळ नव्हता. खिडक्यांमधून दिसलेली आत्यंतिक गरिबी पाहून जॅकला फार वाईट वाटलं. धडधडत्या अंत:करणानं, जॅक एकएक पायरी खाली उतरला. स्वत:च्या दारातून फ्लॅटमध्ये शिरण्याचा धोका, या कसरतीपेक्षा फार मोठा होता. इमारतीतून खालच्या भुयारी मार्गानं बाहेर पडून रस्त्यावर येण्याआधी त्यानं क्षणभर थांबून बाहेर नजर टाकली. बाहेर काहीजण उभे होते. पण त्याला काही धोका वाटला

नाही. त्यातले बरेचसे चेहरे अनेकदा पाहून परिचित असेच झालेले होते. जॉगिंग करतच जॅक मैदानावर आला.

रेगिनाल्ड स्वत:वरच चरफडत होता. तो आपल्या कामारो गाडीत बसून मैदानावर खेळणाऱ्या जॅककडे पाहत होता. खेळ चालू असताना भर मैदानात शिरून काहीच करणं शक्य नव्हतं. जॅक तिथून बाहेर पडण्याची वाट पाहण्याशिवाय, पर्यायच नव्हता. थोड्या वेळानं जॅक खाण्यापिण्यासाठी जाणार याची त्याला खात्री होती.

जॅक खेळ थांबवून मैदानाबाहेर येऊन उभा राहिला, तेव्हा त्यानं पेपरखालचं पिस्तुत उचललंही होतं. एवढ्यात त्याला वॉरेनचा आवाज आला. वॉरेन जॅकला चिडवत होता आणि आणखी खेळ म्हणून डिवचत होता. रेगिनाल्डनं एक शिवी हासडली. पण त्याला फार वेळ थांबावं लागणार नव्हतं. जॅकनं वॉरेनचं आव्हान स्वीकारलं नव्हतं.

"का?.. हरलास म्हणून पळून चाललास की काय?'' वॉरेन.

"छे!.. छे! तसं काही नाही.. पण चांगल्या टीमकडून हरलो असतो, तर आनंद झाला असता.'' जॅकनं टोला परतवला.

"असं काय?.. मग डॉक, तू कोणाला पाहिजे त्याला घे. मी मला पाहिजे त्यांना घेतो.. मग बघू या कोण कोणाला हरवतं ते!'' वॉरेन हसत हसत आव्हान देत म्हणाला.

"नको.. आज नको. परत कधीतरी... मी आता जरा पार्कमध्ये व्यायाम करायला जाणार आहे.. बाय..'' जॅक म्हणाला आणि घाम पुसत मैदानाची साखळी ओलांडून रस्त्यावर आला. त्यानं इकडेतिकडे पाहून जॉगिंग करायला सुरुवात केली.

रेगिनाल्डनं पुन्हा एक इरसाल शिवी हासडली. गोरा डॉक्टर दुकानांच्या दिशेनं न जाता विरुद्ध दिशेला वळला होता. रेगिनाल्डनं कामारो वेगानं बाहेर काढली. आता त्याला एक मोठा वळसा घालून यावं लागणार होतं. तो विरुद्ध दिशेनं येणाऱ्या रहदारीची पर्वा न करता, बेधडक उलटा आत शिरला आणि गाडी वळवून जॅकच्या मागोमाग येऊ लागला. रहदारीतल्या दोनचार टॅक्सी ड्रायव्हर्सनी त्याला शिव्या घातल्या. त्यांच्या कानाजवळ दोनचार आवाज काढायला रेगिनाल्डला आवडलं असतं, पण ही ती वेळ नव्हती.

जॅक कुठं निघाला आहे, हे पाहून रेगिनाल्ड मनोमन खूश झाला. जॅक सेंट्रलपार्कमध्ये शिरत होता. सेंट्रलपार्कसारख्या निर्जन भागात त्याचं सावज आपणहून शिरत होतं. रेगिनाल्डनं गाडी बाजूला लावली आणि पिस्तुल तसंच पेपरमध्ये

लपेटून तो वेगानं सेंट्रलपार्कमध्ये शिरला.

जॅक पार्कमधल्या फरश्यांवर जॉगिंग करत पुढे पुढे चालत होता. तिथल्या शांत वातावरणानं त्याला बरं वाटत होतं. आता तिथे चांगलंच अंधारून आलं होतं. जॅकचे विचार दिवसभरातल्या घटनांभोवती घोटाळत होते. विचारांच्या तंद्रीत तो जॉगिंग करत मधल्या टेकडीवर चढू लागला. वाट झाडांच्या मधून जात होती, त्यामुळे त्याला हिरव्या बोगद्यात शिरल्यासारखं वाटत होतं.

जॅक आता तालात पावलं टाकत स्वस्थचित्त होऊन चालला होता. एवढ्यात काहीतरी निराळं घडत असल्याचं त्याच्या लक्षात आलं. आणखी कोणाची तरी पावलं पाठीमागे वाजत होती. त्याच्या पायातल्या बास्केटबॉलच्या बुटांपेक्षा हा आवाज स्पष्टपणानं निराळा होता. म्हणजे हा त्याच्या पायांच्या आवाजाचा प्रतिध्वनी नव्हता.

जॅकचं हृदय धडधडू लागलं. त्यानं वेग वाढवला. मागच्या माणसानंही वेग वाढवला होता. त्याला पाठीमागचा आवाज स्पष्ट ऐकू येऊ लागला. थोडा वेळ जॅक मागे न पाहता पुढे जात राहिला. मागे पाहण्याचं त्याला धाडस होत नव्हतं. अखेर त्यानं मागे वळून बघितलं आणि तो त्याला दिसला - संपूर्ण अंगभर काळा पोशाख आणि हातात एक प्रचंड मोठं पिस्तुल...

जॅकनं वेग वाढवला. पाठलाग करणाऱ्यानंही लगेचच आपला वेग वाढवलेला त्याच्या लक्षात आलं. पार्कमधून लवकर कोणत्या बाजूनं बाहेर पडता येईल, याचा जॅक विचार करू लागला. उजवीकडे असणाऱ्या झाडांमधून बाहेर पडून शहरातल्या गर्दीत शिरणं शक्य होतं. पण अंतर किती होतं ते जॅकच्या लक्षात येत नव्हतं. अखेर जॅकनं उजवीकडच्या झाडीत उडी घेतली आणि बेभान होऊन झाडंझुडपं तुडवत बाहेरच्या दिशेनं जाऊ लागला. दूरवरून वाहनांचे आवाज आणि मोटारींचे हॉर्न अस्पष्ट ऐकू येत होते...

पळतापळता जॅक एका ओकच्या झाडाला धडकून खाली पडला. क्षणभर त्याला काहीच कळलं नाही. त्यानं श्वास रोखून मागून येणाऱ्या आवाजाचा अंदाज घेतला. मागे सर्व काही शांत होतं. तो हळूच उठला आणि झाडं नसलेल्या मोकळ्या जागेतून हलकी पावलं टाकत पश्चिमेकडे जाऊ लागला.

अचानक जॅकच्या पायाखाली काहीतरी मऊ वस्तू आली. काय होतंय, हे कळायच्या आत उठून बसलेल्या माणसानं जॅकवर झडप घातली. पाठोपाठ आणखी एकजण उठून बसला. तिथल्या पानांच्या ढिगाऱ्यात झोपलेल्या बेघर माणसांच्या अंगावरून जॅक चालत गेला होता.

तोंडानं अर्वाच्य शिव्या देत, बेघर माणसानं जॅकच्या चेहऱ्यावर ओरबाडत किंचाळायला सुरुवात केली होती. जॅक त्याला आपल्यापासून दूर करण्याच्या प्रयत्नात असताना, गोळीचा आवाज आला. तो बेघर माणूस लुळा पडला. जॅकच्या अंगावर रक्ताचा सडा पडला. त्या माणसाच्या वजनानं जॅक मागे कोलमडला. अंधारातच आणखी एक आवाज आला. जॅकवर हल्ला करण्याच्या तयारीत असणाऱ्या दुसऱ्या बेघर माणसाचा आरडाओरडा घशातच विरून गेला.

जॅकनं तात्काळ गोळ्या सुटल्या होत्या त्याच्या दुसऱ्या बाजूला उडी मारली आणि कशाचीही पर्वा न करता तो पळत सुटला. काही मिनिटं पळल्यावर जॅकला समोर काही पायऱ्या दिसल्या. कसलाही विचार न करता जॅक दोन-तीन पायऱ्या ओलांडत वर गेला आणि क्षणभर थबकला. एवढ्यात एक गोळी त्याच्या अगदी जवळून गेली. जॅकनं बाजूला उडी घेतली आणि भिंतीला चिकटून तो अंधारात पुढे सरकू लागला.

जॅक एका कारंज्याच्या वरच्या भागात होता. हिवाळा असल्यानं कारंजं बंद होतं. अंधारात भिंतीला चिकटून बसलेल्या जॅकला, पायऱ्यांवर बुटांचे आवाज ऐकू येऊ लागले. काही क्षणातच पायाचा आवाज थांबला.

"एऽऽ आहेस तिथंस थांब!"

जॅकला हालचाल करणं अजिबात शक्य नव्हतं.

"मागे सरक.. आता इकडे वळ."

जॅकनं सांगितल्याप्रमाणे केलं. त्याच्यासमोर संपूर्ण काळ्या पोशाखातली आकृती उभी होती.

"मला ओळखलं का?.. मी रेगिनाल्ड."

"ओळखलं."

"खाली उतर... मला पायऱ्या चढायची इच्छा नाही तुझ्यासाठी.. चल लवकर!"

जॅक पायऱ्यांपाशी आला.

"एऽऽ मॅन. चांगलाच दम आहे की तुझ्यात!" रेगिनाल्डनं पिस्तुल रोखलेला हात खाली घेतला, "कसलं पळवलंस मला!"

"तुला काय हवंय?" जॅक म्हणाला, "तुला काय हवं ते देईन."

"तू काय मला देणार!.. मी तुझ्या त्या गटारासारख्या अपार्टमेंटमध्ये पाहिलंय की... मला काहीही नको.. खरं सांगू का?.. मी तुला फक्त झोपवण्यासाठी आलो आहे.. तू ट्विननं दिलेला सल्ला मानला नाहीस.."

"मी तुला पैसे देईन.. तुला मला मारण्यासाठी जेवढे मिळणार आहेत त्याच्या दुप्पट देईन."

"बोलतोयस छान." रेगिनाल्ड म्हणाला, "पण ते शक्य नाही. मी ट्विनसाठी

काम करतोय. भरपूर पैसे मिळणार आहेत, तुला खलास करायला. तेवढे तुला देणं परवडणार नाही.''

''कोण पैसे देणार आहे?'' जॅक म्हणाला, ''एवीतेवी मरणारच आहे मी, तर ते तरी कळू दे.''

''खरं म्हणजे मला माहीत नाही. मला फक्त पैसा मिळणार एवढंच कळतं. तुझा पाठलाग करण्यासाठी पंधरा मिनिटं लागली. तेवढ्याचे मला पाचशे मिळणार आहेत.'' रेगिनाल्ड म्हणाला.

''ही रक्कम काही वाईट नाही.''

''मी तुला हजार देतो.'' जॅक अखेरचा प्रयत्न करू लागला.

''ठीक आहे.. मी तुला म्हणशील तेवढे देईन.'' जॅक त्याला बोलत ठेवण्याचा आटोकाट प्रयत्न करत होता.

''सॉरी.'' रेगिनाल्डनं पिस्तुल वर उचललं, ''आपली कवायत संपली आता. तुझा नंबर आला.''

पिस्तुलाच्या चेंबरचा आवाज आला. जॅकचे डोळे पिस्तुलाच्या नळीवर खिळून बसले. जणू तो त्याच्याकडे मोहित झाला असावा.

पिस्तुलाचा धडाका झाला. जॅकनं डोळे गच्च मिटले. पण पुढे काहीच झालं नाही. चकित झालेल्या जॅकनं डोळे उघडले. समोर रेगिनाल्ड अस्ताव्यस्त पडला होता. रक्ताचा एक मोठा ओघळ त्याच्या डोक्यातून वाहू लागला होता.

जॅक जागच्याजागी खिळून बसल्यासारखा अविश्वासानं पाहत असताना, अंधारातून एक आकृती बाहेर पडली. त्याच्या हातातही भलं मोठं पिस्तुल होतं. तो रेगिनाल्डजवळ आला. त्याच्या हातातलं पिस्तुल काढून घेतलं. रेगिनाल्डला बुटानं वळवून खिशातून पाकीट काढून घेतलं.

''चल. डॉक.. निघ.''

''स्पिट!.. तू इथे कसा काय?'' जॅक कसाबसा म्हणाला. त्याचा घसा सुकल्यानं आवाज नीट येत नव्हता.

''ते सांगायला वेळ नाही..'' स्पिटनं जॅकला पळायची खूण केली, ''काही मिनिटातच पोलीस इथे येऊन पोहोचतील.. चल निघू आता.''

जॅक क्षणभर घुटमळला. आधी मेलेले दोन आणि आत्ता रेगिनाल्ड. इथे तीन खून पडले होते. तिथून पळून जाणं योग्य नाही वगैरे नागरिकशास्त्रातील काही वाक्यं जॅक बोलू लागला. स्पिटनं जॅकच्या गालावर प्रहार केला. गालावर एकदम पेटल्यासारखं झालं. जॅक किंचाळला, ''स्पिट..स्पिट.. हे काय?''

''तुझ्या बथ्थड डोक्याला जरा ठिकाणावर आणायला..! कळलं?''

त्यानं रेगिनाल्डचं पिस्तुल जॅकच्या हातात दिलं. ''चल.''

जॅक थांबला. रेगिनाल्डचं पिस्तुल हातात घेत तो म्हणाला, ''मी.. मी याचं काय करू?''

''स्वेटरखाली लपव आणि आता पळ.''

''स्पिट मला ते जमणार नाही.'' जॅक म्हणाला. खुनाच्या ठिकाणी असणारं शस्त्र रबरी ग्लोव्हनं हाताळतात आणि ते खटल्यात पुरावा म्हणून दाखवतात, हे सारं त्याला आठवू लागलं.

स्पिट थांबला. त्यानं पिस्तुलाची नळी जॅकच्या कपाळावर रोखली, ''मला चिडवू नकोस.. सांगतो तसं कर. इथे अजून त्या ब्लॅक किंग्जमधले लोक असण्याची शक्यता आहे. आता नीट ऐक. तू इथून निघणार नसशील तर तुला इथेच झोपवावं लागेल. वॉरेननं सांगितलं म्हणून.. नाही तर तुझ्यासारख्या गोऱ्या कुत्र्यासाठी मी माझा जीव धोक्यात टाकलाच नसता.''

''वॉरेन?'' जॅकला काहीच समजेना. पण आता स्पिटला आणखी प्रश्न विचारण्याचं धैर्य त्याच्यात नव्हतं. नाहीतर स्पिटनं काही क्षणातच आपलं बोलणं खरं केलं असतं.

''मग काय ठरवतोस.. येतोस की...?''

''येतो.''

दोघं बाहेर पडून ॲमस्टरडॅमच्या बाजूला आले. तिथे रस्त्यावरच्या एका फोनवरून स्पिट कोणाशी तरी बोलला. जॅक चुळबुळ करत उभा राहिला. लांबवर पोलिसांच्या गाड्यांचे सायरन वाजताना त्याला ऐकू येत होतं. इतकं वर्षं जॅक स्वतःला बळी गेलेला माणूस समजत होता. पण आता तो स्वतःच एक गुन्हेगार झाला होता. जॅक पिस्तुलाकडे पाहत होता.

स्पिटनं फोन खाली ठेवला. दोघे रस्त्याच्या कडेच्या सावलीत लपून बसले. दहा पंधरा मिनिटात तिथे लाल रंगाची ब्यूक वेगानं आली आणि वळून थांबली. स्पिटनं मागचं दार उघडून जॅकला आत ढकललं. आता जॅक काहीच करू शकत नव्हता. जे चाललं होतं, ते त्याच्या नियंत्रणाबाहेरचं होतं.

स्पिटनं एकवार इकडेतिकडे नजर टाकली. गाडी बंदुकीच्या गोळीसारखी सुसाट निघाली.

''काय चाललंय?'' ड्रायव्हरनं विचारलं. डेव्हिड नावाचा एकजण गाडी चालवत होता. मैदानावर जॅकनं त्याला अनेकदा पाहिलं होतं.

''सगळा चुथडा झालाय!'' स्पिट म्हणाला. त्यानं गाडीची काच खाली केली आणि जोरात खाकरून तो बाहेर थुंकला.

गाडीत रॉक म्युझिकचा धडाका चालू होता. त्या आवाजानं कान बधिर होत होते. जॅकनं हळूच स्वेटरखालचं पिस्तुल काढून सीटवर ठेवलं.

"स्पिट याचं काय करू मी?" जॅकनं विचारलं. स्पिटला ऐकू यावं म्हणून तो अक्षरश: ओरडत होता.

स्पिटनं मागे वळून पिस्तूल घेऊन ते डेव्हिडला दाखवलं. डेव्हिडनं शीळ वाजवायला सुरुवात केली, "छान आहे.. नवीन मॉडेल!"

काही मिनिटातच गाडी त्यांच्या गल्लीमधल्या मैदानाजवळ आली. अजून खेळ चालू होता. स्पिटनं गाडी थांबवायला सांगितली. "इथेच थांब. हलू नकोस." जॅकला बजावून स्पिट मैदानात गेला. त्याला पाहून वॉरेन 'खेळ चालू ठेवा' अशी खूण करून बाहेर पडला. डेव्हिडला काहीतरी विचारावं, असं एकदा जॅकला वाटलं. पण मग त्यानं विचार बदलला. तो बाहेर पाहू लागला.

दोघंजण बोलत बोलत गाडीजवळ आले. स्पिटनं रेगिनाल्डचं पाकीट वॉरेनजवळ दिलं. वॉरेनला पाहून डेव्हिडनं खिडकीची काच खाली केली. आत डोकं घालून वॉरेन म्हणाला, "तू काय केलंस..अँ?" वॉरेन चिडलेला दिसत होता.

"मलाच ते माहीत नाही!.. मी.. मी काय सांगणार?.. माझ्यावर चिडून काय उपयोग?"

वॉरेन काहीही बोलला नाही. त्याचं तोंड कोरडं पडलं होतं. तो कोरड्या तोंडात जीभ फिरवू लागला. तो काही क्षण जॅककडे पाहत राहिला. त्याच्या कपाळावर घामाचे थेंब दिसू लागले. त्यानं मागचं दार उघडलं. "खाली उतर.. इथे बोलता येणार नाही. तुझ्या फ्लॅटमध्ये चल."

जॅकनं वॉरेनच्या डोळ्यात रोखून पाहण्याचा प्रयत्न केला. पण वॉरेननं त्याची नजर चुकवली. वॉरेन आणि जॅक त्याच्या इमारतीत पायऱ्या चढू लागले. स्पिट मागोमाग येत होताच. फ्लॅटमध्ये शिरताच वॉरेन म्हणाला, "जॅक.. पिण्यासाठी काही आहे का?"

"बीयर देऊ की आणखी काही?" जॅक फ्रीज उघडत म्हणाला. त्यानं फ्रीजमध्ये सारं सामान पुन्हा भरून ठेवलं होतं.

"गाटोराड चालेल.." वॉरेन कोचावर जाऊन बसला. स्पिटनं बीयर घेतली. तो टेबलापाशी उभा राहिला. जॅक वॉरेनसमोर जाऊन बसला.

"मला हे काय चाललंय ते समजायला हवं." वॉरेन म्हणाला.

"तू आणि मी दोघांनाही समजायला हवंय!" जॅक म्हणाला.

"मला फालतू काहीही ऐकायचं नाही.." वॉरेननं फटकारलं, "तू माझ्याशी सरळ वागला नाहीस..!"

"म्हणजे काय?"

"शनिवारी तू मला ब्लॅक किंग्ज्बद्दल विचारलं होतंस की नाही?" वॉरेननं त्याला आठवण करून दिली. "मी कशासाठी विचारलं, तर तू म्हणालास की

सहज.. आठवतं..? आज ब्लॅक किंग्ज्मधला एकजण तुला खलास करायला आला होता.. जॅक, मला त्यांची सगळी माहिती आहे. ब्लॅक किंग्ज् ड्रगचा धंदा करतात.. मी काय म्हणतोय ते समजतंय का नाही?.. तू जर त्या भानगडीत अडकला असशील, तर मला माझ्या इथे ते खपणार नाही. हे सगळं इतकं साधं आहे.''

"तुला काय वाटतं मी ड्रगचा धंदा करतो म्हणून?'' जॅक हसला.

'डॉक!.. माझं म्हणणं नीट ऐकून घे.'' वॉरेन म्हणाला, "तू मला विक्षिप्त वाटतोस.. मुळात तू आमच्यामध्ये का राहतोस तेच मला कधी कळलेलं नाही. तू जोवर आपल्या शेजाऱ्यांना त्रास देत नाहीस, तोवर ठीक आहे. पण तू जर ड्रग वगैरे लफड्यात पडलेला असशील, तर मग काही खरं नाही.. तुझ्यावर पश्चात्ताप करायची वेळ येईल!''

जॅकनं घसा साफ केला आणि आपण शनिवारी वॉरेनला खरं सांगितलं नाही, हे कबूल केलं. ब्लॅक किंग्ज्नी त्याला का बडवलं त्याचं खरं कारण सांगून टाकलं.

"डॉक, हे खरं सांगतो आहेस का?.. खरोखरच ड्रगची काही भानगड नाही ना?'' वॉरेन जॅककडे रोखून पाहत म्हणाला.

"होय. मी खरं तेच सांगतोय.'' जॅक आश्वासक सुरात म्हणाला.

"तसं असेल तर, तू खराच सुदैवी आहेस!.. मैदानापाशी गाडी लावून तुझ्यावर लक्ष ठेवणाऱ्या त्या माणसाकडे स्पिट आणि डेव्हिडची नजर गेली म्हणून ठीक.. नाहीतर तू केव्हाच इतिहासजमा झाला असतास.. स्पिट म्हणाला, की त्यानं तुला जवळजवळ उडवलंच होतं.''

"मी तुझा आभारी आहे..'' जॅक स्पिटला म्हणाला.

"तो तुझ्यामागे एवढा मन लावून पळत होता, की आम्ही त्याच्या मागे आहोत हेदेखील त्याला कळलं नाही. तो १०६व्या रस्त्यावर वळला, तेव्हापासून आमचं लक्ष होतं.'' स्पिट म्हणाला.

जॅकचं मन आता जरासं शांत झालं होतं. त्यानं एक निःश्वास टाकला.

"बापरे!.. काय हे आजचं अरिष्ट!..'' जॅक म्हणाला, "पण अजून सर्व काही संपलेलं नाही. पोलिसांना कळवायला हवं.''

"पोलीस?'' वॉरेनचा राग पुन्हा उफाळून आला. "पोलिसांना कोणी काही कळवायचं नाही.''

"पण तिथे तिघंजण मेले आहेत..'' जॅक म्हणाला.

"डॉक.. जर तू पोलिसांना कळवशील तर, तो आकडा चार होईल.'' वॉरेननं त्याला स्पष्ट समज दिली.

"डॉक, ऐक.'' वॉरेन त्याला समजावू लागला. "हे सगळं तुझ्या ताकदीबाहेरचं

आहे. ते तू आमच्यावर सोड. पोलिसांना कळवून काहीही उपयोग होणार नाही.. आम्ही काळे एकमेकांना ठार करून संपून जावं, अशीच त्यांची इच्छा असणार!.. आणखी एक गोष्ट ऐकून ठेव. माझ्या भागातल्या कोणालाही येऊन, कधीही उडवता येईल अशी त्यांची कल्पना असेल, तर ते मी चालू देणार नाही. मग तो माणूस तुझ्यासारखा गोरा का असेना!.. डॉक, तुला आमची मैत्री हवी असेल, तर पोलिसांचा नाद सोड.. आणि तुला आमची मैत्री गमावून चालणार नाही. कारण जर ब्लॅक किंग्ज्नी तुला उडवायचं ठरवलं असेल, तर या शहरात फक्त आम्हीच तुला जिवंत ठेवू शकतो.'' वॉरेन स्पिटकडे वळला, ''स्पिट.. पुढचे काही दिवस कोणीतरी सतत याच्याबरोबर असायला हवं.''

''व्यवस्था केली समज.'' स्पिट मान डोलावत म्हणाला.

वॉरेन उठून उभा राहिला. त्यानं स्पिटला चालण्याची खूण केली. ''डॉक, उद्या खेळायला ये.. आणखी नवीन काही मूर्खपणा करू नकोस. कळलं?''

जॅकनं मान हलवली.

वॉरेन आणि स्पिट निघून गेले. जॅक सुन्न होऊन काही वेळ कोचावर पडून राहिला. थोड्या वेळानंतर उठून तो बाथरूममध्ये गेला. आरशासमोर उभ राहताच त्याला धक्का बसला. त्याच्या चेहऱ्यावर नखांचे ओरखडे होते. शर्ट रक्तानं माखलेला होता. त्या बिचाऱ्या गरीब बेघर माणसाचं रक्त त्यावर उडालं होतं. हातापायावर झाडाझुडपातून धावल्यामुळे अनेक ओरखाडे होते. एकूण जॅकचा अवतार युद्धातून परतलेल्या माणसासारखा होता.

जॅकनं शॉवर घेतला. पण मनातला प्रचंड गोंधळ काही कमी होईना. तो अजूनही पोलिसांना कळवावं की नाही, या संभ्रमात होता. जॅकला न्यूयॉर्क शहरातल्या गुन्हेगारी विश्वाची थोडीफार कल्पना होती. टोळी युद्धातले कितीतरी मुडदे त्यांच्याच शवागारात येत असत. वॉरेनच्या म्हणण्यामध्ये तथ्य आहे, हेसुद्धा त्याला कळत होतं. एका बाजूला आपण चांगल्या नागरिकासारखे वागलो नाही, याची टोचणी होती.

अचानक जॅकचं लक्ष फोनकडे गेलं. उत्तर देणाऱ्या स्वयंचलित यंत्रामध्ये लाल दिवा लागला होता. काहीतरी संदेश रेकॉर्ड झालेला दिसत होता. त्यानं बेथनं रेकॉर्ड केलेला संदेश ऐकला आणि लगेच तिला फोन केला. तिनं हॉस्पिटलमध्ये एवढं महत्त्वाचं काय पाहिलं असावं? तिला कामावरून काढून टाकण्याएवढं महत्त्वाचं गुपित काय असू शकेल?..

बेथच्या फोनची घंटा दहापंधरा वेळा वाजत राहिली. कोणीही फोन उचलला नाही. अखेर त्यानं कंटाळून फोन ठेवला. हातात बीयर घेऊन तो खिडकीतून बाहेर पाहत बसला. १०६व्या रस्त्यावरची रहदारी नेहमीप्रमाणे चालू होती.

तासामागून तास उलटले. दरम्यान जॅकनं बेथला दहा वेळा फोन केला होता. त्याला आता काळजी वाटू लागली. कदाचित ती आपल्या कोणा मैत्रिणीकडेच थांबली असेल, अशी त्याला आशा वाटू लागली. पण तरीही काहीतरी विचित्र घडत असल्याची भावना त्याला सतत कुरतडत होती.

■

२७

मंगळवार, २६ मार्च १९९६
सकाळी ७ वाजून ३० मिनिटे

सकाळी उठल्याबरोबर जॅकनं पुन्हा एकदा बेथला फोन केला. पुन्हा घंटा वारंवार वाजूनही फोन कोणी उचलत नाही, हे पाहून जॅक चांगलाच अस्वस्थ झाला. काहीतरी गडबड झाली आहे, असं त्याला वाटू लागलं.

सायकल नसल्यानं जॅक भुयारी रेल्वेनं कामावर जायला निघाला. पण आज तो एकटा नव्हता. जॅक आपल्या इमारतीतून बाहेर पडताक्षणीच, त्याच्यामागे वॉरेननं नेमलेला एक तरुण चालू लागला. त्याचं नाव स्लॅम असं होतं.

रेल्वेमध्ये स्लॅम काहीही न बोलता, जॅकच्या समोर बसला. त्याच्या चेहऱ्यावर कोणतेही भाव नव्हते. न्यूयॉर्कमधल्या तरुण अफ्रिकन-अमेरिकन पोरांसारखीच त्याची वेशभूषा ढगळ होती. त्याचा शर्ट तर एखाद्या तंबूसारखा अवाढव्य होता. अर्थात, त्याच्याखाली काय लपवलेलं असेल, याची जॅकला कल्पना होती.

जॅक शवागाराच्या इमारतीत शिरला आणि पायऱ्यांवर उभा राहून, त्यानं मागं वळून पाहिलं. स्लॅम बाहेरच्या बाजूला रेंगाळू लागल्यासारखा दाखवत, त्याच्यावर नजर ठेवून होता.

त्याला आता काय करावं ते कळत नव्हतं. जॅकला एकदा वाटलं, की त्याला आत बोलावून घ्यावं आणि दिवसभर कॅन्टीनमध्ये बस म्हणून सांगावं. पण लगेचच तसं करणं योग्य नाही, हे त्याच्या लक्षात आलं. त्यानं खांदे उडवले आणि तो आत शिरला.

आजचा दिवस जॅकला शवविच्छेदन करण्याची गरज नव्हती. तरी तो आज काय काय केसेस आल्यात, ते पाहण्यासाठी वरच्या मजल्यावर गेला. शिवाय रेगिनाल्ड आणि दोन बेघर लोकांची प्रेतं येणार होती, हेसुद्धा त्याला माहीत होतंच.

वरच्या मजल्यावर येताच जॅकच्या लक्षात आलं, की आजचा दिवस काहीतरी निराळा आहे. व्हिनी रोजच्याप्रमाणे पेपर वाचत बसलेला नव्हता. त्यानं जॉर्जला कारण विचारलं.

''व्हिनी बिंगहॅमला मदत करण्यासाठी केव्हाच गेला आहे.''

जॅकची छाती धडधडू लागली. आदल्या रात्रीच्या घटनांची बोच होतीच. त्याला वाटलं, की रेगिनाल्डसाठीच बिंगहॅम लवकर आला असावा. विशेष काही कारण असल्याशिवाय बिंगहॅम विच्छेदन करत नसे.

''बिंगहॅम?.. इतक्या सकाळी?'' जॅकनं सहज विचारल्यासारखं दाखवलं.

''कालची रात्र फार धामधूमीची ठरली.'' जॉर्ज म्हणाला, ''तिकडे मॅनहटन जनरल हॉस्पिटलमध्ये आणखी एक मृत्यू झाला आहे. कसला तरी संसर्गजन्य रोग होता म्हणे. हेल्थ कमिशनरनी स्वत: बिंगहॅमला खबर दिली होती म्हणे.''

''पुन्हा मेनिंगोकोकस की काय?''

''नाही.. कसला तरी विषाणूजन्य न्यूमोनिया आहे.''

जॅकला आपल्या पाठीतून थंडगार चमक उठल्यासारखं वाटलं. त्याच्या डोक्यात एकदम हांटाव्हायरस हे नाव आलं. गेल्या वर्षी लाँग आयलंडवर एक केस झालेली होती, हे त्याला आठवलं. हांटाव्हायरस ही फार भयानक गोष्ट होती.

जॉर्जनं हातातल्या फायली संपवून वर पाहिलं, ''जॅक.. तुझ्या चेहऱ्याला काय झालंय?''

जॅक आपल्या चेहऱ्यावरच्या प्रकाराला पूर्णपणे विसरूनच गेला होता. ''काही नाही..काल जॉगिंग करताना मी अडखळून पडलो.''

''कशाला अडखळलास.. काटेरी तारेला की काय?'' जॉर्ज हसत हसत म्हणाला, ''जॅक, आज तुला फक्त फाईली बघायच्या आहेत, हे किती वाईट आहे. आज गोळीनं उडालेल्या चार केसेस आल्या आहेत. तुला एखादी दिली असती.''

''चार केसेस?.. बघू.'' जॅकनं जॉर्जच्या टेबलावरच्या फाईली ओढून घेतल्या. पहिलीच फाईल उघडताच त्याचा एकदम धीरच खचला. ती फाईल बेथ होल्डरनेसची होती!

"नाही.. नाही." जॅक टेबलाचा आधार घेत उद्गारला.

"जॅक.. काय झालं? तुझा चेहरा पांढराफटक पडलाय.. ही केस तुझ्या माहितीच्या कोणाची आहे का?.. जॅक.. ठीक आहेस ना?

जॅक जरासा सावरला. अद्याप डोकं हलल्यासारखं वाटत होतं.

"आता बरं वाटतंय जरा.. ही मुलगी माझ्या थोड्याफार परिचयाची होती. मी कालच तिच्याशी बोललो होतो.. माझा तर विश्वासच बसत नाही.."

"खरंच जॅक.. ही फारच दुर्दैवी पोरगी म्हणायची.. केवळ एका टीव्हीसाठी आणि स्वस्तातल्या दागिन्यांसाठी बिचारीला जीव गमवावा लागला."

"आणखी कोणकोणत्या केस आलेल्या आहेत?"

"पाहा. तूच पाहा." जॉर्जनं त्याच्यापुढे यादी टाकली. "गोळीनं खलास झालेले तीनजण आहेत. हेक्टर लोपेझ, मुस्तफा अवैद आणि सेंट्रल पार्कमधला रेगिनाल्ड विनथोर्प."

जॅकनं यादीवर नजर टाकली. जर स्पिट वेळेवर आला नसता, तर यादीत निराळंच नाव दिसणार होतं - जॅक स्टेपलटन. ही शक्यता लक्षात येताच जॅक शहारला. त्यानं यादी परत केली.

"जॉर्ज.. लॉरी आलेली आहे का?"

"तू येण्याच्या थोडी आधीच ती आलेली आहे."

"कुठं आहे ती?"

"तिच्या खोलीत असेल. पण मला नक्की कल्पना नाही."

"जॉर्ज.. या होल्डरनेस आणि विनथोर्पची केस लॉरीकडे दे."

"का?"

"जॉर्ज.. सांगितलं ते कर." जॅक म्हणाला.

"ठीक आहे.. पण वेड्यासारखा ओरडतोस कशाला?"

"जॉर्ज.. माफ कर." जॅक म्हणाला, "मी काहीतरी निराळ्याच विचारात गढलो होतो..."

जॅक तिथून लिफ्टमध्ये शिरला. बेथचा खून झाल्यानं त्याच्या मनात विलक्षण भीती आणि निरनिराळ्या शक्यतांमुळे कमालीचा गोंधळ उडाला होता. बेथचा खून आणि त्याचा खून करण्याचा प्रयत्न, याचा बेथच्या निरोपाशी काहीतरी संबंध असावा, असं त्याला राहूनराहून वाटत होतं. अनेक गोष्टी जॅकच्या पूर्णपणे लक्षात येत नव्हत्या. पण एक गोष्ट मात्र स्पष्ट होती. जॅकनं आता इतर कोणालाही या प्रकारात गुंतवणं फार धोकादायक होतं. आता यापुढं सारं काही जॅकला एकट्यालाच करावं लागणार होतं.

लॉरी तिच्या खोलीमध्ये फाईल वाचत बसली होती.

जॅकला पाहताच लॉरीनं विचारलं, ‘‘जॅक, तुझ्या चेहऱ्याला काय झालं?’’

चेहऱ्यावरच्या ओरखड्यांबद्दल जॉर्जला दिलेलं स्पष्टीकरण तिलाही देऊन मुद्दाम वेगळा विषय काढत जॅक म्हणाला, ‘‘लॉरी.. बिंगहॅम आज सकाळी सकाळी स्वतः कामाला लागलाय. तुला समजलं का?’’ जॅक

‘‘हो तर.. मला हे खरंच वाटलं नाही. बिंगहॅम मुळात सकाळी आठच्या आत इथे हजर झाला, हेच नवल आणि त्यातही स्वतः विच्छेदन करायला बसलाय म्हणजे तर फारच झालं.’’

‘‘या संसर्गाच्या केसबद्दल तुला काही माहीत आहे का?’’

‘‘होय. ही केस इन्फ्ल्युएंझाची असावी, असं प्राथमिक निदान करण्यात आलं आहे.’’

‘‘ओ हो..!’’

‘‘तुझ्या डोक्यात काय चालू आहे, ते माझ्या लक्षात आलं.’’ लॉरी म्हणाली, ‘‘तू पुढचा रोग इन्फ्ल्युएंझा असेल, असं म्हणाला होतास. पण आणखी काही नवीन सिद्धांत पुढे करण्याआधी हे लक्षात घे, की या ऋतूत इन्फ्ल्युएंझा आढळणं, यात काहीही अनैसर्गिक नाही.’’

‘‘रोग कुठल्या प्रकारचा आहे?.. प्राथमिक आहे की..?’’

‘‘प्राथमिक इन्फ्ल्युएंझा न्यूमोनिया.’’

‘‘हा प्रकार तू म्हणतेस तेवढा सहज आढळत नाही.’’ जॅक शक्यतो शांत राहण्याचा प्रयत्न करत होता. इन्फ्ल्युएंझा या शब्दानं त्याची छाती धडधडू लागली होती.

‘‘दरवर्षी इन्फ्ल्युएंझा आढळतोच.’’

‘‘असेल. तसंही असेल’’ जॅक म्हणाला, ‘‘माझं एक काम करशील का?.. हॉस्पिटलमधल्या तुझ्या मैत्रिणीला फोन करून पाहशील का.. आणखी काही केसेस तर नाहीत ना?’’

‘‘आत्ता करू?’’ लॉरी घड्याळाकडे पाहत म्हणाली.

‘‘केलास तर बरं होईल.’’ जॅक म्हणाला, ‘‘ती आत्ता राऊंड घेत असेल. तिला नर्सेस स्टेशनमधलं एखादं कॉम्प्युटर टर्मिनल वापरता येईल.’’

लॉरीनं खांदे उडवले, आणि फोन उचलला. काही मिनिटात तिची मैत्रीण फोनवरून बोलू लागली. तिनं विचारलेल्या प्रश्नाचं उत्तर हॉस्पिटलच्या संगणकाकडून मिळवेपर्यंत, लॉरीला थांबणं भाग होतं. दरम्यान तिचं लक्ष पुन्हा जॅकच्या चेहऱ्याकडे गेलं. तिला जॅकची काळजी वाटू लागली. चेहऱ्यावरच्या ओरखड्यांबद्दल जॅकनं तिला दिलेलं स्पष्टीकरण तिला पटलेलं नव्हतं. पण तिनं जास्त काही विचारलं नव्हतं.

"आणखी काही केसेस नाहीत.." ती फोन ठेवत म्हणाली.

"जॅक, ठीक आहे?"

"ठीक." जॅक म्हणाला, "लॉरी, मी मघाशी जॉर्जला एक विनंती केली आहे. दोन विशिष्ट केसेस तू घ्याव्यास, अशी माझी इच्छा आहे."

"कोणत्या?"

"बेथ होल्डरनेस आणि रेगिनाल्ड विनथोर्प."

"काही विशेष कारण आहे का?" लॉरीनं विचारलं. जॅक किंचित थरथरत असल्याचं तिच्या नजरेतून सुटलं नव्हतं.

"मी सांगतो म्हणून प्लीज करशील का?"

"जरूर.. जॅक त्यात विशेष काही नाही. करीन."

"एक महत्त्वाची गोष्ट सांगायची विसरलो." जॅक म्हणाला, "या होल्डरनेसच्या अंगावर किंवा नखात काही केस आढळतात का ते पाहा.. जर केस आढळले, तर ते डीएनए विश्लेषणासाठी पाठवून, ते या विनथोर्पशी जुळतात का ते पाहा."

"तुला वाटतं, की होल्डरनेसचा खून विनथोर्पनं केलाय?"

"तशी शक्यता आहे."

"पण तुला असं का वाटलं?" लॉरीनं विचारलं.

"काही नाही. सहज वाटलं. बाकी काहीही नाही." जॅक म्हणाला. खरं तर त्याला लॉरीशी अधिक बोलता आलं असतं. पण आता तसं करणं, म्हणजे लॉरीची मान अडकवण्यासारखं होतं.

"लॉरी, माझं आणखी एक काम आहे.. तू एकदा म्हणाली होतीस, की तुझा कोणी एक मित्र पोलीस गुप्तहेर होता.."

"होय." लॉरी म्हणाली.

"त्याला फोन करशील का?.. मला त्याच्याशी जरा थोडं बोलायचं आहे. अर्थातच, अधिकृत काही नाही.." जॅक म्हणाला.

"जॅक.. मला आता तुझ्याविषयी खरोखर काळजी वाटू लागली आहे." लॉरी म्हणाली, "जॅक काही अडचणीत तर आलेला नाहीस ना?"

"लॉरी, माझी एक विनंती ऐक.." जॅक म्हणाला, "तुला जेवढं कमी समजेल, तेवढं सध्या चांगलं आहे. तेव्हा कृपा करून आणखी काही विचारू नकोस. मला पोलिसांमध्ये खूप वरच्या पातळीवरच्या कोणाशी तरी बोलायचं आहे."

"ठीक आहे. आत्ता फोन करू का?"

"चालेल किंवा तुझ्या सोईनं केव्हाही."

लॉरीनं लाऊ सोल्डानोला फोन लावला. तिला फोन करायला थोडं विचित्र वाटत होतं. तिनं गेल्या कित्येक महिन्यात त्याच्याशी संपर्क ठेवलेला नव्हता.

शिवाय तिला फोन कशासाठी करायचा आहे, हेदेखील ठाऊक नव्हतं. पण जॅकबद्दलची काळजी तिला स्वस्थ बसू देत नव्हती.

लाऊ सोल्डानो जागेवर नव्हता. तिनं त्याला परत फोन करण्यासाठी निरोप ठेवला.

"माझा फोन आला होता, हे कळताच लाऊ मला लगेच फोन करेल."

"हे काम छान झालं." जॅकनं लॉरीचा खांदा हलकेच दाबला. लॉरी आपली खरीखुरी मैत्रीण असल्याची जाणीव त्याला होऊ लागली होती.

जॅक आपल्या खोलीत परतला. चेट तिथे होताच. चेटनं जॅकच्या चेहऱ्याकडे पाहिलं आणि शीळ वाजवली. "जॅक.. कोणाशी लढाई करून आलास?"

"चेट, ही चेष्टा करायची वेळ नाही." जॅक कोट खुर्चीच्या पाठीवर टाकत म्हणाला.

"जॅक, याचा संबंध तुझ्या त्या गँगवाल्यांशी तर नाही ना?" चेटच्या स्वरात मित्राबद्दलची कळकळ होती. इतरांना जे सांगितलं, तेच स्पष्टीकरण जॅकनं चेटला दिलं. पण त्याचं समाधान झालं नाही. "जॅक.. होय. तू जॉगिंग करताना पडला होतास, हे खरं. आणि मी काल रात्री ज्युलिया रॉबर्टबरोबर फिरत होतो, हेही तेवढंच खरं..! जॅक, मला काही सांगायची जरूर नाही. मी तुझा मित्र आहे."

जॅक यावर काहीही बोलला नाही. त्यानं टेबलावर आपल्याला काही निरोप वगैरे आलेले आहेत का, ते पाहिलं. कोणीही फोन केलेला नव्हता.

"काल रात्री तू एक छान जेवण चुकवलंस." चेट म्हणाला, "तिथं टेरेससुद्धा आली होती. आम्ही तुझ्याबद्दलही खूप बोललो. ती तुझी चाहती झालेली आहे. तू हॉस्पिटलमधल्या भानगडीत पडतोस म्हणून तिलासुद्धा तुझ्याबद्दल काळजी लागून राहिली आहे."

जॅकनं यावरसुद्धा काही उत्तर दिलं नाही. चेट आणि टेरेसला काल रात्री काय घडलं हे कळलं, तर त्यांची प्रतिक्रिया काय असेल, असा एक विचार त्याच्या मनात आला.

जॅक आधी जॅनिसच्या खोलीत डोकावला. पण ती तिथे नव्हती. मग तो खाली विच्छेदनाच्या खोलीजवळ आला. कपडे बदलून त्यानं जैविक सुरक्षा पुरवणारा अंतराळ पोशाख चढवला आणि तो आत शिरला. खोलीत फक्त एकच विच्छेदन चालू होतं. बिंगहॅम मृताच्या उजव्या बाजूला, तर केल्व्हिन डाव्या बाजूला उभा होता. व्हिनी डोक्यापाशी उभा राहून मदत करत होता. बहुधा त्यांचं काम संपत आलं होतं.

"हे छान झालं." जॅकला आलेला पाहून बिंगहॅम म्हणाला, "आपला संसर्गजन्य रोगांचा तज्ज्ञ आलेला आहे."

"ही केस कसली आहे, ते त्याला सांगू देत." केल्व्हिन आव्हानात्मक सुरात म्हणाला.

"इन्फ्ल्युएंझा." जॅक म्हणाला, "पण मी ते आधीच ऐकलं होतं."

"अरेरे!" केल्व्हिन निराश होत म्हणाला, "तू खरोखरच कसं आणि किती अचूक निदान करू शकतोस, हे बघायला मजा आली असती. सुरुवातीला सगळ्यांना ही केस कुठल्यातरी विषाणूची आणि रक्तस्त्रावाची वाटत होती. पण नंतर मात्र इन्फ्ल्युएंझाच आहे हे नक्की झालं.. सगळी लक्षणं साफ आहेत. तुला फुफ्फुसं बघायची आहेत का?"

"चालेल."

बिंगहॅमनं बाजूला काढून ठेवलेला फुफ्फुसाचा तुकडा उचलून तो जॅकला दाखवला.

"माय गॉड..! सगळ्या फुफ्फुसात संसर्ग झालेला दिसतोय. काही ठिकाणी तर सरळसरळ रक्तस्त्रावही झाला असावा."

"शिवाय हृदयाचे स्नायूही निकामी झालेले आहेत." बिंगहॅम मृताचं हृदय उलटंपालटं करत म्हणाला, "बघ.. इथे केवढ्या मोठ्या प्रमाणात रक्तस्त्राव झालेला आहे."

"हा जंतू फार आक्रमक असावा.." जॅक म्हणाला.

"त्यात काहीच शंका नाही." बिंगहॅम म्हणाला, "या पेशंटला काल संध्याकाळी सहा वाजता काहीतरी त्रास होतोय, असं लक्षात आलं. सकाळी चार वाजता खेळ खलास!"

"हे तर फारच भयंकर आहे. एवढ्या कमी वेळात रोग इतका पराकोटीला पोहोचला!.. अर्थात, हॉस्पिटलमध्ये उद्भवणाऱ्या इतर रोगांच्या संदर्भात हे काही विशेष नवल मात्र नाही.."

"जॅक.. पुरे आता!" बिंगहॅमनं त्याला थांबवलं. "तू पुन्हा भलतीकडे वाहवत जाशील." जॅक काल काय म्हणाला होता, ते आठवून बिंगहॅम म्हणाला. त्याला पुन्हा तसल्या विषयावर चर्चा नको होती.

"प्राथमिक स्वरूपाच्या इन्फ्ल्युएंझामध्ये न्यूमोनिया होणं, ही काही फार असंभवनीय गोष्ट नाही."

जॅकनंही तो विषय पुढं वाढवला नाही. "बॉस.. मी काही नमुने गोळा केले तर चालेल का?"

"घे की.. पण काळजीपूर्वक." बिंगहॅम म्हणाला.

"अर्थातच. मी सगळी दक्षता घेईन." जॅकनं फुफ्फुसाचा तुकडा उचलून, त्यावर पाणी टाकून थोडासा भाग पिळून काढला आणि जमा झालेलं पाणी छोट्या

बाटल्यांमध्ये घेतलं. बाटल्या पक्क्या बंद करून बाहेरच्या बाजूनंही त्या इथर वापरून पूर्णपणे निर्जंतुक केल्या.

जॅक बाहेर निघालेला पाहून बिंगहॅमनं विचारलं, ''याचं काय करणार आहेस?''

''ॲग्नेसला देणार आहे..'' जॅक म्हणाला, ''विषाणूचा कोणता उपप्रकार आहे, हे कळलं तर बरं होईल.''

''कल्पना काही वाईट नाही.'' केल्व्हिनं म्हणाला.

जॅक बाटल्या घेऊन ॲग्नेसकडे आला. पण तिथे मात्र त्याची थोडी निराशा झाली.

''उपप्रकार शोधून काढण्याची पद्धत आपल्याकडे उपलब्ध नाही.'' ॲग्नेस म्हणाली.

''कोण करू शकेल ते काम?''

''शहराची मुख्य प्रयोगशाळा किंवा विद्यापीठातले लोक. पण त्यापेक्षा उत्तम जागा म्हणजे अटलांटा. रोगप्रसार नियंत्रण केंद्र. त्यांच्याकडे इन्फ्ल्युएंझावर काम करण्यासाठी एक निराळा विभागच आहे.''

जॅकनं काचनळ्या सुरक्षितपणे पाठवण्यासाठी आवश्यक त्या गोष्टी ॲग्नेसकडून मागून घेतल्या आणि तो परत आपल्या खोलीत आला. त्यानं ताबडतोब अटलांटाला फोन लावला. काही मिनिटातच इन्फ्ल्युएंझा विभागातल्या कोणीतरी फोन उचलला. फोन उचलणाऱ्या बाईनं, आपली निकोल मार्कविट म्हणून ओळख करून दिली.

जॅकनं तिला आपलं काय काम आहे, ते समजावून दिलं. ''मी जर नमुने आज पाठवले, तर त्यांच्यातल्या विषाणूंचा प्रकार ओळखायला किती वेळ लागेल?''

''एका रात्रीत तर ते काम होत नाही.'' निकोल म्हणाली, ''तुम्हाला तशी अपेक्षा आहे का?''

''होय. तसं का करता येत नाही?''

''तसं करताच येणार नाही, असं नाही.'' निकोल म्हणाली, ''पण ते विषाणू किती प्रमाणात आहेत, त्यावर अवलंबून असतं. जर तुम्ही पाठवलेल्या नमुन्यांमध्ये पुरेसे विषाणू असतील, तर उपप्रकार कळायला वेळ लागणार नाही. तुमच्या नमुन्यामध्ये विषाणूंचं प्रमाण किती असेल?''

''त्याची मला कल्पना नाही. पण मी हे नमुने पेशंटच्या न्यूमोनियानं भरलेल्या फुफ्फुसातून घेतले आहेत. हा पेशंट काही तासात मेला होता.''

''तसं असेल तर ठीक आहे. हा विषाणू फार आक्रमक असणार. त्याचं प्रमाणही पुरेसं असू शकेल.''

''मी आजच नमुने पाठविण्याची व्यवस्था करतो.''

''डॉ. स्टेपलटन, आणखी एकदा मी हे स्पष्ट करू इच्छिते, की जर विषाणूंचं

प्रमाण कमी असेल, तर निष्कर्ष मिळायला काही आठवडेही लागू शकतील.''

''काही आठवडे..!'' जॅक उद्गारला, ''पण का?''

''कारण जर विषाणू पुरेसे नसतील, तर आम्हाला त्यांना मुद्दाम फेरेटसारख्या प्राण्यांमध्ये संसर्ग घडवून वाढवावं लागतं. याला काही आठवडे जातात. एकदा का विषाणू पुरेसे मिळाले, की आम्ही फक्त उपप्रकारच काय, पण त्याची जनुकमालिकाही तपासून देऊ शकू.''

''ठीक आहे. माझ्याकडच्या नमुन्यात पुरेसे विषाणू असतील, अशी आशा करूया.'' जॅक म्हणाला, ''आणखी एक प्रश्न विचारू का? इन्फ्ल्युएंझाचा कोणता प्रकार किंवा उपप्रकार सर्वात आक्रमक असतो?''

''ओ हो!'' निकोल म्हणाली, ''या प्रश्नाचं उत्तर देणं अवघड आहे. कारण विषाणूप्रमाणेच रोग्यांच्या प्रतिकारशक्तीवरही बऱ्याच गोष्टी अवलंबून असतात. सर्वात आक्रमक प्रकार अलीकडच्या काळात तरी अस्तित्वात नाही. या इन्फ्ल्युएंझानं १९१८-१९१९च्या दरम्यान जगभरात अडीच कोटी लोकांचा बळी घेतला होता.''

''हा कोणता उपप्रकार होता?'' जॅकनं विचारलं.

''कोणालाही त्याची नक्की माहिती नाही.'' निकोल म्हणाली, ''या उपप्रकाराचे विषाणू उपलब्धच नाहीत. ते केव्हाच नष्ट झाले आहेत. काही संशोधकांच्या मते १९७६ साली आलेली फ्ल्यूची साथ आणि त्या साथीत साम्य असावं. पण त्यापलीकडे नक्की काहीच सांगता येत नाही.''

जॅकनं निकोलचे आभार मानले. मग त्यानं ॲग्नेसला फोन केला. नमुने अटलांटाला पाठवण्याची व्यवस्था कशी करता येईल, ते त्यानं विचारलं. तिनं त्यांच्या नेहमीच्या कुरियर कंपनीची माहिती दिली. ''पण ते अटलांटाला नमुने नेतील की नाही, हे मला मुद्दाम विचारावं लागेल.'' ॲग्नेस म्हणाली, ''शिवाय त्याला बराच खर्च येईल. बिंगहॅम तो मंजूर करेल, असं वाटत नाही.''

''हरकत नाही. मी पैसे देईन.''

जॅकनं कुरियर कंपनीला फोन लावला. तिथला टोनी लिग्गियो नावाचा पर्यवेक्षक बोलत होता. जॅकनं त्याला कामाचं स्वरूप समजावून दिलं.

''जरूर करू आम्ही हे काम.'' टोनी म्हणाला.

''आजच कोणाला तरी लगेच पाठवून नमुने नेणार का?''

''लगेच पाठवतो कोणाला तरी.'' टोनी म्हणाला. जॅक फोन खाली ठेवणार, एवढ्यात टोनीनं विचारलं, ''डॉ. स्टेपलटन, तुम्हाला खर्च किती येणार ते माहीत करून घ्यायचं नाही का?... कारण हे नमुने अटलांटाला पोहोचवायचे आहेत. शिवाय तुम्ही रक्कम कशी भरणार तेदेखील महत्त्वाचं आहे.''

''क्रेडिट कार्ड चालेल का?''

''चालेल. पण नेमकी रक्कम मात्र मी आत्ता सांगू शकणार नाही.''

''हरकत नाही. नुसता अंदाज सांगितला तरी चालेल.''

''एक हजार ते दोन हजार डॉलर्स दरम्यान असेल.'' टोनी म्हणाला.

जॅकला हा आकडा अगदीच अनपेक्षित होता. त्याला वाटलं होतं, की शे-दोनशे डॉलर्स पडतील. तो त्यावर काहीही बोलला नाही. फक्त टोनीला क्रेडिट कार्डाचा नंबर दिला. फोन ठेवल्यानंतर त्याच्या लक्षात आलं, की एवढा खर्च होणं साहजिकच होतं. आजच्या आज नमुने अटलांटाला पोहोचवायचे म्हणजे कोणालातरी विमानानं जाणं आणि परत येणं भाग होतं.

जॅक फोन करत असतानाच दारात त्यांच्या ऑफिसमधली एक सेक्रेटरी उभी राहिली होती. तिनं जॅकला फेडरल एक्सप्रेस कुरियर कंपनीनं पाठवलेलं पाकीट दिलं. एक शब्दही न बोलता ती निघून गेली. पाकीट नॅशनल बायोलॉजिकल्स् कंपनीकडून आलेलं होतं. त्यानं मागवलेले डीएनए शोधक त्यात होते. हे शोधक आणि विषाणूंचे नमुने घेऊन तो पुन्हा ॲग्नेसकडे आला. त्यानं तिला कुरियरबद्दल सांगितलं.

''हे सगळं एवढ्यात जमवलंत म्हणजे कमाल आहे.'' ॲग्नेस म्हणाली, ''अर्थात, खर्च किती येणार ते मी विचारणार नाही.''

''विचारूच नकोस.'' जॅक म्हणाला, ''याचं पॅकिंग कसं करायचं?''

''ते आम्ही व्यवस्थित करून देऊ.'' ॲग्नेसनं नमुने एका मदतनीस पोरीच्या स्वाधीन केले. जॅकच्या हातातल्या इतर बाटल्यांकडे तिचं लक्ष गेलं, ''आणखी काही आहे का?''

''मी मागवलेले डीएनए शोधक आहेत.'' जॅक म्हणाला. मग त्यानं ॲग्नेसला काय काय करायचं आहे, त्याची सूचना दिली. तो ज्या चार संसर्गजन्य रोगांच्या केसेसवर काम करत होता, त्यांच्यापैकी कोणाशी हे शोधक रेणू क्रियाशील होतात का, ते पाहायचं होतं. पण ते कशासाठी ते मात्र त्यानं तिला सांगितलं नाही. ''फक्त क्रिया होते किंवा नाही, एवढंच पाहिलं तरी पुरे.'' जॅक म्हणाला.

''ठीक आहे. टुलरेमिया आणि रिकेटशिया मी स्वत: हाताळते.'' ॲग्नेस म्हणाली, ''मी ते माझ्या हाताखालच्या कोणालाही देणार नाही.''

''आपल्या सहकाऱ्यांची एवढी काळजी घेणं, खरोखरच कौतुकास्पद आहे.'' जॅक म्हणाला.

''त्यासाठीच तर मी आहे.'' ॲग्नेस म्हणाली.

जॅक लॅबमधून बाहेर पडल्यावर खालच्या मजल्यावरच्या मोठ्या हॉलमध्ये आला. तिथे असणाऱ्या कॉफी मशीनमधून त्यानं कॉफी बनवून घेतली. कॉफी ढवळता ढवळता तो विचार करू लागला. शवागारात पोहोचलेल्या मृतांमध्ये दोन

बेघर लोक नव्हते. म्हणजे एकतर ते मेलेले नसावेत किंवा अजून त्यांची प्रेतं पार्कमध्येच पडलेली असणं शक्य होतं.

कॉफीचा कप हातात घेऊन तो आपल्या खोलीत परतला. चेट आणि लॉरी कोणीही तिथे नाही, हे पाहून त्याला जरा बरं वाटलं. आता थोडा वेळ निवांत बसावं, असा विचार त्याच्या मनात येतो न येतो तोच फोनची घंटी वाजली.

''मी तुझ्यासाठी अक्षरश: वेडी झाले आहे.'' टेरेस एकदम म्हणाली.

''छान.. हे ऐकून मला आनंद झाला आहे.'' जॅक उपरोधानं म्हणाला.

''मी तुझ्यावर भयंकर रागावले आहे.'' टेरेस म्हणाली. पण तिचा आवाज मात्र सौम्य होता. ''कॉलीन आत्ताच चेटशी बोलत होती. तुला म्हणे काल पुन्हा मारहाण झाली?''

''असं चेटला वाटलं असेल..!''

''खरंच?''

''मी काल जॉगिंग करताना पडलो. तसं मी चेटला समजावून सांगितलं होतं.''

''पण चेट आणि कॉलीन..''

''टेरेस..'' जॅक धारदार आवाजात म्हणाला, ''मला काल मारहाण झाली नव्हती.. आपण एखाद्या निराळ्या विषयावर बोलूया का?''

''ठीक आहे.'' टेरेस माघार घेत म्हणाली, ''जर तसं नसेल, तर तू एवढा का चिडलास?''

''सकाळपासून काम करून मी फार थकलोय.'' जॅक सौम्यपणे म्हणाला.

''मग इकडे ये.'' टेरेस म्हणाली, ''आपण गप्पा मारू. नाहीतर मित्रमैत्रिणी कशासाठी असतात?.. काही विशेष घडलं का?''

''होय. हॉस्पिटलमध्ये आणखी एक रोगी बळी पडला आहे.'' जॅकला बेथ होल्डरनेसबद्दलही सांगायची इच्छा झाली. पण त्याचं धाडस झालं नाही.

''आता काय आणखी?''

''इन्फ्ल्युएंझा..'' जॅक म्हणाला, ''फारच आक्रमक प्रकारचा इन्फ्ल्युएंझा.''

''पण फ्ल्यू तर या महिन्यात असतोच की?''

''सगळेजण तेच म्हणत आहेत.''

''तू सोडून सगळे ना?''

''होय. हवं तर तसं म्हण. पण मी या रोगाच्या एकाच केसमुळे हादरून गेलोय. याची साथ आली, तर ती फारच प्रलयंकारी ठरेल.. माझी भीती ही आहे.. असो. तुमच्याकडे काय परिस्थिती आहे?.. सर्व काही ठीक आहे ना?''

''तू विचारलंस म्हणून बरं वाटलं जॅक.'' टेरेस म्हणाली, ''तू मला दिलेल्या बीजाचा उपयोग करून मी काहीतरी सुंदर निर्मिती करण्याच्या खटाटोपात आहे.

सध्या तरी सर्व काही सुरळीत चालू आहे. पण आमच्या या जाहिरातीच्या विश्वात केव्हाही काहीही घडू शकतं.''

''ठीक आहे. गुड लक.'' जॅक फोन ठेवणार होता. एवढ्यात टेरेस म्हणाली, ''आज रात्री जेवायला येणार का?.. मॅडिसन स्ट्रीटवर एक छानसं इटालियन रेस्टॉरंट आहे.''

''जमेल. पण दिवसभरात आणखी काय काय होतं, ते पाहायला हवं.''

''जॅक..'' टेरेस तक्रार करत म्हणाली, ''हे मात्र फार झालं आता.. तू खाणार तर आहेस की नाही रात्री?.. मग झालं तर. आपण दोघं जेवताना जरा गप्पा मारू म्हणजे थोडं बरं वाटेल. तुझ्यावर केवढा ताण आलाय, ते मला नुसत्या बोलण्यातून समजतंय... जॅक, हवं तर मी जबरदस्ती करतेय असं समज.''

''ठीक आहे. जाऊ आपण.''

''संध्याकाळी मला एकदा फोन कर. ऑफिसात नसले तरी घरी.''

''मी फोन करीन.''

■

२८

मंगळवार, २६ मार्च १९९६
सकाळी १० वाजून ३० मिनिटे

फिल ब्लॅक किंग्जूनी ताब्यात घेतलेल्या इमारतीमध्ये शिरला. ही इमारत मालकानं सोडून दिलेली होती. बाहेरच्या बाजूला सिगारेटचा प्रचंड धूर भरलेला होता. लोक पत्ते खेळण्यात गर्क होते. तो मागच्या खोलीत आला. ट्विन टेबलापाशी बसलेला पाहून त्याला समाधान वाटलं. ट्विन कोणातरी पोराकडून पैसे जमा करून घेत होता. दहा-अकरा वर्षाच्या त्या पोरानं ड्रग विकून आलेल्या डॉलर्सचा ढीग ट्विनसमोर टाकलेला होता. त्यांची चळत करून ती मोजून, ट्विननं ड्रॉवरमध्ये टाकली.

"मोठा प्रश्न उद्‌भवलाय..!" फिल म्हणाला.

"प्रश्न तर नेहमीच असतात..!" ट्विन तत्त्ववेत्त्याच्या आविर्भावात म्हणाला आणि ड्रॉवरमध्ये टाकलेल्या नोटांशी खेळू लागला.

"हा प्रश्न जरा निराळा आहे.. रेगिनाल्डला झोपवण्यात आलंय."

ट्विन एकदम उठून उभा राहिला. "चालता हो!.. तुझं ते गटारासारखं थोबाड बंद कर."

"ट्विन.. मी खरं तेच सांगतोय." फिल एक खुर्ची उलटी

फिरवून त्यावर बसला. त्याच्या डोक्यावरची बेसबॉलची टोपीही उलटी होती. फिल नेहमीच उलटी टोपी घालत असे.

"कोणी सांगितलं?"

"रस्त्यावर सगळेजण बोलत आहेत.." फिल म्हणाला, "इमेटनं टाईम्स स्वेअरमध्ये ही बातमी ऐकली.. त्या गोऱ्या डॉक्टरला मॅनहटन व्हॅलीमधली अपर वेस्ट साईडची एक टोळी संरक्षण देते आहे म्हणे."

"तू म्हणतोस की अशा कोणा लुंग्यासुंग्या टोळीवाल्यांनी रेगिनाल्डला झोपवलं?" ट्विन अत्यंत अविश्वासानं म्हणाला.

"बातमी तर तशीच आहे." फिल म्हणाला, "सरळ कपाळात गोळी बसली म्हणे."

ट्विननं टेबलावर दोन्ही हात जोरात आपटले. त्या हादऱ्यानं ड्रॉवर उचकटून निघाला आणि नोटाही खाली पडल्या. ट्विन उठून वेगात येरझाऱ्या घालू लागला. कोपऱ्यामधला कचऱ्याचा डबाही त्यानं रागानं लाथाडला.

"माझा विश्वास बसत नाही... हे चाललंय तरी काय?... नाही.. हे शक्य नाही... तू म्हणतोस की आपल्यातल्या काळ्या भावानं एका नालायक गोऱ्या डॉक्टरसाठी आपल्याच काळ्या बंधूला ठार केलं?"

"कदाचित तो डॉक्टर त्यांच्यासाठी काहीतरी काम करत असेल."

"तो काहीही करत असू दे." ट्विन फिलच्या अंगावर झुकत ओरडला. भडकला की ट्विन काहीही करू शकतो हे माहीत असल्यानं फिल आपोआप मागे सरकला. ट्विन पुन्हा खुर्चीत जाऊन बसला.

"हे मी चालू देणार नाही... ब्लॅक किंग्जचा एक माणूस मारला जातो..! पूर्वी ठरल्याप्रमाणे निदान डॉक्टर तरी खलास झालाच पाहिजे... जा, बीजेला बोलावून आण."

फिल दोन मिनिटात बीजेला घेऊन परत आला. ट्विननं त्याला काय करायचं आहे ते समजावून दिलं. "हे तुला जमेल का बीजे?"

"नो प्रॉब्लेम."

"बरोबर आणखी कोणी पाहिजे का?"

"काही जरूर नाही. तो डॉक आणि त्याचा चमचा, दोघं एकत्र सापडले की बस्स... बूम बूम!"

"त्या डॉक्टरला त्याच्या घरापासून लांब पकडावं लागेल. त्याच्या घरापाशी जाणं परवडणार नाही... समजलं?"

"नो प्रॉब्लेम."

"पिस्तुल आहे का?"

"नाही."

ट्विननं टेबलाचा खालचा ड्रॉवर उघडून एक मोठं मशीन पिस्तुल काढून दिलं. ते रेगिनाल्डला दिलेल्या पिस्तुलासारखंच होतं.

"हे सांभाळून वापर. असलं आणखी आता उरलेलं नाही."

"नो प्रॉब्लेम." त्यानं पिस्तुल हातात घेऊन गोलगोल फिरवलं.

"आता कशाला थांबलास?" ट्विन भडकला.

"तुझं झालं का सांगून?"

"केव्हाच." ट्विन म्हणाला, "का मी आता तुझं बोट पकडून बाहेर नेऊ... अं..? जा फूट इथून आणि काम झालं म्हणून सांगायला लवकर ये."

जॅकच्या टेबलावर अनेक फाईल्स पडलेल्या होत्या. त्याला अजून कितीतरी काम करायचं होतं आणि आज त्याचं लक्षच लागत नव्हतं. बेथ होल्डरनेसचा निरोप सारखा आठवून तो अस्वस्थ झाला होता. तिला महत्त्वाचं असं काय सापडलं असेल..?

जॅक मध्येच डीएनए प्रयोगशाळेतही जाऊन आला. तिथे त्याची भेट टेड लिंचशी झाली. टेड लिंच जेवायलाच निघाला होता. अजून डीएनए शोधकाची चाचणी पूर्ण झालेली नाही हे कळताच जॅक निराश झाला.

"हे करणं तितकंसं सोपं नाही." टेड हसून म्हणाला, "आम्ही जीवाणू आणि शोधक एकमेकात सरळ मिसळून ढवळत बसतो की काय?... आधी जीवाणूमधलं केंद्रकीय प्रथिन बाजूला करावं लागतं. मग पीसीआर (PCR) शृंखला क्रिया वापरून त्याचं प्रमाण पुरेसं वाढवावं लागतं. नाहीतर शोधकाची क्रिया होऊनही आपल्याला फ्लोरेसीन दिसू शकत नाही... या सगळ्याला बराच वेळ लागतो."

जॅक परत खोलीत येऊन भिंतीकडे पाहत बसला. जेवणाची वेळ असूनही त्याला अजिबात भूक नव्हती. थोडा वेळ विचार करून त्यानं डॉ. ॲबेलार्डला फोन करायचं ठरवलं. फोन त्याच्या सेक्रेटरीनं घेतला.

"कोणाचा फोन आहे म्हणून सांगू?" सेक्रेटरीनं विचारलं.

"डॉ. स्टेपलटन." जॅकला मेयर किंवा कमिशनर असं सांगायला खरं तर मजा वाटली असती, पण ही वेळ चिडवण्याची नव्हती.

"माफ करा." सेक्रेटरी म्हणाली, "डॉ. ॲबेलार्ड आपल्याशी बोलू इच्छित नाहीत."

"ठीक आहे. डॉक्टर ॲबेलार्डना सांगा, की मी त्यांच्या धाकात आहे."

जॅकनं फोन ठेवला. हा माणून खत्रूड आहे हे त्याला माहीत होतं. पण हा एवढा

फटकारेल असं त्याला वाटलं नव्हतं. रागावलेल्या जॅकला आता काय करावं ते सुचेना. काहीच न करता आल्यानं त्याची अवस्था पिंजऱ्यात कोंडलेल्या सिंहासारखी झाली होती. अचानक त्याला हॉस्पिटलमधल्या कॅथी मॅकबेनची आठवण झाली. तिनं भेटीच्या वेळी चांगलं सहकार्य दिलं होतं. त्यानं फोन लावला. पण कॅथी जागेवर नव्हती. जॅकनं तिला पेजरवर संदेश पाठवला. ती कॅंटीनमध्ये होती. तिनं तिथून पेज मेसेज घेतला.

"माफ करा... मी तुमच्या जेवणात व्यत्यय आणला आहे..."

"ठीक आहे... बोला, काम काय आहे?"

"मी कोण ते आठवतंय का?"

"नक्कीच." कॅथी म्हणाली, "तुम्ही केली-झिमरमान या दोघांना जे भडकवलंत, ते कोण विसरेल?"

"असं पाहा.." जॅक म्हणाला, "मी हॉस्पिटलमध्ये उद्‌भवणाऱ्या रोगांमुळे विलक्षण काळजीत आहे. मी तिकडे येऊन थोडं बोललो तर चालेल का?... पण ही गोष्ट आपल्या दोघांमध्येच राहायला हवी."

"चालेल की... केव्हा येणार?... कारण सगळ्या दुपारभर मला कसल्या ना कसल्या मीटिंगना जायचं आहे."

"आत्ता लगेच..?" जॅक म्हणाला, "मी लंच घेणार नाहीये."

"आता तुम्ही एवढं करता आहात, तर मी नाही म्हणणार तरी कशी? माझं ऑफिस पहिल्या मजल्यावर प्रशासन विभागात आहे."

"ओ हो." जॅक म्हणाला, "तिथं आल्यावर मि. केली भेटण्याची कितपत शक्यता आहे?"

"तशी शक्यता नाही. कारण अमेरिकेअरचे काही बडे अधिकारी आज इथे आहेत. त्यामुळे मि. केली दिवसभर त्यांच्याबरोबरच राहणार आहेत."

"ठीक आहे. मी निघालोच लगेच."

आपण जॅकला ओळखू याची बीजेला खात्री होती. वैद्यकीय तपासनीसाच्या ऑफिससमोर वाट पाहत बसलेल्या बीजेनं, जॅकला कोण संरक्षण देतोय ते शोधण्याचा प्रयत्न केला. थोडा वेळ एक धिप्पाड काळा माणूस सिगारेट ओढत रेंगाळत बसलेला त्याला दिसला होता. पण काही वेळानं तो निघून गेला. त्यामुळेच जॅक बाहेर पडल्यावर स्लॅम तात्काळ हललेला पाहून बीजेला आश्चर्य वाटलं.

"हा तर निव्वळ दूध पिणारा पोर आहे." बीजे स्वत:शी म्हणाला. तो थोडा निराशही झाला. कारण त्याला यापेक्षा कितीतरी ताकदीच्या प्रतिस्पर्ध्याची अपेक्षा

होती. बीजेनं पिस्तुल बाहेर काढलं. एवढ्यात त्याला जॅक टॅक्सीत बसलेला दिसला. पाठोपाठ स्लॅमदेखील एका टॅक्सीत बसला. बीजेनंही एका टॅक्सीवाल्याला थांबवलं.

"चल, लवकर चल... सरळ उत्तरेकडे जात राहा."

पाकिस्तानी टॅक्सी ड्रायव्हरनं एकदा बीजेकडे नजर टाकली. मग त्यानं टॅक्सी सुरू केली.

टॅक्सीतून बाहेर पडून जॅक वेगानं हॉस्पिटलमध्ये शिरला. त्याला जेवढ्या लवकर तिथून बाहेर पडता येईल तेवढं हवं होतं. तो घाईघाईनं प्रशासन विभागात आला. तेवढ्या वेळात कोणीही त्याच्याकडे लक्ष दिलं नव्हतं. तिथल्या सेक्रेटरीनं सांगितलं, की कॅथी मॅकबेन तिसऱ्या मजल्यावर आहे. जॅक अजिबात वेळ न दवडता तिसऱ्या मजल्यावर कॅथीच्या खोलीत येऊन थडकला. आत शिरताच त्यानं दार पाठीमागे लावून टाकलं.

"हॅलो..! मी हे दार बंद केलं म्हणून राग तर आला नाही ना?... इथे काही लोकांना मी आलो आहे हे कळता कामा नये."

"हरकत नाही. त्यामुळे तुम्हाला बरं वाटत असेल, तर माझं काही म्हणणं नाही." कॅथी हसत म्हणाली, "आता बसलात तरी चालेल."

जॅक खुर्चीवर बसला. त्याला कॅथी सहकार्य करेल असं वाटत होतं.

"हॉस्पिटलमध्ये उद्‌भवलेल्या इन्फ्ल्युएंझामुळे मी फार अस्वस्थ झालो आहे. हॉस्पिटलच्या संसर्ग नियंत्रण समितीचं मत काय आहे?"

"आमची अजून अधिकृत मीटिंग झालेली नाही."

"आणखी काही केसेस कालपासून आढळलेल्या आहेत का?... तुम्हाला तशी माहिती काढता येईल का?"

"त्यात विशेष काही नाही.." कॅथीनं कॉम्प्युटरची काही बटणं दाबली.

"इन्फ्ल्युएंझाच्या नवीन केसेस नाहीत." ती दोनतीन मिनिटांनी म्हणाली.

"ठीक आहे." जॅक म्हणाला, "आता आपण निराळ्या पद्धतीनं जाऊ. काल मेलेल्या माणसाचं नाव केविन कार्पेंटर होतं... तो कुठल्या विभागात होता?"

"अस्थिरोग विभाग."

"मग आपण असं करू. त्या विभागातली कोणी नर्स आजारी आहे का, ते शोधू... संध्याकाळच्या शिफ्टसाठी येणाऱ्या नर्सेसपैकी कोणी आजारी आहे का ते पाहू... त्यांचे पत्ते मिळतील का?"

कॅथीनं पुन्हा कॉम्प्युटरची बटणं दाबली. काही मिनिटांनंतर नर्सेसचे पत्ते आणि त्यांचे फोन नंबर स्क्रीनवर आले.

"त्यांना आत्ता लगेच फोन करायचा का?"

"चालेल."

कॅथी फोन करू लागली. पहिल्या नर्सनं नकारार्थी उत्तर दिलं. पण दुसऱ्या नर्सनं-किम स्पेन्सरनं सांगितलं, की ती फ्ल्यूनं आजारी आहे. तापही १०४° एवढा आहे. ती हॉस्पिटलला फोन करून रजाच घेणार होती.

"मी तिच्याशी बोललो तर चालेल का, तिला विचारा."

कॅथीनं किमला डॉक्टर बोलतोय म्हणून सांगितलं. ती लगेच तयार झाली.

जॅकनं स्वत:ची ओळख करून दिली. तिला काय काय होतंय ते विचारलं.

"सगळं अचानक सुरू झालं." किम म्हणाली, "अचानक डोकं भयंकर दुखू लागलं. हातपाय पिळवटल्यासारखे दुखत आहेत."

"खोकला?"

"थोडा थोडा आहे."

"छातीत वेदना होत आहे का?... विशेषत: श्वास घेतला की...?"

"होय.." किम घाबरून म्हणाली, "पण याचा नेमका अर्थ काय..?"

"कोणा कार्पेंटर नावाच्या पेशंटशी तुझा संबंध आला होता का?"

"होय. मी आणि जॉर्ज हासलटन त्याची देखभाल करत होतो. पण.. पण माझ्या फ्ल्यूचा त्याच्याशी काही संबंध तर नाही ना..? डॉक्टर, मिस्टर कार्पेंटर कसा आहे?"

जॅकनं तिचा प्रश्न न ऐकल्यासारखं केलं. "तुझ्या घराजवळच्या औषध दुकानाचा पत्ता आणि नंबर दे. मी त्यांना तुझ्यासाठी एक प्रिस्क्रिप्शन देतो..."

जॅकनं संभाषण तात्काळ बंद केलं. फोन कॅथीला परत केला.

"माझी भीती खरी ठरू लागलीय..."

"आता काय?"

"आपण जॉर्ज हासलटनला फोन करावा." जॅक म्हणाला.

कॅथीनं त्याला फोन केला. जॉर्ज तर जास्तच आजारी होता. त्यानं आधीच हॉस्पिटलमध्ये फोन करून तसं कळवलं होतं. जॅक कॅथीचं बोलणं ऐकत होता. जॉर्जशी बोलून फारसा फायदा होणार नव्हता.

"आता मलाही काळजी वाटू लागली आहे.." कॅथी म्हणाली. मग त्यांनी इतर सर्व नर्सेसना फोन केला. ग्लोरिया हर्नानडेझ नावाची आणखी एक बाई आजारी होती. ती कोणत्या विभागातील आहे हे कळताच कॅथीला आश्चर्य वाटलं. पण जॅकला मात्र ते अपेक्षित होतं. ग्लोरिया हर्नानडेझ पुरवठा विभागात काम करत होती.

"पण तिचा पेशंटशी काय संबंध आहे?" कॅथी म्हणाली.

"काहीतरी निराळा संबंध आहे." जॅक म्हणाला. मग त्यानं तिला प्रत्येक वेळी पुरवठा विभागातली एकजण बळी पडल्याची माहिती दिली.

“आम्ही दर महिन्यात एकदा भेटतोच... पण डॉ. झिमरमाननी मला तसं कधी सांगितलं नाही.”

“म्हणजे तुम्हाला जाणुनबुजून अंधारात ठेवण्यात आलेलं आहे.” जॅक म्हणाला, “पुरवठा विभागातल्या मिसेस झारेल्लीनं मला मदत करायचं कबूल केलं होतं. ती मला पेशंटला पुरवल्या जाणाऱ्या वस्तूंची यादी देणार होती.”

कॅथीनं तिच्या एका सेक्रेटरीला मिसेस झारेल्लीकडे पाठवलं.

“मला ग्लोरिया हर्नानडेझचा फोन नंबर आणि पत्ता द्या.”

“पुरवठा विभागातलं हे रहस्य फार गुंतागुंतीचं होत चाललंय.”

“हॉस्पिटलमध्ये आम्ही आता काय करावं?”

“मला सांगता येणार नाही..” जॅक सुस्कारा टाकत म्हणाला, “ते तुम्ही आणि तुमची तज्ज्ञ डॉ. झिमरमान मिळून ठरवावं लागेल... पण मोठी दुर्घटना टाळण्यासाठी पेशंटना वेगळं काढणं योग्य ठरेल.”

“रिमंटडीनबद्दल तुमचं मत काय आहे?”

“ते औषध चांगलंच आहे. कदाचित मी इथून गेल्यावर तेच घेईन... पण तुम्ही हॉस्पिटलच्या लोकांनी काय उपचार करावेत, ते अर्थातच डॉ. झिमरमानवर अवलंबून आहे.”

कॅथीनं डॉ. झिमरमानला फोन केला. ती मधून मधून ‘हो’ ‘नाही’ असं म्हणत होती. अखेर फोन ठेवून तिनं हताशपणे टेबलावर हात आपटले. “ही बाई म्हणजे एक कठीण समस्याच आहे... ती काही ऐकूनच घेत नव्हती. मग काही प्रतिबंधक उपाय करणं बाजूलाच राहिलं. मिस्टर केली आणि अमेरीकेअरच्या अधिकाऱ्यांना म्हणे ते आवडणार नाही..!”

“रिमंटडीनबद्दल ती काय म्हणाली?”

“त्याबद्दल ती जरा नीट बोलली खरी... ती हॉस्पिटलच्या सर्व स्टाफसाठी पुरेसं रिमंटडीन उपलब्ध करू म्हणाली.”

कॅथीची सेक्रेटरी परतली. मिसेस झारेल्लीनं पाठवलेली यादी फारच लांबलचक होती. त्यावर जॅक नजर फिरवू लागला.

“काही विशेष सापडतंय का?”

“विशेष काही नाही. पण चारही रोगाच्या मूळ केसेसमध्ये पेशंटनी मागवलेल्या वस्तू खूपच सारख्या आहेत.” जॅक क्षणभर थांबला.

“मी आणखी एक गोष्ट करायला हवी होती... या याद्या पेशंटनी मागवलेल्या आहेत हे खरं. पण मी चारही रोग न झालेल्या एखाद्या पेशंटनं काय काय मागवलं होतं, ते मिसेस झारेल्लीला विचारायला हवं होतं.”

“त्याची यादी हवी का?” कॅथीनं विचारलं, “थांबता का जरा?”

जॅक उठला. "माझं नशीब चांगलं म्हणून मी एवढा वेळ तरी इथे बोलू शकलो.." जॅक म्हणाला, "जर तुम्ही ती माझ्याकडे नंतर पाठवू शकलात, तर फार बरं होईल... आता मी इथून जाणं योग्य होईल."

"ठीक आहे."

जॅक दारापाशी गेला. "एखाद्या गुन्हेगाराप्रमाणे तोंड लपवण्याची सवय व्हायला थोडा वेळ लागणारच की."

"डॉ. स्टेपलटन, तुम्ही खरं तर हॉस्पिटलला मदत करत आहात. पण उलट तुमच्यावरच आरोप करणाऱ्यांच्या वतीनं मी तुमची माफी मागते." कॅथी अगदी मनापासून बोलत होती.

"धन्यवाद." जॅकला तिची कळकळ जाणवली होती.

तिथून जॅक आला तसाच वेगानं बाहेर पडला. यावेळी हॉस्पिटलमध्ये तो आल्यानंतर नवीन काहीही भानगड उपटली नव्हती.

हॉस्पिटलच्या आवारातून बाहेर पडून तो पूर्वेकडे दोन चौक चालत गेला. तिथे त्याला औषधं आणि त्याचबरोबर इतर सर्व काही विकणारं असं एक 'ड्रगस्टोअर' दिसलं. जॅक आत शिरला. त्या अवाढव्य स्टोअरमध्ये औषधाचा विभाग शोधायला त्याला जरा वेळ लागला. त्यानं तिथे पांढरा कोट घातलेल्या फार्मासिस्टकडून कोरा प्रिस्क्रिप्शन कागद मागून घेतला. त्यावर रिमंटडीन लिहून परत दिला.

"किती वेळ लागेल?"

"वीस मिनिटं."

"वीस मिनिटं?" जॅक म्हणाला, "एवढा वेळ कशाला... पन्नास गोळ्या मोजायला एवढा वेळ लागतो की काय?"

"गोळ्या हव्या की नको?" फार्मासिस्ट कडवटपणे म्हणाला.

"हं... पाहिजे..." जॅक म्हणाला. वीस मिनिटं थांबण्याशिवाय काही पर्यायच नव्हता. आता वीस मिनिटं कुठेतरी काढावी लागणार होती. जॅक बाजूच्या इतर वस्तूंच्या विभागात शिरला.

जॅक ड्रगस्टोअरमध्ये शिरलेला पाहून बीजेला आनंद झाला. अशा गजबजलेल्या ठिकाणी जॅकला उडवणं थोडं अवघड जाणार होतं खरं. पण त्यामध्येही त्याला थ्रिल वाटू लागलं. शिवाय स्टोअरच्या समोरच भुयारी मार्ग होता. पळून जायला यापेक्षा चांगली जागा शोधून मिळाली नसती. बाहेर पडताना हवेत एखादी गोळी चालवली की झालं... कोणी मध्ये पडायचं धाडस करणं शक्यच नव्हतं.

शेल्फांच्या रांगांमधून नजर फिरवत बीजे मागच्या बाजूला आला. त्याचं सावज

त्याच रांगेत शेवटच्या टोकाशी उभं होतं. स्लॅम त्याच्या मागे आठदहा पावलं अंतर राखून रेंगाळत होता. बीजेनं इकडेतिकडे नजर टाकली. तेवढ्यात स्लॅम आणि जॅक एका रेषेत आलेले त्याला दिसले. हे सगळं नेमकं जमून आलं होतं. त्यानं ढगळ शर्टाखाली हात घातला. एवढ्यात कोणीतरी त्याच्या खांद्यावर हात ठेवला.

"काही मदत हवी का?" स्टोअरचा एक टकल्या कर्मचारी विचारत होता.

बीजेचा पारा चढला. त्यानं नेमक्या वेळी अडमडलेल्या त्या माणसाकडे पाहिलं. त्याचे दात पाडायची त्याला तीव्र इच्छा झाली, पण त्यानं थोडा वेळ तिकडे दुर्लक्ष करायचं ठरवलं. तो वेगानं पुढे झाला आणि पिस्तुल बाहेर काढलं. त्याच्या वेगवान हालचालीमुळे टकल्याला धक्का बसला. पण त्याला पिस्तुल दिसलं नसावं. दिसलं असतं तर तो "हे... हे काय?" म्हणून ओरडला नसता.

त्या आवाजामुळे जॅकचं तिकडे लक्ष गेलं. त्यानं बाजूच्या शेल्फवर झेप घेतली. त्याचवेळी स्लॅमनं जमिनीवर लोळण घेऊन पिस्तुल काढलं होतं. पण पहिला बार बीजेनं टाकला. पाठोपाठ गोळ्या धडधड करत शेल्फमधल्या सामानात आणि जमिनीत घुसू लागल्या. एका हातात पिस्तुल धरल्यामुळे एकही गोळी जॅक किंवा स्लॅमला लागली नाही. पुढच्या क्षणी स्लॅमचं पिस्तुल धडधडू लागलं होतं. त्याच्या गोळ्या समोरच्या काचा फोडत बाहेर जाऊ लागल्या, कारण बीजे आता एका शेल्फमागे लपला होता. अचानक हल्ला करण्याचा बेत साफ फसलेला पाहून तो पुढं काय करावं, याचा विचार करू लागला.

स्टोअरमध्ये एकच गोंधळ उडाला होता. सर्वत्र किंचाळण्याचे आणि शेल्फ पडण्याचे आवाज येऊ लागले. जॅक सरपटत शेल्फखालून मागेमागे सरकला. मधे एकदोन वेळा पिस्तुलं धडधडली. पुन्हा किंचाळ्या आणि आरडाओरडा सुरू झाला. जॅकला समोर दार दिसलं. त्यावर 'फक्त कर्मचाऱ्यांसाठी' लिहिलेलं होतं. जॅक त्यातून घुसून धावत सुटला. पुढे बाहेर पडायला दरवाजा असणार याची त्याला खात्री वाटत होती. तसंच झालं. समोर दोन तीन दारं दिसत होती. त्यानं एक दार उघडलं. ते बाथरूमचं होतं. दुसरं एका अडगळीच्या खोलीचं होतं. तिसरं दार मात्र बाहेर जाणारं होतं. जॅक त्यातून बाहेर पडला. ते दार एका गल्लीत उघडत होतं. तिथे बाहेरच्या बाजूला निरनिराळ्या निरुपयोगी वस्तू रचून ठेवलेल्या दिसत होत्या. जॅक त्यातून धावत बाहेर पडला.

■

२१

मंगळवार, २६ मार्च १९९६
दुपारी १ वाजून ३० मिनिटे

पोलीस गुप्तहेर लेफ्टनंट लाऊ सोल्डानोनं आपली गाडी बिंगहॅमच्या गाडीमागे लावली. शेव्ही कॅप्रिस कंपनीच्या त्याच्या गाडीवर पोलिसांचं काहीही चिन्ह नव्हतं. त्यानं किल्ल्या काढून सुरक्षा अधिकाऱ्याच्या ताब्यात दिल्या. लाऊ शवागारात नेहमी येणारा माणूस होता. गाडी पुढेमागे करावी लागली तर पंचाईत होऊ नये, हे त्याला माहीत होतं.

तो पाचव्या मजल्यावरच्या लॉरीच्या खोलीत आला. लॉरीचा निरोप त्याला थोड्या वेळापूर्वीच मिळाला होता. खोलीत शिरताना लाऊला मागच्या आठवणी आल्या. एकेकाळी आपण आणि लॉरी मिळून राहू शकू असं वाटत होतं. पण ते दिवस निघून गेले. तसं काही झालं नाही. दोघांच्या घरच्या परिस्थितीत फार फरक होता.

"हायऽऽ लॉर.." तिला पाहताच लाऊ म्हणाला.

"हाय... लाऊ." त्याला पाहून लॉरी उठून उभी राहिली. "हाय.... लाऊ... तू चांगला सुधारलेला दिसतोस." तिनं त्याला मिठी मारली.

"आहे.. ठीक आहे." लाऊनं किंचित खांदे उडवले.

“आणि मुलं कशी आहेत?” लॉरीनं विचारलं.

“मुलं ना? माझी मुलगी आता सोळा वर्षांची आहे. आता ती मला एक दिवस वेडा करणार बहुतेक...”

“ये... बस.” लॉरी खुर्चीवरची पुस्तकं उचलत म्हणाली, “तुला खूप दिवसांनी पाहून बरं वाटतंय.”

“होय... खरोखर मलाही तसंच वाटतंय.” लाऊ खुर्चीत बसत म्हणाला, “काय प्रॉब्लेम आहे नेमका?” त्याला संभाषण पूर्वीच्या आठवणींवर घसरू द्यायचं नव्हतं.

“मला नेमकं सांगता येणार नाही. पण आमच्या एका सहकारी डॉक्टरला तुझ्याशी काहीतरी बोलायचं आहे... अर्थात अनधिकृतपणे... मी त्याला तुझ्यामाझ्या मैत्रीची कल्पना दिलेली आहे... पण नेमका आत्ता तो बाहेर गेलाय.”

“हरकत नाही... पण तुला काहीतरी थोडीफार कल्पना असेलच की.”

“मला नक्की सांगणं शक्य नाही. पण मला त्याची फार काळजी वाटते.”

“हं. हं.” लाऊ खुर्चीत मागे रेलत म्हणाला.

“सकाळी त्यानं मला दोन शवांचं विच्छेदन करायला सांगितलं. एक अठ्ठावीस वर्षांची गोरी स्त्री होती. ती मॅनहटन जनरल हॉस्पिटलमध्ये सूक्ष्मजीवशास्त्र विभागात तंत्रज्ञ होती. काल रात्री तिला तिच्या घरातच उडवण्यात आलं होतं. दुसरा पंचवीस वर्षांचा आफ्रिकन-अमेरिकन सेंट्रल पार्कमध्ये सापडला होता. जवळून गोळी घातलेली असावी, आणि...”

“आणि काय?”

“जॅकनं मला दोन्ही केसमध्ये काही संबंध आहे का ते पाहा, म्हणून सांगितलं. विशेषत: रक्त किंवा केस बघ म्हणाला...”

“बरं मग?”

“मी प्राथमिक तपासणी केली... त्या माणसाच्या जाकिटावरचं रक्त तिच्या रक्ताशी जुळतं आहे... अर्थात डीएनए चाचणी केलेली नाही. पण तिचा रक्तगट फारच दुर्मिळ आहे- बी निगेटिव्ह!”

लाऊनं भुवया उंचावल्या. “तुझ्या या डॉक्टर सहकाऱ्यानं तुला असं का सांगितलं, याचं काही स्पष्टीकरण दिलं का?”

“‘काही नाही. सहजच..’ असं म्हणाला.” लॉरी पुढे सांगू लागली, “पण माझं मन सांगतंय, की हे पूर्ण सत्य नाही... जॅकला काही दिवसांपूर्वी गुंडांच्या एका टोळीनं मारहाण केली होती. एकदा नव्हे तर कदाचित दोनदा...”

“गुंडाच्या टोळीनं मारलं? कशासाठी?”

“त्यानं मॅनहटन जनरल हॉस्पिटलमध्ये फिरकू नये म्हणून त्याला हा इशारा

होता म्हणे.''

''काय?'' लाऊ चकित होऊन म्हणाला, ''याचा अर्थ काय?''

''ते मला सांगता येणार नाही. पण जॅक तिथं जाणं तिथल्या अनेक लोकांना आवडलं नव्हतं हे नक्की. हे प्रकरण एवढ्या टोकाला गेलं होतं, की बिंगहॅम त्याला काढूनच टाकणार होता...''

''पण तो तिथं येऊ नये असं कोणाला का वाटावं?''

''जॅकचं म्हणणं असं, की तिथे कोणीतरी मुद्दाम संसर्गजन्य रोग पसरवत आहे.''

''म्हणजे दहशतवादी किंवा माथेफिरू, असलं काही आहे की काय..?''

''तसंच काहीतरी.''

''तुझ्या या मित्राच्या सिद्धांताबद्दल तुला काय वाटतं?... बरं, तुझ्या या मित्राचं नाव काय?''

''डॉ. स्टेपलटन... पण मला त्यामध्ये काहीही तथ्य वाटत नाही. त्याला सगळीकडे कट कारस्थान दिसतं, कारण त्याची नजर तशीच आहे असं माझं मत आहे.''

''म्हणजे काय?''

''त्याला अमेरीकेअर या बड्या कंपनीबद्दल जुना राग आहे. मॅनहटन हॉस्पिटल, अमेरीकेअर कंपनी चालवते...''

''पण तरीही यात गुंडांच्या टोळ्यांचा संबंध कुठे आला?... शिवाय त्याला शहरात पडलेल्या दोन खुनांची माहिती असायचं कारण काही स्पष्ट होत नाही... बरं, त्या दोघांची नावं काय आहेत?''

''इलिझाबेथ होल्डरनेस आणि रेगिनाल्ड विनथोर्प.''

लाऊनं छोट्या डायरीत दोन्ही नावांची नोंद करून घेतली.

''या होल्डनरेसच्या बाबतीत आमच्या लोकांनी प्राथमिक अंदाज काय केला आहे... काय हेतू असावा?''

''दरोडा.''

''बलात्कार?''

''नाही.''

''तो एका गँगमधला गुंड होता. गोळी अगदी जवळून झाडण्यात आली होती.''

''यामध्ये काहीही विशेष नाही.'' लाऊ म्हणाला, ''आम्ही खरं तर फारसं काही करतही नाही... तुझ्या या डॉक्टर मित्राला अशा गँगची काही थोडीफार तरी कल्पना आहे की नाही?... माझ्या मते तो जीवावरचा खेळ ठरेल.''

"बहुधा नसावी. तो न्यूयॉर्कमधला नाही. तो मिडवेस्टमधून आलेला आहे."

"तरीच." लाऊ म्हणाला, "त्याच्याशी थोडं बोलायला हवं. या शहरात राहण्यासाठी काही गोष्टी लवकरच माहिती करून घेतल्या नाहीत, तर लॉरी, थोड्याच वेळात तो या जगातून नाहीसा होईल."

"असलं काही बोलू नकोस..." लॉरी म्हणाली.

"तो तुझा साधा सहकारी आहे की...?"

"लाऊ... आत्ता मला तसली काही चर्चा नको आहे... पण उत्तर हवंच असेल तर ते 'नाही' असंच आहे."

"ठीक आहे... ठीक आहे." लाऊ म्हणाला, "एवढं भडकायचं काही कारण नाही... असे प्रश्न विचारणं हा माझ्या सवयीचा भाग आहे." तो उठून उभा राहिला. "काहीही असलं तरी मी मदत करणार आहेच. त्याला मदतीची नितांत गरज आहे."

"धन्यवाद लाऊ." लॉरी उठली आणि तिनं त्याला पुन्हा एकदा मिठीत घेतलं. "मी त्याला फोन करायला सांगते," ती म्हणाली.

"जरूर सांग." लाऊ तिथून निघून खाली आला. सार्जंट मर्फीशी दोनचार वाक्यं बोलून निघाला. डॉ. स्टेपलटनबद्दल मर्फीचं मत काय होतं, ते त्यानं जाणून घेतलं होतं.

जॅक ड्रगस्टोअरमधून जो धावत सुटला, तो चार ब्लॉक्स ओलांडेपर्यंत थांबलाच नाही. त्यानंतर कितीतरी वेळ तो उभा राहिला. दमल्यामुळे त्याला एक पाऊलही पुढे टाकवत नव्हतं. लांबवरून सायरनचे आवाज ऐकू येत होते. श्वासोच्छ्वास नियमित झाल्यावर आणि पायाची थरथर कमी झाल्यावर अखेर तो हळूहळू चालू लागला. लागोपाठ त्याच्यावर झालेल्या प्राणघातक हल्ल्यामुळे त्याचं डोकं सुन्न होऊन गेलं होतं. या दुसऱ्या हल्ल्यामुळे मात्र त्याला आता नक्की वाटू लागलं, की त्याचा सिद्धांत खरा होता. फक्त आता तो सिद्ध करायचा होता.

चालता चालता जॅक एका छोट्या ड्रगस्टोअरसमोर आला. हे छोटंसंच स्टोअर बहुधा घरगुती मालकीचं होतं. खरोखरच ते स्वत: फार्मासिस्टच चालवत होता. जॅक त्या फार्मासिस्टकडे गेला.

"तुमच्याकडे रिमंटडीन आहे का?"

"होय... मी मागच्या वेळेस शोधलं तेव्हा सापडलं होतं." मालक हसत म्हणाला, "पण हे औषध प्रिस्क्रिप्शनशिवाय मिळत नाही."

"मी स्वत: डॉक्टर आहे."

"ओळखपत्र बघू शकतो का मी?"

“जरूर.” जॅकनं आपलं ओळखपत्र काढून दाखवलं.

“किती गोळ्या हव्यात?”

“पन्नास.” जॅक म्हणाला, “किती वेळ लागेल?”

“पन्नास गोळ्या मोजायला जेवढा वेळ लागेल तेवढाच.”

“मी मघाशी एका स्टोअरमध्ये गेलो तर तिथं मला वीस मिनिटं थांबावं लागेल म्हणून सांगण्यात आलं होतं...”

“ते मोठ्या कंपनीनं चालवलेलं असेल ना..!”

जॅकनं मान डोलावली.

“त्या स्टोअरमध्ये त्यांना ग्राहकांशी काही देणंघेणं नसतं...” स्टोअरचा मालक म्हणाला, “एकतर लोकांना ते असा त्रास देतात आणि वर आमच्यासारख्या छोट्या धंदेवाल्यांना धंद्यातून हुसकून काढायला तयारच असतात.”

जॅकनं पुन्हा मान हलवली. स्टोअरच्या मालकाच्या मनात डाचणारी भावना त्याला बरोबर समजत होती. त्याच्या बाबतीतही हेच घडलं होतं. वैद्यकीय क्षेत्राच्या कुठल्याही भागात नैतिकता उरलेली नव्हती, हे त्याला चांगलं माहीत होतं.

काही सेकंदातच मालक परत आला. तो स्वत:च फार्मासिस्ट होता. “या गोळ्या तुमच्यासाठीच आहेत का डॉक्टर?”

“होय.”

मग त्यानं औषधाचे कोणकोणते परिणाम होऊ शकतात, कोणती काळजी घ्यावी, बरोबर आणखी कायकाय औषधं घ्यावी लागतील ते सांगितलं. जॅक ते ऐकून प्रभावित झाला. पैसे देऊन झाल्यावर जॅकनं त्याच्याकडून पाणी मागून घेतलं आणि लगेच एक गोळी घेऊन टाकली.

“पुन्हा या.” स्टोअरचा मालक हसतमुखानं म्हणाला.

जॅकनं आता ग्लोरिया हर्नानडेझच्या घरी जायचं ठरवलं. त्यानं पाकिटातला तिचा पत्ता शोधून काढला आणि एक टॅक्सी थांबवली. टॅक्सी ड्रायव्हर आधी हार्लेममध्ये जायला तयारच नव्हता. पण जॅकनं त्याला टॅक्सीच्या दारामागे चिकटवलेले नियम दाखवले आणि आला नाही तर तक्रार करायची धमकी दिली.

जॅक टॅक्सीत मागे रेलून थोडी विश्रांती मिळवण्याचा प्रयत्न करू लागला. टॅक्सी आधी सरळ उत्तर दिशेला निघाली. मग सेंट्रल पार्कला वळसा घालून टॅक्सी हार्लेममध्ये शिरली. बाहेरचं वातावरण बदलत होतं आणि रस्त्यावरच्या पाट्या स्पॅनिशमध्ये होत्या.

जॅक टॅक्सीतून उतरला त्या रस्त्यावर माणसांची भरपूर वर्दळ होती. तो ज्या

इमारतीत शिरणार होता, ती एकेकाळी चांगली असणार. पण आता तिची परिस्थिती जॅक राहत होता त्या इमारतीपेक्षा फारशी निराळी नव्हती.

जॅक वर चढत असताना काहीजण त्याच्याकडे कुतूहलानं पाहत होते. जॅक त्यांच्याकडे अजिबात न पाहता हर्नानडेझच्या फ्लॅटपाशी आला आणि त्यानं बेल दाबली. बेल चालत नसणार याची त्याला खात्री होती. थोडा वेळ वाट पाहून त्यानं दार खटखट वाजवलं. आतमध्ये कोणीतरी बोलल्याचा आवाज आला. दार उघडलं. साखळी लावून घेतलेली होती. ते साहजिकच होतं. आतून दोन चेहरे डोकावत होते. एक मध्यमवयीन स्त्री होती. तिचे डोळे लालभडक आणि चेहरा निस्तेज दिसत होता. ती मधूनमधून खोकत होती. तिच्या ओठांवर निळसर छटा होती, हे जॅकच्या नजरेतून सुटलं नाही. बाजूला नऊ दहा वर्षांचा मुलगा उभा होता. त्याचे केस खांद्यापर्यंत होते. कदाचित मुलगीही असण्याची शक्यता होती.

"मिसेस हर्नानडेझ?"

तिनं मान हलवली. जॅकनं आपलं ओळखपत्र दाखवलं आणि कॅथी मॅकबेनचं नाव सांगितलं. त्यानंतर तिनं त्याला आत घेतलं.

जॅक फ्लॅटमध्ये शिरला. तो अगदी छोटा होता आणि तरीही ग्लोरियानं तो सुशोभित करण्याचा प्रयत्न केलेला दिसत होता. जॅकला आत घेतल्यावर ती पुन्हा कोचावर जाऊन लवंडली. ब्लँकेट गळ्यापर्यंत ओढून घेतलं.

"तुम्ही फारच आजारी दिसता आहात मिसेस हर्नानडेझ..."

"भयंकर..."

"मी तुम्हाला फार त्रास देणार नाही." ग्लोरिया इंग्लिश बोललेली पाहून जॅकला बरं वाटलं. त्याचं स्पॅनिश फारच मोडकं तोडकं होतं.

"मिसेस हर्नानडेझ... अलीकडे तुमच्या पुरवठा विभागातले बरेचजण आजारी होते, हे तुम्हाला माहिती असेलच."

ग्लोरियानं घाबरून डोळे विस्फारले. "पण मला तर फक्त साधा फ्ल्यू आहे ना?"

"मिसेस हर्नानडेझ... घाबरू नका... कॅथरीन म्यूलर, मारिया लोपेझ आणि बाकीच्या दोघांनाही निराळा संसर्ग झाला होता."

"थँक लॉर्ड!" तिनं हातानं क्रूसाची खूण केली. "देव त्यांना शांती देवो."

"मला काळजी या गोष्टीची वाटते की... बरं... असो. मिसेस हर्नानडेझ, अस्थिरोग विभागात एक कार्पेंटर नावाचा पेशंट होता. त्याच्याशी तुमचा काही संबंध आला होता का?"

"नाही." ग्लोरिया म्हणाली, "मी पुरवठा विभागात काम करते."

"मला त्याची कल्पना आहे." जॅक म्हणाला, "मघाशी मी नावं सांगितलेल्या चारही दुर्दैवी स्त्रिया तुमच्या पुरवठा विभागातल्याच होत्या... प्रत्येक वेळी रोगानं काही बळी घेतले. प्रत्येक वेळी पेशंटशी कसलाही संबंध नसताना तुमच्या विभागातली एकजण बळी पडली होती. मी या गूढ गोष्टीची उकल करायला बघतोय.. मिसेस हर्नानडेझ, मला कृपा करून मदत कराल का?"

ग्लोरियानं मुलाकडे पाहिलं. ती त्याला जुआन म्हणून हाक मारत होती. जुआननं भराभरा तिला स्पॅनिशमध्ये भाषांतर करून जॅक काय म्हणाला ते समजावून दिलं. जुआन बोलत असताना ती मधून मधून 'होय' अशा अर्थी 'सी-सी' म्हणत होती. जुआनचं बोलणं पूर्ण होताच ती मान हलवत म्हणाली,

"नाही!"

"नाही म्हणजे?" एवढ्या वेळा 'होय' म्हणाल्यानंतर त्याला नकाराची अपेक्षा नव्हती.

"नाही म्हणजे तसा काहीही संबंध नक्की नाही." ग्लोरिया म्हणाली, "आमचा पेशंटशी कधीच संबंध येत नाही."

"तुम्ही लोक कधीही पेशंटस्च्या वॉर्डमध्ये किंवा त्या मजल्यावर जात नाही?"

"नाही."

जॅकला आणखी काय विचारावं ते समजेना... एक मिनिटभर विचार करून त्यानं विचारलं, "काल रात्री आपण काही नेहमीपेक्षा निराळं केल्याचं आठवतं का?"

ग्लोरियानं पुन्हा नकारार्थी मान हलवली. आपण काल पुरवठा विभागातून एकदाही बाहेर पडलो नव्हतो, हे तिनं आवर्जून सांगितलं. जॅकनं तिला डॉ. झिमरमानला फोन करायला सांगितलं.

"त्याचा काय उपयोग?" ग्लोरिया खोकल्याची उबळ दाबत म्हणाली.

"फ्ल्यूसाठी एक चांगलं औषध असतं. ते कदाचित मिळू शकेल तुम्हाला." जॅक म्हणाला.

रिमंटडीन हे एक चांगलं औषध होतं खरं, पण ते फार महागडं होतं. अमेरीकेअरचे लोक आपल्या कर्मचाऱ्यांसाठी एवढी महागडी औषधं देतील की नाही, याबद्दल त्याला स्वत:ला शंका वाटत होती.

जॅक तिच्या घरून बाहेर पडून ब्रॉडवेच्या दिशेनं निघाला. तिथे तो टॅक्सी पकडणार होता. त्याचं डोकं आता गरगरू लागलं होतं. आधी त्याच्यावरचा प्राणघातक हल्ला आणि नंतर ग्लोरियाकडची भेट यामुळे तो अस्वस्थ झाला होता. ग्लोरियाकडून नवीन काहीही हाती लागलं नव्हतं. उलट ग्लोरियाच्या घरी त्याला फ्ल्यूचा संसर्ग होण्याची दाट शक्यता निर्माण झाली होती. समाधानाची गोष्ट

एवढीच होती, की त्यानं रिमंटडीनची गोळी आधीच घेतली होती.

जॅक आपल्या ऑफिसच्या इमारतीत शिरला. दारापाशी बरीच गर्दी दिसत होती. त्यात अचानक त्याला डेव्हिड दिसला. दोघांची नजरानजर झाली. डेव्हिडचे डोळे रागानं धुमसत होते. त्याच्याशी बोलण्याचा मोह आवरून तो घाईघाईनं आत शिरला. कॉरिडॉरमध्ये एका टेबलावर नव्यानंच आणलेलं प्रेत ठेवलं होतं. चेहरा सोडून बाकी शरीर झाकलेलं होतं. फोटो काढण्यासाठी सगळी तयारी झालेली आहे हे जॅकच्या लक्षात आलं. त्यानं चेहऱ्याकडे नजर टाकली. त्याच्या काळजाचा ठोकाच चुकला. तिथे स्लॅमच होता.

अत्यंत विमनस्क अवस्थेत जॅक आपल्या खोलीत आला आणि दार बंद करून टेबलावर डोकं टेकून बसला. स्लॅमच्या मृत्यूला आपणच जबाबदार आहोत, हा विचार मनात येताच त्याला रडावंसं वाटू लागलं. पण अश्रू बाहेर आले नाहीत.

दारावर टकटक आवाज आला. जॅक वैतागला. त्याला त्या क्षणी कोणाशीही बोलावंसं वाटत नव्हतं. लॉरीनं अर्धवट दार उघडलं. ''मी तुला त्रास देणार नाही...'' लॉरीला त्याच्या चेहऱ्यावरचा गोंधळ दिसला. जॅकचा चेहरा लालसर दिसत होता.

''काय हवंय तुला?''

''काही नाही... मी डिटेक्टिव्ह लाऊ सोल्डानोशी बोलले हे तुला सांगायचं होतं... तू सांगितल्याप्रमाणे तो येऊन गेला.'' लॉरीनं एका कागदावर लाऊचा फोन नंबर लिहून तो जॅकच्या समोर ठेवला. ''तो तुझ्या फोनची वाट पाहत आहे.''

''धन्यवाद लॉरी... पण मी आत्ता कोणाशीही बोलण्याच्या मन:स्थितीत नाही.'' जॅक डोकं खाली घालत म्हणाला.

''जॅक... मी मदत करू शकते... काय झालं?''

''लॉरी!'' जॅक मोठ्या आवाजात ओरडला. पण लगेच तो सौम्य आवाजात म्हणाला, ''लॉरी.. प्लीज मला एकट्यालाच राहू दे.''

''ठीक आहे.'' दार बंद करून ती तिथून निघून गेली. तिला आता जॅकबद्दल फार काळजी वाटू लागली. जॅक तिच्याशी कधी अशा प्रकारे वागला नव्हता. तिनं आपल्या खोलीत जाऊन लाऊला फोन केला. ''डॉ. स्टेपलटन आत्ताच आलेला आहे.''

''छान. त्याला फोन करायला सांग.''

''ते शक्य नाही... त्याची अवस्था फार विलक्षण आहे. तो माझ्याशीही धड बोलायला तयार नाही... लाऊ मीच फार घाबरून गेले आहे. काहीतरी भयंकर घडणार असं वाटतंय...''

''ठीक आहे. तू शांत हो.... सारं माझ्यावर सोपव... मी बघतो काय करायचं ते.''

जॅकनं कसेबसे डोळे उघडले. डोळे चोळत त्यानं टेबलावर नजर टाकली. अजून कितीतरी फाईल्स तशाच पडल्या होत्या. हे सगळं काम त्याला संपवणं भाग होतं. पण त्याचं लक्ष लागत नव्हतं. फाईलच्या ढिगातच त्याला दोन निराळीच पाकिटं पडलेली दिसली. एका पाकिटात केविन कार्पेंटर या पेशंटची सगळी माहिती होती. जॅकनं सांगितल्याप्रमाणे बर्ट अर्नोल्डनं हे काम उत्कृष्टपणे पार पाडलं होतं. ते पाहून जॅकला आनंद झाला. केविनची सगळी माहिती चाळून त्यानं ते पाकीट बाजूला ठेवलं.

दुसऱ्या पाकिटावर फक्त त्याचं नाव लिहिलेलं होतं. आतमध्ये एक कॉम्प्युटरवर छापलेली यादी होती. सोबत छोटीशी चिठ्ठी होती. त्यावर 'हॉस्पिटलमधल्या आणीबाणीच्या प्रसंगी सावध केल्याबद्दल धन्यवाद- कॅथी मॅकबेन' एवढंच लिहिलं होतं.

जॅकनं यादी पाहायला सुरुवात केली. त्यानं मागवल्याप्रमाणे मिसेस झारेल्लीनं कोणा ब्रॉडरिक हंप्रे नावाच्या पेशंटनं मागवलेल्या वस्तूंची सविस्तर यादी पाठवलेली होती. त्याचं वय अठ्ठेचाळीस होतं. पण तो कोणत्या कारणासाठी हॉस्पिटलमध्ये दाखल झाला होता, ते मात्र त्यात नमूद केलेलं नव्हतं.

जॅकनं पूर्वीच्या चार संसर्गजन्य रोगानं मेलेल्या पेशंटनी मागवलेल्या याद्या आणि ही हंप्रेनं मागवलेल्या वस्तूंची यादी एकत्र नजरेखालून घालायला सुरुवात केली. पण त्याचा उपयोग नव्हता. वस्तूंचं वर्गीकरण केलेलं नव्हतं. त्यामुळे त्यांच्यामध्ये तुलना करणं जवळपास अशक्यप्राय काम होतं. जॅकनं मग या सर्व याद्या पुन्हा एकदा आपल्या कॉम्प्युटरवर टाईप करून घेतल्या. या कामात कित्येक तास खर्ची पडले. नंतर त्यानं कॉम्प्युटरला या पाच याद्यांची तपशीलवार तुलना करायला सांगितली. दरम्यान लॉरी, आपण जात आहोत हे सांगायला आली होती. जॅक कामात मग्न होता. त्यानं तिला आपण ठीक आहोत असं सांगितलं.

पाच याद्यांमध्ये महत्त्वाचा फरक असा होता, की हंप्रे सोडून चार जणांना नंतर विशेष दक्षता कक्षात हलवलेलं होतं. त्यामुळे नंतर त्यांच्यासाठी लागलेल्या वस्तू व उपकरणं निराळी होती. शिवाय हंप्रे सोडून चारजण मेलेले होते.

जॅक हताशपणे हातातल्या कागदांकडे पाहत बसला. पुढे काय करावं ते कळत नव्हतं. प्रगती होत नव्हती. अचानक त्याच्या डोक्यात एक विचार आला. मूळ याद्यांमधल्या वस्तूंचा क्रम त्यानं तपासला. पेशंटसाठी लागलेल्या वस्तू किंवा त्यांनी मागवलेल्या वस्तू या जशा मागवल्या, त्या क्रमानं त्यांची नोंद केलेली होती. जॅकनं चार मेलेले पेशंट विशेष दक्षता कक्षात जाण्यापूर्वी, शेवटी त्यांच्यासाठी काय काय

वस्तू लागल्या ते बघितलं. चारही जणांनी शेवटी 'ह्यूमिडीफायर' मागवलेला होता. हंप्रेनं मात्र तो मागवलेला नव्हता.

फरक आढळला होता खरा. पण त्याचा अर्थ काय असावा? ह्यूमिडीफायर कशासाठी वापरतात याची त्याला कल्पना होती. खोलीमध्ये आर्द्रता वाढवण्यासाठी हे यंत्र वापरलं जातं. पण त्यामधल्या एक प्रकारच्या यंत्रात तर तापमान २१२ डिग्री फॅरनहीट असतं. अशा तापमानात जीवाणू कसे जगणार?... पण दुसऱ्या प्रकारच्या यंत्रामध्ये कमी अल्ट्रासॉनिक तंत्रानं थंड तापमानाचा उपयोग करून खोलीत आर्द्रता निर्माण करता येते, हे जॅकला आठवलं. या यंत्रामध्ये मात्र जीवाणू राहू शकतात.

जॅकनं लगेच हॉस्पिटलच्या पुरवठा विभागाला फोन केला. मिसेस झारेल्ली घरी गेली होती. पण संध्याकाळच्या शिफ्टची पर्यवेक्षक तिथे होती. तिनं आपलं नाव डार्लीन स्प्रिंगबोर्न असं सांगितलं. जॅकनं आपली ओळख करून दिली आणि आपला प्रश्न विचारला.

"होय," डार्लीन म्हणाली, "हिवाळ्यामध्ये आम्ही ह्यूमिडीफायर वापरतो."

"कोणत्या प्रकारचे ह्यूमिडीफायर तुम्ही वापरता?... गरम की..."

"थंड प्रकारचे." डार्लीन म्हणाली.

"ह्यूमिडीफायर पेशंटच्या खोलीतून परत आला की त्याचं पुढं काय होतं?"

"आम्ही ते साफ करतो... शिवाय त्याआधी ते नीट चालतात की नाही ते पाहतो... मग रिकामे करून स्वच्छ करून ठेवतो... का बरं?"

"ह्यूमिडीफायर एकाच ठिकाणी साफ करता का?"

"होय. आम्ही ते एका छोट्या खोलीत ठेवतो. तिथंच एक बेसिन आहे... पण हे सारं का विचारताय? काही प्रॉब्लेम आहे का?"

"मला आत्ता काहीच सांगता येणार नाही. पण मी मिसेस झारेल्लीशी बोलून तुम्हाला योग्य ते कळवीन." जॅक म्हणाला.

जॅकनं फोन ठेवला आणि लगेच ग्लोरिया हर्नानडेझला फोन केला. फोन जुआननं घेतला.

"ममा फार आजारी आहे... ती सतत खोकतेय." जुआन म्हणाला.

"तिनं मी सांगितल्याप्रमाणे हॉस्पिटलला फोन केला का?"

"नाही... तिला कोणालाही त्रास द्यायचा नव्हता."

"ठीक आहे. मी ताबडतोब एक ॲम्ब्युलन्स पाठवतो आहे. मी ॲम्ब्युलन्स पाठवतोय म्हणून तिला सांग... ओके जुआन?"

"ओके."

"जुआन तिला फक्त एकच प्रश्न विचारता आला तर पाहा... तिला विचार, की काल रात्री तिनं हॉस्पिटलमध्ये ह्यूमिडीफायर साफ केला होता का?... ह्यूमिडीफायर

म्हणजे तुला माहीत आहे ना?''

''हो... थांबा. एक मिनिटभरात आलोच.''

एकदोन मिनिटात जुआन परतला. ''ती म्हणते की तुम्ही ॲम्ब्युलन्स मागवलीत हे बरं झालं. धन्यवाद... कारण एखाद्या डॉक्टरनं तसं सांगितलं नाही, तर अमेरीकेअर त्याचा खर्च देत नाही...''

''मी विचारलेल्या प्रश्नाचं काय?''

''होय.. तिनं काल दोनतीन साफ केले होते. पण किती ते मात्र तिला आठवत नाही...''

जुआनशी बोलणं झाल्यावर त्यानं ९११ नंबरला फोन केला आणि ॲम्ब्युलन्स ग्लोरियाच्या घरी पाठवण्याची व्यवस्था केली. ही आणीबाणी आहे आणि तिच्या घरी जाणाऱ्यांनी तोंडावर फडकी बांधावीत, हे तो सांगायला विसरला नाही.

त्यानं मग कॅथीला फोन केला. एवढ्या उशीरा ती ऑफिसात असेल की नाही, याची त्याला शंका होती. पण ती तिथेच होती. त्यानं यादी पाठवल्याबद्दल तिचे आभार मानले आणि तिला ह्यूमिडीफायरविषयी आपण काय विचार करतो आहोत, ते सांगितलं.

''मी जाऊन सगळे ह्यूमिडीफायर काढून टाकायला सांगू का?''

''नको..'' जॅक घाईघाईनं म्हणाला, ''हे सारं तुम्हाला वाटतंय तेवढं साधं नाही... खरं म्हणजे तुम्ही यामध्ये ओढलं जावं अशी माझी इच्छा नाही. त्यामुळे तुम्हाला धोका होऊ शकेल...''

''डॉ. स्टेपलटन, तुम्ही काय म्हणता आहात हे मला कळत नाही.''

''मिसेस मॅकबेन, माझ्यावर विश्वास ठेवा.. मी आत्ता सर्व काही सांगू शकत नाही. शिवाय तुम्हाला जेवढं कमी कळेल तेवढ्या तुम्ही सुरक्षित राहाल...'' जॅकनं आवश्यक तेवढी माहिती दिली, ''एक छोटं काम मात्र तुम्ही करू शकाल...''

''बोला.''

''पुरवठा विभागात ते लोक जिथं ह्युमिडीफायर साफ करतात, त्या बेसिनच्या खाली असणारा 'एस' आकाराचा पाईप कोणाकडून तरी सोडवून घ्या. हे कशासाठी ते मात्र कोणाशीही अजिबात बोलू नका... प्लीज... यावर तुमची सुरक्षितता अवलंबून आहे. तिथं साचलेल्या पाण्याचे दोन नमुने काढून घ्या... त्याआधी काहीतरी कारण सांगून जीवाणू आणि विषाणू वाढवण्यासाठी लागणारी माध्यमे सूक्ष्मजीवशास्त्र प्रयोगशाळेतून मागवून घ्यावी लागतील...''

''अजून तिथं काही मिळू शकेल असं वाटतं?''

''कोण जाणे!...पण प्रयत्न करायला हवा. मी तिथं येऊन करणं शक्य नाही. पण हे काम महत्त्वाचं आहे. नमुने मिळाल्यावर कोणालाही पाठवून न्यूयॉर्क

शहराच्या मुख्य प्रयोगशाळेमध्ये ते नेऊन देण्याची व्यवस्था करा. त्यात काही मिळतं का ते पाहू.''

कॅथीशी बोलणं पूर्ण झाल्यावर त्यानं अटलांटाला निकोल मार्कविटला फोन केला. संध्याकाळचे सात वाजले होते. आपण याआधीच फोन करायला हवा होता, असं त्याला वाटलं. कदाचित निकोल ऑफिसातून घरी गेली असण्याची दाट शक्यता होती. पण निकोल ऑफिसातूनच बोलत होती. ''तुम्ही पाठवलेले नमुने व्यवस्थित पोहोचले. त्यांचं पॅकिंगही फारच सुंदर केलेलं होतं.''

''विषाणूचं प्रमाण किती होतं?''

''भरपूर... हा नमुना कुठून मिळाला होता?''

''फुप्फुसांमधून...''

निकोलनं शीळ घातली. ''तसं असेल तर इन्फ्ल्युएंझाचा हा प्रकार फारच आक्रमक आहे म्हणायचा... एकतर हे खरं असेल किंवा पेशंटच्या शरीरातली प्रतिरक्षण यंत्रणा कुचकामी झालेली असणार...''

''पेशंट तसा ठीक होता... हा विषाणूच आक्रमक आहे. त्याची काळजी घेणारी नर्स चोवीस तासाच्या आत विशेष दक्षता विभागात दाखल झालेली आहे.''

''वौ ऽऽ वू ऽ!'' निकोल म्हणाली, ''तसं असेल तर मी विषाणूचा प्रकार कोणता ते ताबडतोब शोधते... मी रात्रभर काम करू शकेन. आणखी कोणाला संसर्ग झालेला आहे का?''

''आणखी तीन मला नक्की माहिती आहेत. शिवाय इतर असू शकतील.''

''ठीक आहे. मी उद्या सकाळी फोन करीन.'' निकोल म्हणाली.

जॅकनं फोन ठेवला. निकोल आपणहून लगेच कामाला लागलेली पाहून त्याला बरं वाटलं. आता पुढे काय करावं ते त्याच्या लक्षात येईना. घरी परत जाणं योग्य होईल का, याचा तो विचार करू लागला. स्लॅमच्या मृत्यूनं वॉरेनला नेमकं काय वाटत असेल, याचा त्याला अंदाज करता येईना.

फोनच्या आवाजानं त्याचं भरकटणारं विचारचक्र थांबलं. त्यानं चारपाच घंटा वाजल्यानंतर फोन उचलला. फोनवर टेरेसच होती.

''तू मला फोन करण्याचं वचन दिलं होतंस... आता विसरलो म्हणून सांगू नकोस म्हणजे झालं.''

''मी सारखा फोन करतोय... आत्ताच मी फोन खाली ठेवलाय.''

''ठीक आहे.. मी एक तासभर तुझ्या फोनची वाट पाहत बसले आहे. मला केव्हाची भूक लागलीय... तू सरळ रेस्टॉरंटवरच का येत नाहीस?''

''ओह् जीझस.'' जॅक म्हणाला, ''टेरेस.. मी हे जेवणाचं मात्र खरोखरच पार विसरून गेलो होतो.''

"आता पुढे काय ते बोल." टेरेस म्हणाली, "तुझा विचार बेत बदलण्याचा नाही ना?"

"आजचा दिवस फार वाईट गेला."

"माझाही काही फार चांगला गेला नाही... जॅक, जेवणाचं बोल. दुपारी लंच तरी घेतलं होतंस का?"

"नाही."

"नाही ना?... जॅक दोन्ही वेळचं जेवण सोडून देणार आहेस की काय?... जॅक, प्लीज. माझं ऐक. पाहिजे तर परत कामाला जा. मी देखील जाणार आहेच."

टेरेसच्या बोलण्यात तथ्य होतं. भूक नसली तरी काहीतरी खायला तर पाहिजेच.

"रेस्टॉरंट कुठे आहे?" जॅकनं विचारलं.

तरीही त्याच्या मनात नाना विचारांचं थैमान चालू होतं. टेरेसबरोबर जेवायला जाण्यानं तिचा जीवही धोक्यात पडू शकत होता. कदाचित चवताळलेली ब्लॅक किंग्ज्‌ची गँग आणि वॉरेनही त्याच्या पाठलागावर असणार होते.

"रेस्टॉरंटचं नाव आहे पोस्टिटानो. माझ्या ऑफिसच्या अगदी जवळ मॅडिसन स्ट्रीटवर आहे. तुला ही जागा नक्की आवडेल."

"मी अर्ध्या तासात तिथं येऊन पोहोचतो."

"झकास." टेरेस म्हणाली, "मी वाट पहाते. इतके दिवस काम केल्याचा फार ताण आलेला आहे."

"होय. मी त्याला साक्षी आहे." जॅक म्हणाला.

आपली खोली बंद करून जॅक खालच्या मजल्यावर आला. सार्जंट मर्फी अजूनही त्याच्या जागेवर बसून होता. हे जरा चमत्कारिक होतं. मर्फी कधीही पाचनंतर थांबलेला त्याला आठवत नव्हतं.

बाहेरच्या दारापाशी थांबून त्यानं चौकातल्या रहदारीचा अंदाज घेतला. आपल्यावर कोणी पाळत ठेवत आहे का, ते त्याला पाहायचं होतं. पण तसं करण्यातला फोलपणा त्याच्या लगेच लक्षात आला. रस्त्यावर एवढी वर्दळ होती, की नेमका कोण पाळतीवर आहे हे कळणं शक्यच नव्हतं. रस्त्यामध्ये उभा राहून टॅक्सी पाहणं हे फार धोकादायक ठरणार होतं. काय करावं हे त्याला सुचेना. एवढ्यात इमारतीच्या मुख्य दारापाशी त्याला त्यांच्या ऑफिसची व्हॅन दिसली. जॅकच्या डोक्यात कल्पना चमकली.

तो व्हॅनपाशी आला. तिथे मार्विन फ्लेचर नावाचा एकजण उभा होता. हातात डोनट आणि कॉफीचा कप होता. मार्विनचं तोंड कशानं तरी गच्च भरलेलं दिसत होतं.

"मार्विन, माझं एक काम करशील का?"

"काय काम आहे?" मार्विननं बोबड्या आवाजात विचारलं.

"काम अगदी खासगी आहे."

"खासगी अं...?" मार्विन म्हणाला.

"मला न्यूयॉर्क हॉस्पिटलपर्यंत जायचं आहे... माझ्या एका मैत्रिणीला मला टाळायचं आहे. ती बहुधा दाराबाहेर टपून बसली आहे..."

"समजलं." मार्विन म्हणाला, "पण गाडी काही मी चालवणार नाही."

जॅकनं त्याच्यासमोर दहा डॉलरची नोट धरली. "होणाऱ्या त्रासाबद्दल हे ठेवून घे."

"कधी निघतोस?"

"लगेच." जॅक म्हणाला आणि व्हॅनमध्ये चढून बसला. व्हॅन बाहेर पडून रस्त्याला लागली. जॅक शक्यतो आपण दिसू नये म्हणून काळजी घेत होता. थोड्या वेळात ते न्यूयॉर्क हॉस्पिटलजवळ आले. जॅक चटकन उतरून हॉस्पिटलच्या पोर्चमध्ये शिरला. पाच मिनिटात तिथं पेशंटला घेऊन एक टॅक्सी आली. जॅक झटकन टॅक्सीत शिरला.

"ब्ल्यू मिंगडेल... थर्ड अॅव्हेन्यू." त्यानं टॅक्सी ड्रायव्हरला ब्ल्यू मिंगडेल या सुपरमार्केटमध्ये सोडायला सांगितलं. जॅकच्या अपेक्षेप्रमाणे तिथं भरपूर गर्दी होतीच. जॅक सुपरमार्केटमध्ये शिरून पलीकडच्या बाजूच्या दारातून वेगानं बाहेर पडला आणि तिथे पुन्हा टॅक्सी पकडली. ही टॅक्सी त्यानं पोस्टाटिनो रेस्टॉरंटच्या आधीच्या चौकात थांबवली.

पाच मिनिटं जॅक एका बुटाच्या दुकानासमोर उभा राहिला. त्यावेळी चौकामध्ये फारशी गर्दी नव्हती. पायी चालणारे तर खूपच कमी होते. त्यामुळे जॅकला सगळीकडे नीट नजर ठेवता आली. आता तो निर्धास्त झाला होता. कोणीही पाठलाग करत नाही, याची खात्री पटल्यावर मगच तो पोस्टिटानो रेस्टॉरंटजवळ आला. त्याला या गोष्टीची अजिबात कल्पना नव्हती, की रेस्टॉरंट आणि बुटाच्या दुकानांच्या मध्ये एक काळी कॅडिलॅक उभी होती. तिच्या काचा आरशाप्रमाणे होत्या. त्यामुळे आतलं काही दिसणं शक्य नव्हतं. पण आतून बाहेरचं मात्र व्यवस्थित दिसत होतं. त्यात बसलेली माणसं त्याचीच वाट पाहत होती...

जॅकनं रेस्टॉरंटच्या दारावर लावलेला कॅनव्हासचा आडोसा बाजूला करून आत प्रवेश केला. दाराजवळ बसलेल्या लोकांना गार वाऱ्याचा त्रास होऊ नये, म्हणून ही व्यवस्था केलेली होती. आत शिरताच जॅकला उबदार वाटलं. रेस्टॉरंट छोटंसंच

दिसत होतं. पण सजावट मात्र त्याला पसंत पडली. भिंतीवर वेली सोडून एवढी सुंदर रचना केली होती, की क्षणभर आपण इटलीमधल्याच एखाद्या गार्डन रेस्टॉरंटमध्ये आल्याचा भास कोणालाही झाला असता.

मुख्य वेटरनं त्याचं स्वागत केलं. त्यानं नाव सांगताच वेटरनं वाकून अभिवादन केलं अणि त्याला मागोमाग यायची खूण केली. बारच्या जवळच भिंतीला चिकटून ठेवलेल्या एका टेबलापाशी टेरेस बसली होती. जॅकला पाहताच तिनं त्याला क्षणभर मिठीत घेतलं. त्याचा चेहरा पाहून ती दचकली.

"ओह् माय गॉड!" टेरेस उद्‌गारली, "तुझ्या चेहऱ्यावर हे काय झालं आहे? फार वेदना होत असतील..."

"ते तर लोक नेहमीच म्हणतात. सगळं आयुष्यभर मी हेच ऐकत आलोय..."

"प्लीज जॅक..!" टेरेस म्हणाली, "मी एवढी गंभीरपणानं विचारते आहे आणि तुला विनोद कसला सुचतोय?"

"खरं सांगायचं तर मी त्याबद्दल केव्हाच विसरून गेलोय."

"तुझे ओठ नक्कीच दुखत असणार." टेरेस म्हणाली, "नाहीतर मी चुंबनच घेतलं असतं."

"पण माझ्या ओठांना काहीही झालेलं नाही."

टेरेस हसली आणि डोकं हलवलं. "जॅक तू म्हणजे... काही वेळा एवढा खट्याळपणा करतोस की काही विचारायला नको!"

दोघे खुर्चीत बसले.

"जॅक, रेस्टॉरंट कसं वाटलं?"

"छान!... पण मला खरोखरच ही इतकी सुंदर जागा न्यूयॉर्कमध्ये आहे, हे माहीत नव्हतं."

नंतर दोघांनी मेन्यूकार्ड पाहून ऑर्डर काय द्यायची ते ठरवलं.

"थोडी वाईन?" टेरेसनं विचारलं.

"चालेल."

"कोणती घ्यायची? रेड की व्हाईट?"

"मला कोणतीही चालू शकेल." जॅक म्हणाला.

दोघेजण हातात वाईनचे ग्लास घेऊन खुर्चीत पाठीमागे रेलून बसले. दोघेही कामानं थकलेले होते. टेरेस आपल्यापेक्षा जास्त दमलेली आहे असं जॅकला वाटलं. मध्येच तिनं घड्याळाकडे नजर टाकली.

"मी पाहिलंय." जॅक म्हणाला.

"काय पाहिलंस?" टेरेसनं निरागसपणे विचारलं.

"तू घड्याळाकडे नजर टाकलीस ते..." जॅक म्हणाला, "आपण इथे चार क्षण

निवांतपणे बसण्यासाठी आलोय अशी माझी समजून आहे...''

"माफ कर जॅक," टेरेस म्हणाली, "तुझं म्हणणं अगदी बरोबर आहे. पण कॉलीन आणि तिचे लोक अजून काम करत असतील या जाणीवेमुळे मी अनवधानानं तसं केलं... मला जरा अपराधीही वाटू लागलंय... ते लोक तिकडे कामाचा डोंगर उपसताहेत आणि मी इकडे मजा करतेय. ''

"तुझी जाहिरात मोहीम कशी काय होतेय?"

"उत्तम." टेरेस म्हणाली, "त्याचं असं झालं, की मी आज दुपारी माझ्या ओळखीच्या एकीला फोन केला होता. ही बाई नॅशनल हेल्थमध्ये मोठ्या पदावर आहे. मी तिला जाहिरातीची कल्पना सांगितली. तिनं माझी परवानगी घेऊन ती त्यांच्या मुख्य अधिकाऱ्यांच्या कानावर घातली. जॅक, तुझा विश्वास बसणार नाही, पण ते लोक बजेट वीस टक्के वाढवू म्हणू लागलेत, एवढी त्यांना माझी कल्पना पसंत पडलीय."

जॅकनं मनोमन आकडेमोड केली. जाहिरातीचं बजेट वीस टक्के वाढणार म्हणजे ती रक्कम लक्षावधी डॉलर्स असणार होती. हा सगळा पैसा शेवटी पेशंटस्च्याच खिशातून जाणार होता किंवा त्यांच्यावर होणाऱ्या उपचारात कपात होणार होती. हे त्यानं तिला सांगितलं मात्र नाही. त्याला ती संध्याकाळ वादविवादात खराब करायची नव्हती. उलट त्यानं सरळ तिचं अभिनंदन केलं.

"धन्यवाद." टेरेस म्हणाली.

"पण तू तर फोनवर म्हणाली होतीस की आजचा दिवस फार वाईट गेला. तसं काही दिसत नाही."

"क्लायंटला जाहिरातीची कल्पना आवडली ही तर नुसती सुरुवात आहे. प्रत्यक्ष जाहिरात बनवणं, ती मान्य करून घेणं याला आणखी प्रचंड खटाटोप करावा लागणार आहे. एक साधी तीस सेकंदाची टीव्ही जाहिरात बनवण्यासाठी काय काय करावं लागतं, याची तुला कल्पना करणं अवघड आहे."

टेरेसनं वाईनचा एक घुटका घेतला, आणि परत एकदा हातातल्या घड्याळावर नजर टाकली.

"टेरेस!" जॅक लटक्या रागानं म्हणाला, "तू पुन्हा घड्याळ पाहिलंस!"

"होय जॅक, माफ कर. मी कामानं पक्की वेडी होणारी बाई आहे... पण थांब एक मिनिटभर."

तिनं घड्याळ काढून पर्समध्ये ठेवलं. "आता..?"

"हे अधिक चांगलं आहे." जॅक हसून म्हणाला.

"या महामूर्खाला आपण कोण वाटतो?... सुपरमॅन वगैरे समजतो की काय स्वत:ला?" ट्विन म्हणाला, "त्याच्यासाठी आपले काळे बंधू आपल्याशी लढताहेत... मला तर काही समजतच नाहीये..."

"तू स्वत:च का जात नाहीस?" फिल म्हणाला. त्याच्या चेहऱ्यावर घामाचे बिंदू जमा होऊ लागले होते. बाहेरच्या प्रकाशामुळे ते हिऱ्यासारखे चमकत होते.

ट्विन फिलकडे वळला. "शांत राहा. मी पुढे जाऊ शकत नाही हे तुला माहीत आहे. तो डॉक्टर मला लगेच ओळखेल. त्यानं मला पाहिलं तर सगळाच खेळ खलास होईल."

"पण मग बीजेला का बोलावत नाहीस? ड्रगस्टोअरमधल्या त्या फसलेल्या प्रकारानंतर तो जाम खवळला आहे."

"तो बीजेला ओळखेल की... शिवाय ही तुझ्यासाठी एक मोठी संधी आहे समज. मी तुला गँगमध्ये नंबर दोनचं स्थान दिलंय. पण तू स्वत: काहीच करत नाहीस अशी इतरांची तक्रार आहे. माझ्यानंतर गँग चालवायची आहे ना? मग मी सांगतो ते कर."

"पण मी याआधी असलं काही केलेलं नाही."

"गप्प बसणार का जरा?...तुला एवढंच करायचंय. कोणाशीही काही न बोलता सरळ आत जायचं. डॉक्टर समोर आला की पिस्तुल काढायचं.. पॉप पॉप! खलास. हे एवढं सोपं आहे... पाहू.. तुझा टाय पाहू." त्यानं फिलच्या टायची गाठ पाहिली. "ठीक आहे. तू एखादा सभ्य बँकर किंवा वकिलासारखा दिसू शकतोस. जा." त्यानं फिलच्या पाठीवर थाप मारली.

फिलनं एकवार ट्विनकडे नजर टाकली. आता परतीचा मार्गच उरला नव्हता. फिल गाडीतून बाहेर पडला.

"फिल.. लक्षात ठेव. यानंतर तीस सेकंदांनी मी गाडी चालू करून दाराजवळ आणलेली असेल... जा."

फिलनं मान डोलावली आणि तो रेस्टॉरंटमध्ये शिरला.

टेरेस आणि जॅकचा दुसरा ग्लास संपला होता. दोघेजण हसत होते. "मी आज एवढा हसू शकेन असं मला स्वप्नातही वाटलं नसतं... हे केवळ तुझ्यामुळे शक्य झालंय." जॅक.

"धन्यवाद... मी हे माझं कौतुक आहे असं समजते." टेरेस हसत म्हणाली, "... जॅक, एक्स्यूज मी... मी जरा लेडिजरूममध्ये जाऊन येते. नाहीतरी आपली नवीन डिश अजून आलेली नाही. मी आलेच जाऊन."

जॅकनं मान हलवली. टेरेस उठून लेडिजरूमकडे गेली. जॅक इकडेतिकडे पाहू लागला. कोणतंही टेबल मोकळं नव्हतं. पण रेस्टॉरंटमध्ये गोंधळ गडबड अजिबात नव्हता. हे रेस्टॉरंट न्यूयॉर्कमध्ये आहे असं वाटणं शक्य नाही, एवढं तिथलं वातावरण शांत आणि प्रसन्न होतं.

जॅकची नजर बारपाशी उभ्या असलेल्या माणसांकडे गेली. एवढ्यात त्याला दारातून आत येणारा एक उंचापुरा काळा तरुण दिसला. त्यानं उत्तम पोशाख केलेला होता. खरं तर त्याच्याकडे लक्ष जाण्याचं काही कारण नव्हतं. पण त्याला कुठेतरी पाहिल्यासारखं वाटत होतं..! कदाचित बास्केटबॉल खेळणारा कोणीतरी असावा. तिथे त्याला पाहिलं असावं. जॅक त्याच्याकडे पाहत असतानाच तो माणूस सरळ टेबलांमधून चालत चालत त्याच्या दिशेनं आला. जॅकचे डोळे त्याच्यावर खिळून बसले होते. तो सरळ जॅकच्या टेबलापाशी उभा राहिला. उजव्या खिशात घातलेला हात बाहेर काढला. पुढच्याच क्षणी त्याच्या हातातल्या पिस्तुलाची नळी जॅकच्या कपाळावर रोखली गेली..

रेस्टॉरंटच्या त्या छोट्या जागेत पिस्तुलाचे आवाज घुमले. जॅकनं टेबलावरची पांढरी चादर खाली खेचली. जणू तो त्या चादरीआड आसरा घेणार होता. टेबलावरचे ग्लास, प्लेटस् खाली पडल्या. जॅक खुर्चीखालच्या जागेत पडला. टेबलावर कोणीतरी पडल्याचा धप्प् असा आवाज आला. नंतर रेस्टॉरंटमध्ये विलक्षण शांतता पसरली.

"पोलीस." कोणीतरी ओरडलं. मध्यभागी हातात ०.३८ बोअरचं खास गुप्तहेर वापरतात ते पिस्तुल उंचावत एकजण म्हणाला, "कोणीही हलू नका... घाबरायचं कारण नाही.." त्यानं दुसऱ्या हातात आपलं पोलिसाचं-डिटेक्टिव्हचं ओळखपत्र उंचावर धरलं होतं.

टेबल सरकवून जॅक बाहेर आला. घडलेल्या प्रकारानं त्याचं डोकंच चालत नव्हतं. टेबल सरकवताच त्यावर पडलेला माणूस जमिनीवर पडला. लोक उठून पळण्याच्या तयारीत असताना तो डिटेक्टिव्ह ओरडला, "कोणीही हलायचं नाही." तो मग त्या खाली पडलेल्या माणसापाशी आला आणि त्याची नाडी पाहू लागला.

"मी डॉक्टर आहे." आता जॅकला आवाज फुटला.

"होय. मला माहीत आहे." डिटेक्टिव्ह म्हणाला, "आता कृपा करून तो मेलाय हे अधिकृत तपासणी करून सांगाल का?"

जॅकनं नाडी पाहिली. तो जिवंत नव्हताच. आपण डॉक्टर आहोत हे या डिटेक्टिव्हला कसं कळलं, ते त्याला समजेना. जॅक आणि पोलीस डिटेक्टिव्ह उभे राहिले. त्यानं जॅकला पायापासून डोक्यापर्यंत न्याहाळून पाहिलं.

"डॉक्टर, तुम्हाला काही झालेलं नाही ना?"

“नाही.” जॅक म्हणाला. अर्धा सेकंद जरी इकडे तिकडे झाला असता तरी काय झालं असतं, हा विचार मनात येताच जॅक हादरला.

“इथे हे असं काही होईल अशी मला कल्पनाच नव्हती..” डिटेक्टिव्ह म्हणाला.

“म्हणजे काय?”

“मला वाटलं, की तुम्ही रेस्टॉरंटमधून बाहेर पडताना काही गडबड होऊ शकेल.”

“तुम्ही काय बोलता आहात ते मला समजत नाहीये... पण तुम्ही वेळेवर येऊन माझा जीव वाचवल्याबद्दल मी आभारी आहे.”

“माझे आभार मानण्यापेक्षा लेफ्टनंट लाऊ सोल्डानोचे आभार माना.”

टेरेस लेडिजरूममधून बाहेर आली. टेबलाजवळ जाताच तिला काय झालंय ते लक्षात आलं. ती जॅकपाशी आली.

“जॅक.. तू ठीक आहेस ना?... जॅक, तुझा चेहरा प्रेतासारखा पांढराफटक पडलाय..!”

“ठीक आहे.” जॅक म्हणाला, “या पोलीस डिटेक्टिव्हनं माझा जीव वाचवलाय...”

टेरेस डिटेक्टिव्हशी काहीतरी बोलण्याचा प्रयत्न करू लागली, पण तो लोकांना गप्प करण्यात गुंतला होता.

लांबून सायरनचे आवाज येऊ लागले.

■

३०

मंगळवार, २६ मार्च १९९६
संध्याकाळी ८ वाजून ४५ मिनिटे

वेगानं जाणाऱ्या गाडीतून जॅक बाहेर बघत होता. पण त्याला दिसत मात्र काही नव्हतं. शॉन मॅगोगिनाल या पोलीस डिटेक्टिव्हच्या गाडीतून ते दक्षिणेकडे चालले होते. चोवीस तासात झालेला तिसऱ्या खुनी हल्ल्यामुळे जॅकचे पाय अजून लटपटत होते. आपली अवस्था शॉनला दिसू नये म्हणून जॅकनं दोन्ही हातांनी गुडघे घट्ट धरून ठेवले होते.

रेस्टॉरंटमध्ये गोळीबार झाल्यावर थोड्या वेळानं गडबड गोंधळ सुरू झाला होता. पोलिसांना तिथे असलेल्या सर्वांचेच पत्ते टिपून घ्यायचे होते. काही लोकांनी ते दिले, तर काहीजण वादावादी करू लागले. डिटेक्टिव्ह मॅगोगिनालनं जॅकला, पोलीस मुख्यालयात चल म्हणून सांगितलं. जॅकनं नकार दिला. पण त्याचा काही उपयोग झाला नाही. "लेफ्टनंट सोल्डानो यांना तुमच्याशी बोलायचं आहे." शॉन मॅगोगिनालनं बजावलं. टेरेसला जॅकबरोबर जायचं होतं. पण जॅकनंच तिला परावृत्त केलं. "मी नंतर लगेच तुला फोन करीन." जॅक म्हणाला.

"ठीक आहे." टेरेस म्हणाली, "मी ऑफिसातच आहे..." हे सगळं घडल्यावर तिची घरी एकटी जायची तयारी नव्हती.

जॅकनं तिची समजूत काढल्यावर ती तिथून निघून गेली होती.

जॅकला पोलिसांबरोबर जायचं नव्हतं. त्याला मनोमन थोडी भीतीही वाटत होती. रेगिनाल्डच्या खुनाचा प्रसंग आठवून त्याचं मन त्याला खात होतं. त्यानं एक उसासा टाकला. जर रेगिनाल्डबद्दल काही प्रश्न विचारले, तर काय सांगायचं या विचारांनी त्याचं हृदय धडधडू लागलं.

जॅकनं टाकलेल्या सुस्काऱ्यामुळे शॉनचे त्याच्याकडे लक्ष गेलं.

"ठीक आहात ना डॉक्टर..?" त्यानं विचारलं.

"ठीक आहे." जॅक म्हणाला, "मी एकदोन प्रश्न विचारू का?... नेमक्या वेळेस तुम्ही लोक रेस्टॉरंटमध्ये कसे काय आलात?.. दुसरं म्हणजे मी डॉक्टर आहे हे तुम्हाला कसं काय समजलं?.. आणि लेफ्टनंट सोल्डानोचे मी आभार मानायचे म्हणजे का?..."

"डॉक्टर, लेफ्टनंट सोल्डानोला तुमच्यावर हल्ला होणार आहे, अशी कुणकुण लागली होती."

"पण मी त्या रेस्टॉरंटमध्ये आहे हे तुम्हाला कसं कळलं?"

"सोपी गोष्ट आहे.." शॉन म्हणाला, "मी आणि सार्जंट मर्फीनं तुमचा ऑफिसपासून पाठलाग केला."

जॅक त्याच्याकडे पाहतच राहिला. आपण फार चलाखपणे पाळतीवरच्या माणसांना चकवलं, असं त्याला वाटत होतं. पण त्याचा भ्रमनिरास झाला. जॅकचा पडलेला चेहरा पाहून शॉन म्हणाला, "त्या सुपरमार्केटमध्ये आम्ही जरा चकलो होतो खरे. पण लगेच तुम्ही काय करणार ते आमच्या लक्षात आलं. मग बाकी सगळं जमवणं काही फार अवघड नव्हतं."

"पण मुळात लेफ्टनंट सोल्डानोना माझा जीव धोक्यात आहे, हे कसं कळलं?"

"त्याची मला कल्पना नाही." शॉन म्हणाला, "पण तेही थोड्या वेळानं कळू शकेल."

तासाभरानं गाडी हायवेवरून वळली. समोर ब्रुकलीन ब्रिज दिसत होता. गाडी काही मिनिटातच पोलीस मुख्यालयाच्या आवारात शिरली. मेटल डिटेक्टरमधून आत गेल्यावर ते लाऊ सोल्डानोच्या खोलीपाशी आले. ती इमारत आतून एवढी आधुनिक असेल याची कल्पना येत नव्हती. जॅक चकित झाला.

जॅकला दारापाशी सोडून शॉन मॅगोगिनाल निघून गेला.

लाऊनं उठून त्याचं स्वागत केलं. "या डॉक्टर... बसा." त्यानं हात पुढे केला. जॅकनं हस्तांदोलन केल्यावर तो बाजूच्या आफ्रिकन-अमेरिकन अधिकाऱ्याकडे वळला. "हा सार्जंट विल्सन." सार्जंट विल्सननं उठून जॅकला अभिवादन केलं. त्याच्याशी हस्तांदोलन करताना जॅकचा हात थरथरत होता. जॅकला त्याची शरम वाटली.

"मी सार्जंट विल्सनला मुद्दाम बोलावून घेतलंय. तो आमच्या गँगविरोधी विशेष दलाचा प्रमुख आहे." लाऊ टेबलामागच्या खुर्चीत जाऊन बसला.

जॅक हसला. या भेटीची खबर वॉरेनपर्यंत गेली की पुढे काय होईल, ते लक्षात येताच त्याचा थरकाप उडाला. तो कसाबसा हसला. आपलं कृत्रिम हसणं समोरच्या दोघा अनुभवी पोलीस अधिकाऱ्यांच्या लक्षात येणार हे त्याच्या लक्षात आलं.

"आजची संध्याकाळ फार वाईट होती नाही, डॉक्टर?" लाऊ म्हणाला.

"वाईट म्हणणं म्हणजे फारच सौम्य विधान झालं." जॅक म्हणाला.

जॅक लाऊकडे पाहत होता. एकेकाळी लॉरीला हा माणूस आवडला होता हे त्याला आठवलं. त्याला लाऊ म्हणजे एखादा देखणा आणि रुबाबदार, उंच अधिकारी असण्याची अपेक्षा होती. पण लाऊ तसा नव्हता. केसांची स्टाईल सोडली तर तो त्याला त्याच्यासारखाच वाटला.

"मी एक प्रश्न विचारू का?" जॅक म्हणाला.

"जरूर." लाऊ हात पसरत म्हणाला, "ही काही कसली चौकशी नाही, की धर्ममंडळाचा न्यायनिवाडा नाही. आपण फक्त चर्चा करणार आहोत."

"तुम्ही माझ्या मागावर डिटेक्टिव्ह मॅगोगिनालला कशासाठी पाठवलंत?... मी तक्रार करतोय असं मात्र नाही. उलट मी माझा जीव वाचवल्याबद्दल तुमचा ऋणी आहे.."

"डॉक्टर मॉन्टगोमेरीचे आभार मानायला हवेत. ती फार काळजीत होती. मी तिला मदत करीन म्हणून आश्वासन दिलं होतं, आणि तुमच्यावर नजर ठेवणं एवढंच मला त्यावेळी करणं शक्य होतं... आता डॉक्टर, आपण महत्त्वाचं बोलू... बरंच काहीतरी घडतंय नि नेमकं काय घडतंय ते आम्हाला कळून घ्यायची इच्छा आहे..."

"मलाच फारसं काही कळत नाहीये."

"ठीक आहे, डॉक्टर." लाऊ म्हणाला, "निवांतपणे बोला. आपण फक्त चर्चा करतोय हे विसरू नका."

"जे झालंय त्यामुळे मी एवढा हादरून गेलोय, की..."

"हरकत नाही." लाऊ म्हणाला, "आधी आम्हाला काय काय माहिती आहे ती सांगतो. कदाचित ते योग्य होईल." त्यानं लॉरीनं सांगितलेल्या साऱ्या गोष्टी त्याला सांगितल्या. जॅकला मारहाण झालेली होती हे आपल्याला कळल्याचं त्याला स्पष्ट केलं. जॅकच्या मनात अमेरीकेअरविषयी काहीतरी पूर्वग्रह आहे, याविषयीही आपल्याला कल्पना आहे वगैरे सगळं काही त्यानं थोडक्यात सांगितलं.

"माझ्याबद्दल माझ्यापेक्षा तुम्हालाच जास्त माहिती आहे वाटतं.." जॅक आवंढा गिळत म्हणाला.

"हे खरं नाही." लाऊ हसत हसत म्हणाला, "कदाचित हे ऐकून आणखी मारहाण आणि गोळागोळी होऊ नये म्हणून डॉक्टर, तुम्ही आणखी महत्त्वाचं जे शिल्लक उरलंय ते सांगाल अशी आशा आहे... आज दुपारी हॉस्पिटलजवळच्या ड्रगस्टोअरमध्ये जबरदस्त गोळीबार झाला. एकजण मारला गेला. तुम्हाला त्याच्याबद्दल काही कल्पना आहे का?"

जॅकनं पुन्हा आवंढा गिळला. यावर काय बोलावं ते त्याला कळेना. वॉरेननं दिलेला इशारा आठवला.

"मी आत्ता त्या कोणत्याही गोष्टीबद्दल बोलू इच्छित नाही."

"त्याचं कारण काय डॉक्टर?"

"कारण काही लोक सुरक्षित राहावेत अशी माझी इच्छा आहे."

"आम्ही इथे त्याच कामासाठी बसलोय ना?" लाऊ म्हणाला.

"मला त्याची कल्पना आहे." जॅक म्हणाला, "पण यावेळची परिस्थिती फार निराळी आहे. एखादी महाभयानक साथ सुरू व्हायची शंका मला भेडसावत आहे."

"कशाची साथ?"

"इन्फ्ल्युएंझा... खूप बळी घेणारा आणि अत्यंत आक्रमक अशा प्रकारचा इन्फ्ल्युएंझा.."

"किती केसेस झाल्या आहेत?"

"आत्तापर्यंत फार नाहीत. पण मला काळजी मात्र वाटते आहे."

"ठीक आहे. साथीचा हा विषय माझ्यासाठी फार वेगळा आहे. ते माझं क्षेत्र नाही. पण खून हे मात्र माझ्याच कार्यक्षेत्रात येतं. आत्ता जरी नाही तरी पुढे लवकरच काही खुनांबद्दल काही प्रश्न मी विचारीन. कधी बोलायचं डॉक्टर?"

"मला एक दिवस द्या फक्त... या साथीमुळे मी अगदी घाबरून गेलो आहे... माझ्यावर विश्वास ठेवा."

"अं...अं..." लाऊनं विल्सनकडे पाहिलं.

"एका दिवसात खूप काही घडू शकतं." सार्जंट विल्सन म्हणाला.

"मलाही नेमकी तीच काळजी आहे." लाऊ जॅककडे रोखून बघू लागला. "जे दोनतीन लोक ठार झाले आहेत, ते दोन निरनिराळ्या गँगमधले आहेत. मला त्यातून गँगवॉर निर्माण व्हायला नको आहे. डॉक्टर.. अशा गँगवॉरमध्ये निरपराध लोक बळी पडतात."

"मला फक्त चोवीस तास हवेत." जॅक म्हणाला, "मी जे काही सिद्ध करण्यासाठी धडपडतोय ते चोवीस तासात मी सिद्ध करीन. तसं झालं नाही, तर मी चुकीच्या दिशेनं विचार करत होतो हे कबूल करीन... उद्या मी मला माहीत आहे ते सारं काही सांगेन. अर्थात, तसं मला फार काही माहीत नाहीच आहे म्हणा..."

"डॉक्टर, नीट ऐका... मी आत्ता याक्षणी तुम्हाला अटक करू शकतो. खुनाच्या केसमध्ये माहिती देण्यास टाळाटाळ केल्याचा आरोप ठेवता येईल... डॉक्टर, तुम्ही नेमकं काय करता आहात ते तुम्हाला स्वत:ला नीट समजतंय ना नक्की?"

"होय."

"मी तुम्हाला अटक करू शकतो. पण करणार नाही." लाऊ खुर्चीत बसत म्हणाला, "डॉ. लॉरी मॉन्टगोमेरी म्हणाली, की तुम्ही सज्जन आहात. मी आजच्यापुरता त्यावर भरंवसा ठेवतो. पण उद्या तुम्ही बोलणार आहात डॉक्टर.. समजलं?"

"समजलं." जॅकनं लाऊ आणि सार्जंट मर्फीकडे पाहिलं, "आणखी काही?"

"आत्तापुरतं तरी इतकंच." लाऊ म्हणाला.

जॅक उठून दारापाशी गेला. त्याला थांबवत सार्जंट विल्सन म्हणाला, "डॉक्टर.. गँगस् आणि त्यांचं जग किती भयंकर असतं हे तुम्हाला माहीत असेल, असं मी समजतो. आमचं बोलणं नीट लक्षात ठेवा."

"मी नीट लक्षात ठेवीन." जॅक उत्तरला.

■

३१

बुधवार, २७ मार्च १९९६
सकाळी ६ वाजून १५ मिनिटे

पहिली लक्षणं अंगावरच्या पुरळाच्या स्वरूपात जॅकला दिसू लागली. पुरळ नीट पाहत असतानाच ते छातीवर आणि पोटावर पसरत असल्याचं त्याच्या लक्षात आलं. तो पुरळाभोवती हलका दाब देऊन त्यांची तपासणी करत असताना काही पुरळ फुटून कसलासा चिकट द्रव बाहेर येत असल्याचं जाणवलं. पाठोपाठ कंड सुटली. त्यानं आधी तिकडे दुर्लक्ष करण्याचा प्रयत्न केला. पण खाजवण्याची इच्छा एवढी तीव्र होती, की त्याचा काही इलाजच चालेना. त्याच्या खाजवण्यानं पुरळ फुटून त्वचेवर चिकट द्रव पसरत चाललेला दिसू लागला. पुरळातून रक्तही वाहू लागलं. पाठोपाठ ताप चढू लागला. ताप चढल्यानंतर डोकं ठणकू लागलं. कपाळावर घामाचे थेंबही जमा झाले. त्यानं आरशात पाहिलं. तोंडावरही पुरळ फुटून तिथे विचित्र दिसणारे व्रण पडत असल्याचं त्याच्या लक्षात आलं. भीतीनं त्याची बोबडी वळायची वेळ आली. सारं शरीर थडथडू लागलं. आता श्वास घ्यायलाही त्रास होऊ लागला. हृदयाचे ठोके मोठ्या ढोलाच्या आवाजासारखे कानात घुमू लागले. एकीकडे जॅकच्या मनात विचार चालूच होते. कसला संसर्ग झाला ते कळण्यासाठी

रक्ताचा नमुना काढणं आवश्यक होतं. त्यासाठी सुई लागणार. पण इथे सुई कुठं आहे?... त्याऐवजी सुरी चालू शकेल. पण इथे कुठं सुरीसुद्धा दिसत नाही...

जॅकचे डोळे उघडले... तो अजून हातानं सुरी शोधण्याचा प्रयत्न करत होता. आपण कुठे आहोत ते कळायला दोन चार क्षण लागले. जॅकनं हातापायावर नजर टाकली. कुठंही पुरळ दिसत नव्हतं. मग त्यानं इकडेतिकडे बघितलं, तेव्हा त्याला आपण झोपलेलो होतो आणि आपल्याला स्वप्न पडत होतं, हे लक्षात आलं.

त्यानं अंगावरचं ब्लँकेट झटकलं. सगळं शरीर घामेजलं होतं. तो खिडकीपाशी जाऊन खिडकी उघडण्याचा प्रयत्न करू लागला. पण खिडकी उघडेना. मग तो बाथरूममध्ये गेला. तिथली खिडकी मात्र उघडली. बाहेर बर्फ जमा झालेलं होतं तरी खिडकी उघडली. थंड हवेचा झोत आत आला. त्या थंडाव्यानं सुखावलेला जॅक दोन मिनिटं तिथेच उभा राहिला. जरा बरं वाटल्यावर तो परत बाहेरच्या खोलीत आला. हीटरचं बटण 'चालू' अवस्थेत अडकलेलं दिसत होतं. त्यानं बटणाला हात लावला, तर तेसुद्धा चटका बसण्याएवढं गरम झालेलं होतं. जॅकनं बाथरूममधून टॉवेल आणला. तो हाताला गुंडाळून त्यानं बटण फिरवून नीट केलं.

तो बाथरूममधल्या आरशासमोर येऊन उभा राहिला. आपले डोळे लाल झाले असल्याचं त्याला दिसलं. चेहरा ओढलेला दिसत होता. दाढीही करायची आवश्यकता होती. त्यासाठी खोलीतून बाहेर जावं लागणार होतं. जॅक कपडे चढवू लागला.

आदल्या रात्री पोलीस मुख्यालयातून बाहेर पडल्यावर त्यानं घरी न जाण्याचं ठरवलं होतं. टेरेस किंवा आणखी कोणाच्या घरी जाणं म्हणजे त्यांचा जीव धोक्यात टाकण्यासारखं होतं. मग त्यानं एखादं स्वस्त हॉटेल शोधून तिथे राहायला जायचं ठरवलं होतं. त्यामुळे तो या हॉटेलात राहायला आला होता.

कपडे चढवून जॅक खाली आला. तिथे असणाऱ्या छोट्याशा दुकानातून त्यानं एक रेझर, पेस्ट आणि ब्रश खरेदी केला. लिफ्टची वाट पाहत उभा असताना त्याची नजर समोर पडलेल्या 'डेली न्यूज' वर्तमानपत्राच्या गठ्ठ्यावर गेली. त्यावर मोठी बातमी होती : 'शवागारात काम करणारा डॉक्टर मरता मरता वाचला!... रेस्टॉरंटमध्ये गोळीबार. बातमी पान तीनवर पाहा.'

जॅकनं हातातल्या वस्तू खाली ठेवल्या आणि तिसरं पान उघडण्याचा प्रयत्न केला. पण गठ्ठा बांधलेली पट्टी फारच घट्ट होती. त्यानं रात्रपाळीच्या रिसेप्शनिस्टला बोलावून त्याला पट्टी उघडायला सांगितलं. त्यानं पेंगुळल्या डोळ्यांनी येऊन पट्टी उघडली. जॅकनं दिलेले पेपरचे पैसे खिशात टाकून तो चालता झाला.

लिफ्टमध्ये वर जाताजाता जॅकनं तिसरं पान उघडलं. ते पाहून तो कमालीचा हादरला. तिसऱ्या पानावर चक्क त्याचा फोटो होता. पोस्टिटानो रेस्टॉरंटमधून शॉन मॅगोगिनालबरोबर बाहेर पडतानाचा त्याचा फोटो छापलेला होता. जॅकला फोटो कधी

काढला गेला ते काही आठवत नव्हतं.. खाली लिहिलं होतं : 'डॉ. जॅक स्टेपलटन. वैद्यकीय तपासनीस, न्यूयॉर्क शहर. साध्या कपड्यामधील डिटेक्टिव्ह शॉन मॅगोगिनालबरोबर बाहेर पडत असताना.'

जॅकनं सगळी बातमी वाचली. बातमी फारशी मोठी नव्हती. पण त्यात पूर्वीही जॅकवर गँगनी हल्ला केला होता, असं नमूद केलं होतं. जॅकचा गँगवॉरशी काहीतरी संबंध असावा असं त्यातून स्पष्टपणे ध्वनित होत होतं. जॅकनं पेपर बाजूला टाकला.

आता परिस्थिती फारच चमत्कारिक झाली होती. आजच्या दिवसात त्याला कितीतरी गोष्टी करायच्या होत्या. या अनपेक्षित आणि नको असणाऱ्या प्रसिद्धीमुळे कामात अडचणी येणार होत्या. पण आता स्वत:वर चडफडण्याशिवाय काही करणं शक्य नव्हतं.

त्यानं भराभरा अंघोळ केली. अजून डोकं ठणकत होतंच. शिवाय बारीक ताप आल्यासारखं वाटत होतं. ही फ्ल्यूची लक्षणं आहेत हे त्याच्यामधल्या डॉक्टरच्या लक्षात आलं. त्यानं आठवणीनं रिमंटडीनची आणखी एक गोळी घेतली. त्याचे हातापायाचे स्नायू जरासे दुखत होते. पाठीतही थोडीशी वेदना होत होती.

टॅक्सी करून जॅक ऑफिसात आला. लोकांनी पाहू नये म्हणून त्यानं टॅक्सी अगदी इमारतीच्याजवळ पायऱ्यांपाशी नेली. टॅक्सीवाल्याला पैसे देऊन तो पटकन आत शिरला आणि कोणाकडेही न पाहता सरळ दुसऱ्या मजल्यावर आला. व्हिनी नेहमीप्रमाणे तिथे बसलेला होताच.

जॅकला पाहताच व्हिनीनं पेपर बाजूला केला. "हायऽऽ डॉक... एक गोष्ट कळली का?... तुम्ही आजच्या पेपरात आहात."

जॅक व्हिनीच्या बोलण्याकडे दुर्लक्ष करून जॉर्जच्या टेबलाजवळ आला. पाठीमागून व्हिनी ओरडला, "पेपरात छापून येणं इंटरेस्टिंग वाटत नाही का?... तिसऱ्या पानावर फोटोसुद्धा आहे."

"मी पाहिलाय तो."

"काय झालं?" व्हिनी म्हणाला, "हे म्हणजे अगदी सिनेमातल्याप्रमाणेच झालं नाही? रेस्टॉरंटमध्ये गोळीबार... तो माणूस तुम्हाला का मारणार होता?"

"काहीतरी घोटाळा झाला होता."

"घोटाळा म्हणजे?" व्हिनी म्हणाला, "दुसरं कोणी समजून त्यानं तुमच्यावर हल्ला केला, असं म्हणायचं आहे का तुम्हाला?"

"तसंच काहीतरी..." जॅक जॉर्जकडे वळला, "जॉर्ज, काल रात्री इन्फ्ल्युएंझाच्या काही नवीन केसेस आल्या का?"

"तुझ्यावर खरोखरच कोणी गोळी झाडली का?" जॅकच्या प्रश्नाकडे दुर्लक्ष करत जॉर्जनं विचारलं. त्याला काय झालं हे जाणून घ्यायचं होतं. लोकांच्या

संकटाकडे आकर्षित होणं हा मानवी स्वभावच आहे म्हणा... जॅक मनाशी म्हणाला.

"एकदा नाही तर चाळीस पन्नास वेळा!... पण झालं काय, की प्रत्येकवेळी बंदुकीतून गोळीऐवजी पिंगपाँगचे बॉल बाहेर पडले. त्यातले काही मला लागून बिचारे बाजूला उडले झालं..!"

"तुला त्याबद्दल बोलायचं नाहीये तर." जॉर्ज म्हणाला.

"आत्ता तुझ्या डोक्यात प्रकाश पडला." जॅक म्हणाला, "आता इन्फ्ल्युएंझाच्या काही केसेस आल्या का ते सांग."

"चार."

"कुठं आहेत त्या केसेस?"

"मी त्यातल्या दोन तुला दिल्या होत्या आधी. पण केल्व्हिन म्हणाला, की आजचा दिवसही तुला फाईल्स पुऱ्या करू देत. बहुधा त्यानंही पेपर पाहिला असावा. तू आज कामावर येशील की नाही याची त्यालाही शंका असावी."

जॅक काही बोलला नाही. त्याला एका दृष्टीनं आज विच्छेदन करायचं नाही हे वरदानच वाटलं. आजच्या दिवसात त्याला कितीतरी गोष्टी करायच्या होत्या. त्यानं जॉर्जच्या टेबलावरची यादी उचलून वाचायला सुरुवात केली. त्यातली चार नावं पाहून तो हादरला. किम स्पेन्सर, जॉर्ज हासलटन, ग्लोरिया हर्नानडेझ आणि प्रयोगशाळा तंत्रज्ञ विल्यम पियरसन. चोवीस तासाच्या आत चार निरोगी लोकांचा बळी घेणारा हा इन्फ्ल्युएंझाचा प्रकार भलताच आक्रमक होता, याबद्दल आता शंका उरली नव्हती. आता फक्त ह्युमिडिफायरबद्दल त्याला जे वाटत होतं, ते सिद्ध करायचं होतं.

जॅक व्हिनीकडे पूर्ण दुर्लक्ष करत तिथून बाहेर पडला. इन्फ्ल्युएंझा आता भयानक साथीच्या रूपात संहार करणार आहे हे लक्षात येताच जॅक सावध झाला. शहराच्या आरोग्य कार्यालयाला ताबडतोब कळवणं हे त्याचं कर्तव्यच होतं. पण प्लेगच्या बाबतीत जे घडलं होतं ते त्याला आठवलं. आधी बिंगहॅमशी बोलावं की काय, याचा तो विचार करत करत फोन ऑपेरटरपाशी आला.

"डॉ. स्टेपलटन, तुमच्यासाठी खूप निरोप आहेत." मार्जोरी झानकोवस्की ही टेलिफोन ऑपरेटर म्हणाली आणि तिनं त्याच्या हातात निरोपांची भलीमोठी यादी दिली. पाठोपाठ गुलाबी तुकड्यांवर नमूद केलेल्या निरोपांचा गठ्ठा त्याच्या हातात ठेवला.

लिफ्टमध्ये शिरत जॅकनं यादीवर नजर टाकली. टेरेसनेच अनेकदा फोन केला होता. शेवटचा फोन पहाटे चार वाजता केला होता, ते पाहून जॅकला एकदम अपराधी वाटलं. आपण रात्री टेरेसला फोन करायला हवा होता. पण रात्री त्याला कोणाशी काही बोलावंसं वाटत नव्हतं.

निरोपाच्या यादीमध्ये अटलांटाच्या निकोल मार्कविटचं नाव होतं. तिनं दोन वेळा फोन केला होता. पण यादीमधली दोन नावं चमत्कारिक होती. डॉ. क्लिंट अॅबेलार्ड आणि मेरी झिमरमान यांनीही फोन केला होता. कॅथी मॅकबेननं त्यांना सारं काही सांगितलं असावं, अशी शंका जॅकच्या मनात आली. तसं असेल तर त्यांचे निरोप फारसे सुखावह असणार नव्हते.

जॅक आपल्या खोलीत आला. घाईघाईनं कोट काढून खुर्चीच्या पाठीवर टाकला आणि निकोलला फोन लावला. ती ऑफिसातच होती. फोनवरून तिचा आवाज क्षीण वाटत होता. ती खूप दमलेली वाटत होती.

''सगळी रात्र फार गडबडीत गेली.'' निकोल म्हणाली, ''मी तुम्हाला दोनदा फोन केला. घरी आणि ऑफिसात दोन्हीकडे.''

''माफ करा.'' जॅक म्हणाला, ''मी स्वतः फोन करायला हवा होता.''

''घरी फोन केला तर तो कोणीतरी वॉरेन नावाच्या माणसानं घेतला होता. हा वॉरेन कोण आहे?''

''माझा मित्र आहे.'' जॅक म्हणाला.

वॉरेनला भेटणं आता फार अवघड झालं आहे, हे बोलता बोलता त्याच्या लक्षात आलं होतं.

''पण त्याचं बोलणं मात्र मित्रत्वाचं वाटत नव्हतं... असो. मी सुरुवात कुठून करू ते कळत नाही. एक गोष्ट मात्र नक्की, की तुम्ही अनेकजणांची झोप उडवली आहे... तुम्ही पाठवलेल्या नमुन्यांनी इथे अक्षरशः आग लागली आहे.''

''म्हणजे काय?''

''त्यामधले इन्फ्ल्युएंझाचे विषाणू आमच्याकडच्या कुठल्याही उपप्रकाराचे नाहीत... हा उपप्रकार एकतर नवीन असावा किंवा हा विषाणू खूप काळ आढळला तरी नसावा.''

''पण ही बातमी काही चांगली नाही.''

''चांगली तर नाहीच, उलट भयंकर आहे. विशेषतः हा फार आक्रमक विषाणू आहे हे लक्षात घेतलं पाहिजे. त्यानं आत्ताच पाच बळी घेतले आहेत.''

''तुम्हाला कसं काय समजलं?... मला आत्ताच ते कळलंय.''

''म्हणजे तुम्हाला काहीच कल्पना नाही? आम्ही केव्हाच तुमच्या राज्याच्या आरोग्य अधिकाऱ्यांशी आणि स्थानिक हेल्थ कमिशनरशी संपर्क साधला होता. म्हणूनच तर मी रात्री तुम्हाला फोन करत होते. आम्ही या परिस्थितीला आणीबाणीची मानून काम करत आहोत. ही साथ एवढी भयंकर ठरू शकेल, की त्याची कल्पनाच करता येणार नाही... आम्ही सर्वांनी अनेक मार्गांनी प्रयत्न करायला सुरुवात केली. तुम्ही पाठवलेल्या विषाणूच्या नमुन्याचं अखेर एका प्रकारच्या विषाणूशी साम्य वाटू

शकतंय.. आमच्याकडे १९१८-१९च्या साथीला कारणीभूत असणाऱ्या विषाणूंचे काही नमुने गोठवून ठेवण्यात आले आहेत. तुम्ही पाठवलेला नमुना तसा असल्याचं सिद्ध झालं आहे.''

''गुड गॉड!'' जॅक उद्गारला.

''म्हणूनच मी लगेच माझ्या बॉसला फोन केला. माझ्या बॉसचं नाव आहे डॉ. हिरोसे नाकानो. त्यांनी ताबडतोब आमच्या डायरेक्टरला फोन केला. डायरेक्टर त्यानंतर फोनवरच बोलत बसले होते. त्यांनी या आणीबाणीच्या परिस्थितीशी मुकाबला करण्यासाठी ज्या ज्या कोणाला कळवणं आवश्यक होतं, त्यांना लगेच कळवलं आहे. आमची सगळी यंत्रणा कामाला लागली आहे. आपल्याला लस हवी आहे आणि तीसुद्धा शक्य तेवढ्या लवकर.''

''मी काही मदत करू शकतो का?'' या प्रश्नाचं उत्तर माहीत असूनही त्यानं विचारलं.

''सध्या तरी तुम्ही काही करू शकणार नाही.'' निकोल म्हणाली, ''पण तुम्ही आम्हाला वेळीच सावध केल्याबद्दल आम्ही तुमचे शतशः ऋणी आहोत. आमच्या डायरेक्टरचंही तेच मत आहे. कदाचित ते तुम्हाला फोनही करतील.''

''मॅनहटन जनरल हॉस्पिटलला कळवण्यात आलं असेलच.''

''अर्थातच.'' निकोल म्हणाली, ''आमच्या रोगप्रसार नियंत्रण केंद्राचं एक पथक तिकडे निघालेलं आहे.... विशेषतः १९१८-१९ नंतर अदृश्य झालेला हा विषाणू आत्ताच कुठून उद्भवला, हे शोधण्यासाठी हे पथक हॉस्पिटलला आणि शहराच्या इतर अधिकाऱ्यांना मदत करेल. पंचाहत्तर वर्षं गायब झालेला हा विषाणू असा एकदम बाहेर पडला, हे फार विस्मयकारक आहे.''

फोन ठेवला तेव्हा जॅक फार गोंधळून गेला होता. त्याच वेळी एक प्रकारची गुंता सुटल्याची भावनाही त्याला जाणवत होती. त्यानं केलेल्या धावपळीचा योग्य तो परिणाम झाला होता. अशा साथीच्या रोगाचा प्रतिबंध करण्यासाठीच स्थापन झालेल्या अटलांटाच्या रोगप्रसार नियंत्रण केंद्रातले लोक आता परिस्थिती योग्यपणे हाताळत होते. ते त्यासाठी पूर्णपणे सक्षम होते. आता जॅकला ती काळजी उरली नव्हती. आता साथीकडे निष्काळजीपणे पाहणं कोणालाच शक्य नव्हतं. अगदी मनाविरुद्ध असूनही अमेरीकेअरलाही ते शक्य नव्हतं.

हे सर्व जरी घडत असलं, तरी अजून हे पाच प्राणघातक रोगजंतू नेमके कुठून आले त्याचा शोध लागलेला नव्हता. इतकी वर्षं गायब झालेला इन्फ्ल्युएंझा विषाणू पक्षी किंवा इतर कोणत्या तरी प्राण्यामध्ये जिवंत राहून नैसर्गिकपणेच परतला आहे, हे जॅकला मनोमन पटत नव्हतं.

जॅकनं टेरेसला फोन केला. ती घरी होती. जॅकचा आवाज ऐकून तिला

आनंद झाला.

"जॅक तुझा काहीच पत्ता नाही. मी काळजी करून स्वत:च आजारी पडायची वेळ आली होती."

"मी काल रात्री एका हॉटेलमध्ये राहिलो." जॅक म्हणाला.

"पण मला फोन का केला नाहीस? मी पन्नास वेळा तुला फोन केला."

"मला माफ कर टेरेस.. मी फोन करायला हवा होता. पण मी हॉटेलवर पोहोचलो तेव्हा एवढा थकून गेलो होतो, की फोन करायचीही शक्ती उरली नव्हती... कालचे चोवीस तास कसे गेले त्याची तुला कल्पना येणार नाही... मी फार बदलून गेलोय."

"मला कल्पना आहे." टेरेस म्हणाली, "विशेषत: रात्रीच्या त्या भयंकर प्रसंगानंतरही तू आज नेहमीसारखा कामावर गेलास हेच आश्चर्य आहे. तुझ्या जागी मी असते, तर घरातून बाहेर पडलेच नसते."

जॅक यावर काहीच बोलला नाही.

"जॅक ऐक... तुला एकदा मारहाण झाली होती आणि काल जवळजवळ तू खलास व्हायची वेळ आली होती. आता तरी तू जे काही शोधायच्या मागे आहेस, ते सोडून दे. इतरांना करू देत ना ते काय..."

"तसंच काहीसं होऊ लागलंय." जॅक म्हणाला, "अटलांटाहून रोगप्रसार नियंत्रण केंद्राचं पथक निघालंही आहे. माझ्या हातात फक्त आजचा दिवस आहे."

"याचा अर्थ काय?... आजचा दिवस म्हणजे?"

"आजच्या दिवसात मी रहस्याची उकल करू शकलो नाही, तर मी सगळ्यातून माझं अंग काढून घेणार आहे. तसं मी पोलिसांना वचनही दिलं आहे."

"हे ऐकून माझे कान तृप्त झाले. जॅक आपण कधी भेटायचं? मला तुला एक थरारक गोष्ट सांगायची आहे.."

"काल रात्रीच्या प्रसंगानंतर माझ्याबरोबर असणं तुला धोकादायक वाटत असावं, अशी माझी कल्पना होती."

"एकदा का तू तुझी ही मोहीम थांबवलीस, की तुलाही कोणी काही करणार नाही..."

"मी तुला फोन करीन." जॅक म्हणाला, "आजच्या दिवसात आणखी काय काय उद्‌भवेल त्याची मला आत्ता या क्षणी काहीच कल्पना येत नाहीये."

"तू कालसुद्धा फोन करतो म्हणाला होतास आणि केला नाहीस."

"टेरेस... मला आणखी एक संधी देऊन पाहा." जॅक म्हणाला, "बरं. आता मला माझ्या कामाला लागलं पाहिजे."

"जॅक.. मी थरारक बातमी काय सांगणार आहे, याची तुला उत्सुकता वाटत

नाही का?''

''वाटते ना.. पण तेवढीच थरारक बातमी असेल, तर तू ती सांगितल्याशिवाय राहशील का?''

''नॅशनल हेल्थनं त्यांची अंतर्गत आढावा घेण्याची मागणी सोडून दिली आहे.''

''हे चांगलं की वाईट?''

''अर्थात, चांगलंच.'' टेरेस म्हणाली, ''त्यांनी आढावा रद्द केला, कारण आमची 'प्रतीक्षा नाही' ही कल्पना त्यांना फार आवडली आहे. त्यामुळे आता एकदोन दिवसात काहीतरी बनवण्याऐवजी आम्हाला सर्व काही व्यवस्थित करण्यासाठी एक महिन्याची मुदत मिळाली आहे.''

''वा! ही बातमी तर फारच छान आहे.'' जॅक म्हणाला.

''एवढंच नाही, तर टेलर हीथनं मला फोन करून माझं अभिनंदन केलं. रॉबर्ट बार्करनं जे काही करायचा प्रयत्न केला ते सगळं त्यांना कळलं आहे. विलो आणि हीथची पुढची अध्यक्ष मी असणार आहे.''

''वा! यावर तर पार्टीच व्हायला पाहिजे.'' जॅक म्हणाला.

''ती तर होईलच.'' टेरेस म्हणाली, ''त्यासाठी आज लंचसाठी 'फोर सिझन्स'मध्ये येणार का?''

''टेरेस.. तू आपलं म्हणणं सोडत नाहीस.''

''मी ज्या पदावर आहे त्याला हे शोभून दिसणारं आहे.''

''पण मी लंचसाठी इथून बाहेर पडू शकणार नाही. रात्री जमेल. अर्थात, मी तुरुंगात गेलो नसलो तर.''

''आता आणखी हे काय नवीन?'' टेरेसनं विचारलं.

''ते सांगायला खूप वेळ लागेल.'' जॅक म्हणाला, ''मी नंतर फोन करून सारं काही सांगेन.'' जॅकनं फोन ठेवला. बोलत राहिलो तर ती आपल्याकडून सगळं वदवून घेईल, याची त्याला खात्री होती.

जॅक उठून डीएनए प्रयोगशाळेकडे निघाला. एवढ्यात दारामध्ये लॉरी आली. ''जॅक.. तुला पाहून मला फार आनंद झालाय.''

''आणि मी इथे आहे यासाठी मी तुझा आभारी आहे..'' जॅक म्हणाला, ''काही दिवसापूर्वी तू काही बोलली असतीस तर मला तू माझ्या भानगडीत नाक खुपसत आहेस असं वाटलं असतं... पण लॉरी, तू सोल्डानोला सांगून माझा जीव वाचवला आहेस...''

''त्यानं मला काल रात्री फोन केला होता. मी त्यानंतर तुझ्या घरी कितीतरी वेळा फोन करून पाहिला...'' लॉरी म्हणाली.

''तू आणि कितीतरी जणांनी...'' जॅक म्हणाला, ''खरं सांगायचं तर कालच्या

प्रसंगानंतर मी घरी जायला घाबरलो.''

''माझं मत ऐकणार असशील, तर तू जे काही करतो आहेस ते ताबडतोब बंद करावंस हे बरं. तू फार मोठा धोका पत्करतो आहेस...''

''साऊथ बेंड, इंडियानामध्ये माझी आई राहते. तू तिला फोन केलास तर ती अगदी हेच सांगेल.'' जॅक म्हणाला.

''हे एवढं सगळं घडूनही तू सारं चेष्टेवारी कसा नेतोस ते मला कळत नाही.'' लॉरी म्हणाली, ''जॅक, तुला हे कसं समजत नाही?.. लाऊ तुला चोवीस तास संरक्षण देऊ शकणार नाही...''

''निदान जे काही क्षण माझ्यापाशी उरले आहेत, ते मी माझ्याबरोबर नेहमी असणाऱ्या तुझ्यासारखीबरोबर तरी काढू शकतो आहे.''

''तुझ्यापुढे तर काही बोलायची सोय उरली नाही.'' लॉरी म्हणाली, ''जॅक, माझं ऐक. पुढचं सगळं लाऊवर सोपव. तो आपल्या कामात हुशार आहे.''

''त्यात काहीच शंका नाही. पण मी ज्यात गुरफटलोय तिथे पोलिसांचं काम कमी आहे. त्यांना त्यातलं फारसं कळणारही नाही... शिवाय त्या कामामुळे माझं मनोधैर्यही वाढीस लागेल. गेल्या पाच वर्षात माझा अहंकार फार दुखावला गेलेला आहे.''

''तुझ्यात काहीही फरक पडणार नाही... जॅक, तू गंमत केव्हा करतोस आणि केव्हा गंभीरपणे बोलतोस हे तुझं तुला तरी कळतं का? तू खरोखरच रहस्यमय माणूस आहेस. आणि अडेलतट्टूदेखील.''

''लॉरी, मी तुझं म्हणणं मान्य करतो. पण तू त्या बदल्यात माझं एक काम करायला हवंस.''

''काम?''

''होय. तू ताबडतोब स्वतः रिमंटडीन सुरू करणार असशील तर...''

''खरोखरच त्याची गरज आहे का?'' लॉरी म्हणाली.

''निश्चितच आहे.'' जॅक म्हणाला, ''ही साथ खरोखरच गंभीर स्वरूप धारण करू शकेल. अटलांटाचे तज्ज्ञ इथे यायला निघालेही आहेत. त्यांना वाटतंय, की १९१८ मध्ये जगभर मृत्यूचं थैमान घालणारा हा प्रकार असावा... मी कालपासून रिमंटडीन सुरू केलंय.''

''ते कसं काय शक्य आहे? पण जो प्रकार अस्तित्वातच नाही, तो विषाणू आला कुठून?''

''इन्फ्ल्युएंझाचा विषाणू फार चलाख आहे. तो इतर प्राण्यांमध्ये दडून बसलेला असू शकतो...''

''पण तसं असेल तर कोणीतरी हे मुद्दाम करत आहे या तुझ्या कल्पनेचा

डोलाराच कोसळून पडला... जो प्रकार अस्तित्वातच नाही, म्हणजे जो इतर प्राण्यांमध्ये जगतो आहे, त्या प्रकारचा विषाणू तुझ्या त्या दहशतवाद्याला मिळणार तरी कसा?''

जॅक लॉरीकडे पाहातच राहिला. ती म्हणत होती त्यात खरोखरच तथ्य होतं. जॅक विचारात गुरफटला... आपण स्वत:च्या विचारांमध्येच अडकून पडलो की काय?... ही शक्यता आपल्या लक्षात कशी आली नाही?

''ते काहीही असलं तरी उद्‌भवलेली इन्फ्ल्युएंझाची साथ खरी आहे. मी रिमंटडीन सुरू करते.. तू जर ऑफिसमधून बाहेर पडलास तर मधून मधून मला फोन करशील असं वचन दे.''

''लॉरी, तू नक्कीच माझ्या आईशी फोनवर बोलली असणार... मी कॉलेजला गेलो त्याच्या पहिल्या दिवशी तिनं असाच दम भरला होता.''

''माझं ऐक नाहीतर सोडून दे... मी माझं काम केलं...''

''मी तुझं ऐकायचं ठरवलंय.''

लॉरी निघून गेल्यावर जॅक डीएनए प्रयोगशाळेत आला. टेड लिंच तिथे होता. जॅकला पाहताच त्यानं बेंचच्या मागे दडण्याचा प्रयत्न केला. पण मग जॅक पुढे आल्यावर तो म्हणाला, ''तू मला अखेर शोधून काढलंस म्हणायचं. तू दुपारपर्यंत भेटशील अशी अपेक्षा नव्हती.''

''तुझं दुर्दैवच.'' जॅक म्हणाला, ''मला आज इतर काही काम नाही. मी इथेच तुझ्या लॅबमध्ये मुक्काम ठोकणार आहे. तुला मी दिलेल्या डीएनए शोधकाचा वापर करणं शक्य झालं, की...''

''मी काल रात्री उशिरापर्यंत थांबलो आणि आजही लवकर आलो. मी आता ते काम सुरू करायच्या तयारीत आहे. काल मी न्युक्लिओप्रोटिनस्‌ तयार केलेली आहेत. अजून एक तास मला दिला, तर मी काहीतरी सांगू शकतो.''

''तुला चारही संवर्धनं मिळाली का?''

''होय. ॲग्नेस नेहमीप्रमाणे तत्पर होती.''

''ठीक आहे. मी परत येईन.'' जॅक म्हणाला.

आता इतर काहीच करण्यासारखं नव्हतं. जॅक रेंगाळत रेंगाळत विच्छेदन खोलीपाशी आला. स्वत: अंतराळ पोशाख घालून तो आत शिरला. एकूण सहा टेबलांवर विच्छेदन चालू होतं. त्यामध्ये एक ग्लोरिया हर्नानडेझ होती. रिवा मेहता नावाची डॉक्टर तिचं विच्छेदन करत होती. जॅक थोडा वेळ तिथे थांबला. ग्लोरियाच्या फुप्फुसातली लक्षणं अगदी स्पष्ट होती. कार्पेंटरप्रमाणेच ही सुद्धा प्राथमिक इन्फ्ल्युएंझा न्यूमोनियाची केस होती. एका टेबलावर जॉर्ज हासलटनचं विच्छेदन चेट करत होता. जॅकला बघून त्यानं हातातली उपकरणं खाली ठेवली.

“काल रात्री मी तुला फोन करत होतो, तू उचलत का नव्हतास?”

“उचलला असता. पण मध्ये कित्येक मैल अंतर होतं... मी काल रात्री घरी नव्हतो.”

“कॉलीननं मला फोन करून सर्व काही सांगितलं आहे... जॅक, हे आता मात्र फारच झालं.”

“चेट, हे सगळं विचारण्यापेक्षा तू मला पेशंटचं फुप्फुस दाखव पाहू..”

चेटनं त्याला फुप्फुस दाखवलं. त्याची परिस्थितीही तशीच कार्पेंटर आणि ग्लोरिया हर्नानडेझच्या फुप्फुसांसारखीच होती. चेट पुन्हा बोलू लागताच जॅक आपण सहज पाहत आहोत असं दाखवत पलीकडच्या टेबलाजवळ गेला आणि तिथून लगेच बाहेर पडला. आता पुन्हा डीएनए प्रयोगशाळेत जायला हरकत नव्हती.

यावेळी टेड लिंचनं जॅकचं हसून स्वागत केलं. “तू जे काही शोधत होतास, ते मिळालं की नाही ते मला सांगता येणार नाही. चार जीवाणूंपैकी दोनमध्ये फक्त सकारात्मक निष्कर्ष मिळालेत.”

“म्हणजे काय? फक्त दोन म्हणजे?”

“दोन जीवाणूंच्या बाबतीत डीएनए शोधकाशी त्यांची क्रिया झालेली दिसली.”

“पण हे कसं शक्य आहे?”

“आपण चाचणीचे निकाल फिरवायचे का?... काय करू? चारही सकारात्मक की चारही नकारात्मक?”

“मला वाटत होतं की या ऑफिसात मीच सर्वात गंमत्या आहे...”

“या निष्कर्षांमुळे तुझा सिद्धांत उलटापालटा होणार की काय?”

“कोणत्या बाबतीत शोधकानं क्रिया दाखवली?”

“प्लेग आणि टुलरेमिया.” टेड म्हणाला.

जॅक आपल्या ऑफिसात परतला. या नव्या माहितीवर तो विचार करू लागला. दोन बाबतीत निष्कर्ष सकारात्मक आले, याचा अर्थ त्याची शंका बरोबरच होती. प्लेग आणि टुलरेमियाचे जीवाणू कृत्रिमरित्या प्रयोगशाळेत वाढवलेले होते आणि ते नॅशनल बायोलॉजिकल्स प्रयोगशाळेतूनच तिथे पोहोचले होते. याचा अर्थ असा, की मॅनहटन जनरल हॉस्पिटलमधल्या कोणा प्रयोगशाळा तंत्रज्ञाशिवाय हे जीवाणू कोणालाही संसर्ग करू शकणार नव्हते. त्यांचा पेशंटसूशी थेट संपर्क येण्याची शक्यताच नव्हती.

जॅकनं नॅशनल बायोलॉजिकल्सला फोन केला. जॅकनं पुन्हा एकदा स्वत:ची ओळख सांगितली.

“मला तुमचं नाव आठवतंय.” इगॉर क्रान्सयान्स्की म्हणाला, “मी पाठवलेल्या शोधकांचा काही उपयोग झाला का?”

"होय..." जॅक म्हणाला, "मी आणखी काही प्रश्न विचारू का?"

"विचारा. उत्तरं देण्याचा प्रयत्न करीन."

"नॅशनल बायोलॉजिकल्स इन्फ्ल्युएंझा विषाणूंचं संवर्धन विकते का?"

"होय." इगॉर म्हणाला, "विषाणूंवर आमची कंपनी बराच धंदा करते. आमच्याकडे इन्फ्ल्युएंझाचे खूप प्रकार आहेत. त्यात 'ए' प्रकारचे विषाणूसुद्धा आहेत."

"फार पूर्वी १९१८मध्ये साथ निर्माण करणारा प्रकार तुमच्याकडे उपलब्ध आहे का?" जॅकला शंभर टक्के खात्री करून घ्यायची होती.

"असता तर किती बरं झालं असतं.." इगॉर हसत हसत म्हणाला, "अशा दुर्मिळ प्रकारच्या विषाणूंना संशोधकांमध्ये फार मागणी असते... हा प्रकार आमच्याकडे उपलब्ध नाही. पण त्याच्याशी साधर्म्य असणारा आणखी एक प्रकार मात्र आहे. १९७६ साली आलेल्या स्वाईन फ्ल्यू साथीचा विषाणू आहे. दोघांमध्ये साम्य आहे. एच वन- एन वन (H1 N1) यांची काहीतरी निराळी रचना १९१८च्या विषाणूमध्ये होती म्हणे. पण नक्की काय होती ते कोणीच सांगू शकणार नाही..."

"माझा पुढचा प्रश्न प्लेग आणि टुलरेमियाबद्दल आहे."

"हे दोन्ही आम्ही विकतो."

"मला त्याची कल्पना आहे." जॅक म्हणाला, "अलीकडच्या काळात तुम्ही कोणाकोणाला हे दोन जीवाणू विकले होते, ते कळू शकेल का?"

इगॉर हसला. "डॉक्टर... ही माहिती मी देऊ शकणार नाही."

"मी ते समजू शकतो." जॅक आश्वासक स्वरात म्हणाला. क्षणभर त्याला वाटलं, की ही माहिती मिळवण्यासाठी लाऊ सोल्डानोकडून दबाव आणावा की काय..! पण त्यानं लगेच विचार बदलला. एवढ्यात इगॉर म्हणाला, "तुम्ही आमच्या अध्यक्षांशी बोललात तर कदाचित..."

"मी हे का विचारलं ते सांगतो." जॅक म्हणाला, "एक वैद्यकीय तपासनीस या नात्यानं मी अलीकडे या दोन रोगांनी बळी पडलेल्या काही दुर्दैवी लोकांचं विच्छेदन केलेलं आहे.... आमची अशी इच्छा आहे, की या रोगांबद्दल निरनिराळ्या प्रयोगशाळांना आणि जीवाणू हाताळणाऱ्या कंपन्यांना सावध करावं... अपघातानं अशा दुर्दैवी घटना होऊ नयेत म्हणून काळजी घेतली पाहिजे."

"आणि हे मृत्यू आमच्याकडच्या जीवाणूंमुळे झाले असं तुम्हाला म्हणायचं आहे का?" इगॉरनं विचारलं.

"म्हणून तर मी तुमच्याकडून शोधक मागवले होते.. आम्हाला संशय होता पण नेमका पुरावा मिळणं आवश्यक होतं."

"मी तुम्हाला माहिती द्यायला हवी की नाही, ते मला अद्याप ठरवता येत नाही."

"होय. हा सुरक्षिततेचा प्रश्न आहे फक्त."

"तसं म्हणाल तर हे काही फार मोठं गुपित आहे अशातला भाग नाही." इगॉर म्हणाला, "आम्ही कितीतरी उत्पादकांना आमच्या ग्राहकांची यादी देतोच की. जरा थांबा हं.. मी पाहतो."

"ही यादी न्यूयॉर्क शहरापुरतीच असली तरी चालेल. म्हणजे काम सोपं होईल."

"ठीक आहे. मी प्रथम टुलरेमियाचं बघतो." इगॉर कॉम्प्युटरला माहिती विचारत होता. "हं... गेल्या काही महिन्यात आम्ही फक्त दोन ठिकाणी टुलरेमियाचे जीवाणू पाठवले होते- एक म्हणजे नॅशनल हेल्थ हॉस्पिटल आणि दुसरं मॅनहटन जनरल हॉस्पिटल."

जॅक खुर्चीत एकदम ताठ बसला. या ठिकाणी जीवाणू केव्हा पाठवले ते सांगता येईल का?"

"होय..." इगॉर दोनचार सेकंदांनी म्हणाला, "नॅशनल हेल्थला २२ मार्च आणि मॅनहटन जनरलला १५ मार्च."

जॅकनं मनोमन भराभरा गणित मांडलं. २२ मार्चला तर त्यानं स्वत: टुलरेमियाचं निदान केलंही होतं. म्हणजे सध्या तरी नॅशनल हेल्थचा या प्रकाराशी संबंध जोडला जात नव्हता.

"तुम्ही पाठवलेलं पार्सल मॅनहटन जनरलमध्ये कोणाच्या नावानं होतं, ते सांगता येईल का?"

"एक मिनिट... हं. इथे फक्त डॉ. मार्टिन शिवेयू असं लिहिलंय."

जॅकचं हृदय वेगानं धडधडू लागलं.

"बरं... प्लेगचं काय?"

"हं... ते पाहतो..." इगॉर म्हणाला, "प्लेगचे जीवाणू फार लोक मागवत नाहीत... फक्त एकच ऑर्डर होती. आठ मार्चला फ्रेझर लॅबनं प्लेगचे जीवाणू मागवले होते."

"फ्रेझर लॅब?... मी तर हे नाव कधीच ऐकलेलं नाही.... त्यांचा काही पत्ता आहे का तिथे?"

"आहे... ५५० ब्रूम स्ट्रीट."

"आणि कोणाच्या नावावर ही ऑर्डर आहे?"

"तिथं फ्रेझर लॅब एवढंच लिहिलेलं आहे."

"फोन नंबर आहे का?"

"नाही, फक्त पत्ता आहे."

जॅकनं इगॉरचे आभार मानले. अचानकपणे अतिशय महत्त्वाची माहिती त्याला

मिळाली होती. रोगजंतू मोकळे सुटू शकण्याची दोन ठिकाणं त्याला कळली होती. त्यापैकी मॅनहटन जनरलबद्दल त्याला भरपूर माहिती होती; म्हणून त्यानं फ्रेझर लॅबला भेट द्यायचं ठरवलं.

इगॉरकडून मिळालेली माहिती फार महत्त्वाची होती. जॅक उत्तेजित झाला. आता जर मॉर्टिन शिवेयू आणि फ्रेझर लॅब यांच्यामध्ये काही संबंध आहे हे आढळलं, तर तो सगळं प्रकरण सरळ लाऊ सोल्डानोकडे सोपवणार होता.

आता फ्रेझर लॅबचा पत्ता शोधून तिथे काय आहे हे बघायचं होतं. पहिला प्रॉब्लेम होता तो पाळतीवर असणाऱ्यांना चकवण्याचा. आदल्या संध्याकाळी आपण फार चलाखपणे रेस्टॉरंटमध्ये गेलो असं त्याला वाटलं होतं. पण शॉन मॅगोगिनालनं त्याच्या भ्रमाचा भोपळा सहज फोडला होता. अर्थात, शॉन असल्या प्रकारांमध्ये मुरलेला होता हे देखील आपण लक्षात ठेवायला हवं, असं जॅकला वाटलं. ब्लॅक किंग्ज्ना कदाचित असा अनुभव नव्हता; पण ते निर्दय होते आणि कुठेही भर गर्दीत हल्ला करण्याएवढे बेदरकार होते. त्याशिवाय आणखी एक काळजी होतीच. जॅक काल घरी परतला नव्हता. वॉरेन त्याची वाट पाहत असणारच. कदाचित तोदेखील पाळतीवर असू शकतो. वॉरेनला स्लॅमच्या मृत्यूनंतर काय वाटत होतं हे जॅकच्या लक्षात येत नव्हतं.

जॅकनं आता बाहेर पडून पाळतीवर असलेल्या लोकांना चकवण्याचं मनाशी नक्की ठरवलं. त्याला एखादं खूप गर्दीचं ठिकाण शोधायचं होतं. ग्रॅन्ड सेंट्रल रेल्वे स्टेशन आणि पोर्ट ॲथॉरिटी बस स्टँड ही दोन ठिकाणं त्याच्या मनात आली. त्यापैकी त्यानं ग्रॅन्ड सेंट्रल रेल्वे स्टेशनची निवड पक्की केली.

त्यानं ऑफिसमधून टॅक्सी स्टँडला फोन केला आणि टॅक्सी मागवली. त्यानं टॅक्सी इमारतीच्या जास्तीत जास्त जवळ येईल अशी व्यवस्था केली. टॅक्सी लगेचच आली. जॅक वेगानं आत शिरला. फर्स्ट ॲव्हेन्यूमध्ये टॅक्सी सिग्नलपाशी थांबताच जॅक सीटखाली अंग मुडपून बसला. टॅक्सी ड्रायव्हर त्याच्याकडे आरशातून विचित्र नजरेनं पाहू लागला. टॅक्सी चौकातून खूप पुढे आल्यावर मगच जॅक उठून सीटवर असता. मागे नजर टाकली. पाठीमागे कोणतीही गाडी किंवा टॅक्सी पाठलागावर नव्हती.

टॅक्सी बेचाळिसाव्या रस्त्यावर आली. जॅकनं टॅक्सी ड्रायव्हरला टॅक्सी स्टेशनच्या अगदी समोर नेऊन थांबवायला सांगितलं. टॅक्सी क्षणभर थांबली. जॅक त्यातून एखाद्या तीरासारखा बाहेर पडला आणि रेल्वे स्टेशनवरच्या गर्दीत घुसून दिसेनासा झाला. आपला कोणीही पाठलाग करत नाही याची खात्री करून घेण्यासाठी तो स्टेशनखालच्या भुयारी मार्गानं खाली आला आणि बेचाळिसाव्या रस्त्याकडे जाणाऱ्या लोकलमध्ये बसला. लोकल सुटण्याचा इशारा झाला. दारं बंद होऊ लागताच जॅकनं

दारात पाय घालून ते उघडं ठेवलं आणि क्षणाचाही विलंब न लावता बाहेर उडी मारली. तो वेगानं पुन्हा वरच्या मुख्य स्टेशनमध्ये आला आणि धावतधावत बेचाळिसाव्या रस्त्याकडे जाणाऱ्या दारातून बाहेर पडला. आता त्याला सुरक्षित वाटू लागलं.

त्यांन टॅक्सी पकडली. आधी टॅक्सीवाल्याला वर्ल्ड ट्रेड सेंटरकडे जायला सांगितलं. फिफ्थ ॲव्हेन्यूमधून जाताना त्यानं पाठीमागे एखादी गाडी नाही ना ते बघण्यासाठी टॅक्सीवाल्याला तिथे आणखी एक फेरी मारायला लावली. पाठलाग होत नाही याची खात्री पटल्यावर त्यानं टॅक्सी ५५० ब्रूम स्ट्रीट या पत्त्यावर घ्यायला सांगितली.

आता जॅकला जरा सुरक्षित वाटू लागलं. तो मागे रेलून बसला. त्याचे हात अनवधनानं कानशिलावर गेले. कानशिलं आणि कपाळात ठणका जाणवत होता. सकाळी उठताना होणारी वेदना कमी झालेली नव्हती. उलट डोकं आणखी जास्त दुखू लागलं होतं. आता घसाही खवखवत आहे हे त्याच्या लक्षात आलं. हा सगळा आपल्या मनाचा खेळ असेल असं जॅकला वाटत होतं, पण तरीही एकूण लक्षणं काळजी करण्यासारखीच होती.

वॉशिंग्टन स्क्वेअरमधून वळून टॅक्सी हूस्टन स्ट्रीटवर वळली. हा ब्रूम स्ट्रीट नेमका कुठे आहे याची जॅकला पुसटशीही कल्पना नव्हती. तो या भागात कधीही आलेला नव्हता. टॅक्सीनं एक वळण घेतलं. रस्त्याच्या सुरुवातीला असणारी पाटी दिसली - ब्रूम स्ट्रीट. त्यानं आजूबाजूच्या इमारतींकडे नजर टाकली. सगळ्या इमारती पाचसहा मजली होत्या. काही रिकाम्या सोडून दिलेल्या, तर काहींची दुरुस्ती चाललेली दिसत होती. तिथे एखादी प्रयोगशाळा असणं असंभवनीय वाटत होतं.

टॅक्सीनं वळण घेतलं. आता चांगल्या अवस्थेतल्या इमारती दिसत होत्या. काही दुकानंही होती, पण बहुतांशी सगळा भाग व्यापारी इमारतींचा होता. इथेही एखादी वैद्यकीय प्रयोगशाळा असणं शक्य वाटत नव्हतं. टॅक्सी थांबली. पत्ता बरोबर होता. '५५० ब्रूम स्ट्रीट.' पण तिथे फ्रेझर लॅब मात्र नव्हती. एका बूट दुरुस्तीच्या आणि कसल्यातरी मोठ्या दुकानाच्या मध्ये एक छोटं किरकोळ विक्रीचं दुकान होतं. '५५० ब्रूम स्ट्रीट' हा त्याचा पत्ता होता. तिथेच खासगी टपालपेट्या, चेक कॅश करण्याची सोय अशा इतर नाना गोष्टी होत्या. जॅकला आपला पत्ता चुकला की काय अशी शंका आली. पण तेसुद्धा शक्य नव्हतं. इगॉरनं फोनवर दोन वेळा हा आकडा स्पष्टपणे सांगितला होता.

टॅक्सीवाल्याला भाडं देऊन जॅक त्या दुकानासमोर उभा राहिला. काचेच्या शोकेसमध्ये इलेक्ट्रिक गिटार, कॅमेरा, दागिने अशा कितीतरी सटरफटर वस्तू होत्या. त्याच्याबाहेर भक्कम लोखंडी जाळी होती. या शहरात त्याची आवश्यकता होतीच.

एका बाजूला 'वैयक्तिक टपालपेट्या' अशी पाटी होती. त्याच दारावर 'चेक कॅश केले जातील' अशी पाटी होती. गिटारकडे बघत असल्याचा बहाणा करून जॅक काचेच्या दारातून आत पाहू लागला. आतल्या लांबलचक काऊंटरच्यामागे निरनिराळ्या वस्तू भरलेलं शेल्फ होतं. तिथे एक मिशा राखलेला माणूस उभा होता. त्याच्यासमोरच्या बाजूला एक छोटीशी केबिन होती. त्या केबिनच्या बाजूला ओळीनं खासगी टपालपेट्या ठेवलेल्या दिसत होत्या.

जॅक गोंधळला. इथे फ्रेझर लॅब असणं शक्यच नव्हतं. पण एक शक्यता होती. फ्रेझर लॅब इथली खासगी टपालपेटी पत्रव्यवहारांसाठी वापरत असणार. आत शिरून काही विचारणंही शक्य नव्हतं. कारण एकतर त्यामुळे त्याच्या सगळ्या बेतांवर पाणी पडलं असतं आणि शिवाय त्याला आतल्या माणसानं फ्रेझर लॅबचा पत्ता दिलाही नसता. मुळात गुप्तता राखण्यासाठीच तर लोक खासगी टपालपेट्यांवर पैसे खर्च करत असतात.

जॅक काचेपासून झपाट्यानं मागे सरकला. त्याच्या डोक्यात एक योजना आकार घेऊ लागली. परंतु त्यासाठी फोन डिरेक्टरी मिळणं आवश्यक होतं. जॅक दक्षिणेकडे कॅनॉल स्ट्रीटवर चालत गेला. तिथे एक ड्रगस्टोअर होतं. तिथे बसून जॅकनं डिरेक्टरीतून त्या भागामधल्या दुकानांचे पत्ते टिपून घेतले. सगळे पत्ते नीट पाहून त्यानं प्रथम कपड्यांच्या दुकानात जायचं ठरवलं. मात्र कपड्यांच्या दुकानात शिरल्यानंतर 'फेडरल एक्स्प्रेस' या कुरीयर कंपनीच्या नोकरांचे गणवेष कसे असतात हे त्याच्या लक्षात येईना. त्यानं क्षणभर विचार केला. ज्याला चकवायचं होतं त्यालाही तो माहीत असेल किंवा नसेलही. त्यानं एक निळ्या रंगाची पँट आणि पांढरा शर्ट खरेदी केला. शर्टला पुढे दोन फ्लॅप असणारे खिसे आणि खांद्यावर पट्ट्या आहेत हे त्यानं नीट पाहून घेतलं. मग त्यानं एक साधा काळा पट्टा आणि गडद निळा टाय निवडला.

"मी हे कपडे इथेच घातले तर तुमची काही हरकत नाही ना?" त्यानं कॅशियरला विचारलं.

"खुशाल..." कॅशियरनं बाजूला असणाऱ्या कामचलाऊ ड्रेसिंगरूमकडे बोट दाखवलं.

जॅकनं भराभरा नवीन कपडे चढवले. पँट जराशी लांब होत होती, पण एक घडी घालून काम भागलं. आरशासमोर उभा असताना त्याला काहीतरी कमी आहे हे जाणवलं. त्यानं बाहेर पडून एक गडद निळ्या रंगाची टोपी खरेदी केली. कॅशियरनं जॅकचे जुने कपडे एका छानशा पार्सलमध्ये बांधून दिले. पार्सल बांधायच्या आधी त्यानं खिशातून रिमंटडीन काढून घेतलं.

निळ्या पोशाखात सज्ज होऊन जॅकनं हातातल्या कागदावर नजर टाकली.

आता ऑफिससाठी लागणाऱ्या वस्तू पुरवणाऱ्या दुकानात तो शिरला. तिथे त्यानं एक मध्यम आकाराचं पुठ्ठ्याचं खोकं, त्याला गुंडाळायला कागद, चिकटपट्टी आणि 'अर्जंट' असं छापलेली काही लेबल्स खरेदी केली. तिथे त्याला चक्क 'धोकादायक जैविक पदार्थ' असं छापलेली लेबल्सही मिळाली. ती पाहून जॅक खूष झाला. तिथेच त्याला काही कोरी पावती पुस्तकं मिळाली.

हे सगळं सामान मिळाल्यावर तो फेडरल एक्स्प्रेस कंपनीच्या ऑफिसात आला. बाहेरच्या बाजूला काही माहितीपत्रकं आणि कोरी लेबल्स ठेवलेली होती. शेजारी प्लॅस्टिकची छोटी पाकिटं आणि ती पार्सलला बांधण्यासाठी नायलॉनच्या दोऱ्याचे तुकडे ठेवलेले होते. जॅकनं त्यातले दोनचार उचलून खिशात टाकले आणि मग तो तिथून झपाट्यानं निघून गेला.

आता शेवटचं काम होतं ते गाडी भाड्यानं घेण्याचं. तो गाडी भाड्यानं देणाऱ्या कंपनीत आला. जॅकला पार्सल वाहतुकीसाठी वापरली जाणारी व्हॅन हवी होती. ती जवळच कुठूनतरी येईपर्यंत त्याला थोडा वेळ मिळाला. त्यानं पार्सल बनवलं. ते खरंखुरं वाटणं आवश्यक होतं. आतमध्ये काहीतरी टाकलं नाही तर ते पोकळ आहे हे समजलं असतं. त्यात काय भरावं याचा विचार करत असतानाच जॅकची नजर दाराकडे गेली. दाराला अडसर म्हणून लाकडाचा ठोकळा लावलेला होता. त्यानं इकडेतिकडे पाहून ठोकळा उचलून पटकन खोक्यात टाकला. खोकं व्यवस्थित बंद करून भोवती कागद गुंडाळला. चिकटपट्टीनं कागद व्यवस्थित लावून त्यावर पाचसहा ठिकाणी 'अर्जंट' ही लेबल चिकटवली. दोन बाजूला 'धोकादायक जैविक पदार्थ' ही लेबलंही चिकटवून दिली.

मग त्यानं पार्सल बनवण्यातला महत्त्वाचा भाग सुरू केला. फेडरल एक्स्प्रेस कंपनीच्या रिकाम्या लेबलवर त्यानं 'फ्रेझर लॅब, ५५० ब्रूम स्ट्रीट' असं लिहिलं. पाठवणाऱ्याच्या नावापुढे 'नॅशनल बायोलॉजिकल्स' लिहून त्यानं वरचा कागद काढून फेकून दिला. कार्बन कॉपी काढून ती प्लॅस्टिकच्या पाकिटात घातली. प्लॅस्टिकचं पाकीट नायलॉनच्या दोऱ्यानं पार्सलला बांधलं. आता पार्सल अगदी खरंखुरं वाटत होतं.

एवढ्यात व्हॅन आली. जॅकनं पार्सल, आपल्या जुन्या कपड्यांचं पाकीट आणि उरलेला कागद वगैरे सटरफटर वस्तू व्हॅनमध्ये टाकल्या आणि तो ब्रूम स्ट्रीटकडे निघाला. पार्सल देण्यापूर्वी त्यानं एका ड्रगस्टोअरमधून घशासाठी गोळ्या खरेदी केल्या. तसंच बाजूच्या बारमधून थोडेफार खाद्यपदार्थ घेतले. त्याला भूक नव्हती. पण सकाळपासून त्यानं काहीही खाल्लेलं नव्हतं. त्यामुळे काहीतरी खाणं भाग होतं. जाताजाता त्यानं ऑरेंज ज्यूसचं एक कार्टन उघडून त्याबरोबर रिमंटडीनची गोळी घेतली. फ्ल्यूची लक्षणं सतत वाढत होती. त्यामुळे जॅकला गोळी चुकवून

चालणार नव्हती.

जॅकनं व्हॅन सरळ त्या छोट्या दुकानासमोर नेऊन उभी केली. व्हॅनचे चारही इंडिकेटर्स लावून त्यानं इंजिन सुरूच ठेवलं. एका हातात पावतीपुस्तक आणि दुसऱ्या हातात पार्सल घेऊन जॅक दुकानात शिरला. मिशावाल्यानं पुस्तकातून डोकं वर काढलं आणि भुवया उंचावल्या.

"माझ्याकडे फ्रेझर लॅबसाठी एक पार्सल आहे..." त्यानं पार्सल समोरच्या काऊंटरवर ठेवलं. "इथे सही करा." जॅकनं पेन हातात देत पावतीपुस्तकावर एका जागी फुलीची खूण केली.

मिशावाल्या माणसानं पार्सलकडे आणि एकदा जॅककडे पाहिलं.

"हाच पत्ता आहे ना?" जॅक म्हणाला.

"पत्ता बरोबर आहे." त्या माणसानं मान डोलावली. "अर्जंट काही आहे का?"

"असण्याची शक्यता आहे." जॅक जैविक सुरक्षा लेबलाकडे बोट दाखवत म्हणाला, "कदाचित जिवंत रोगजंतू वगैरे..." आपण काहीतरी खास गुपित सांगतो आहोत, असा त्याचा अविर्भाव होता.

मिशीवाल्या माणसानं सही करून पावती पुस्तक जॅकच्या हातात दिलं.

"मी आता जास्त थांबणार नाहीच." जॅक हळू आवाजात म्हणाला, "तसं हे पार्सल फुटून काही घडेल असं नव्हे, पण मला धोका पत्करायचा नाही..." जॅकनं इकडेतिकडे नजर टाकली. "खरं म्हणजे पार्सल थेट लॅबमध्येच द्यायचं आहे अशी माझी समजूत होती."

मिशावाला त्याच्याकडे पाहतच होता. जॅक त्याला म्हणाला, "हे पार्सल योग्य त्या व्यक्तीकडे जाईल ना लगेच?"

"होय."

"ठीक... मी निघतो. बाय! काळजी घ्या..." जॅक व्हॅनमध्ये चढला आणि तिथून निघून गेला.

तो व्हॅन सुरू करत असतानाच दुकानातला माणूस घाईघाईनं फोन फिरवत असल्याचं त्यानं डोळ्याच्या कोपऱ्यातून टिपलं. जॅक मनोमन खूश झाला. त्यानं गाडी चार पाच चौक पुढे नेऊन परत वळवून ब्रूम स्ट्रीटवर आणली आणि पुन्हा त्याच दुकानाजवळ थोड्या अंतरावर उभी केली. इंजिन बंद करून तो वाट पाहू लागला.

"आपण करतोय ते नक्की बरोबर आहे ना?" बीजेनं विचारलं.

"होय. काळजी नको." ट्विन काळी कॅडिलॅक गाडी वॉशिंग्टन स्क्वेअरमध्ये

घालत म्हणाला. हळूहळू त्यानं गाडी पुढे न्यायला सुरुवात केली. पण कुठेही पार्किंगसाठी जागा रिकामी नव्हती. वॉशिंग्टन स्क्वेअरमधल्या पार्कमध्ये खच्चून गर्दी होती. म्हणूनच तर ट्विननं 'आगामी भेटी'साठी ही जागा निवडली होती.

"ट्विन... हातात काहीही शस्त्र नसताना मला नागड्यासारखंच वाटतंय!"

"बीजे..! उगाच थोबाड वाजवू नकोस... आता आधी गाडी लावायला जागा शोध... आपण आपल्या काळ्या भावांना भेटणार आहोत. तिथे शस्त्रांची गरज नाही. समजलं?"

"पण त्यांनी आणली असली तर?"

ट्विननं त्याच्याकडे चिडून पाहिलं. "बीजे, कोणावर तरी विश्वास ठेवावाच लागतो."

समोरच्या बाजूला एक व्हॅन सावकाशपणे येत होती. ट्विनला पाहून व्हॅनमधल्या माणसानं ती बाजूला घेतली. ते पाहून ट्विननं आपल्या बाजूच्या रिकाम्या जागेत कॅडिलॅक घुसवली.

"फक्त व्यापारी वाहनांसाठी असं लिहिलंय." बीजे म्हणाला.

"मग काय त्यात?... गेल्या वर्षी आपण एवढ्या मोठ्या मालाची उलाढाल केलेली आहे, की आपण इथे गाडी लावायला पात्र आहोत." ट्विन हसत म्हणाला, "आता थोबाड बंद कर आणि उतर."

ट्विन आणि बीजे गाडीतून उतरून रस्ता ओलांडू लागले. त्यांची नजर समोर उभ्या असलेल्या एका धिप्पाड माणसाकडे गेली.

"ओहो!"

"ट्विन, काय झालं?" बीजे एकदम सावध झाला.

"काही नाही. आपले बंधू आधीच इथे आले आहेत."

ट्विनला ही परिस्थिती फारशी आवडली नाही.

"आता काय?" बीजे म्हणाला, "मी काय करावं?"

"आता काही नाही... पुढे बघत सरळ चालत राहा."

ट्विन त्या धिप्पाड काळ्या माणसाजवळ गेला. त्यानं एका हाताचं अंतर राखायची दक्षता घेतली. हातानं बंदुकीसारखा आकार करून त्यानं बोट रोखलं.

"वॉरेन?"

"होय... कसं काय ठीक आहे ना?"

"उत्तम."

मग दोघांनी हात उंचावत एकमेकांना लष्करी पद्धतीचा सलाम केला.

"हा डेव्हिड." वॉरेन आपल्या सहकाऱ्याकडे बोट दाखवत म्हणाला.

"आणि हा बीजे."

डेव्हिड आणि बीजेनं एकमेकांकडे पाहिलं. पण ते जागचे न हलता दोघांवर नजर ठेवून उभे राहिले.

"वॉरेन.. मी काय सांगतो ते ऐक." ट्विन म्हणाला, "एक गोष्ट मी आधीच कबूल करतो, की तो डॉक्टर तुझ्या भागात राहतो हे मला ठाऊक नव्हतं. तो गोरा असल्यामुळे मला शंका आली नाही."

"तुमचा आणि त्याचा संबंध कशा प्रकारचा होता?"

"संबंध?... कसला संबंध?"

"तसं असेल तर तुम्ही त्याला 'झोपवण्याचा' प्रयत्न का केलात?"

"पैशासाठी." ट्विन म्हणाला, "एक गोरा ठोंब्या आमच्या रस्त्यावर राहतो. त्यानं आम्हाला काही रक्कम देऊ केली. आम्ही त्या बदल्यात त्या डॉक्टरला 'समज' द्यायची होती."

"बरं मग?"

"मग काय होणार?... तुमच्या त्या डॉक्टरनं आमचा सल्ला ऐकला नाही. पुन्हा त्या गोऱ्या ठोंब्यानं डॉक्टरला झोपवण्यासाठी आणखी रक्कम देऊ केली..."

"म्हणजे या डॉक्टरचा तुमच्याशी काही संबंध नाही. तो तुमच्यात सामील झालेला नाही म्हणतोस?"

"नाही." ट्विन हसला, "आमच्या कामासाठी असला गोरा वेडपट आमच्या काही उपयोगाचा नाही... अजिबात नाही."

"तुम्ही सरळ माझ्याकडे का आला नाहीत?" वॉरेननं विचारलं, "हा डॉक्टर गेले कित्येक महिने आमच्यामध्ये बास्केटबॉल खेळतोय. गोरा असला तरी तो फारसा वाईट नाही... मला तुमच्या रेगिनाल्डबद्दल वाईट वाटतं... जर आपण आधी बोललो असतो तर ते टळू शकलं असतं."

"मलाही तुमच्या त्या पोराबद्दल वाईट वाटतं. तसं व्हायला नको होतं." ट्विन म्हणाला, "खरं म्हणजे आम्ही रागानं आंधळे झालो होतो. एका गोऱ्या वेडपटासाठी आपला बंधू आपल्यावर हात उगारेल यावर माझा विश्वास बसत नव्हता."

"ठीक आहे... हिशेब समसमान झाला. अर्थात, काल रात्रीचा प्रसंग यामध्ये धरता येणार नाही, आमचा त्याच्याशी संबंध नाही."

"होय. मला ते पटतंय." ट्विन म्हणाला, "या गोऱ्या डॉक्टरचीही कमाल आहे... त्याच्याकडे पाचसहा जीव आहेत की काय? की नऊ वेळा मरून जगणाऱ्या मांजरासारखा तो आहे?"

"आपण एक समझोता करणार आहोत." वॉरेन म्हणाला.

"ओके!... आता आपल्या काळ्या बांधवांचं रक्त सांडणं पुरे झालं."

"पण तुम्ही डॉक्टरला काहीही करायचं नाही हे त्यामध्ये आलं पाहिजे."

वॉरेननं तळहात उंचावून धरला. ट्विननं त्यावर टाळी दिली. वॉरेननं टाळीची परतफेड केली. "ओके."

वॉरेननं डेव्हिडला खूण केली. दोघेजण तिथून निघून गेले.

"हे ठीक झालं नाही?" डेव्हिड म्हणाला, "तो आपला शब्द पाळेल असं तुला वाटतं?"

"ते लोक ड्रगचा धंदा करतात. ते काही मूर्ख नाहीत. हे सगळं असंच चालू राहिलं, तर नुकसान आपल्या सगळ्यांचं होणार आणि हे त्यांना चांगलं समजतं."

■

३२

बुधवार, २७ मार्च १९९६
संध्याकाळी ५ वाजून ४५ मिनिटे

जॅक व्हॅनमध्ये फार बेचैन झाला होता. त्याचं सगळं शरीर वेदनेनं पिळवटून निघत होतं. तो व्हॅनमध्ये अवघडून बसला होता. हातपायही आखडून गेले होते. एवढी वाट पाहिल्याचा अजून काहीही फायदा झाला नव्हता. पण काही इलाज नव्हता. त्यानं आपल्या कपाळावर हात ठेवून ताप बघितला. अंग चांगलंच गरम झालं होतं. दुकानासमोर फारशी गर्दी नव्हती. पण तिथलं एकूण वातावरण फार बकाल दिसू लागलं होतं. कदाचित या भागात जुगार, मादक द्रव्यं यासारखे काहीतरी बेकायदेशीर धंदे चालू असावेत, असं जॅकला वाटलं.

आता चांगलंच अंधारून आलं होतं. जॅकला बाहेरच्या वर्दळीची भीती वाटू लागली. एकानं तर आत डोकावूनही पाहिलं. त्या माणसानं दारातल्या फटीत लोखंडी शीग घालून दार उचकटण्याचा प्रयत्न करताच जॅकनं काचेवर थापट्या मारल्या. ते बघताच हातातली शीग टाकून तो माणूस पसार झाला.

दोनतीन तास वाट पाहून जॅक निराश होऊ लागला. घसाही कमालीचा दुखत होता. मधून मधून खोकल्याची उबळ येऊ लागली. आता ही लक्षणं जॅकच्या लक्षात आली. ग्लोरिया

हर्नानडेझकडेच त्याला संसर्ग झाला होता. दोन रिमंटडिन घेऊनही सकाळपासून फ्ल्यूची 'प्रगती'च चालू होती. जॅकनं पुन्हा एकदा समोरच्या दुकानावर नजर टाकली. एका दिवसात दोनच गोळ्या घेतात हे माहीत असूनही जॅकनं तिसरी गोळी घेतली.

जॅकला आपली योजना फसलेली दिसू लागली. त्याला नैराश्यानं घेरलं. आता इथून निघून जावं असा विचार त्याच्या मनात यायला आणि समोरच्या दुकानात एक माणूस घाईघाईनं शिरायला एकच गाठ पडली. जॅक ताठ बसला. त्याच्या हृदयाची धडधड वाढली. एवढी वाट पाहिली त्याचं सार्थक झालं होतं. डोक्यावर कोटाला जोडलेली टोपी चढवलेला एक माणूस दुकानातून बाहेर पडला. त्याच्या हातात जॅकनं बनवलेलं 'पार्सल' होतं.

जॅकच्या समोरून त्यानं रस्ता ओलांडला. त्याचा पाठलाग करावा की गाडीतून मागोमाग जावं हा विचार जॅक करू लागला. पण गाडीनं पाठलाग करणं कुणाच्याही नजरेत भरलं असतं. रहदारी नसलेल्या रस्त्यावर व्हॅन हळूहळू जाताना पाहून कोणालाही संशयय आला असता.

जॅक व्हॅनमधून उतरून त्या माणसाच्या मागे योग्य अंतर ठेवून चालू लागला. त्या माणसानं रस्ता पार केला आणि तो एलड्रिज स्ट्रीटवर वळला. जॅक त्याच्यामागून चालत कॉर्नरपर्यंत जाऊन थांबला. त्याच्यापुढे जाणं धोक्याचं होतं. तो माणूस एका इमारतीसमोर उभा राहिला. एकदोन क्षण तिथे उभा राहून तो माणूस आत शिरला. तो रस्त्यावरून दिसेनासा होताच जॅक धावत त्या इमारतीपाशी आला. त्या भागातल्या इतर इमारतींप्रमाणे ही इमारतही पाच मजली होती. एका बाजूला संकटप्रसंगी वापरण्याच्या पायऱ्या होत्या. तळमजल्यावरच्या मोठ्या हॉलच्या आतल्या बाजूला 'भाड्याने देणे आहे' अशी पाटी दिसली. फक्त दुसऱ्या मजल्यावर दिवे दिसत होते. पण तरीही कुठेही कोणी असावं असं वाटत नव्हतं. सारी इमारत शांत होती.

जॅक इमारतीच्या प्रवेशद्वारासमोर उभा असताना पाचव्या मजल्यावरचे दिवे लागले. कोणीतरी खिडकीचा पडदा सरकवला. जॅकनं पाहिलं. पण कोण होतं ते नीट दिसलं नाही. जॅकनं बाहेरचं दार ढकलून पाहिलं. ते उघडंच होतं. जॅक आतल्या कॉरिडॉरमध्ये आला. तिथे उजेड कमी होता. एका बाजूला टपाल पेट्या होत्या. जॅकनं चारही टपालपेट्या पाहिल्या. त्यातल्या दोनावरच नावं होती. दुसऱ्या मजल्यावरच्या कोण जी. हाईलब्रूनची एक होती, तर पाचव्या मजल्यावरच्या रिचर्ड ओव्हरस्ट्रीटची दुसरी होती. पण कुठेही फ्रेझर लॅबचा पत्ता नव्हता.

आतल्या बाजूला आणखी एक दार होतं. त्याच्या शेजारी चार बटणं होती आणि बाजूला स्पीकर होता. पाचव्या मजल्यावरच्या बटणावर जॅकनं हात ठेवला. पण बटण दाबलं मात्र नाही. विचारलं तर काय सांगावं ते त्याच्या ध्यानात येईना.

जॅक विचार करत असतानाच आतमध्ये आवाज आला. जॅक चपळाई करून टपालपेट्यांपाशी जाऊन लपला. दार अचानक उघडलं. कोटटोपी घातलेला तो माणूस वेगानं बाहेर पडला. हे सगळं निमिषार्धात झालं. तो माणूस बाहेर पडताच जॅकनं आतल्या दारामध्ये पाय घालून ते अडवलं. तो आत शिरला.

समोर लोखंडी लिफ्ट होती. तिचं स्वरूप एखाद्या पिंजऱ्याप्रमाणे होतं. लिफ्टचा आकार आणि एकूण परिस्थिती पाहून ती सामानासाठी असावी हे लक्षात येत होतं. जॅक लिफ्टमधून पाचव्या मजल्यावर आला. समोर एक लोखंडी दार होतं. दारावर पाटी नव्हती. किंवा आसपास कुठे बेलचाही पत्ता नव्हता. जॅकनं दारावर टकटक करून पाहिलं. आत कोणीही नाही याची खात्री पटली. त्यानं दार ढकलून बघितलं. पण ते बंद होतं. जॅकच्या डोक्यात एक कल्पना आली. बाजूचा जिना आणखी एक मजला वर जात होता. कदाचित तिथे गच्ची असावी.

गच्चीकडे जाणारं दार उघडं होतं. जॅक त्यातून बाहेर डोकावला. पण बाहेर गेलं की दार बंद होणार हे त्याच्या लक्षात आलं. तो दारामध्ये अडसर घालण्यासाठी काही मिळतं का, ते शोधू लागला. पायरीवर एक छोटा लोखंडाचा ठोकळा होता. बहुधा तो त्यासाठीच तिथे ठेवलेला असावा. अंधारातच भिंतीला धरून जॅक गच्चीवरून पुढच्या बाजूला आला. तिथे त्याला संकटकाळी वापरायची शिडी दिसली. जॅकला उंचावरून खाली पाहताना खूप भीती वाटली. पण ती दाबून तो सावधपणे एकेक पायरी उतरत पाचव्या मजल्यावरच्या फ्लॅटसमोर आला. खिडकीच्या काचेतून फ्लॅटच्या आतलं सगळं दृश्य दिसत होतं. एक बाजूला पलंग, छोटंसं स्वयंपाकाचं टेबल आणि इतर सटरफटर वस्तू दिसल्या. टेबलावर जॅकनं पाठवलेलं 'पार्सल' उघड्या अवस्थेत पडलेलं दिसलं. राहण्याच्या या खोलीच्या मागे मोठं पार्टिशन होतं. जॅकला पार्टिशनच्यावरून पलीकडच्या वस्तू दिसल्या. तिथे स्टेनलेस स्टीलची मोठी भांडी वगैरे होती. पण एकूण ते सामान घरगुती वापराचं मात्र वाटत नव्हतं. त्यानं खिडकीला हात लावून पाहिला. खिडकी उघडी होती. डोकं आत घालून तो सावकाश खिडकीतून आत शिरला.

पलंगाजवळच्या टेबलावर काही नियतकालिकं आणि पुस्तकं पडली होती. ती सगळी सूक्ष्मजीवशास्त्रावरची दिसली. भिंतीवर कुठल्यातरी सूक्ष्मजीवशास्त्र परिषदेचं भलंथोरलं पोस्टरही दिसलं. तिथून तो पार्टिशन ओलांडून पलीकडे आला आणि चकित झाला. आतली खोली खरोखरच प्रयोगशाळेसारखी दिसत होती. मोठमोठे इनक्यूबेटर, फ्रीज आणि काचेचं सामान होतं. शिवाय कोपऱ्यात धोकादायक जीवाणू हाताळण्यासाठी असणारं खास जैविक सुरक्षा कॅबिनेट दिसत होतं. जॅक आत शिरून इकडेतिकडे पाहू लागला. एका कोपऱ्यात त्याला दार दिसलं.

दार किलकिलं करून पाहताच त्याला प्राण्यांच्या घाणीचा भपकारा आला.

खोलीत पिंजऱ्यामध्ये काही कुत्रे आणि मांजरं होती. जॅकला पाहताच ते प्राणी विलक्षण आरडाओरडा करू लागले. जॅक हे सारं पाहून चकित झाला. मुळामध्ये घरातच अशी खासगी प्रयोगशाळा असणं चमत्कारिक होतं. हा माणूस हौशी किंवा विषयाला वाहून घेतलेला सूक्ष्मजीवशास्त्रज्ञ असावा. जॅकनं दार लगेच बंद करून टाकलं. एवढ्यात त्याला धातू एकमेकांवर घासत असल्यासारखा आवाज आला. लिफ्ट..! जॅक घाबरला. तो दारापाशी येईपर्यंत बहुधा लिफ्ट पाचव्या मजल्यावर येऊन पोहोचली होती. लिफ्टचं दार उघडत असल्याचा आवाज आला. आत्यंतिक भयानं जॅक पटकन बाजूच्या बाथरूममध्ये शिरला.

बाहेरच्या दारात किल्ली फिरवल्याचा आणि दार उघडल्याचा आवाज आला. कोणीतरी आत शिरून दार बंद केलं. तो माणूस आत शिरला, पण पुढे काहीच आवाज आला नाही. जॅकनं बाथरूमचं दार किलकिलं करून पाहिलं. तो माणूस आतल्या खोलीत गेला असावा. जॅकनं दोनचार पावलात दार गाठलं. एकदा का दार उघडून बाहेर पडलो, की आपण त्या माणसाला सापडणार नाही याची जॅकला खात्री होती. रोज बास्केटबॉल खेळून त्याचं शरीर चपळ झालेलं होतं. जॅकनं हलक्या हाताने दाराची मूठ फिरवली. दार उघडलं नाही. त्यासाठी आतूनही किल्लीची आवश्यकता होती.

जॅक परत बाथरूममध्ये शिरला. आता त्याची अवस्था पिंजऱ्यातल्या प्राण्यांप्रमाणेच झाली होती. जॅक पुढे काय करावं याच्यावर विचार करू लागला, पण त्याला तेवढाही अवधी मिळाला नाही. बाथरूमचं दार उघडलं. घाईघाईनं आत शिरलेला माणूस सरळ जॅकला धडकला. दोघं धक्क्यानं खाली पडले. क्षणाचाही विलंब न लावता जॅक तीरासारखा बाहेर धावला. आता आल्या मार्गानं खिडकीतून बाहेर पडणं भाग होतं. तो खुर्चीवर चढून खिडकीतून बाहेर पाय ठेवणार, एवढ्यात कोटटोपी चढवलेला तो माणूस तिथे येऊन पोहोचला. त्याच्या हातात मोठं रिव्हॉल्व्हर होतं.

"कोण आहेस तू?... काय चाललंय?"

जॅक जागच्याजागी गोठून गेला. त्या माणसानं डोळ्यावर आलेले केस मागे घेण्यासाठी मानेला झटका दिला. ती लकब त्याला आठवली. म्हणजे हा मॅनहटन हॉस्पिटलमधला रिचर्ड ओव्हरस्ट्रीट आहे तर! जॅकला तळमजल्यावरच्या टपालपेटीवर लिहिलेलं नाव आठवलं. त्यानं ते वाचलं होतं, पण तेव्हा त्याच्या लक्षात आलं नव्हतं.

"खाली उतर." रिचर्ड म्हणाला, "इथे काय चाललंय?"

जॅक रिव्हॉल्व्हरकडे एकटक पाहत होता. आपण काय बोलावं हे त्याला सुचेना. काहीही बोलून कदाचित रिचर्ड चिडला असता. जॅक त्याच्याकडे नुसता बघत राहिला.

"आता बोलला नाहीस तर गोळी घालीन."

"मी... मी वैद्यकीय तपासनीस आहे..." जॅक घाईघाईनं म्हणाला, "मी तपास करतोय."

"वैद्यकीय तपासनीस... मग इथे लोकांच्या घरात घुसून काय करतोस?.. अं?"

"मी घुसखोरी केलेली नाही... खिडकी उघडी होती..."

"शट अप्!" रिचर्ड म्हणाला, "त्याचा अर्थ एकच होतो. तू घुसखोर आहेस."

"आपण नीट बोललो तर चालणार नाही का?" जॅक रिव्हॉल्व्हरच्या नळीकडे पाहत म्हणाला.

"म्हणजे मला खोटं पार्सल तूच पाठवलं होतंस तर?"

"पार्सल?... कसलं पार्सल?" जॅक भोळेपणा दाखवत म्हणाला.

रिचर्डनं त्याच्याकडे आपादमस्तक नजर टाकली, "म्हणजे तू यासाठी पक्की योजना बनवली असणार... हा कुरियर कंपनीच्या माणसाचा ड्रेस कशासाठी आहे? अं?"

"मी नेहमीच असे कपडे घालतो." जॅक म्हणाला.

"जास्त थोबाड वाजवू नकोस." रिचर्ड ओरडला, "खाली बस."

जॅक खाली बसला. रिचर्ड त्याच्यावर नजर ठेवत कपाटापाशी गेला. एका हातानं तो किल्ली फिरवू लागला. पण त्याचा हात थरथरत असल्यानं कपाट पटकन उघडेना.

"मी मदत करू का?" जॅक म्हणाला. भीतीचा पहिला धक्का आता ओसरला होता.

"शट अप्! रिचर्ड किंचाळला, "आता मागे सरक... त्या मधल्या खांबापाशी सरक... लवकर."

जॅक खांबापाशी गेला. रिचर्डनं कपाटातून बेडी बाहेर काढली. जॅकला हात पुढे करायला सांगितलं आणि त्याच्या हातात बेडी घालून खांबाला अडकवून ठेवलं.

"त्यापेक्षा पोलिसांना फोन का करत नाहीस?... मी सगळं कबूल करतो... ते मला घेऊन जातील."

रिचर्डनं त्याच्याकडे लक्ष न देता फोन फिरवायला सुरुवात केली. आपण जीव खाऊन ओरडावं असा विचार त्याच्या मनात चमकला खरा, पण लगेच त्याचा काही उपयोग नाही हे जॅकच्या लक्षात आलं.

"डॉक्टर स्टेपलटन इथे आला आहे... माझ्या बाथरूममध्ये सापडला..." रिचर्ड फोनवरून बोलू लागला, "त्याला फ्रेझर लॅबबद्दल सर्व काही समजलेलं आहे... होय... बेथ होल्डरनेसप्रमाणेच त्यालाही सारं कळलंय."

जॅकच्या शरीरावरचे सगळे केस भीतीनं ताठ झाले. बेथ होल्डरनेसचं नाव ऐकून त्याच्या डोक्यात लख्ख प्रकाश पडला.

"ही वेळ वादाची नाही.. समजलं?.. लगेच ये." रिचर्डनं फोन आपटला. तो पुन्हा जॅककडे आला. हातातलं रिव्हॉल्व्हर रोखून त्याच्याकडे पाहू लागला. त्याचे ओठ थरथरत होते. हातही स्थिर नव्हते.

"फ्रेझर लॅबबद्दल तुला कसं समजलं?" रिचर्ड म्हणाला, "तूच मला खोटं पार्सल पाठवलं होतंस... खोटंनाटं काहीतरी सांगायचा प्रयत्न करू नकोस... बोल."

जॅकनं रिचर्डकडे रोखून पाहिलं. तो फार उत्तेजित अवस्थेत होता. काही कळायच्या आतच रिचर्डनं जॅकच्या तोंडावर फटका मारला. ओठ फाटून रक्ताचे दोन थेंब खाली ओघळले. त्या फटक्यानं क्षणभर जॅक सुन्न झाला. ओठावरचं रक्त पुसत जॅक कसाबसा म्हणाला, "तू कोणाला बोलावलं आहेस त्याला येऊ दे." त्याला आता डॉ. मार्टिन शिवेयू किंवा डॉ. झिमरमान येणार असं वाटत होतं. किंवा कदाचित केलीसुद्धा असू शकेल. जॅक गप्प बसला.

रिचर्ड आतल्या खोलीत गेला. फ्रीज उघडल्याचा आवाज आला. रिचर्डनं बर्फाचा ट्रे बाहेर काढला होता. हातावर बर्फ फिरवून त्यानं त्यावर टॉवेल गुंडाळला. बहुधा फटका मारल्यानं त्याच्याही हातावर जबरदस्त आघात झाला असावा.

रिचर्ड जॅकसमोर येरझाऱ्या घालू लागला. मधूनमधून तो जॅककडे नजर टाकत होता. मिनिटामागून मिनिटं उलटून चालली होती. जॅक गप्प बसून राहिला. घशामध्ये फार तीव्र खवखव होत होती. आता मधूनच खोकल्याची उबळ येऊ लागली. तापही वाढलेला दिसत होता.

लिफ्ट वर येत असल्याचा आवाज आला. लिफ्ट पाचव्या मजल्यावर थांबली. दारावर टकटक झाली नाही. जो कोणी आला होता, त्याच्याजवळ फ्लॅटची किल्ली होती. दार उघडलं गेलं. बाहेरची व्यक्ती आत आली. जॅकनं मान वर करून पाहिलं. त्याचा श्वास अडकला.

■

३३

बुधवार, २७ मार्च
संध्याकाळी ७ वाजून ४५ मिनिटे

"बास्टर्ड!'' जॅककडे पाहत टेरेस किंचाळली, "सगळं काही नीट चाललं असताना कुत्र्या, तू मध्ये का तडमडलास?''

जॅक तिच्याकडे खिळल्यासारखा बघत राहिला. तिचे कालपर्यंत सौम्य वाटणारे फिक्कट निळे डोळे कठोर नीलमण्यासारखे दिसत होते. कालपर्यंत जॅकला मादक वाटणाऱ्या ओठांना कोपऱ्यात मुरड पडलेली दिसली. तिचे ओठ पांढरेफटक पडले होते.

"टेरेस!'' रिचर्ड किंचाळला, "त्याच्याशी बोलण्यात वेळ वाया घालवू नकोस. पुढे काय करायचं ते ठरव. तो इथे आलाय हे कुणाला कळलं तर काय होईल?''

"तुझे ते सगळे स्टुपिड जंतू इथेच आहेत का?'' टेरेसनं जॅकवरची नजर काढली.

"ऑफ कोर्स.'' रिचर्ड म्हणाला, "ते इथेच आहेत.''

"फेकून दे.'' टेरेस म्हणाली, "टॉयलेटमध्ये ओतून दे.''

"पण टेरेस!...'' रिचर्ड ओरडला.

"पणबिण काही नाही... फेकून दे. ताबडतोब..!''

"इन्फ्ल्युएंझासुद्धा?''

"होय. मुख्यत: इन्फ्ल्युएंझाच!" टेरेसनं फटकारलं.

रिचर्ड प्रयोगशाळेत गेला आणि फ्रीज वगैरे उघडून आतून काहीतरी बाहेर काढू लागला. टेरेस जॅककडे वळली. "तुझं आता काय करावं?" ती जणू मोठ्यानं स्वत:शीच बोलत होती.

"सुरुवात या बेड्या काढण्यानं करावी..." जॅक म्हणाला, "मग आपण सगळे शांतपणानं पोस्टिटानोमध्ये जेवायला जाऊ."

"शट अप! तुझे आचरट विनोद नकोत..." मग ती रिचर्डकडे वळली. त्याच्या हातात काचेच्या व्हायल होत्या.

"सगळ्या नीट बाहेर काढ..." टेरेस म्हणाली, "इथे थोडासाही पुरावा शिल्लक राहता कामा नये. समजलं?"

रिचर्डनं तिच्याकडे पाहिलं. "तुला मदत करायलाच नको होती..."

"मी सांगितलं ते कर." टेरेस ओरडली.

रिचर्ड बाथरूमकडे निघून गेला.

"या सगळ्यात तू कशी काय आलीस?" जॅकनं टेरेसला विचारलं.

तिनं प्रश्न न ऐकल्यासारखं दाखवलं. ती पार्टिशनच्या पलीकडे निघून गेली. बाथरूममधून काहीतरी ओतल्याचा आणि पाणी सोडल्याचा खळखळ असा आवाज आला. हे भयानक रोगजंतू आता शहरातल्या गटारामध्ये राहणाऱ्या उंदरांना संसर्ग घडवणार, जॅक मनाशी म्हणाला

दोघं पार्टिशनच्या पलीकडे बोलू लागले. सारं बोलणं जॅकला ऐकू येत होतं.

"याला इथून ताबडतोब बाहेर काढलं पाहिजे." टेरेस म्हणाली.

"बाहेर काढून त्याचं काय करायचं?" रिचर्ड म्हणाला, "इस्ट रिव्हरमध्ये फेकून द्यायचं का?"

"तो चक्क नाहीसा होणार आहे..." टेरेस म्हणाली, "त्याला आपल्या डॅडच्या फार्महाऊसवर नेलं तर?... कॅटस्किलला?"

"ही कल्पना माझ्या डोक्यातच आली नव्हती." रिचर्ड उत्साहानं म्हणाला, "ही आयडिया चांगली आहे."

"पण नेणार कसं?"

"माझी गाडी आणतो." रिचर्ड म्हणाला.

"ते ठीक आहे. पण वाटेत त्यानं आरडाओरडा केला तर?"

"माझ्याकडे केटामाईन आहे."

"आता हे काय आणखी?"

"भूल देण्यासाठी मी हे औषध वापरतो. माझ्या प्राण्यांसाठी आहे. माणसालाही देता येईल, पण त्यामुळे जरा भ्रमिष्टपणा येईल."

"चालेल... तो गप्प बसला म्हणजे झालं. त्याला गुंगी येईल की नाही?"

"सांगता येत नाही. मी प्रयत्न करून पाहतो."

"ते कसं द्यायचं?"

"इंजेक्शन." रिचर्ड म्हणाला, "पण ते थोड्या वेळासाठीच असल्यानं पुन्हापुन्हा द्यावं लागेल."

"ठीक आहे. प्रयत्न कर." टेरेस म्हणाली.

जॅक विस्मयानं पाहू लागला. रिचर्ड त्याला प्राण्यांना भूल देण्यासाठी असलेलं औषध टोचणार होता. जॅकचा थरकाप उडाला. सगळ्या शरीराला घाम सुटला. रिचर्डनं कपाटातून काही सिरिंज काढल्या. एका छोट्या बाटलीमधला द्रव सुईत घेतला आणि तो किती डोस लागेल याचा अंदाज घेण्यासाठी थांबला.

"याचं वजन किती असेल?" जणू काही जॅक एक प्राणी असावा अशा तऱ्हेनं रिचर्ड त्याला किती औषध द्यावं याचा विचार करू लागला.

"एकशे ऐंशी पाऊंड असावं."

रिचर्डनं एका कागदावर भराभरा काही आकडेमोड केली. सिरिंज भरून तो जॅकजवळ आला. जॅकला किंचाळावंसं वाटलं. पण तोंडातून आवाज फुटला नाही. दंडामध्ये सुई घुसली. तिथे भाजल्यासारखं वाटलं.

"आता पाहू काय होतं ते." रिचर्ड एक पाऊल मागे सरकला. त्यानं हातातली सिरिंज फेकून दिली. "तू लक्ष ठेव. मी तोवर गाडी बाहेर काढतो."

टेरेसनं मान हलवली. रिचर्डनं कोट चढवला आणि दार उघडत म्हणाला, "मी दहा मिनिटात आलोच."

रिचर्ड निघून जाताच जॅक म्हणाला, "अच्छा. म्हणजे या मोहिमेत बहिणभाऊ आहेत तर."

"तू गप्प बस." टेरेस म्हणाली. रिचर्डप्रमाणेच ती खोलीत येरझाऱ्या घालू लागली.

काही मिनिटांनी जॅकवर औषधाचा परिणाम सुरू झाला. कानात घंटा वाजवल्यासारखं वाटू लागलं. टेरेसची आकृती पाघळल्यासारखी दिसायला लागली. जॅकनं मान हलवली. डोकं गदागदा हललं. टेरेसचा चेहरा एकदम अतिप्रचंड दिसू लागला. आपण आपल्या शरीराबाहेर पडून आपल्याकडे पाहतो आहोत अशी चमत्कारिक भावना मूळ धरू लागली. टेरेस काहीतरी बोलत होती, पण तिचा आवाज घुमत असल्यासारखं वाटायला सुरुवात झाली. अंगावर हवेचं वजन वाढतंय असं वाटत असतानाच, आपण चालू लागलोय हे त्याच्या लक्षात आलं.

जॅकनं अविश्वासानं पायांकडे नजर टाकली. जणू पाय आणि धड हे वेगवेगळे पुढे सरकत होते. आपण कुठे जात आहोत हे पाहण्यासाठी जॅकनं इकडेतिकडे

पाहिलं. भडक रंगांच्या काही रेषा आणि आकार अंगावर धावून येत आहेत, हे पाहून जॅक भेदरला. रंगांचे निरनिराळे आकार एकत्र आले आणि त्यातून काहीतरी वस्तू तयार झाली. क्षणभरानं तो आपलाच हात आहे हे त्याच्या लक्षात आलं. त्यानं आजूबाजूला बघितलं. त्याला कोणीतरी दोन्ही बाजूंनी गच्च धरून ठेवलेलं समजलं. ते काहीतरी बोलत होते. पण शब्द कळत नव्हते. भांडी एकमेकांवर आपटल्याप्रमाणे शब्द किणकिणत होते. थोड्या वेळानं जॅकला आपण गाडीमध्ये मागच्या सीटवर बसलो आहोत हे लक्षात आलं. प्रत्यक्षात तो दोन सीटमधल्या भागात खाली पडला होता. त्यानं हात हलवण्याचा प्रयत्न केला. हातातली बेडी मनगटात अडकून वेदना झाली. आता जॅकला सर्व काही नीट दिसत होतं. गाडी वेगानं जात होती. बहुधा ते कॅटस्कीलकडे निघाले असावेत. किती वेळ गेला आहे याचा मात्र त्याला काहीच अंदाज येईना.

त्यानं पाय मुडपून घेतले. त्यामुळे तरी बरं वाटेल असं त्याला वाटलं होतं. पण शरीरातला ठणका कमी झाला नाही. फ्ल्यूची लक्षणं आता जोरदार दिसू लागली होती. तो मधूनमधून शिंकत होता. खोकल्याची उबळही येत होती. एकदोनदा जॅक जोरात शिंकलेला पाहून टेरेस मागे वळली.

"गुड गॉड!" टेरेस म्हणाली.

जॅकनं विचारलं, "आपण कुठे आहोत?"

त्याचा आवाज खरबरीत येत होता. तेवढ्या बोलण्यानंही जॅकला खोकल्याची उबळ आली.

"गप्प बस... नाहीतर गुदमरून मरशील." रिचर्ड म्हणाला.

"हे सगळं तुझ्या त्या इंजेक्शनमुळे सुरू झालंय काय?" टेरेसनं विचारलं.

"मला काय माहीत?... मी कुठे कधी कुणाला ते दिलं होतं पूर्वी...?"

"पण तुझ्या त्या बिचाऱ्या प्राण्यांना देत होतास ना."

रिचर्ड म्हणाला, "आता मला त्याचा पश्चात्ताप होतोय."

"केटामाईन वापरण्याची कल्पना कुणाची होती?"

"पण मुळात ही योजना कुणाची होती... माझी?"

"काहीतरीच बोलू नकोस." टेरेस डाफरली, "अमेरीकेअरला त्रास देण्यासाठी आपण हॉस्पिटलमधल्या संसर्गाचा उपयोग करू असं तूच म्हणाला होतास. माझ्या डोक्यात ते कधीच आलं नसतं."

"होय... पण ते तुझ्या त्या जाहिरातींसाठीच होतं ना?"

"मला जाहिरातींसाठी काहीतरी नवीन कल्पना हवी होती..."

"हवी होती ती मिळाली ना?... आता गप्प बस."

"तू म्हणालास की एखादा रोग पसरवला, की प्रेसवाले अमेरिकेअरला बदनाम

करतील... मला वाटलं की तू सर्दी, डायरिया किंवा फ्ल्यू असलं साधंसुधं काहीतरी वापरशील...''

''फ्ल्यू मी वापरला की.''

''वापरलास पण कोणत्या प्रकारच्या?... तू जो काही जंतू वापरलास त्यानं सगळ्यांचं धाबं दणाणलं..! अगदी मागच्या भागात टाकलेल्या डॉक्टर-डिटेक्टिव्हसकट सर्वजण हवालदिल झालेत... शिवाय तू प्लेग आणि आणखी काही रोगजंतू वापरलेस... मला तर त्यांची नावंही आठवत नाहीत.''

''पण जेव्हा प्लेग उद्‌भवला आणि प्रेसवाल्यांनी कावकाव सुरू केली, तेव्हा तू तक्रार केली नाहीस ते आठव. अमेरीकेअरच्या शेअरची किंमत झपाट्यानं घसरली, तेव्हा खूश झाली होतीस तू.''

''मी तसलं काही म्हणाले नव्हते.'' टेरेस म्हणाली, ''मी घाबरले होते.''

''खोटं बोलू नकोस! प्लेग सोडल्यावर मी दुसऱ्या दिवशी तुला भेटलो होतो...'' रिचर्ड रागानं म्हणाला, ''तू तसलं काही बोलली नव्हतीस.''

गाडीचा वेग कमी झाला. जॅकला आपण टोलनाक्याजवळ आहोत हे कळलं. गाडी थांबली. रिचर्ड बाजूची काच खाली करतोय हे लक्षात येताच जॅकनं धडपड केली आणि तो ओरडणार एवढ्यात रिचर्डनं मोकळ्या हातानं त्याच्या डोक्यावर फटका मारला. काहीतरी कठीण वस्तू होती. जॅक खाली पडला.

''एवढ्या जोरात मारू नकोस.'' टेरेस म्हणाली, ''गाडीत रक्त पडून चालणार नाही.''

''त्याला त्या क्षणी गप्प करणं फार गरजेचं होतं.'' रिचर्ड म्हणाला.

त्यानं बाजूच्या यंत्रात काही नाणी टाकली. स्वयंचलित हातानं दार उघडताच गाडी वेगानं पुढं निघाली. थोड्या वेळानं गाडीचा वेग पुन्हा कमी झाला आणि ती रस्त्याच्या कडेला थांबली. जॅकनं डोकं वर केलं.

''ओरडून तर पाहा.'' रिचर्ड म्हणाला. त्यानं हातातलं रिव्हॉल्व्हर जॅकवर रोखलं.

''आपण कुठे आहोत?'' जॅकनं धीर करून विचारलं.

''एका स्टोअरजवळ. टेरेस काही जरूरीच्या वस्तू आणायला गेली आहे.''

थोड्या वेळानं टेरेस परतली. तिनं हातातली कॅरीबॅग गाडीत टाकली.

''जागा झाला का तो?'' ती गाडीत बसता बसता म्हणाली.

''होय.''

''आरडाओरडा?''

''नाही..'' रिचर्ड म्हणाला. त्यानं आपल्या बाजूची काच लावून घेतली आणि तो गाडी चालवू लागला. सुमारे तासभर गाडीचा वेग कमी झाला नाही. मधून मधून

रिचर्ड आणि टेरेस एकमेकांशी भांडत होते. सगळा दोष ते एकमेकांवर लादण्याचा प्रयत्न करत होते. कोणीच माघार घ्यायला तयार नव्हतं.

तासाभरानं गाडी डावीकडे वळली. वेग कमी झाला. चाकांच्या आवाजावरून गाडी कच्च्या रस्त्यावरून जात असल्याचं जॅकच्या लक्षात आलं. इंजिन बंद करून टेरेस आणि रिचर्ड बाहेर पडले.

जॅकनं अर्धवट उठून बाहेर बघण्याचा प्रयत्न केला. बाहेर अंधाराशिवाय काहीच दिसत नव्हतं. त्यानं हात सोडवून घेण्याचा प्रयत्न करून पाहिला. पण बेडी सीटखाली कशालातरी घट्ट अडकवलेली होती. साधारण अर्धा तास उलटला. टेरेस आणि रिचर्ड परतले.

''बाहेर पड.'' रिचर्ड म्हणाला. टेरेसनं पुढं होऊन बेडी मोकळी केली होती. रिचर्डनं रिव्हॉल्व्हर जॅकच्या डोक्यावर रोखून धरलं होतं. जॅक धडपडत बाहेर पडला. टेरेसनं लगेच बेडीमध्ये दुसराही हात अडकवला.

''घरात चल.''

जॅकनं घराकडे नजर टाकली. ते एका फार्महाऊसच्या पोर्चमध्ये उभे होते. त्यानं आजूबाजूला नजर टाकून काही दिसतं का ते पाहायचा प्रयत्न केला. लांबपर्यंत कुठेही दिवे दिसत नव्हते. फार दूरवर असणाऱ्या पर्वताची रेषा अगदी अस्पष्टपणे दिसत होती.

घराची सजावट उन्हाळ्यात वापरायच्या फार्महाऊसप्रमाणेच होती. घराची ठेवण जुन्या इंग्लिश वळणाची होती. मध्यभागी असणाऱ्या शेकोटीजवळ दोन कापडी आवरण घातलेले कोच ठेवलेले दिसले. जमिनीवर भारी किंमतीचा गालिचा दिसत होता. रिचर्डनं जॅकला स्वयंपाकघरात आणलं. तिथली सजावटही उत्तम प्रतीची आणि जुन्या पद्धतीची होती. कोपऱ्यामध्ये एक प्रचंड बेसिन होतं. १९२० मध्ये ते आधुनिक फॅशनचं समजलं जात असे. रिचर्ड आपल्याला बेसिनखाली असणाऱ्या पाईपला बांधणार हे लक्षात येताच जॅकनं टॉयलेटला जायचंय म्हणून सांगितलं.

दोघा बहिणभावांमध्ये पुन्हा वाद सुरू झाला. रिचर्ड म्हणत होता, की टेरेसनं त्याला न्यावं. तर टेरेसच्या मते हे रिचर्डनंच करायला हवं होतं. अखेर त्यांनी जॅकला एकट्यालाच बाथरूममध्ये जाऊ दिलं. आत शिरताच आधी जॅकनं रिमंटडीनची गोळी घेतली. औषधाचा कितपत उपयोग होतोय हे जॅकला समजत नव्हतं. तरीही त्यानं गोळी मात्र चुकवली नाही.

जॅक बाथरूममधून बाहेर येताच रिचर्डनं त्याला पुन्हा बेसिनजवळ नेऊन खालच्या पाईपाला जखडून टाकलं. टेरेस आणि रिचर्ड कोचावर विसावा घेऊ लागले. जॅक पाईप निरखून पाहू लागला. तो जाड लोखंडी होता. त्यानं त्यावर वजन

देऊन पाहिलं. पण तो अजिबात हलला नाही. निराश होऊन जॅकनं त्यातल्या त्यात नीट बसण्याचा प्रयत्न केला. भिंतीला पाठ टेकून बसल्यानं जॅकचा खोकला पुन्हा उफाळून आला. नाकातून गळणारं पाणी छातीवर पडू लागलं.

रिचर्ड आणि टेरेस त्याच्याजवळ येऊन उभे राहिले. रिचर्डनं रिव्हॉल्व्हर जॅकच्या कपाळावर रोखलं. "तू फ्रेझर लॅबचा पत्ता कसा मिळवलास ते आम्हाला कळायला हवं."

जॅकनं क्षणभर विचार केला. फ्रेझर लॅबबद्दल आपल्याला एकट्यालाच माहिती आहे हे कळलं तर ते तात्काळ आपल्याला ठार करतील, हे त्याच्या लक्षात आलं.

"ते अगदी सोपं काम होतं." जॅक म्हणाला.

"कसं काय?" टेरेसनं विचारलं.

"मी नॅशनल बायोलॉजिकल्सला फोन करून विचारलं. अलीकडे कोणीकोणी प्लेगचे जीवाणू मागवलेत हे विचारताच फ्रेझर लॅबचं नाव कळलं."

टेरेसला कोणीतरी थोबाडात मारल्यासारखं वाटलं. ती रागानं रिचर्डकडे वळली. "तू मागवलंस?... मला वाटलं तू तुझ्याजवळ होतं तेच वापरशील."

"माझ्याजवळ प्लेगचे जीवाणू नव्हते... प्लेगमुळे प्रेसमध्ये चांगली धमाल उडेल अशी माझी कल्पना... पण त्यानं काही फरक पडत नाही. जीवाणू कुठून आले हे कसं समजणार?"

"इथेच तू चुकलास." जॅक म्हणाला, "नॅशनल बायोलॉजिकल्स कंपनीनं आपल्या सर्व जीवाणूंच्या डीएनएमध्येच लेबल घुसवलेलं आहे. शवविच्छेदनानंतर लगेचच सर्वांनी ते नक्की करूनही घेतलं आहे."

"मूर्खा!" टेरेस गरजली, "रिचर्ड, तू एवढा ढळढळीत पुरावा मागे ठेवलास, की..."

"मला ते माहीत नव्हतं." रिचर्ड म्हणाला.

"ओह गॉड!" टेरेस डोळे फिरवत म्हणाली, "याचा अर्थ, जॅकच्या ऑफिसातल्या सर्वांना प्लेग मुद्दाम पसरवलेला होता ते माहीत आहे..."

"आता काय करायचं?" रिचर्ड ओठावर जीभ फिरवत म्हणाला.

"थांब." टेरेसला काहीतरी आठवलं, "जॅकचं म्हणणं खरं नाही. मी कॉलीनला फोन करून चेटला विचारायला सांगते."

तिनं कॉलीनला फोन केला. कॉलीननं चेटला फोन करून माहिती काढायचं मान्य केलं. "ती थोड्या वेळानं फोन कर म्हणाली आहे." टेरेसनं रिचर्डला सांगितलं. दोघंजण पुन्हा कोचावर पडून विश्रांती घेऊ लागले.

पंधरा मिनिटांनी टेरेसनं पुन्हा कॉलीनला फोन केला. दोनचार वाक्यं बोलून झाल्यावर कॉलीनचे आभार मानून तिनं फोन ठेवला.

"बातमी चांगली आहे." टेरेस म्हणाली, "जॅकच्या ऑफिसात कोणीही त्याच्या कल्पनेवर विश्वास ठेवलेला नाही. सगळ्यांना जॅकचा अमेरीकेअरविषयी असलेला पूर्वग्रह माहीत आहे."

"म्हणजे फ्रेझर लॅब आणि इतर गोष्टींची याच्याशिवाय कोणालाही माहिती नाही तर..!"

"होय." टेरेस म्हणाली, "आता सगळं फार सोपं झालंय."

"सोपं म्हणजे?" रिचर्डनं विचारलं, "आपण काय करायचं आहे आता?"

"जॅकची विल्हेवाट लावली की काम झालं."

"ती कशी काय लावायची?"

"तू आधी बाहेर पडून एक खड्डा खण." टेरेस म्हणाली.

"कधी?... आत्ता की काय?"

"मग काय नंतर की काय मूर्खा?" टेरेस ओरडली, "न्यूबरीच्या झाडापाशी गवताच्या गंजीजवळची जागा छान आहे."

"बाहेर सगळी जमीन गोठून गेलेली आहे.." रिचर्ड तक्रार करू लागला, "तिथं खोदायचं म्हणजे काळा खडक फोडल्यासारखं आहे."

"आता बोलून काहीही फायदा नाही. उठ आणि कामाला लाग. गवताच्या गंजीजवळ खोपीत कुदळ फावडं असेल बघ."

रिचर्ड कुरकुरत उठून उभा राहिला.

"हे मला कळण्यापलीकडचं आहे." जॅक टेरेसला म्हणाला, "तुझ्या कंपनीत तुला वरची जागा मिळावी म्हणून तू हे सगळं केलंस?"

"माणसं मरावीत अशी माझी इच्छा नव्हती." टेरेस म्हणाली, "ते माझ्या या भावामुळे झालं. तो त्याच्या रोगजंतूंच्या प्रेमात पडलेला आहे हे मला कळायला हवं होतं."

"पण माणसं मेलीच ना?... मी मरणार आहेच. पण या फ्ल्यूच्या साथीत हजारो जण मरतील..."

"पण मी त्याला काय करू?... माझ्या या चक्रम भावामुळे हे सगळं झालं."

"हे खरं नाही. तुम्ही दोघं सारखेच जबाबदार आहात."

"जॅक." टेरेस म्हणाली, "आता तू काहीही म्हणालास तरी मला त्याची अजिबात फिकीर नाही."

टेरेस शेकोटीपाशी गेली. तिनं जाळात थोडी लाकडं टाकली. जॅकनं दंडावर डोकं टेकवलं. तापामुळे आणि थकल्यामुळे त्याला झोप लागली.

तासाभरानं दार उघडलं. त्या आवाजानं जॅक एकदम दचकून जागा झाला. आपले डोळे जळजळत आहेत हे त्याच्या लक्षात आलं.

"खड्डा खणणं तितकंसं अवघड गेलं नाही... अजून ती जागा टणक झालेली नव्हती." रिचर्ड म्हणाला.

"खड्डा पुरेसा खोल केलास ना? नाहीतर पावसात तो वर येऊन नसती पंचाईत व्हायची."

रिचर्ड बाथरूममधून हात धुऊन परतला. टेरेसनं अंगावर कोट चढवला.

"तू कुठं निघालीस?"

"बाहेर." टेरेस दाराकडे निघाली, "तू जॅकला ठार कर."

"थांब..." रिचर्ड म्हणाला, "मी का म्हणून मारू?"

"तू पुरुष आहेस. हे पुरुषाचं काम आहे." टेरेस कुत्सितपणे हसत म्हणाली.

"असेलही... पण मी त्याला मारू शकणार नाही. त्याला हात बांधलेल्या अवस्थेत मी ठार करू शकत नाही."

"हे तू बोलतो आहेस रिचर्ड..?" टेरेस ओरडली, "कसलाही प्रतिकार करू न शकणाऱ्या लोकांच्या खोलीतल्या ह्युमिडिफायरमध्ये रोगजंतू भरलेस ना तू...? रिचर्ड आता निराळं काही करणं शक्य नाही. नाहीतर सगळा जन्म तुला तुरुंगात काढावा लागेल."

रिचर्डनं टेबलावर ठेवलेल्या रिव्हॉल्व्हरकडे पाहिलं. पण तो हलला नाही.

"जा!" टेरेस ओरडली.

रिचर्ड कोणीतरी ढकलल्यासारखा टेबलापाशी गेला. त्यानं रिव्हॉल्व्हर लोड केलं.

"छान... आता हो पुढे." टेरेस म्हणाली.

"पण आपण जर त्याची बेडी काढली तर..." रिचर्डचं वाक्य पुरं व्हायच्या आतच ती त्याच्याकडे आली. तिचे डोळे रागानं पेटले होते. टेरेसनं त्याच्या थोबाडात हाणली आणि म्हणाली, "मूर्खा... एक शब्दही न बोलता आपलं काम कर. समजलं?"

रिचर्ड गाल चोळत तिच्याकडे पाहू लागला. सुरुवातीला त्यालाही राग आला होता. पण टेरेसचं म्हणणं योग्य आहे हे त्याच्या लक्षात आलं. त्यानं मान डोलावली.

"ठीक आहे... आता मी बाहेर उभी राहते." टेरेस दाराजवळ गेली. "जे काही करायचं ते लवकर आटप. आणखी घोटाळा नको."

खोलीत शांतता पसरली. रिचर्ड जागेवर उभा राहिला. त्या क्षणाचा फायदा जॅकनं घेतला. "रिचर्ड तिचं ऐकू नकोस... तूच रोगजंतू पसरवलेस हे सिद्ध करता आलं, तर तुला तुरुंगात जावं लागेल. पण मला अशा तऱ्हेनं थंडपणे ठार मारणं ही वेगळी गोष्ट आहे... त्यासाठी न्यूयॉर्कमध्ये मृत्यूदंडाची शिक्षा आहे."

"शट अप्." रिचर्ड म्हणाला. तो किचनच्या दाराजवळ जाऊन गोळी झाडण्याच्या पवित्र्यात उभा राहिला. जॅकनं डोळे मिटले. त्यानंतर एक मिनिटभर काहीच झालं नाही. ते मिनिट जॅकला कितीतरी तासांसारखं वाटलं. हातातलं पिस्तूल खाली टाकून रिचर्ड बाहेर निघून गेला.

"नाही... नाही. मला ते जमणार नाही!"

त्याला पुन्हा आत ढकलत टेरेस आत आली, "भेदरट!..."

"मग तूच घाल की गोळी..." रिचर्ड टोला परतवत म्हणाला.

टेरेसनं रिव्हॉल्व्हर उचललं. नळी जॅकच्या दोन डोळ्यांमध्ये रोखली. जॅकनं टेरेसच्या डोळ्यांकडे रोखून पाहिलं. तिचे हात थरथरू लागले. तिनं रिव्हाल्व्हर टेबलावर फेकलं.

"का... आता का?... तुझ्यामधली खंबीर पोलादी स्त्री कुठे गेली?" रिचर्डनं टोमणा लगावला.

"शट अप्!" ती कोचावर जाऊन बसली.

रिचर्ड तिच्या समोर जाऊन बसला. दोघं एकमेकांकडे रागानं बघत बसले.

"हे काय चाललंय?" टेरेस म्हणाली.

"आपण खूप दमलो आहोत." रिचर्ड म्हणाला.

"ही एकच गोष्ट तू आज बरोबर बोललास." टेरेस म्हणाली, "किती वाजले?"

"मध्यरात्र उलटून गेली आहे."

"तरीच..." टेरेस म्हणाली, "शिवाय माझं डोकं दुखायला लागलंय."

"मलासुद्धा तेवढं बरं वाटत नाही."

"चल आता झोप. याच्याकडे उद्या सकाळी बघू."

दोघेही तिथून निघून गेले.

■

३४

गुरुवार, २८ मार्च १९९६
सकाळी ८ वाजून १५ मिनिटे
कॅटस्किल, न्यूयॉर्क

जॅकला खरं तर पहाटेच जाग आली होती. सगळं अंग ठणकत होतं. डोकं जड झालेलं आणि नाकातून पाणी गळतंय अशी अवस्था! जॅक तसाच जमिनीवरचा गालिचा अंगाभोवती गुरफटून बसून राहिला. रात्री केव्हातरी शेकोटी विझून गेल्यानं सगळी खोली थंडगार पडली होती.

दिवस उजाडताच आपल्यापुढे काय वाढून ठेवलं आहे, याचा विचार करत जॅक कुडकुडत बसला. अंगातला ताप किंचित कमी वाटत होता. मनगटात बेडी रूतून तिथे हुळहुळत होतं. त्यानं बेसिनखालच्या पाईपकडे नजर टाकली. तो हलणंही शक्य नव्हतं. पळून जाणं अजिबातच शक्य नव्हतं. बाथरूमला गेल्यावर पळण्याची संधी मिळाली तरच काही आशा होती.

बाहेरूनही काही मदत मिळणं शक्य नव्हतं. जॅक कुठं गेलाय ते कुणालाच माहिती नव्हतं. नॅशनल बायोलॉजिकल्सचे जीवाणू हॉस्पिटल पेशंटस्‌मध्ये सापडले याची माहिती फक्त टेड लिंच आणि ॲग्नेसलाच असणार. पण त्याचा अर्थ काय ते त्यांच्या लक्षात येणं असंभवनीय वाटत होतं.

सव्वा आठला रिचर्ड धडपडत खोलीबाहेर पडला. त्याला पाहून जॅकला बरं वाटलं.

"मला टॉयलेटला जायचंय." जॅक ओरडला.

"टेरेस उठेपर्यंत थांब." रिचर्ड शेकोटी पेटवण्याचा खटाटोप करू लागला. काही मिनिटांनंतर टेरेसला जाग आली. डोकं धरूनच ती बाहेर आली. तिच्या अंगावर एक जुना गाऊन होता. ती रिचर्डप्रमाणेच आजारी दिसत होती. तिच्या चेहऱ्यावर मेकअप नव्हता. चेहरा पांढराफटक पडलेला दिसत होता.

"माझं डोकं दुखतंय... उठावंसं वाटत नव्हतं."

"माझंही डोकं नि अंग दुखतंय." रिचर्ड म्हणाला, "हा सगळा ताणाचा परिणाम आहे. काल रात्री आपण काही खाल्लंही नव्हतं."

"पण मला भूक मात्र लागलेली नाही."

"मला टॉयलेटला जायचंय." जॅक पुन्हा म्हणाला, "मी कित्येक तास दम धरलेला आहे."

टेरेसनं रिचर्डकडे पाहिलं. "जा, रिव्हॉल्व्हर घेऊन ये. मी बेडी सोडवते."

टेरेसनं जॅकची बेडी सोडवली. तो धडपडत उभा राहिला. रात्रभर अंग मुडपून थंडीत बसल्यानं त्याचे सांधे आखडून गेले होते. तिनं त्याचा मोकळा हात दुसऱ्या हातात अडकवला.

"रात्री झोप चांगली झाली नाही का?" जॅक मुद्दाम म्हणाला, "तू इथे का आली नाहीस? इथे छान उबदार वाटलं असतं..."

"तुझं बोलणं ऐकायची माझी इच्छा नाही." ती फिस्कारली, "मी चांगल्या मूडमध्ये नाही."

रिचर्ड रिव्हॉल्व्हर घेऊन आला. "हं... आता चल हो पुढे."

जॅकनं पाऊल उचललं, पण पाय हलेना. भोवताली सगळी खोली फिरल्यासारखं वाटलं. जॅक स्वयंपाकाच्या ओट्याला क्षणभर धरून उभा राहिला. "जरा... थांबा प्लीज."

टेरेस एक पाऊल मागे सरकली. "काही चलाखी करू नकोस!"

जॅक थरथरत्या पायांनी बाथरूममध्ये गेला. त्यानं आता काय काय करायचं ते मनाशी ठरवून घेतलं होतं. आत शिरताच प्रथम त्यानं पाण्याबरोबर रिमंटडीनची एक गोळी घेतली. मग आरशासमोर उभं राहून त्यानं स्वत:कडे नजर टाकली. आपला अवतार पाहून तो भयंकर दचकला. एका दिवसात जॅकचं एका कळकट दिसणाऱ्या भणंगामध्ये रूपांतर झालं होतं. एक गाल सुजलेला, डोक्यावर मोठं टेंगूळ, डोळे सुजलेले आणि लाल. नाकातून सांडलेलं पाणी हनुवटीवर ओघळून गोठलं होतं.

"चल आटप लवकर." टेरेस बाहेरून ओरडली.

जॅकनं तोंड स्वच्छ धुतलं. दाढीचे खुंट वाढलेले होते. पण त्यावर काही उपाय नव्हता. बोटानं त्यानं दात घासायचा प्रयत्न केला. तोंडावर थंड पाणी मारल्यानं

त्याला बरं वाटू लागलं.

"आटोपतंय का नाही?" टेरेस पुन्हा ओरडली.

जॅक बाहेर आला. जॅकला काहीतरी टोला मारावासा वाटला. पण या लोकांशी फार जपून वागायला हवं हे जाणवून तो गप्प बसला. त्याला पुन्हा नेऊन पाईपला जखडून टाकण्यात आलं.

"काहीतरी खायला पाहिजे." रिचर्ड म्हणाला.

"काल रात्री बनवलेलं थोडंफार शिल्लक असेल."

"चालेल."

दोघेजण जॅकपासून अगदी हाताच्या अंतरावर बसून खाऊ लागले. त्यांनी जॅकला मात्र काही दिलं नाही. आपल्याला अजिबात भूक नाही, असं टेरेस पुन्हापुन्हा म्हणत होती.

"याचं काय करायचं आता?" रिचर्डनं विचारलं.

"तू कोणालातरी या आधी जॅकला झोपवायला सांगितलं होतंस ना?"

"होय. शहरातील एक गँग होती. त्यांचं काय?"

"त्यांना तू पुन्हा गाठू शकशील का?"

"अवघड नाही. ती गँग माझ्या जवळच्याच भागातली आहे."

"तू त्यांच्याशी संपर्क कसा साधत होतास?"

"मी फोन करत असे. किंवा त्यांनी बळकावलेल्या इमारतीमधल्या अड्ड्यावर जात होतो." रिचर्ड म्हणाला, "मी एका ट्विन नावाच्या माणसाबरोबर डीलिंग करत होतो."

"त्याला इथे बोलावलं तर..?"

"येईल की... जर पुरेसा मोबदला मिळाला तर यावा."

"त्याला फोन कर." टेरेस म्हणाली, "तू याआधी किती दिले होतेस?"

"पाचशे."

"मग त्याला हजाराची ऑफर दे... त्याला म्हणावं ताबडतोब येऊन काम करायचं आहे."

रिचर्डनं बाहेर जाऊन फोन टेबलावर आणून ठेवला. फोनवरचं बोलणं टेरेसनंही ऐकावं अशी त्याची इच्छा होती. त्यानं फोन लावला.

फोन लगेचच ट्विनच्या हातात गेला असावा. रिचर्डनं त्याला डॉक्टरला खलास करायची ऑफर दिली.

"हॅ..! आम्हाला त्यात रस नाही."

"मागच्या खेपेस गडबड झाली हे मला मान्य आहे. पण यावेळी काम सोपं आहे."

"सोपं... ते कसं काय?"

"आम्ही त्याला इथे बेडीमध्ये अडकवून ठेवलंय."

"तसं असेल तर आमची जरूर काय?"

"थांब!" रिचर्ड गडबडीनं म्हणाला. ट्विन फोन ठेवणार याची त्याला कल्पना आली. "आम्हाला तुमची गरज आहे... इथे येण्याच्या त्रासाबद्दल मी दुप्पट पैसे देतोय."

"हजार डॉलर्स?"

"होय."

"ट्विन येऊ नको. हा सापळा आहे!" जॅक जीव एकवटून ओरडला.

"शीट!" रिचर्ड गुरगुरला. ट्विनला थांबायला सांगून त्यानं रिव्हॉल्व्हरच्या दस्त्यानं जॅकच्या डोक्यावर जोरात तडाखा मारला. त्या वेदनेनं जॅकच्या डोळ्यात पाणी आलं. डोक्यातून रक्ताचा लहानसा ओघळ वाहू लागला.

"डॉक्टर आहे की काय तिथे?" ट्विननं विचारलं.

"होय... डॉक्टरच होता." रिचर्ड रागानं म्हणाला.

"तो सापळा आहे असं का म्हणाला?" ट्विननं विचारलं.

"त्याच्याकडे लक्ष देऊ नको... तो विनाकारण थोबाड वाजवतोय. म्हणूनच तर त्याला किचनमध्ये एका पाईपला जखडून ठेवलंय."

"हे बघ.." ट्विन म्हणाला, "मला एक गोष्ट समजते. तू मला हजार डॉलर्स देणार. त्याला पाईपला जखडून ठेवलेल्या अवस्थेत आम्ही ठार करायचं. बरोबर?"

"होय. काहीच करायचं नाही... फक्त एक गोळी..."

"तुम्ही कुठं आहात आत्ता?"

"कॅटस्किल. शहराच्या उत्तरेला शंभर मैल."

फोनवर पलीकडे शांतता पसरली.

"मग काय म्हणणं आहे?" रिचर्ड उतावळेपणानं म्हणाला, "हे काम अगदी सोपं आहे. पैसेही भरपूर..."

"मग तुम्हीच ठार का करत नाही?"

"त्याच्याशी तुला काय करायचंय?"

"ठीक आहे." ट्विन जरबेच्या स्वरात म्हणाला, "तिथे आल्यावर काही घातपात दिसला, तर तुझ्यासारखा दुर्दैवी जगात शोधून सापडणार नाही."

रिचर्डनं त्याला कसं यायचं याच्याबद्दल सविस्तर सूचना दिल्या. त्यानं फोन खाली ठेवला आणि टेरेसकडे पाहिलं.

"हे छान झालं." टेरेस म्हणाली.

"मी फोन करून हॉस्पिटलमध्ये आजारी आहे म्हणून कळवतो... आता जायची वेळ झाली आहे." रिचर्ड म्हणाला. त्यानं फोन केल्यानंतर टेरेसनंही कॉलीनला फोन करून आपण येणार नाही म्हणून कळवलं.

टेरेस आत अंघोळ करायला निघून गेली. रिचर्ड बाहेरून लाकडे आणण्यासाठी

गेला. त्याक्षणी एकटा राहिल्यावर अचानक जॅकचा स्वत:च्या मनावरचा ताबा सुटला. ब्लॅक किंग्ज् येणार हे ऐकून तो मुळापासून हादरला होता. लहान मुलासारखी त्यानं जोरजोरात धडपड करायला सुरुवात केली. पण त्याचा काहीही उपयोग नव्हता. बेसिनची एकदोन भांडी खाली पडली आणि बेडी मनगटात रूतून तिथून रक्त येऊ लागलं. हा झटका येऊन गेल्यावर जॅक धापा टाकत पडून रडू लागला.

तासाभरानं टेरेस परत आली नि कोचावर पडली. रिचर्ड समोरच्या कोचात रेलून जुनं 'लाईफ' मासिक वाचत होता.

"मला आता खरोखरच आजारी पडल्यासारखं वाटतंय." टेरेस कपाळ दाबत म्हणाली, "बहुधा सर्दी होणार आहे... डोकं फार दुखतंय."

"मलासुद्धा तसंच वाटतंय." रिचर्ड मान वर न करता म्हणाला.

"मला पुन्हा टॉयलेटला जायचं आहे." जॅक त्यांचं लक्ष वेधण्यासाठी मोठ्या आवाजात ओरडला.

"आवाज खाली कर..." टेरेस किंचाळली.

त्यानंतर पाच मिनिटं दोघेही काही बोलले नाहीत.

जॅक म्हणाला, "नाही नेलंत तर मला इथेच मोकळं व्हावं लागेल..."

टेरेस नाखुषीनं उठली. "रिचर्ड, चल ऊठ.." ती म्हणाली. त्यांनी पुन्हा मागच्याप्रमाणेच त्याला रिव्हॉल्व्हरच्या धाकात बाथरूमकडे नेलं.

आत शिरताच जॅकनं पुन्हा रिमंटडीनची गोळी घेतली. बेसिनचा नळ तसाच चालू ठेवून, तो टॉयलेटवर झाकण टाकून त्यावर उभा राहिला. आणि वरच्या खिडकीची चौकट हलवून पाहू लागला. अचानक दार उघडलं.

"खाली उतर." टेरेस ओरडली. जॅकला बाहेर काढून तिनं त्याला पुन्हा त्याच बेसिनजवळ नेलं.

"दुसऱ्या एखाद्या ठिकाणाचा विचार करा... मला तिथलं सौंदर्य पाहून कंटाळा आलाय."

"मला उगीच चिडवू नकोस." टेरेसनं फटकारलं. काही क्षणातच पुन्हा त्याला पाईपला अडकवून ठेवून टेरेस कोचावर लवंडली.

अर्ध्या तासानं टेरेस बाहेर निघाली. आपण काही सामान आणायला चाललोय, काही आणू का, असं तिनं रिचर्डला विचारलं. त्यानं आईस्क्रीम आणायला सांगितलं. जळजळणाऱ्या घशाला त्यामुळे जरा आराम वाटेल असं तो म्हणाला.

टेरेस जाताच जॅक रिचर्डला म्हणाला, "मला टॉयलेटमध्ये जायचंय."

"पुन्हा आत्ता..?"

"मघाशी मला जायला मिळालं नाही."

"का खडा झाला होता की काय?" रिचर्ड खवचटपणे हसला, "मी जर इथून

उठलो तर तुझ्या डोक्यात आणखी एक फटका बसेल... समजलं?''

जॅक गप्प बसला. तासाभरात टेरेस सामान घेऊन परतली. पिशव्या टेबलावर टाकून ती धापा टाकत कोचात आडवी झाली. ''आणलेलं सामान लावून ठेव.'' ती रिचर्डला म्हणाली. रिचर्ड काहीही शब्द न बोलता उठला आणि फ्रिजमध्ये ठेवायच्या वस्तू फ्रीजमध्ये ठेवून आला. पिशवीत खाली ॲस्पिरिनच्या गोळ्या आणि वेफर्सचं पाकीट त्याला दिसलं.

''त्यातले थोडे वेफर्स त्याला दे.'' टेरेस म्हणाली.

''हवेत का?'' रिचर्डनं विचारलं. जॅकनं मान डोलावली. मग रिचर्डनं कुत्र्याला टाकतात त्याप्रमाणे पाचसहा वेफर्स त्याच्या तोंडात टाकले. त्याला खायला शरम वाटत होती. पण भूक लागलेली होतीच. पाचसहा वेफर्स खाल्यावर जॅकनं पिण्यासाठी पाणी मागितलं.

''नाही.'' रिचर्ड वैतागून म्हणाला, ''मिळणार नाही.''

''पाणी दे.'' टेरेस कोचातूनच म्हणाली.

रिचर्डनं चडफडत त्याला पाणी दिलं. टेरेस त्याला म्हणाली, ''मला ॲस्पिरिन आणि पाणी आणून दे.''

''मी तुझा नोकर आहे का?''

''सांगितलं ते कर.'' टेरेस म्हणाली.

पाऊण तास उलटला. गाडी येत असल्याचा आवाज आला. जॅक भेदरला. ब्लॅक किंग्ज्‌ आले असणार. रिचर्ड दार उघडायला गेला.

''हॅट!'' तो आत वळून ओरडला.

''काय झालं?'' टेरेसनं विचारलं.

''काही नाही. तो महामूर्ख हेन्री आलाय. केअरटेकर हेन्री.''

''तू जॅकला गप्प ठेव. मी त्याच्याशी बोलते.'' टेरेस दारापाशी गेली. रिचर्ड हातात रिव्हॉल्व्हर फिरवत जॅकजवळ आला. आता ओरडणं शक्यच नव्हतं. जॅकनं हालचाल केली असती तरी त्यानं लगेच डोकं फोडायला कमी केलं नसतं. तरीही जॅकला राहवेना. बाहेरचा कोणीतरी माणूस आलेला असताना सुटकेची ही शेवटची संधी होती. ब्लॅक किंग्ज्‌ आले की मरण ठरलेलंच होतं. जॅक ओरडला. त्याच क्षणी रिचर्डनं रिव्हॉल्व्हरचा दस्ता त्याच्या टाळक्यात हाणला. जॅकच्या डोळ्यांपुढे अंधार पसरला.

जॅक हळूहळू शुद्धीवर आला. रक्त गोठल्यामुळे त्याला डोळे उघडता येत नव्हते. प्रयत्न करून त्यानं एकएक डोळा उघडला. जॅकला डोक्यामध्ये वेदना

जाणवली. त्याचा हात नकळत डोक्यावर गेला. मधोमध एक चांगलं मोठं टेंगूळ आलेलं होतं. त्यानं डोळे चोळून घड्याळाकडे नजर टाकली. दुपारचे चार वाजून गेलेले होते. शेकोटीमधला जाळ केव्हाच संपला होता. रिचर्ड आणि टेरेस अजून कोचावर झोपलेले दिसत होते. जॅकच्या हालचालीमुळे बाजूला ठेवलेली एक बाटली पडली. त्या आवाजानं रिचर्डला जाग आली.

"आता काय करतोय तो आणखी?" रिचर्ड म्हणाला.

"काहीही का करेना." टेरेस म्हणाली, "किती वाजले?"

"चार वाजून गेलेत."

"तुझे ते गँगवाले दोस्त केव्हा येणार?... सायकलवरून येताहेत की काय?"

"फोन करून विचारू का?"

"नको, कशाला फोन करतोस!... इथे आणखी एक आठवडा थांबून मग कर की..." टेरेस वैतागली.

रिचर्डनं छातीवर फोन ठेवून नंबर फिरवला. ट्विन जागेवर नसावा. बऱ्याच वेळानं ट्विन फोनवर आला.

"तुम्ही लोक का आला नाहीत अजून? आम्ही इथे सकाळपासून वाट पहात आहोत." रिचर्ड म्हणाला.

"असाल. मी येणार नाही."

"पण येतो म्हणाला होतास त्याचं काय?"

"मला तसलं काम जमणार नाही."

"हजार डॉलर्ससाठीही नाही?"

"नाही."

"पण का?"

"मी कोणाला तरी वचन दिलंय."

"वचन?"

"तुला बोललेलं समजतं का नाही?"

"पण याला काय अर्थ... तू तर म्हणाला होतास की..."

"तुम्हाला काय करायचंय ते करा... तुम्ही केलेली घाण तुम्हीच उपसा."

फोन बंद झाला तरी रिचर्ड अविश्वासानं फोन हातात धरून त्याच्याकडे बघत राहिला. तिरस्कारानं तो थुंकला. "दीडदमडीचा हरामखोर!... म्हणे येणार नाही."

टेरेस उठून कोपरावर रेलून बसली. "आता काय?"

"माझ्याकडे रागानं बघून काही उपयोग नाही... मी त्याला जबाबदार नाही." रिचर्ड चिडून म्हणाला, "हां.. एक गोष्ट स्वच्छ समजून घे. हे सगळं तुझ्यासाठी करतोय मी. माझा त्यात काहीही फायदा नाही..."

“नाही कसा?... तू आयुष्यभर ज्या भयाण जंतूंशी खेळत असायचाच, ते सोडून काय होतं ते पाहण्याचा विकृत आनंद तुला मिळाला होताच.” टेरेस म्हणाली, “तू एक विकृत...”

“आणि तू स्वत:ला काय स्नो व्हाईट समजतेस की काय?... उगाच नाही तुझा नवरा तुला सोडून गेला.”

टेरेसचा चेहरा लालीलाल झाला. तिनं काहीतरी बोलण्यासाठी तोंड उघडलं. पण तोंडातून शब्द फुटला नाही. ती अचानक उठून टेबलापाशी गेली आणि तिनं हातात रिव्हॉल्व्हर घेतलं. रिचर्ड क्षणभर भेदरला. त्याला वाटलं की आता टेरेस आपल्यालाच ठार करणार. पण ती सरळ जॅककडे चालत गेली आणि त्याच्यावर रिव्हॉल्व्हर रोखलं.

“तू... तू... सगळं केलंस.”

पुढच्याच क्षणी तिनं रिव्हॉल्व्हर बाजूला फेकून दिलं आणि ती कोचावर जाऊन पडली. उशीत तोंड खुपसून ती हुंदके देऊ लागली. रिचर्डला फार अपराधी वाटू लागलं. बोलायला नको ते तो बोलून बसला होता. त्यानं एक फार जुनी जखम उघडी केली होती. तो तिच्याजवळ जाऊन बसला.

“मी तसं बोलायला नको होतं.” रिचर्ड तिच्या डोक्यावर हलकेच थोपटत म्हणाला, “माझा माझ्यावर ताबा राहिला नाही.”

टेरेस उठून बसली. “माझाही स्वत:वर ताबा राहात नाही... मी फार मोडून पडल्यासारखी झाली आहे... शिवाय घसाही भयंकर दुखतोय.”

“आणखी एक ॲस्पिरिन घेतेस का?”

टेरेसनं मान हलवली. “ट्विन आपण वचन दिलंय म्हणाला, त्याचा अर्थ काय असावा?”

“कोण जाणे!... मी त्याला विचारलं सुद्धा.”

“तू त्याला आणखी पैशांची ऑफर का दिली नाहीस?”

“त्यानं संधीच दिली नाही... सरळ फोन ठेवून दिला.”

“पुन्हा फोन लाव... तो काहीही करून इथे आलाच पाहिजे.”

“त्याला कितीची ऑफर देऊ?”... माझ्याकडे तुझ्याएवढे पैसे नाहीत.”

“तो काय म्हणेल त्याला हो म्हण. पैशाची फिकीर करायची ही वेळ नाही...”

त्यानं पुन्हा ट्विनला फोन केला. ट्विन जागेवर नव्हता. एक तासानं परत येईल म्हणून कोणीतरी सांगितलं. रिचर्डनं वैतागून फोन ठेवला. “तासभर वाट पाहावी लागेल.”

“नाहीतरी आपण दुसरं काय करू शकतो..?” टेरेस म्हणाली. तिनं अंगावर पांघरूण घेतलं. “मला फार थंडी वाजतेय... सगळी खोलीच गार पडलीय का मला

एकटीलाच तसं वाटतंय?''

''मला सुद्धा दोनतीन वेळा थंडी वाजून आल्यासारखं वाटलं.'' रिचर्ड म्हणाला. त्यानं शेकोटीमध्ये आणखी लाकडे टाकली आणि स्वत:ही अंगावर ब्लँकेट लपेटून कोचावर रेलून बसला. ''मला एक नवीन काळजी वाटू लागलीय.''

''आता काय आणखी?'' टेरेस डोळे मिटून म्हणाली.

''जॅक कालपासून सारखा खोकतोय आणि शिंकतोय... मी ह्युमिडीफायरमध्ये टाकलेल्या विषाणूचा त्याला संसर्ग तर झाला नसावा ना?''

टेरेस काही बोलली नाही. रिचर्ड जॅकपाशी आला. त्यानं त्याला तोच प्रश्न विचारला. जॅकनं उत्तर दिलं नाही.

''बोल डॉक.'' रिचर्ड चिरडीस आल्यासारखा वाटत होता. ''पुन्हा फटका खायचा नसेल तर बोल.''

''ते कळून न कळून तरी काय फरक पडणार आहे?'' टेरेस.

''खूप फरक पडतो.'' रिचर्ड म्हणाला, ''मी बाहेर सोडलेला विषाणूचा प्रकार वेगळ्या प्रकारचा होता. १९१८ मध्ये जगभर थैमान घातलेल्या फ्ल्यूच्या साथीचा तो विषाणू होता... मी स्वत: अलास्कामध्ये जाऊन मरून गोठून पडलेल्या एस्किमोंच्यामधून तो आणला होता...''

टेरेस उठून रिचर्डपाशी आली. ''आता मात्र मलाही काळजी वाटू लागलीय... आपल्याला खरोखर त्याचा संसर्ग झालेला नाही ना?''

''तशी शक्यता आहे..''

''बापरे!'' टेरेस जॅककडे वळली. ''बोल, तुला संसर्ग झाला होता काय?''

जॅकला काय उत्तर द्यावं ते समजेना. काय उत्तर दिलं तर ते चिडणार नाही हे त्याला कळेना. तो गप्प बसला.

''रिचर्ड, जॅक फारसा आजारी मात्र वाटत नाही. त्याला सर्दी झालीय हे खरं, पण ते काही फार गंभीर वाटत नाही.''

''होय.'' रिचर्ड म्हणाला, ''माझं डोकं नीट चालत नाही हेच खरं!... जर जॅकला १९१८च्या फ्ल्यूचा संसर्ग झाला असता, तर तो केव्हाच आडवा झाला असता.''

दोघेजण पुन्हा जाऊन विश्रांती घेऊ लागले.

सव्वा पाचला रिचर्डनं पुन्हा एकदा ट्विनला फोन केला. यावेळी फोन ट्विननंच उचलला होता.

''आता काय?... मला कशाला त्रास देतोस?'' ट्विन म्हणाला.

''मी आणखी एक ऑफर देतो... बहुधा हजार पुरेसे नाहीत... होय ना?... ठीक आहे. किती पाहिजेत?''

''मी मागच्या वेळी काय सांगितलं होतं ते समजलं नाही का?'' ट्विन वैतागून

म्हणाला, "मी तुला सांगितलं की मला ते काम जमणार नाही. नाही म्हणजे नाही."

"दोन हजार..?" रिचर्ड टेरेसकडे पाहत म्हणाला. तिनं होकारार्थी मान डोलावली.

"तू बहिरा तर नाहीस ना...?" ट्विननं चिडून विचारलं.

"तीन हजार." रिचर्ड म्हणाला. टेरेसनं पुन्हा मान डोलावली.

"तीन हजार डॉलर्स?"

"होय. तीन हजार डॉलर्स!"

"तुम्ही अगदी हातघाईला आलेले दिसताय."

"तीन हजार डॉलर्स द्यायला तयार आहोत यात काय ते समज."

"हं... हं..." ट्विन विचार करत म्हणाला, "आणि तुम्ही त्याला बेडी घालून अडकवून ठेवलंय म्हणता?"

"होय... म्हणूनच तर काम चुटकीसरशी होईल."

"ठीक आहे. उद्या सकाळी मी कोणाला तरी तिकडे पाठवतो."

"तीन हजार नक्की ना?" रिचर्ड पुन्हा एकदा खात्री करून घेण्यासाठी म्हणाला, "आजच्यासारखं उद्या होणार नाही ना?"

"नाही. तीन हजार ठीक आहेत... उद्या मी कोणालातरी पाठवतो."

रिचर्डनं फोन ठेवून टेरेसकडे पाहिलं. ती साशंकपणे म्हणाली, "तुझा त्याच्यावर विश्वास बसतोय का अजून?"

"होय. तो आता मात्र येणार हे नक्की."

जॅक मात्र हे संभाषण ऐकून कमालीचा घाबरला. उद्या सकाळी ब्लॅक किंग्ज् येणार म्हणजे सुटकेचा प्रयत्न आजच केला तरच काही आशा होती. पण सुटका होणार तरी कशी? तो तर भक्कम पाईपला जखडलेला होता. सुटकेची कोणतीही उपाययोजना जवळपास अशक्य होती.

संध्याकाळी सात साडेसात वाजता रिचर्ड आणि टेरेस जोरजोरात खोकू लागले. त्यांच्याकडे पाहून जॅकच्या मनात संशय उरला नाही. दोघांनाही फ्ल्यूची लागण झाली होती. आणि ते साहजिकच होतं. न्यूयॉर्कमधून इथे येताना गाडीत तो स्वत: शिंकत आणि खोकत होता. त्या बंद वातावरणात प्राणघातक असे अब्जावधी विषाणू तरंगत असताना हे होणं अगदी स्वाभाविक होतं. फ्ल्यूपेक्षा सकाळी येणाऱ्या ब्लॅक किंग्ज्चा विचार त्याचा थरकाप उडवत होता. त्यानं त्वेषानं पाईप खेचायचा प्रयत्न केला. त्याचा काही फायदा नाही हे माहीत असूनही त्यानं जोर लावून पाईप खेचून बघितला.

बेडीच्या खळखळाटानं रिचर्ड जागा झाला.

"शट अप!"

"काय झालं?" टेरेसनं जडशीळ आवाजात विचारलं.

“हा प्राणी दंगा करतोय.” तो म्हणाला, “ओ गॉडऽ!... मला पाणी हवं आहे. चक्कर आल्यासारखं वाटतंय... तापही चांगलाच आहे.” तो भेलकांडत पाणी पिण्यासाठी बेसिनजवळ आला. त्याच्या पायावर लाथ मारावी असं जॅकला क्षणभर वाटलं. पण त्यामुळे काहीही साध्य होणार नाही, उलट आणखी मार बसेल हे त्याच्या लक्षात येताच तो गप्प बसला.

“मला बाथरूमला जायचंय.”

“शट अप्..” रिचर्ड ओरडला.

“मला सकाळी जाऊन कितीतरी तास उलटलेत... मला जायलाच हवं. नाहीतर इथली परिस्थिती खराब होईल.”

रिचर्डनं पाणी पिऊन झाल्यावर टेरेसला हाक मारली.

तिचे डोळे लाल झाले होते आणि तापही दिसत होता. ती भेलकांडत त्याच्याजवळ आली. तिनं त्याची बेडी उघडली आणि पूर्वीप्रमाणे रिव्हॉल्व्हर रोखून त्याला बाथरूमपाशी नेलं. जॅक दार बंद करू लागताच टेरेसनं पाय घालून दार अडवलं.

“नाही... तू दार बंद करण्याची सवलत आपल्या हातानं गमावली आहेस.”

जॅकनं एकवार दोघांच्या तोंडाकडे पाहिलं. खांदे उडवले आणि पाठ वळवून त्यानं स्वत:ला मोकळं केलं.

जॅकला परत पाईपला बांधून टाकल्यावर रिचर्ड आणि टेरेस स्वत:च धापा टाकू लागले होते.

“मला जरा एकदोन ॲस्पिरिनच्या गोळ्या दे.” टेरेस म्हणाली. तिनं आणि रिचर्डनं गोळ्या घेतल्या. दोघे पुन्हा कोचावर जाऊन अंगाभोवती ब्लँकेट गुंडाळून बसले. दोघंही फ्ल्यूनं आजारी असल्याबद्दल जॅकला कसलीही शंका उरली नव्हती.

नऊच्या सुमारास रिचर्ड आणि टेरेसचा श्वासोच्छ्वास अनियमित झाला. मधूनमधून खोकल्याची उबळ येत होतीच. तासाभरानं त्यांच्या घशातून विचित्र आवाज येऊ लागले. जॅक हात अडकवलेल्या स्थितीत सारं काही पाहत होता. आपण यांना वाचवण्यासाठी जवळ असणाऱ्या रिमंटडीनच्या गोळ्या द्याव्यात की नाही, यावर त्याला निर्णय घेता येईना. एक मन त्याला त्याचं डॉक्टर म्हणून असणारं कर्तव्य बजावण्याची जाणीव करून देत होतं. हे दोघे जरी जॅकचा जीव घेण्यासाठी प्रयत्न करत असले, तरी त्यावेळी दोघे पेशंट होते. एक डॉक्टर म्हणून त्यानं त्यांचा जीव वाचवण्यासाठी सर्व शक्ती एकवटून प्रयत्न करायला हवा होता. तशी त्यानं डॉक्टर झाल्यावर शपथही घेतली होती. मात्र मनाच्या एका कोपऱ्यात दोघांबद्दल विलक्षण तिरस्काराची भावना होती. या दोघांनी अत्यंत निष्ठुरपणे रोगजंतू पसरवून निष्पाप लोकांना मरणाच्या खाईत लोटलं होतं. जॅकला काय करावं याचा निर्णय घेता येईना.

साडेदहा अकराच्या सुमारास टेरेसची प्रकृती आणखी खालावली. श्वास अत्यंत अनियमित झाला. लांबूनदेखील जॅकला तिचे ओठ निळसर होऊ लागले आहेत आणि चेहरा निस्तेज होतो आहे हे स्पष्ट दिसलं. जॅकला आता मात्र राहवलं नाही. त्यानं रिचर्डला हाक मारली.

"टेरेस फार आजारी आहे." जॅक म्हणाला.

"मूर्खा, तू गप्प पड तिथं!" रिचर्ड खोकत खोकत म्हणाला. जॅक एकदोन मिनिटं गप्प राहिला. पण त्याचं डॉक्टरचं मन त्याला काही न करता बसू देईना. "रिचर्ड..." तो ओरडला, "टेरेसची तब्येत फार खालावलेली आहे."

रिचर्ड काहीच बोलला नाही.

"रिचर्ड!" जॅक आणखी जोरात ओरडल.

"काय?" रिचर्ड कापऱ्या आवाजात म्हणाला. त्यालाही बोलायला आणि श्वास घ्यायला कष्ट होत होते.

"रिचर्ड तिला ताबडतोब विशेष उपचारांची गरज आहे."

रिचर्ड काहीच बोलला नाही.

"रिचर्ड!" जॅक म्हणाला, "मी डॉक्टर आहे. मी तुला सावध करतो... ताबडतोब उपचार केले जाणं अत्यावश्यक आहे... तू काही केलं नाहीस तर तो तुझा दोष ठरेल."

"माझा दोष?" रिचर्ड चवताळून एकदम उठून उभा राहिला. "हे जे काय आहे, ते तुझ्याकडूनच तिला मिळालंय.... माझा दोष काय? थांब पाहातोच तुझ्याकडे..!" रिचर्डनं टेबलावर हात फिरवून रिव्हॉल्व्हर शोधायचा प्रयत्न केला. पण तेवढ्या श्रमांनीही दमून तो कोचावर कोसळला.

जॅक पाहण्याशिवाय काहीही करू शकत नव्हता.

जॅकच्या डोळ्यासमोर इन्फ्ल्युएंझाचा एक अतिआक्रमक विषाणू, वेगानं रोग्याला मरणाच्या दारात नेत होता. १९१८च्या साथीच्या वेळची एक गोष्ट त्याला आठवली. शिकत असताना त्याच्या प्राध्यापकांनी त्यांना सांगितलं होतं, की ब्रुकलीनमध्ये थोडंसं शिंकणारे लोक भुयारी रेल्वेनं मॅनहटनला जाईपर्यंत जिवंत राहात नसत. जॅकला तेव्हाही ती अतिशयोक्ती वाटत असे. पण त्याच्यासमोर टेरेस आणि रिचर्ड क्षणाक्षणाला मृत्यूच्या दाढेत जाऊ लागलेले दिसत होते. जॅक निव्वळ बघण्याशिवाय काहीही करू शकत नव्हता.

रात्री एकच्या सुमारास रिचर्डचा श्वासोच्छ्वास कमालीचा अनियमित झाला. पहाटे चार वाजता टेरेसचं आयुष्य संपून गेलं आणि सकाळी सहा वाजता रिचर्डनं शेवटचा श्वास घेतला.

■

३५

शुक्रवार, २९ मार्च १९९६
सकाळी ८ वाजता

सकाळी झाली. सूर्याचे किरण खिडकीतून आत आले. जॅक रात्रभर एक क्षणभरही झोपू शकला नव्हता. मधूनमधून त्याला पेंग येत होती. तेवढ्या क्षणात भयंकर स्वप्नं पडत होती. जॅकच्या मनात उलटसुलट विचारांचा प्रचंड गोंधळ उडत होता. ...टेरेस आणि रिचर्ड इकडे मरून पडलेत आणि तिकडे कदाचित ट्विन आणि ब्लॅक किंग्ज्‌चे सभासद आपल्याला ठार करायला निघालेले असतील.

जॅक डोकं मागे टेकून निमूटपणे बसून राहिला.

दोन तासांनंतर गाडी कच्च्या रस्त्यावर वळल्याचा आवाज आला. ब्लॅक किंग्ज्!... त्या क्षणी जॅक वेड्यासारखा धडपडू लागला. आता काही क्षणातच ब्लॅक किंग्ज् आत शिरणार होते. जॅक विलक्षण त्वेषानं सुटण्याची धडपड करू लागला. त्याच्या चेहऱ्यावरच्या नसा तटतटल्या. आपण काय करतोय याचं त्याला भान उरलं नव्हतं. पिंजऱ्यात अडकलेल्या हिंस्त्र श्वापदासारखा तो बेडीतून सुटण्याचा प्रयत्न करू लागला. त्यानं सगळं बळ एकवटून बेसिनला धडक दिली. खांद्याला लागलं पण त्या धक्क्यानं बेसिन भिंतीत जोडलं होतं तो सांधा निखळला.

पाण्याचा पाईप उखडला गेला आणि जॅकला जिथं बांधलं होतं तिथे पाईप उपसून निघाला.

जॅक मुक्त झाला होता.

तो वेगानं मागच्या दारातून धावत सुटला. आपण कुठं जात आहोत याचं त्याला भान नव्हतं. घरात शिरणाऱ्या लोकांपासून जेवढं दूर जाता येईल तेवढं जायचं, हा एकच विचार त्याच्या डोक्यात घुमत होता.

एकदोन मिनिटं बेभान अवस्थेत धावल्यावर त्याला समोर गवताची गंजी आणि बाजूची खोप दिसली. आजूबाजूला सगळी झाडं ओकीबोकी असल्यानं लपण्यासाठी ही एवढीच जागा होती. जॅक खोपीत शिरून बसला. त्याचं हृदय एखाद्या ढोलासारखं धडधडत होतं.

एकदोन मिनिटांनंतर बाहेर पावलांचे आवाज आले. कोणीतरी गवताच्या गंजीमध्ये शोधाशोध करत होतं.

"इकडे... इकडे पाहा." कोणीतरी म्हणालं, "पायाच्या खुणा दिसतायत."

"या खोपीत कोणीतरी आहे नक्की... पाहा."

जॅक थरथरू लागला. पाठीच्या कण्यातून एक थंडगार लहर चमकली. अचानक खोपीचं दार उघडलं. जॅकनं आत्यंतिक भयानं डोळे मिटून घेतले. पाचदहा सेकंद गेले. गोळी सुटली नाही. जॅकनं विस्मयानं डोळे उघडले.

"हाय डॉक... तू तर सगळं व्हिएतनाम युद्ध एकट्यानं लढून परतल्यासारखा दिसतो आहेस!"

दाराबाहेर वॉरेन उभा होता.

"वॉरेन...वॉरेन!" जॅकच्या तोंडातून शब्द फुटेना.

"बाहेर पड." वॉरेन म्हणाला, "मला आधी तुझी बेडी काढू दे."

"पण तू इथे कसा आलास?... मी तर ब्लॅक किंग्जची प्रतीक्षा करत होतो..."

"अरेरे!" वॉरेन हसला, "आम्ही तुझी निराशा केली वाटतं..!"

"मला काहीच समजत नाही..."

"मी आणि ब्लॅक किंग्जच्या ट्विननं एक समझोता केला होता... आम्ही एकमेकांवर हल्ला करणार नाही असं ठरवलं होतं. ट्विननं मला फोन करून तू इथे संकटात असल्याची खबर दिली आणि हे काय आम्ही तुझ्या सुटकेसाठी घोडदौड करत आलो."

"घरातल्या लोकांना काय झालंय?" वॉरेननं विचारलं.

"इन्फ्ल्युएंझा." जॅक म्हणाला.

"म्हणजे ही साथ इथेही आली का?... शहरात साथीनं धुमाकूळ घालायला सुरुवात केलेली आहे." वॉरेन म्हणाला, "हा फ्ल्यू फार वाईट दिसतोय..."

"होय. आणि आता तू या रोगाबद्दल काय काय ऐकलं आहेस ते मला सांग." जॅक म्हणाला.

■

उपसंहार

गुरुवार, २५ एप्रिल १९९६
संध्याकाळी ७ वाजून ४५ मिनिटे
न्यूयॉर्क

या डावात बरोबरी व्हायची ही अकरावी वेळ होती. डाव जिंकण्यासाठी दोन पॉईंटस्‌चा फरक लागतो. पण कितीतरी वेळ एकच पॉईंट पुढेमागे असायचा. दोन पॉईंटस् मिळण्यासाठी सारेजण धडपडत होते. सामना फार अटीतटीचा होता. मैदानाबाहेर उभे असणारे लोक आरडाओरडा करून हारणाऱ्या टीमला प्रोत्साहन देऊ लागले. कारण अगदी साधं होतं. त्या दिवशी जॅकची टीम सतत जिंकत होती. त्यामुळे प्रेक्षकांचा ओढा दुसऱ्या टीमकडे होता.

फ्लॅश नावाचा एक प्रतिस्पर्धी खेळाडू जॅकच्या सतत पाठीवर होता. हा वेगवान खेळतो हे जॅकला माहीत होतं. बॉल जॅकच्या हातात आला. तो घेऊन जॅक प्रतिस्पर्ध्याच्या क्षेत्रात धावू लागला. जॅकला पुढे जाताना पाहून वॉरेन बास्केटजवळ सरकला. जॅकनं बॉल पास केला की काम होणार होतं. एवढ्यात

जॅकनं अचानक विचार बदलला. त्याच्या आजूबाजूला कोणीही नव्हतं. ते पाहून जॅकनं बॉल सरळ बास्केटवर फेकला. पण रिंगला धडकून बॉल परत फिरला आणि सरळ

फ्लॅशच्या हातात गेला. इथेच खेळाचं पारडं फिरलं. काही सेकंदांत फ्लॅश बॉल घेऊन निघाला आणि डाव संपला. हरणाऱ्या टीमनं डाव जिंकलेला पाहून प्रेक्षकांनी आनंदानं आरोळ्या ठोकल्या.

वॉरेन जॅकपाशी आला, "तू बॉल पास का केला नाहीस?"

"माझी चूक मान्य आहे." जॅक म्हणाला.

"जॅकऽऽ!" कोणीतरी बाईचा मागून आवाज आला, "हॅलो... हॅलो जॅक." जॅकनं साखळीच्या बाहेरच्या रस्त्याकडे नजर टाकली. लॉरी त्यालाच हाक मारत होती.

"ओहो..!" वॉरेन म्हणाला, "तुझी बाहुली आज मैदानात उतरायच्या तयारीनं आलेली दिसतेय!"

प्रेक्षकांचा आरडाओरडा एकदम थांबला. सर्वजण लॉरीकडे पाहू लागले. बायका किंवा मैत्रिणी कधीही बास्केटबॉल मैदानाकडे फिरकत नसत. त्यांना येऊ देत नाहीत की त्या आपणहून येत नाहीत हे जॅकला माहीत नव्हतं. पण कोणी मैदानाकडे येत नसे हे जॅकला कित्येक महिन्यांच्या अनुभवानं पक्कं ठाऊक होतं. लॉरीला तिथे पाहून जॅक अस्वस्थ झाला.

"तुझ्याशी बहुधा काहीतरी गुटर्गु करायचं आहे..." वॉरेन म्हणाला.

"मी तिला बोलावलं नव्हतं. आमचं नंतर भेटायचं ठरलं होतं." जॅक म्हणाला. तो या वस्तीमध्ये राहताना त्यांचे सगळे नियम अगदी कसोशीनं पाळत असे.

"काही प्रॉब्लेम नाही." वॉरेन म्हणाला, "कदाचित तू बास्केटबॉल खेळण्यापेक्षा जास्त चांगलं प्रेम करत असशील."

मनात नसूनही जॅकला हसावं लागलं. तो लॉरीकडे गेला. पाठोपाठ पुन्हा एकदा खेळणाऱ्यांचा आणि प्रेक्षकांचा आरडाओरडा चालू झाला. ते पाहून जॅकला जरा बरं वाटलं.

"तू खरोखरच बास्केटबॉल खेळतोस या कहाणीवर आज माझा विश्वास बसला." लॉरी म्हणाली, "आपण नऊ वाजता भेटणार होतो हे माझ्या लक्षात आहे. पण मला तुझ्याशी ताबडतोब बोलावंसं वाटलं."

"काय झालं?"

"अटलांटाहून निकोल मार्कविटनं फोन केला होता. तिला तुझ्याशी काहीतरी फार महत्त्वाचं बोलायचं होतं. तिच्या बोलण्यातली निराशा पाहून अखेर मार्जोरीनं मला निरोप दिला."

"काय?"

"गेल्या दोन आठवड्यात अलास्का इन्फ्ल्युएंझाचा नवा रोगी आढळलेला नाही. रोगप्रसार नियंत्रण केंद्रानं लस बनवण्यासाठी तातडीनं पावलं उचलायला

सुरुवात केली आहे. संसर्ग झालेल्या लोकांना वेगळं काढण्यामुळे साथ पसरली नाही.''

''त्यांनी रोग उद्‌भवला कसा यावर काही अधिकृत मत बनवलं आहे का?''

''होय. ती म्हणाली, की त्यांच्या सर्वांच्या मते बर्फात गाडल्या गेलेल्या एस्किमोंच्या भोवती अपघातानं तापमान वाढलं असावं आणि त्यामुळे विषाणू पुन्हा कार्यक्षम झाले.''

''छे!... हे स्पष्टीकरण फारच तकलादू आहे.'' जॅक म्हणाला, ''काही का असेना त्यांनी केलेली उपाययोजना आणि औषध उत्पादकांनी वेळेवर मोठ्या प्रमाणात रिमंटडीन उपलब्ध करून दिलं म्हणून ही भीषण साथ आटोक्यात आली.''

''तुझं खेळून झालं का?'' लॉरीनं पुढचा डाव सुरू झालेला पाहून विचारलं.

''हो... आमची टीम हरली आहे... माझ्यामुळे.''

''तू ज्याच्याशी बोलत होतास तोच वॉरेन होता का?''

''हो.''

''मला त्याच्याशी बोलायचं आहे.''

जॅकनं तिच्याकडे पाहिलं. तो गोंधळून गेला होता.

''हो... खरंच. मी अतिशय गंभीरपणानं म्हणतेय. तुझा जीव वाचवणाऱ्या माणसाशी मला ओळख करून घ्यायची आहे.''

जॅकनं वॉरेनला हाक मारली. हातातल्या बॉलनं टप्पे पाडत वॉरेन मैदानाच्या बाहेर लावलेल्या साखळीजवळ आला. जॅकनं दोघांची ओळख करून दिली. दोघांमध्ये संभाषण कसं होईल याबद्दल जॅकला शंका वाटत होती. पण दोघं अगदी सहजपणे एकमेकांशी बोलू लागले.

''कदाचित मी जे सांगतेय ते सांगायची ही जागा नाही...'' लॉरी म्हणाली, ''कदाचित मी जे बोलतेय ते जॅकला आवडणारही नाही...''

जॅकला एकदम भीती वाटली. ही आता काय बोलणार त्याचा त्याला काहीच अंदाज येईना.

''... तू जॅकसाठी जे केलंस त्याबद्दल मी तुझे आभार मानते.''

वॉरेननं खांदे उडवले. ''हा जर मला आज पास देणार नाही हे कळलं असतं, तर मी एवढ्या दूर जाऊन त्याला मुळीच सोडवलं नसतं.''

जॅकनं गमतीनं हाताची मूठ वळून वॉरेनच्या डोक्यावर मारल्याचं नाटक केलं. वॉरेननं ती चुकवली. ''तुला भेटून आनंद वाटला... मी आणि आमचे इतर काही मित्र नेहमी जॅकबद्दल काळजी करत असायचो. चला, हे बरं झालं... या म्हाताऱ्या भुतालाही त्याची 'शॉर्टी' आहे तर!''

'' 'शॉर्टी' म्हणजे?''

"मैत्रीण." जॅक म्हणाला.

"पुन्हा कधीही ये लॉरी." वॉरेन म्हणाला, "खरं तर मित्र म्हणून हा तुला अजिबात शोभत नाही...!" वॉरेन हातातल्या बॉलचे टप्पे टाकत खेळात सामील झाला.

"मैत्रिणीला 'शॉर्टी' म्हणतात?" लॉरीनं विचारलं.

"ती इथली बोलायची पद्धत आहे. असे कितीतरी शब्द आहेत. पण तू त्याचा शब्दश: अर्थ घेऊ नकोस."

"जॅक! मी अजिबात रागावलेली नाही. उलट तू असं का करत नाहीस?... वॉरेनला त्याची 'शॉर्टी' बरोबर घेऊन जेवायचं आमंत्रण दे. जरा गप्पा मारू आपण सगळेजण."

"कल्पना चांगली आहे. पण तो येईल की नाही कोण जाणे!"

"विचारल्याशिवाय कसं कळणार?"

"तेसुद्धा खरंच आहे म्हणा."

"त्याला मैत्रीण आहे ना?"

"खरं सांगायचं तर मला कल्पना नाही."

"म्हणजे काय?... तुला त्याच्याबद्दल एवढीही माहिती नाही. प्रतिबंधक उपाय म्हणून तुम्हाला वेगळ्या खोलीत आठवडाभर एकत्र ठेवलं होतं ना? तेव्हा तुम्ही बोलत काय होतात एकमेकांशी?"

"आठवत नाही." जॅक म्हणाला, "थांब. मी त्याला विचारून येतो."

जॅक वॉरेनकडे गेला आणि त्याला मैत्रिणीला घेऊन जेवायला येणार का म्हणून विचारलं. "... अर्थातच तुला मैत्रीण असली तर." जॅक म्हणाला.

"अर्थातच... मलाही मैत्रीण आहे." वॉरेन म्हणाला. त्यानं लांब उभ्या असणाऱ्या लॉरीकडे पाहिलं. "ही कल्पना कोणाची?... तिची की तुझी?"

"तिची... पण कल्पना खरोखर चांगली आहे. तू 'हो' म्हणशील की नाही याची खात्री नव्हती म्हणून मी आधी विचारलं नाही."

"ठीक आहे... कुठं जायचं?"

"पूर्व भागात एक इलियॉस नावाचं रेस्टॉरंट आहे. तिथे नऊ वाजता. आजचं जेवण माझ्यातर्फे."

"ठीक आहे... पण तिथं कसं जायचं?"

"आपण टॅक्सी करू."

"नको. त्यापेक्षा माझ्या गाडीतून जाऊ. मी पावणेनऊला तुला घ्यायला येतो."

"अच्छा. पावणेनऊला भेटू." जॅक उत्तरला आणि लॉरीकडे जाण्यासाठी वळला.

"पण म्हणून तू पास दिला नाहीस त्याचा राग कमी झालाय, असं मात्र समजू नकोस." वॉरेन म्हणाला.

जॅक हसला. त्यानं लॉरीला वॉरेन येणार आहे हे सांगितलं.

"छान! म्हणजे आता काही चिंता नाही. मजा येईल."

"मी माझा जीव वाचवणाऱ्या चौघांपैकी दोघांबरोबर जेवायला जाणार म्हणायचं."

"म्हणजे काय जॅक?... आणखी दोघं कुठे आहेत?"

"स्पिट म्हणून एकजण आहे. तो तिथे खेळतोय. लाल शर्ट घातलेला आहे ना तोच... आणि स्लॅम मात्र आपल्यामध्ये नाही. ती एक फार निराळी कहाणी आहे. कधीतरी सांगीन."

"त्या स्पिटलाही का बोलवत नाहीस?"

"परत केव्हातरी... आज नको. आज आपण भरपूर गप्पा मारू. मी कित्येक महिने बरोबर खेळूनही मला वॉरेनबद्दल जी माहिती नव्हती, ती तू दोन मिनिटात मिळवलीस... मलाही खूप गप्पा मारायच्या आहेत."

"ठीक आहे."

"लॉरी, मला घरी जाऊन अंघोळ करायला हवी. कपडेही बदलायचे आहेत." जॅक म्हणाला, "तू माझ्याबरोबर घरी चलतेस का?"

"चालेल." लॉरी म्हणाली, "मलाही तू कुठं आणि कसा राहतोस हे पाहायची इच्छा आहेच."

"फारसं चांगलं नाही माझं घर."

"चालायला लाग पुढे." लॉरीनं आज्ञा सोडली.

इमारतीमध्ये पायऱ्यांवर कोणी बेघर झोपलेले नाहीत हे पाहून जॅकला बरं वाटलं. पण दुसऱ्या मजल्यावरच्या कडाक्याच्या भांडणानं ती कसर भरून काढली. लॉरी काहीही बोलली नाही. दोघं जॅकच्या फ्लॅटमध्ये आले. आतमध्ये उबदार आहे आणि हे वाळवंटातल्या ओॲसिससारखं वाटतंय, असं आपलं मत तिनं व्यक्त केलं.

"मला तयार व्हायला काही मिनिटंच लागतील." जॅक म्हणाला, "तोवर काही घेणार का?... माझ्याकडे फारसं काही नाही. पण बीयर चालेल का थोडी?"

"नको."

जॅकनं तिला वाचण्यासाठी काही मिळतंय का ते पाहिलं. त्यालाही तिनं नकार दिला.

"माझ्याकडे टीव्ही नाही." जॅक अपराधी स्वरात म्हणाला.

"ते माझ्या लक्षात आलंय."

"इथे या भागात घरातल्या टीव्हीमुळे अनेकांना चोरीचा मोह होतो."

"टीव्हीवरून एक गोष्ट आठवली." लॉरी म्हणाली, "नॅशनल हेल्थच्या नव्या जाहिरातींनी एकदम धमाल उडवली आहे. सगळेजण त्याबद्दल चर्चा करत आहेत... तू पाहिलीस का ती जाहिरात?"

"नाही."

"एका रात्रीत ही जाहिरात लोकांच्या मनात भरली आहे. विशेषत: त्यांचे शब्द लोकांना फार आवडले आहेत : 'आम्ही तुमची वाट पाहू. तुम्हाला वाट पाहायला लावणार नाही.' ही जाहिरात एवढी गाजायला लागलेली आहे, की त्यामुळे नॅशनल हेल्थच्या शेअरची किंमत एकदम वर गेली आहे."

"आपण इतर कोणत्यातरी विषयावर बोललो तर चालणार नाही का?"

"काय झालं? मी काही चुकीचं बोलले का?"

"नाही... लॉरी. तू नाही... मीच चुकीचं बोलत होतो. वैद्यकीय क्षेत्रातल्या जाहिरातींबद्दल मला नेहमीच तिरस्कार वाटत आला आहे. आणि अलीकडे तर जास्तच द्वेष वाटू लागलाय... पण तू काही काळजी करू नकोस. कधीतरी सवडीनं मी सर्व काही सांगेन..."

■